கறுப்பு மை குறிப்புகள்

ஜெயராணி

கறுப்பு மை குறிப்புகள்

எதிர்
வெளியீடு

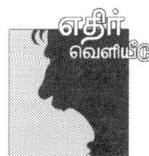

கறுப்பு மை குறிப்புகள்
ஜெயராணி

முதல் பதிப்பு: ஜனவரி 2023

எதிர் வெளியீடு,
96, நியூ ஸ்கீம் ரோடு, பொள்ளாச்சி - 642002
தொலைபேசி: 04259 - 226012, 99425 11302

விலை: ₹450/-

Karuppu Mai Kurippukal
Author: Jeyarani
First Edition: January 2023
Published by
Ethir Veliyeedu, 96, New Scheme Road, Pollachi - 2
email: ethirveliyedu@gmail.com
www.ethirveliyeedu.com

ISBN: 978-81-960244-4-4
Printed at Jothy Enterprises, Chennai
Cover Design: Artist Manivannan
Book Design: M Creative
Copyright © Jeyarani

All rights reserved. No part of this book may be reprinted or reproduced or utilised in any form or by any electronic, mechanical or other means, now known or hereafter invented, including Photocopying and recording, or in any information storage or retrieval system, without permission in writing from the Publisher.

சாதி இழிவென்பது இந்து மதத்தில் அடிமையாக இருப்பவர்களுக்கு மட்டுமானதல்ல, சக மனிதர்களை ஒடுக்கும் வன்மமிக்க வாழ்வை வாழும் ஆதிக்க சாதியினருக்கும்தான். அத்தகைய கொடிய மன நோயிலிருந்து விடுபட "மதமாற்றம்" எனும் அறிவியல் பூர்வமான வழியை கண்டறிந்து - பவுத்தம் தழுவி அதை - செயல்படுத்திய நம் தந்தை **டாக்டர் பி. ஆர். அம்பேத்கர்** அவர்களுக்கு...

ஜெயராணி

இருபது ஆண்டுகளாக பத்திரிகையாளராகப் பல்வேறு தமிழ் ஊடகங்களில் பணிபுரிந்து வருகிறார். சாதியம், மதவாதம், பாலின சமத்துவம் மற்றும் விளிம்பு நிலை வாழ்வை உள்ளடக்கிய சமூக அரசியல் கட்டுரைகளை மய்ய நீரோட்ட இதழ்களிலும் மாற்று ஊடகங்களிலும் எழுதி வருகிறார். அம்பேத்கரிய - பெரியாரிய கருத்தியலை தனது எழுத்துகள் வழியாக முன்னெடுப்பதில் தீவிர முனைப்பு கொண்டவர். இவர், சாதி ஒழிப்பைத் தன்னுடைய லட்சிய நோக்கமாகக் கொண்டு செயல்படுகிறார். "ஜாதியற்றவளின் குரல்" (2014) "உங்கள் மனிதம் ஜாதியற்றதா?" (2018) "உங்கள் குழந்தை யாருடையது?" (2019) "எது நடந்ததோ அது நன்றாக நடக்கவில்லை" (2019), இதற்கு பெயர் தான் பார்ப்பனியம் (2022) ஆகிய நூல்களை எழுதியுள்ளார்.

முஸ்லிம் பெண்களின் நிலை குறித்த செய்திக் கட்டுரைக்காக, பன்னாட்டு பத்திரிகையாளர் கூட்டமைப்பின் பாராட்டுச் சான்றிதழ் (International Federation of Journalists Commendation Certificate 2004) இவருக்கு வழங்கப்பட்டுள்ளது; இந்தியா டுடே இதழ் தேசிய அளவில் சமூகத்தில் தாக்கத்தை உண்டாக்கும் 30 பெண்களில் ஒருவராக தேர்ந்தெடுத்தது (2005); "ஜாதியற்றவளின் குரல்" நூலுக்கு சிறந்த கட்டுரைத் தொகுப்பிற்கான "விகடன்" விருது (2015) மற்றும் கனடா தமிழ் தோட்ட விருது (2015) பெற்றிருக்கிறார்; சமூக எழுத்துப் பணிக்காக தலித் ஆதார மய்யத்தின் "விடுதலை வேர் (2012), துடி அமைப்பின் "அம்பேத்கர் பேரொளி" (2016) மற்றும் திராவிடர் கழகத்தின் "பெரியார் விருது"(2017) மலமள்ளும் இழிவுக்கு எதிரான மஞ்சள் நாடகத்திற்கான விகடன் விருது (2017) உள்ளிட்ட பல்வேறு விருதுகளைப் பெற்றுள்ளார். இந்நூல் தென்னிந்திய அக்கு ஹீலர்கள் கூட்டமைப்பின் விருதையும் (2018) வாசகசாலை அமைப்பின் சிறந்த கட்டுரை தொகுப்பாகவும் (2019) விருதை வென்றது. இந்திய அளவில் "உண்மையை உரக்கப் பேசும்" 14 பத்திரிகையாளர்களில் ஒருவராக feminismindia.com இணையதளம் இவரை தேர்ந்தெடுத்தது (2020).

என்னுரை

கறுப்பு மை குறிப்புகள் என்ற இந்நூல் 2010 - 2015 காலகட்டத்தில் தலித் முரசு இதழில் மீனாமயில் எனும் புனைபெயரில் நான் எழுதிய கட்டுரைகளின் தொகுப்பாகும். இந்நூல் 2014 இல் வெளிவந்த "ஜாதியற்றவளின் குரல்" என்ற எனது முதல் கட்டுரை தொகுப்புக்கு அடுத்ததாக வெளி வந்திருக்க வேண்டியது. நான் எழுதத் தொடங்கிய ஆண்டிலிருந்து கால வரிசைப்படி 2001 - 2010 வரை தலித் முரசு இதழில் வெளிவந்த எனது கட்டுரைகளே "ஜாதியற்றவளின் குரல்" நூலாக தொகுக்கப்பட்டது. நான் பிற இதழ்களில் எழுதிய கட்டுரைகள் நான்கு தொகுப்புகளாக அடுத்தடுத்து வெளிவந்துவிட்டன. ஆனால், தவிர்க்க முடியாத காரணங்களால் இந்நூல் தேங்கிப் போய்விட்டது. இதை ஏன் தெளிவுபடுத்த விழைகிறேன் என்றால் எனது கட்டுரைகள் முதன்மையாக சமகால பிரச்சனைகளையே பேசுகின்றன. அதனால், பத்தாண்டுகளுக்கு முன் நடந்த பிரச்சனைகளை 2023 இல் வெளியாகியிருக்கும் இந்நூலில் வாசிப்பதில் வாசகர்களுக்கு குழப்பம் வந்துவிடக் கூடாது என்பதுவே!

களப்பணி சார்ந்த செய்திக் கட்டுரைகளை எழுதிக் கொண்டிருந்த நான், "கறுப்பு மை குறிப்புகள்" என்ற பெயரில் முதன் முதலாக கருத்துரைகள் (Column) எழுதத் தொடங்கினேன். இந்தக் காலகட்டத்தில் நடந்த சில முக்கியமான பிரச்சனைகளை ஒட்டி சிலரை எடுத்த பேட்டிகளையும் அவற்றின் முக்கியத்துவம் கருதி தொகுப்பில் சேர்த்துள்ளேன். இத்தொகுப்பில் உள்ள கட்டுரைகளை நான் கண்டுணர்ந்த உண்மைகளை அடிப்படையாகக்கொண்டு பகுத்தறிவில் சமரசமில்லாமல் அகச் சான்றிற்கு உட்பட்டு பல தரப்பினரின் மனக் கசப்புகளுக்கு ஆளாகியே எழுதினேன்.

பெண்கள் இட ஒதுக்கீட்டின் உருவாகத்திலேயே உள் ஒதுக்கீடு ஏன் சேர்க்கப்பட வேண்டுமென எழுதியபோது அது பெண்ணிய மற்றும் முற்போக்குவாதிகளுக்கு உவப்பாக இல்லை. பெண்கள் இட ஒதுக்கீட்டை அமல்படுத்தவே ஆண்கள் அனுமதிக்காத நிலைமையில் இது தேவையா எனப் பலரும் என் கட்டுரையோடு முரண்பட்டார்கள். இட ஒதுக்கீடு என்ற கோட்பாடு முதன் முதலில் அறிமுகப்படுத்தப்பட்ட காலத்தில் உள் ஒதுக்கீடு ஏன் தேவை என்ற புரிதல் இருந்திருக்காது. ஆனால், காலப்போக்கில் சாதியப் படிநிலைகளின் உட் பிரிவுகள் அரசியல் ரீதியாக அங்கீகரிக்கப்பட்டு பட்டியல் சாதி இட ஒதுக்கீட்டில் அருந்ததியர்களுக்கு உள் ஒதுக்கீடும் பிற்படுத்தப்பட்டோரில் பின்தங்கியவரை பிரித்து மிகவும் பிற்படுத்தப்பட்டோர் இட ஒதுக்கீடும் வழங்கப்பட்டது. இது புரிதலில் உண்டான பரிணாமம். ஒவ்வொரு முறையும், ஒவ்வொரு பிரச்சனையிலும் பரிணாமத்தை பூஜ்யத்திலிருந்துதான் தொடங்க வேண்டுமென்பதில்லை. பரிணாம வளர்ச்சி என்பது பின்னுக்குப் போகக் கூடாதது. இந்திய சமூகத்தில் பாகுபாட்டிலேயே படிநிலைகள் உள்ளன எனும் போது சமூக நீதியை வழங்குவதிலும் படிநிலைகள் (graded justice for graded inequality) பின்பற்றப்பட வேண்டுமென்பதே நியதி. இதைப் பெண்கள் அமைப்புகளோ அறிவுஜீவிகளோ புரிந்துகொள்ளவில்லை என்ற வருத்தம் எனக்கு இப்போதும் இருக்கிறது.

அதேபோல பள்ளர்களின் சாதி அரசியல் குறித்த கட்டுரையும் கடும் சர்ச்சைக்கு உள்ளானது. அச்சாதியைச் சேர்ந்தவர்கள், என் செல்போன் எண்ணை பலருக்கும் பரப்பி கொலை மிரட்டல்களை விடுத்தனர். இனத் துரோகி என்றனர். சுய சாதி எதிர்ப்பே/துறப்பே சாதி ஒழிப்பின் முதல் படி என நம்புகிறவள் நான். ஒருவர் பிறக்க நேர்ந்த சாதியைப் பாதுகாத்துக் கொண்டே சாதியை ஒழிக்க போராடுவது அபத்தமானது. ஆனால், கெடுவாய்ப்பாக பலரும் அந்த அபத்தத்தில்தான் உழல்கின்றனர். தம்மை ராஜராஜ சோழனின் வாரிசாக தமிழகத்தின் முக்கால்வாசி சாதிகள் அழைத்துக் கொள்கின்றன. வரலாற்றை ஆராயாமல் பள்ளர்களும் இப்படுகுழியில் விழுந்துள்ளனர்.

அண்மையில் கூட ராஜராஜ சோழன் இந்து மன்னனா? என்ற சர்ச்சை சமூகத்தைப் புரட்டியது. அந்தக் காலத்தில் இந்து மதம் என்ற பெயரே இல்லை. ஆங்கிலேயர் ஆட்சியில்தான் இந்து மதம் என்ற பெயரே வந்தது. பின் எப்படி அவன் இந்து மன்னனாக

இருந்திருக்க முடியும் என்கிறார்கள். சிவனுக்கு பெருங் கோவில்களைக் கட்டி வைதீகத்துக்கு எதிராக சைவ "மதத்தை" வளர்த்தவனை எப்படி இந்து எனலாம் என வாதிடுகின்றனர். பெயரில் என்ன இருக்கிறது? அந்தக் காலத்திலேயே இந்து என்ற சொல் உருவாக்கப்பட்டிருக்குமானால் ஊருக்கு முன்னால் தன்னை இந்து என அறிவித்துக் கொண்டிருப்பான் ராஜ ராஜ சோழன்.

பார்ப்பனர்களின் வழிகாட்டுதலில், அவர்களை அரவணைத்து, வர்ணாசிரமத்தைக் காப்பாற்றி, சமஸ்கிருதக் கல்வியை ஊக்குவித்து தமிழர்களை அடிமையாக வைத்திருந்தவனை, வைதீகமும் சைவமும் இணைந்து இந்து மதம் என்ற ஒரே குடையின் கீழ் மாறியுள்ள இந்தக் காலத்தில், எவ்வாறு வெறும் சைவ மன்னனாக மட்டுமே அடையாளப்படுத்த முடியும்? உண்மை எதுவென தெரிந்துகொள்ளாமல் அவன் தமிழன் என உணர்ச்சிக் கொந்தளிப்புக்கு ஆளாவது சமூக அழிவுக்கே இட்டுச் செல்லும். ஒளிமிகுந்த எல்லா வரலாற்றுகளுக்குப் பின்னும் மறைக்கப்பட்டதோர் இருண்ட மறுபக்கம் இருக்கவே செய்கிறது. அதைத் தேடி உண்மையைக் கண்டடைந்தால் மட்டுமே சமூகத்தை நேர்செய்ய முடியும்.

தம்மை ராஜராஜ சோழனின் வாரிசு என்று சொல்வதற்கு பட்டியலின மக்கள் மட்டுமல்ல அவரைக் கொண்டாடும் தமிழ்/ பகுத்தறிவுச் சமூகமும் வெட்கப்பட வேண்டும். அவன் எத்தனை நாடுகளை வென்றவனாக இருந்தால் என்ன? எவ்வளவு சிறப்பான நிர்வாகியாக இருந்தால் என்ன? அவன் மக்களை சமமாகப் பார்க்கவில்லை. பார்ப்பன அடிமையாக இருந்து தீண்டாச்சேரிகளை அனுமதித்திருக்கிறான். தேவதாசி முறையை ஊக்குவித்து பெண்ணடிமைத்தனத்தை நிலைநிறுத்தியிருக்கிறான். தமிழ் மன்னன் என இன்று தமிழ்ச்சமூகம் அவனை உயர்த்திப் பிடிக்கிறது. ஆனால், அவனோ சமஸ்கிருதத்தையே வளர்த்திருக்கிறான்.

இந்தத் தொகுப்பில் உள்ளவற்றிலேயே அதிகளவு அதிர்வலைகளைக் கிளப்பியது. கம்யூனிஸ்ட்டுகள் நிகழ்த்திய மரிச்ஜாப்பி படுகொலை கட்டுரைதான். பாட்டாளிகளின் உரிமைக்காகப் போராடும் ஒரு முற்போக்குக் கட்சியை/இயககத்தை இப்படியா களங்கப்படுத்துவது என கம்யூனிஸ்ட் இயக்கத்தின் எல்லா பிரிவுகளுமே கொந்தளிப்பிற்கு உள்ளாயின. ஆயிரக்கணக்கான தலித்துகளைக் கொன்று மண்ணோடு மண்ணாக புதைத்தது மட்டுமல்ல, அதை வரலாற்றின் பக்கங்களிலிருந்தும் தடயமில்லாமல் அழித்துமிருந்தது மேற்கு வங்க

கம்யூனிஸ்ட் அரசு. எந்த இந்திய (மார்க்சிஸ்ட்) வரலாற்று ஆய்வாளரும் "சுதந்திர இந்தியாவின் முதல் இனப்படுகொலை" என கூறப்படும் மரிச்ஜாப்பி படுகொலைகளைப் பற்றி எழுதவில்லை. பிரிட்டனிலிருந்து ராஸ் மாலிக் தான் அதைச் செய்ய வேண்டியிருந்தது.

அவரது ஆய்வுக் கட்டுரை தவிர கூடுதல் ஆதாரங்களைத் திரட்ட தலித் முரசுவுக்கு அப்போதிருந்த அத்தனை ஆதாரங்கள் வழியாகவும், எனக்கிருந்த குறுகிய கால அவகாசத்திலும் முயன்றோம். கம்யூனிஸ்ட்டுகளால் அழிக்கப்பட்ட நாம சூத்திரர் இனத்தையோ இயக்கத்தையோ சேர்ந்த யாரையாவது கண்டுபிடித்து பேட்டி எடுத்துவிட மாட்டோமா என நானும் தனிப்பட்ட முறையில் பல நாட்கள் முயன்று பார்த்தேன். அப்போதிருந்த நெருக்கடிகளில் முடியவில்லை. கம்யூனிஸ்ட்டுகள் தமது கொள்கைகளையும் செயல்பாடுகளையும் இந்திய சாதியச் சூழலில் அதன் பொருத்தப்பாட்டையும் சுய ஆய்வுக்கு உட்படுத்துவார்கள் என்றே நாம் நினைத்தோம். ஆனால், அக்கட்டுரைக்கு வந்த எதிர்வினைகள் பெரும்பாலும், "நாங்கள் கம்யூனிஸ்ட்டுகள். எங்களை எப்படி குறை சொல்லலாம்" என்பதாகவே இருந்ததால், அது மன உளைச்சலை மேலும் கூட்டியது. நாம சூத்திரர்களுக்கு இழைக்கப்பட்டது வரலாற்று துரோகம். ஆனால், இத்துயரம் வரலாறோடு முடியவில்லை. 10% இட ஒதுக்கீடு வரைத் தொடர்கிறது. அவர்களுக்கு சில விஷயங்களை விளக்குவது சரியாக இருக்கும்.

"நாம் தானே தலித் மக்களின் கூலி உயர்வுக்காகவும், தொழிலாளர் மற்றும் நில உரிமைகளுக்காகவும் இத்தனை ஆண்டுக்காலமும் போராடுகிறோம். இவர்கள் நம்மையே எப்போதும் குறை சொல்கிறார்கள்" என்ற ஆதங்கம் கம்யூனிஸ்ட்டுகளிடம் இருக்கிறது. அவர்கள் இப்போதும் தமது கொள்கைகளையும் இந்தியச் சமூகத்தில் அதன் தோல்வியையும் சுய ஆய்வு செய்ய மறுக்கின்றனர். கம்யூனிஸ்ட்டுகள் மட்டுமல்ல இந்நாட்டின் எந்த முற்போக்கு இயக்கமாயினும் கட்சியாயினும் ஒரு விஷயத்தைப் புரிந்துகொள்ள வேண்டுமென நினைக்கிறேன். முற்போக்குக் கொள்கைகளோடு ஏதேனும் ஓர் இயக்கம் இம்மண்ணில் தோன்றினால் அதற்கு முதல் ஆதரவு கொடுக்கிறவர்கள் இந்நாட்டின் ஒடுக்கப்பட்ட மக்களாகவே இருக்கிறார்கள். ஏனென்றால் தம் அடிமைத் துயர்களிலிருந்து மீட்டு மாண்புரிமைகளோடு வாழ இந்த இயக்கமும் கொள்கையும் அதன் தலைவர்களும் ஏதேனும் வழி செய்து விட மாட்டார்களா என்ற ஏக்கம், எதிர்பார்ப்பு. ஆனால், கெடுவாய்ப்பாக எந்த முற்போக்கு

இயக்கமும் இந்தியாவின் தனித்துவ பிரச்சனையான சாதியை முதன்மையானதாக எடுத்துக்கொள்வதில்லை (பெரியார் கால திராவிடர் கழகம் தவிர்த்து).

பாட்டாளி வர்க்கத்தை அதிகாரப்படுத்தும் கம்யூனிஸத் தத்துவம் ஒடுக்கப்பட்ட மக்களை ஈர்த்ததில் ஆச்சர்யமேதுமில்லை. ஏனெனில் இந்தியாவின் பாட்டாளிகள் முதன்மையாக அவர்களே! தீண்டத்தகாதவராக உழல்வதிலிருந்து இந்தப் பாட்டாளி அடையாளம் தம்மை விடுவித்துவிடும் என்று அவர்கள் நம்பினார்கள். அதனால், கூட்டம் கூட்டமாகச் சேர்ந்து போராட்டக் களத்துக்கு வந்தனர். காவல்துறையால் தாக்கப்பட்டனர், துப்பாக்கிச் சூடுகளுக்கு பலியானார்கள், என்கவுன்டர்களில் மாய்க்கப்பட்டனர், கைதாகி சிறைகளில் உழன்றனர். அவர்கள் தாம் உழைக்கிற இயக்கத்தில் பொறுப்புகளையோ பதவிகளையோ கோருவதில்லை. அடிமட்டத் தொண்டர்களாக இருந்து கூலி உயர்வு தொடங்கி உலகமயமாக்கல், கார்ப்பரேட் எதிர்ப்பு போராட்டங்கள், ஆயுதப் போராட்டம் வரை எல்லாவற்றிலும் உடனிருப்பார்கள். அம்மக்களுக்கு தெரியும், "இதுவல்ல நம் அடிப்படை பிரச்சனை" என்று. அல்லது தன்னை பாதிக்கும் சாதியைப் பெரிதாக எடுத்துக்கொள்ளாமல், மைய நீரோட்டப் பிரச்சனைகளுக்காகப் போராடுவதன் மூலம் பொதுச் சமூக நீரோட்டத்தில் அப்படியாவது கலக்கலாம் என நினைத்திருப்பார்கள்.

தலித் மக்களுக்கு கூலி உயர்வும் முதன்மை பிரச்சனை, அதை இத்தனை ஆண்டுக்காலமும் நாங்கள்தானே போராடி வாங்கித் தந்திருக்கிறோம், நில உரிமைக்காக நாங்கள் தானே போராடியிருக்கிறோம் என்பதுவே கம்யூனிஸ்ட்டுகளின் தற்காப்பு வாதம். தலித் மக்களுக்கு கூலியும் நிலமும் பிரச்சனைதான். ஆனால், அதைவிடவும் சாதிதான் அவர்களது பெருந்துயரம். கம்யூனிஸ்ட்டுகள் புரிந்துகொண்டதைப் போல எவ்வளவு கூலி என்பதல்ல, நூற்றாண்டு நூற்றாண்டாக, தலைமுறை தலைமுறையாக, எது தம்மை நிரந்தரக் "கூலி" அடிமையாகவே வைத்திருக்கிறது என்பதுதான் அவர்கள் சக தோழர்களிடம் விவாதிக்காத பிரச்சனை. விவசாயமே முதன்மைத் தொழிலாக இருந்த காலகட்டத்தில் முதலாளி என்பவன் ஆண்டையாகவே இருந்தான். அதாவது நில அதிகாரத்தை வைத்திருந்தவன் கம்யூனிஸ்ட்டுகளுக்கு முதலாளி, தலித் மக்களுக்கு ஆண்டை.

கம்யூனிஸ்ட்டுகளின் முதலாளித்துவ எதிர்ப்பதென்பது ஆண்டை எதிர்ப்பாக இருந்ததால், ஆண்டைகளின் சாதி ஆதிக்கத்தால் முதுகெலும்பு முறிக்கப்பட்டிருந்த தலித் மக்களுக்கு அது புதிய வலிமையைக் கொடுத்தது. ஆனால், அதுவொரு புஸ்வானத்தைப் போலத்தான். சர்ரென எழும்பி சொத்தென கீழே விழுந்து அணைந்தது. ஆண்டைகளிடம் கூலி உயர்வு பெற்றப் பின்னரும் பல உயிர்களைப் பறிகொடுத்து கால் காணி நிலத்தைப் பெற்ற போதும் தலித் மக்களின் துயரும் இழிவும் நீங்காமல் இருப்பதை அவர்கள் கண்டுகொள்ளவில்லை. சமூக, பண்பாட்டு ரீதியாக சாதியின் தன்மை மாறாமல் அதே கொடூரங்கள் நீடித்தது அவர்களுக்கு பொருட்டாகவில்லை. அதே தீண்டாமைக் கொடுமைகள், அதே வன்கொடுமைகள், அதே பாலியல் சுரண்டல்கள், அதே மாண்புரிமை மீறல்கள் தலித்துகள் மீது மூர்க்கமாகத் தொடர்ந்தன.

வீதியில் தோழர்களாகக் கொள்கை ரீதியாக ஒன்றிணைந்திருந்தாலும் வீடுகளில் பார்ப்பனர்களாகவும் பிற்படுத்தப்பட்டோராகவும் தாழ்த்தப்பட்டவராகவும் அந்தந்த சாதியாக அதே சமூக நிலைகளோடே வாழ்ந்தனர். சாதி என்பது தொழில்களுக்கிடையேயான பிரிவினை அல்ல; அது தொழிலாளர்களைப் பிரிக்கிறது. அதுவும் சாதாரணமாக அல்ல, படிநிலைகளோடு பிரிக்கிறது என்ற அம்பேத்கரின் ஆய்வை கம்யூனிஸ்ட்டுகள் புறந்தள்ளினர். அவர்கள் முதலாளித்துவ எதிர்ப்பு என்ற மார்க்ஸிய கோட்பாட்டை தட்டையாக இங்கே நிறுவ முயன்று தோற்றார்கள். மற்ற நாடுகளிலெல்லாம் ஊதிய உயர்வு, பணி நேரம், விடுப்பு போன்ற தொழில் சார்ந்த உரிமைகளைப் பெற்றுவிட்டால் தொழிலாளர்கள் வீடுகளுக்குத் திரும்பி கவுரவமாக வாழ்ந்துவிட முடியும். ஆனால், இந்தியாவில் அதுவல்ல நிலைமை. இங்கே சுரண்டல், உரிமை மீறல், வன்முறைகளுக்கு எதிராக வீதியில் போராடிவிட்டு தீண்டத்தகாதோராகவே தத்தம் வீடுகளுக்குத் திரும்பினர்.

இந்தியாவில் ஏழ்மை என்பது உலக நியதிக்கு மாறாய் ஒரு நிரந்தரத்தன்மைப் பெற்றிருக்கிறது. அதற்கு காரணம் இந்துமதமும் சாதியும். தலித் மக்களை நிரந்தர ஏழையாக வைத்திருக்கும் இந்த சாதியை ஒழிக்க முயலாமல், கூலி/நில உரிமைகளைப் பெற்றுக் கொடுத்தால் போதுமானது என கம்யூனிஸ்ட்டு இயக்கங்கள் சுருங்கிக் கொண்டது மிகப் பெரிய வரலாற்றுத் துரோகம்.

1990களில் அம்பேத்கர் நூற்றாண்டு நிகழ்வுக்குப் பிறகு உண்டான தலித் எழுச்சிக்குப் பின்னர், அறிவுத் தளங்களில் தலித்களின் குரல்கள் ஒலிக்கத் தொடங்கின. தலித்துகளுக்கான உழைக்கும் வர்க்கத்திற்காக நாங்களே அயராது பாடுபடுகிறோம்" என்று நம்பிக்கொண்டிருந்த கம்யூனிஸ்ட் இயக்கங்களை நோக்கி பல்வேறு தளங்களிலும் உருவாகி வந்த தலித் ஆளுமைகளும் இயக்கங்களும் கேள்வி எழுப்பத் தொடங்கினர். தலித் இயக்கங்கள் சாதியை வெளிப்படையாக பேசத் தொடங்கியப் பின்னரும் அவை கள்ள மவுனம் சாதித்தன. கட்சியின் உயர் பதவிகளை பார்ப்பனர்களே வகிப்பது தொடங்கி - சாதிக்கெதிராக ஒரு துரும்பையும் கிள்ளிப் போடாத - அவர்களது "அரசதிகாரத்திற்கு எதிரான/கார்ப்பரேட் எதிர்ப்பு முற்போக்கு" அரசியலை அவர்கள் கடுமையாகச் சாடினர். கிராமங்களைப் புனிதப்படுத்துவது, சிறுதெய்வங்களைக் கொண்டாடுவது, தீண்டாமையை மட்டும் எதிர்த்து சாதியை ஓர் ஒழிக்க முடியாத வாழ்வியல் முறையாகப் பார்ப்பது, நவீனம், நகரம் மற்றும் வளர்ச்சிக்கு எதிராகப் பேசுவதென சமூகப் பண்பாட்டு அரசியலில் கம்யூனிஸ்ட்டுகள் மார்க்ஸை மறந்து காந்தியையே வழிமொழிந்தனர்.

1990களுக்குப் பிறகு சாதிக்கு எதிராக உரக்கப் பேசத் தொடங்கிய தலித் இயக்கங்களின் எழுச்சி கம்யூனிஸ்ட்டுகளை தடுமாற்றத்திற்கு உள்ளாக்கியது. இதனால் உண்டான அழுத்தத்தாலேயே தீண்டாமை மற்றும் வன்கொடுமைகளுக்கு எதிராக மெல்ல மெல்ல அவர்கள் குரல் எழுப்பத் தொடங்கினர். மிகச் சரியாக சொல்ல வேண்டுமானால் கடந்த 10-15 ஆண்டுகளாகத்தான் கம்யூனிஸ்ட்டுகள் மிக வெளிப்படையாக வன்கொடுமைகளை எதிர்க்கிறார்கள், தீண்டாமையை எதிர்க்கிறார்கள். ஆணவக் கொலைக்கும் மலமள்ளும் இழிவுக்கெதிராகவும் பேசுகிறார்கள், போராடுகின்றனர். முன்னிருந்த நிலையை ஒப்பிடும்போது இதுவொரு ஆக்கபூர்வமான மாற்றம்தான். கம்யூனிஸ்ட்களின் கெட்டித் தட்டிப் போன அரசியல் புரிதலில் உண்டான பரிணாம மாற்றம் என்றே இதை எடுத்துக் கொள்ளலாம். ஆனால், கம்யூனிஸ்ட்டுகள் சாதியைப் பேசியாக வேண்டிய நெருக்கடியை உண்டாக்கியவர்கள் அல்லது அந்த மாற்றத்திற்கு வித்திட்டவர்கள் தலித் இயக்கங்களும் அம்பேத்கரியர்களுமே!

விளைவாக இந்தியா முழுவதும் ஊடகங்களில் பரபரப்பாகும் சாதிய அத்துமீறல்களில் முன்னணியில் நின்று போராடத் தொடங்கினர். ஜிக்னேஷ் மேவானி, ரோஹித் வெமுலா போன்றவர்களின் எழுச்சியும் போராட்டமும், பீமா கோரேகான்

போன்ற அரச பயங்கரவாதங்களும் லால்சலாமோடு நீல்சலாமையும் ஜெய்பீமையும் சேர்த்துக்கொள்ளவேண்டிய சூழலை உருவாக்கியது. அது மட்டுமல்ல, குறிப்பாக கடந்த பத்தாண்டுகளில் பா.ஜ.கவின் சர்வாதிகார ஆட்சியை எதிர்கொள்ளவும் தமிழகத்தில் அது கால் பதிக்காமல் தடுக்கவும் பெரியாரியவாதிகள், அம்பேத்கரியர்கள், மார்க்சிஸ்ட்டுகள் மூவரும் ஓரணியில் நிற்கும் அரசியல் சூழல் உண்டானதால், அதன் பொருட்டு ஓர் இணைவு இங்கே நிகழ்ந்தது. ஆனால், அதன் அர்த்தம் தலித்துகள் பெரியாரிய இயக்கங்களையோ கம்யூனிஸ்ட்டுகளையோ அவர்களின் போதாமைகளையோ விமர்சிக்கக் கூடாது என்பதல்ல என்பதை இவ்வியக்கங்களைச் சேர்ந்தவர்கள் புரிந்துகொள்ள வேண்டும். ஏனென்றால் சாதி இம்மண்ணில் உயிர்ப்போடு தலித்துகளை வதைத்துக் கொண்டிருக்கிறது. குடிதண்ணீர் தொட்டியில் மலத்தைக் கலக்கும் இழிவுகள் இன்றும் நடக்கின்றன. முற்போக்கு மற்றும் பகுத்தறிவு இயக்கங்களின் போதாமைகளை இந்நாட்டின் ஒடுக்கப்பட்ட மக்கள் பேச வேண்டியது எக்காலத்திலும் அவசியம். அதை காதுகொடுத்துக் கேட்க வேண்டியது அவர்களது பொறுப்பு.

கம்யூனிஸ்ட்டுகள் என்ன நினைக்கிறார்கள் எனில் நாங்கள் நீல் சலாம் என்கிறோம், அதனால் நீங்களும் லால் சலாமை சேர்த்துதான் ஆக வேண்டும் என்கிறார்கள். இந்தியாவில் இந்துமதமும் சாதியும் இருக்கிற வரை அம்பேத்கரியத்தை ஏற்க வேண்டியது எல்லா இயக்கங்களின் தார்மீக கடமை. ஏனென்றால் சாதி குறித்த ஆய்வும் அதை ஒழித்தலுக்கான வழியும் அம்பேத்கரியத்தில்தான் இருக்கிறது. நாம் சீனாவில் உள்ள கம்யூனிஸ்ட்டுகளை அம்பேத்கரியராகச் சொல்லவில்லை. இது இந்தியா. இங்கே சாதி அணுஅணுவாய் மக்களைத் துண்டாடிக் கொன்று கொண்டிருக்கிறது. சாதியை எப்படி ஒழிப்பதென நிஜமாகவே கம்யூனிஸ்ட்டுகளுக்குத் தெரியாது. இந்தியாவின் முக்கால்வாசி அறிவுஜீவிகள் மார்க்சிஸ்ட்டுகள்தாம். ஆனால் அவர்கள் சாதி ஒழிப்பு குறித்து ஆராயவே இல்லை. எல்லாவற்றையும் அறிவியலின் கண்கொண்டு பார்க்க வேண்டுமென்கிறவர்கள் சாதியை ஒழிக்க ஒரு வழிமுறையைக் கண்டுபிடிக்கவே இல்லை. ஆனால், வாழ்நாள் முழுக்க சாதி குறித்து ஆய்வுசெய்து அதை ஒழிப்பதற்கான அறிவியல் ரீதியான, நடைமுறை சாத்தியமான வழியைக் கண்டறிந்தவர் அம்பேத்கர் எனும் போது அவரை ஏற்காமல் இங்கே எப்படி அரசியல் செய்ய முடியும்?

புரட்சிக்கு முன் சாதியை ஒழித்துவிடுங்கள். இல்லையெனில் புரட்சிக்குப் பின் சாதி உங்களை வழிமறிக்கும் என அம்பேத்கர் எச்சரிக்கிறார். இந்திய கம்யூனிஸ்ட்டுகள் சாதியால் வழிமறிக்கப்பட்டும் அதைக் கண்டும் காணாமல் இருந்தார்கள் என்பது ஒடுக்கப்பட்ட மக்களின் ஆழமான சமூகத் துயர். அம்பேத்கரும் பெரியாரும் சூத்திர பஞ்சமர்களைக் கொல்லும் விஷ அறையான இந்து மதத்தை விட்டு வெளியேறுங்கள் என்றனர். அம்பேத்கர் பவுத்தம் தழுவி அதை நிகழ்த்தியும் காட்டினார். ஆனால், கம்யூனிஸ்ட்டுகள் மதமாற்றத்தை ஒரு தீர்வாகவே கருதவில்லை. மார்க்ஸ் "மதம் ஒரு போதை" என்றார். அதனால் மதமாற்றத்தை நாம் வழிமொழிந்துவிடக் கூடாது என வாய் மூடி இருக்கிறார்கள். தலித்துகள் இந்துமதத்துக்குள் இருந்து இழிவுகளால் சீரழிவது அவர்களுக்குப் பிரச்சனை அல்ல. மதம் மாறுவதுதான் அவர்களுக்கு பிரச்சனை. இந்து மதத்திடம் மென்முகம் காண்பிக்கும் இந்திய கம்யூனிஸ்ட்டுகள் மார்க்சுக்கே எதிராக நிற்கிறார்கள் என்பதே உண்மை.

கம்யூனிஸ்ட்களின் சோவியத் யூனியனில் அனைத்து மதங்களுக்கும் தடை விதிக்கப்பட்டிருந்தது. ஆசிய நாடுகளில் ஆட்சியைப் பிடித்தப் பின்னர், மங்கோலியா, வடகொரியா, சீனா, கம்போடியா, வியட்நாம், திபெத் ஆகிய நாடுகளில் பவுத்த மடாலயங்களை அழித்து, பவுத்த பிக்குகளை வதைத்து கலாச்சார புரட்சியை சாதித்தாக அறிவித்துக்கொண்டது கம்யூனிஸ அரசு. இத்தனைக்கும் பவுத்தம் ஒன்றும் இந்து மதத்தைப் போல ஆபத்தானதல்ல. அது ஆதிக்கக் கருத்தியலையோ மூடநம்பிக்கையையோ ஒடுக்குமுறையையோ கொண்டிருக்கவில்லை. அம்மதத்தில் கடவுளும் இல்லை. அந்தந்த நாட்டின் அரசியல்-பண்பாட்டு சூழலுக்கேற்ப சிக்கல்கள் இருந்ததே தவிர இந்துமதத்தைப் போல திட்டமிட்டு மனிதர்களைப் பிறவி இழிவிலும் பிரிவினைவாதத்திலும் உழலச் செய்யவில்லை. ஆனால், வெளிநாடுகளிலெல்லாம் மதத்திற்கு எதிராக மூர்க்கமாக செயல்பட்ட கம்யூனிஸ்ட்டுகள் இந்தியாவில் மக்களை கூறுபோட்டு வதைக்கும் இந்து மதத்துக்கு எதிராக ஏன் மூச்சு விடவில்லை என்பதுதான் நம் கேள்வி?

கடவுளற்ற பவுத்தத்தை ஏற்காத கம்யூனிஸ்ட்டுகள் இங்கு மூடநம்பிக்கை மற்றும் பிறவி இழிவின் பிறப்பிடமாக இருக்கிற இந்து மதத்திற்கு எதிராக எங்கேயாவது ஒரு வார்த்தை பேசியிருக்கிறார்களா? பா.ஜ.கவை எதிர்ப்பார்கள், இந்துத்துவத்தை எதிர்ப்பார்கள் ஆனால் பார்ப்பனியத்தையோ இந்து மதத்தையோ எதிர்க்க மாட்டார்கள்.

ரஷ்யாவில் ஒரு தனியார் மத நிறுவனம் வெளியிட்ட பகவத் கீதை புத்தகத்தில் வன்முறை கருத்துகள் அதிகம் இருப்பதால் அதைத் தடை செய்யக் கோரி அந்நாட்டின் மற்றொரு மத நிறுவனம் சிவில் நீதிமன்றத்தில் வழக்கு தொடர்ந்தது. அதை விசாரித்த நீதிமன்றம் வழக்கு விசாரணையின் முடிவில் அப்புத்தகத்தைத் தடைசெய்து உத்தரவு வழங்கியது. மேல் முறையீட்டு நீதிமன்றமும் தடையை உறுதி செய்தது.

ஆனால், அந்நூலை வெளியிட்ட ISKON நிறுவனம் இந்நாட்டில் பார்ப்பனர்களை ஒருங்கிணைத்து தடைக்கு எதிராக லாபி செய்ததில், நாடாளுமன்றத்தில் எல்லா கட்சிகளும் பரிந்துகொண்டு பேசின. பிருந்தா காரத் பகவத் கீதை மீதான தடையை நீக்கக் கோரி போர்க்குரல் எழுப்பினார். நியாயப்படி உலகமெங்கும் மதங்களுக்கு எதிராக செயல்படும் கம்யூனிஸ்ட்டுகள், ரஷ்யாவைத் தொடர்ந்து இந்தியாவிலும் பகவத் கீதைக்கு தடை கோரியிருக்க வேண்டும். ஆனால் மாறாக செயல்பட்டு முற்போக்கு சமூகத்தைப் பதறவைத்தனர். இப்போது மாதம் ரூ.65,000/- சம்பாதிக்கும் அரிய வகை ஏழைகளுக்கு 10% இட ஒதுக்கீட்டுக்கு ஓங்கி குரல் கொடுத்ததும் கம்யூனிஸ்ட்டுகளே. இத்தகைய செயல்பாடுகள்தான் சாதி குறித்த அவர்களது பார்வையையும் புரிதலையும் அம்பலப்படுத்துகின்றன. அரசுக்கெதிராக, நிறுவனங்களுக்கு எதிராக ஆயுதப் போராட்டங்கள் நடத்துகிறவர்கள் ஆசிய நாடுகளில் செய்ததைப் போல இந்து மதத்திற்கு எதிராக எதுவுமே செய்யவில்லையே, ஏன்? இந்து மதம் மட்டும் அபின் இல்லையா, என்ன? "மதம் என்பது பாட்டாளி வர்க்கத்தைச் சுரண்டுவதற்கும், பாட்டாளி வர்க்கப் புரட்சியைத் தாமதப்படுத்துவதற்கும் முதலாளித்துவம் பயன்படுத்தும் ஒரு கருவியாகும்" என்ற மார்க்ஸின் விளக்கத்தை இவர்கள் ஏன் இந்தியாவிற்குள், இந்து மதத்துக்குச் செயல்படுத்தவில்லை?

சற்றே நீளமான இவ்விளக்கத்தில் பொதிந்துள்ள கேள்விகளையும் ஆதங்கங்களையும் கம்யூனிஸ்ட்டுகள் நேர்மையாக ஆய்வு செய்ய வேண்டுமென்பதே என் விருப்பம். ஆயிரக்கணக்கான ஒடுக்கப்பட்ட மக்கள் கம்யூனிஸ்ட் இயக்கங்களின் மேல் நம்பிக்கைக் கொண்டு களமாடுகின்றனர். சாதி கூர்மையடைந்து வருகிற இந்தக் காலகட்டத்தில் இனியேனும் சாதியை அழித்தொழிப்பதற்கான நடைமுறை சாத்தியங்களை அவர்கள் ஆராய வேண்டும். அப்போதுதான் அத்தத்துவம் இந்தியாவில் பிழைத்திருக்க ஒரு நியாயமானக் காரணம் உருவாகும்.

மேற்குறிப்பிட்டப் பிரச்சனைகளைப் போலவே அந்தக் காலகட்டத்தில் எழுத்தாளர் பெருமாள் முருகனின் மாதொருபாகன் நாவலுக்கு உண்டான எதிர்ப்பு மற்றும் அதைத்தொடர்ந்து எழுத்தாளர்கள், கலைஞர்கள், சமூக செயற்பாட்டாளர்கள் என அனைவரும் ஒருங்கிணைந்து நடத்திய "கருத்துச் சுதந்திர" போராட்டங்கள் குறித்த விமர்சனக் கட்டுரையும் கடும் எதிர்ப்புக்கு ஆளானது. நண்பர்கள் பலரும் "தலித் முரசு" வின் நிலைப்பாட்டோடு முரண்பட்டு விலகி நின்றார்கள். மரு.தாயப்பன் அவ்விதழில் மாதொருபாகனுக்கு எழுதிய விமர்சனத்தில் அக்கதையில் "உணர்வற்று" *(unconscious)* படிந்திருக்கும் சாதிய மனநிலையையும், நுணுக்கமாக அது தலித்துகளையும் பெண்களையும் இழிவுபடுத்தும் விதத்தையும் அருமையாக விளக்கியிருந்தார்.

அதே இதழில் நான் பரந்துபட்டப் பார்வையில் க்ளாசிக் இலக்கியங்களில் உள்ள சாதியத்தையும் அதற்கு தலித்துகள் எதிர்ப்பு தெரிவிக்கும் சம காலப் போக்கில் உள்ள நியாயத்தையும் எழுதியிருந்தேன். அந்தக் காலகட்டத்தில் ஒடுக்கப்பட்ட மக்களை இழிவுபடுத்தி எழுதப்பட்ட சுந்தரராமசாமி, புதுமைப்பித்தன் போன்றோரின் படைப்புகளுக்கும் தலித்துகள் எதிர்ப்புத் தெரிவித்தனர். ஆனால், அவர்கள் முற்றிலுமாக அவற்றுக்கு தடைவிதிக்கக் கோரவில்லை. மாறாக, பாடநூலாக வைக்கக் கூடாது என்றே கோரிக்கை வைத்தனர். ஜெர்மானியர்கள் தம்மை "நாஜி நீக்கம்" செய்துகொள்ள முடிவெடுத்தபோது யூத வெறுப்பு அல்லது நாஜி பெருமை சார்ந்த எதுவுமே கல்வி நுழையங்களிலோ சமூகத் தளத்திலோ இல்லாதவாறு பார்த்துக் கொண்டனர். "புதியப் பள்ளி" என்ற கருத்துருவில் ஆசிரியர்கள், பெற்றோர் மற்றும் மாணவர்கள் ஒரு முக்கோண அமைப்பாக உருவாகி முழு உணர்வோடு இருந்து சாதித்தனர். ஆனால், இங்கே அப்படியான அறவுணர்வு யாருக்குமே இல்லை. அதனால்தான் இன்னும் சாதி கறை படிந்த க்ளாசிக் இலக்கியங்களின் புனிதத்தன்மையைப் பாதுகாக்க அறிவுச் சமூகம் தொடர்ந்து படாதபாடுபடுகிறது.

இக்கட்டுரைகள் எழுதப்படடக் காலம்மென்பது எனது தனிப்பட்ட வாழ்விலும் பத்திரிகை வாழ்விலும் மிக நெருக்கடியான கட்டம். நான் அந்த ஐந்தாண்டுகளில் சன் நியூஸ், இந்தியா டுடே, புது யுகம் தொலைக்கா் சி, புதிய வாழ்வியல் என நான்கு நிறுவனங்களுக்கு மாறியிருந்தேன். மைய நீரோட்ட ஊடகங்களின் கடுமையான பணி நெருக்கடிகளுக்கு இடையில்தான் "தலித் முரசு"விலும் என்னை

பாதிக்கும் சமூக நிகழ்வுகளுக்கு எதிர்வினையாற்றிக் கொண்டிருந்தேன். என் தனிப்பட்ட துயரங்களையும் சமூகக் கோபங்களையும் பணிச் சோர்வுகளையும் எழுதி, எழுதித்தான் வடித்திருக்கிறேன் என்பது இப்போது எனக்குப் புரிகிறது.

என் குரலை கேட்கிறார்களா, அது அங்கீகரிக்கப்படுகிறதா, என் கருத்துகளால் யாரேனும் காயப்படுவார்களா, ஆதாயங்கள் தடைபடுமா என்றெல்லாம் நான் யோசித்ததே இல்லை. என் முதல் எதிரி சாதி. பாதிக்கப்படும் மக்களுக்கானக் குரல் என்னுடையது. அதனால், அதில் எந்த சமரசமும் நெகிழ்வும் இருக்கக் கூடாது என்பதில் கவனமாக இருந்திருக்கிறேன். குரல் ஒற்றையாக இருக்கும்போது உரக்கத்தான் பேசியாக வேண்டியிருக்கிறது. சாதி என் எதிரிகளை மட்டுமல்ல நண்பர்களையும் ஆட்டுவிக்கிறது, தடுமாறச் செய்கிறது. பகை முரணாக மட்டுமல்ல நட்பு முரணாகவும் முற்போக்கு, பகுத்தறிவுத் தளங்களில் ஊடுருவி இருக்கிறது எனும்போது யாரையும் விமர்சிக்காமல், தவறுகளைச் சுட்டிக் காட்டாமல் சாதியை எப்படி வீழ்த்த முடியும்? நான் வாழ்கிற காலத்து சமூகக் கேடுகளைக் கேள்வி கேட்பதும் பதிவுசெய்து வைப்பதும் ஓர் ஊடகவியலாளராக/எழுத்தாளராக என் பொறுப்பு. அதைத்தான் நான் விட்டுவிடாமல் தொடர்ந்து செய்வதாக நம்புகிறேன்.

பொதுவாக மைய நீரோட்ட ஊடகவியலாளர்கள் - அரசியல்வாதிகள், தலைவர்கள், பிரபலங்களோடு தொடர்பை வளர்த்துக்கொண்டு அணுக்கமாக இருப்பார்கள். ஊடக மொழியில் அதை source என்று அழைக்கிறோம். ஆனால், ஓர் ஊடகவியலாளராகப் பணியைத் தொடங்கியதிலிருந்து இந்த இருபதாண்டு காலங்களில் அப்படியான தொடர்புகளைத் தனிப்பட்ட அல்லது நட்பு முறையில் நான் முன்னெச்சரிக்கையாகவே வளர்த்துக் கொள்ளவில்லை. மக்களின் பக்கம் நின்று அதிலும் ஜனநாயகத்தின் நான்கு தூண்களும் கைவிட்டுவிட்ட மக்களின் பக்கம் நின்றெழுதும்போது, யாரை வேண்டுமானாலும் கேள்வி கேட்க நேரிடலாம். அதற்கு தனிப்பட்ட நட்பு தடையாக வந்துவிடக் கூடாது என்ற கவனமே இதற்குக் காரணம். சாதியைப் பற்றி எழுதும்போது மக்களே எனக்கான முதலும் கடைசியுமான source. தவிர சாதியை எதிர்த்துப் போராடும் களப்பணியாளர்கள். என் எழுத்துகளின் ஆதாரம் இவர்களே! களத்தில் நான் காணும் உண்மைகளுக்குப் புறம்பான தரவுகளைப் பெற்றால் அவற்றை தயங்காமல் நிராகரித்துவிடுவேன். இக்கட்டுரைகளில் விவாதிக்கப்பட்டுள்ள பிரச்சனைகள் இந்திய/

தமிழ்ச் சூழலுக்குப் மிகப் புதியவை. அதனால், கொடுக்கப்பட்டுள்ள தரவுகளில் போதாமைகள் இருக்கலாம். ஆனால், பார்வையும் கோணமும் இப்பிரச்சனைகளில் நான் எடுத்திருக்கும் நிலைப்பாடும் மிக உறுதியானவை என்பதை தெளிவுபடுத்துகிறேன். இந்தப் புரிதலோடு இத்தொகுப்பை அணுகுமாறு வாசகர்களைக் கேட்டுக் கொள்கிறேன்.

இத்தொகுப்பில் கடைசியாக இடம் பெற்றிருக்கும் நகரமயமாக்கல் கட்டுரையை சாதி ஒழிப்பு குறித்த எனது சமூக ஆய்வின் வெளிப்பாடு என்பதை விளக்கக் கடமைப்பட்டுள்ளேன். பொதுவாக இந்தியர்களுக்கு அல்லது தமிழர்களுக்குக் கிராமங்கள் மீது ஒரு மயக்கம் பொது புத்தியாக வளர்த்தெடுக்கப்படுகிறது. நானும் அவ்வாறே இருந்தேன் எனலாம். சாதியம் ஆணாதிக்கம் என தனிப்பட்ட அனுபவத்தில் கிராமப் பண்பாட்டின் எதுவுமே எனக்கு உடன்படவில்லை என்றாலும் என்னையுமறியாமல் ஆரம்ப காலங்களில் கவிதைகளிலும் சில கட்டுரைகளிலும் கிராமங்களை விதந்தோம்பி எழுதிக் கொண்டிருந்தேன். ஆனால், அதெல்லாம் *Unconscious state of mind*-இல் எழுதியது என பின்னர் உரைத்தது. கடந்த ஐந்தாறு ஆண்டுகளாக நான் நகரமயமாக்கலால் நிகழக்கூடிய பண்பாட்டு மாற்றங்கள் சாதியமைப்பில் உண்டாக்க சாத்தியமானத் தாக்கம் குறித்து ஆய்வுசெய்து வருகிறேன். இதை ஒரு நூலாக விரிவாக்கம் செய்யவே திட்டமிட்டிருந்தேன். ஆனால் முடியவில்லை. எனக்கே ஒரு புதிய திறப்பாக அமைந்த கட்டுரை அது. திறந்த மனதோடும் அறிவியல் பார்வையுடனும் அணுகினால் என் வாதங்களின் நியாயம் புரிபடும்.

நான் எப்போதுமே தலித் முரசு இதழுக்கும் அது எனக்குத் தொடர்ந்து அளித்த மிக சுதந்திரமான அறிவுசார் வெளிக்கும் நன்றிக்கடன் பட்டிருக்கிறேன். என் மீதும் என் எழுத்துகள் மற்றும் நான் எடுக்கும் புகைப்படங்களின் மீதும் பற்று கொண்டு, எப்போது எங்கே பார்த்தாலும் வாஞ்சையோடு அரவணைத்துக் கொள்ளும் பெண்ணியவாதி/ஆய்வாளர் வ.கீதா, கடுமையான பணி நெருக்கடிகளுக்கிடையில் இந்நூலுக்கான அணிந்துரையை எழுதிக் கொடுத்திருக்கிறார். அவருக்கு என் அன்பும் நன்றியும். இந்நூலை வெளியிடும் எதிர் வெளியீடு பதிப்பகத்தின் தோழர் அனுஷ் அவர்களுக்கு என் நன்றிகள் பல. இந்நூலை வடிவமைத்த எம் கிரியேட்டிவ் நிறுவனத்திற்கும், மிகுந்த நெருக்கடியில் சிறப்பான அட்டை வடிவமைப்பை செய்துகொடுத்த ஓவியர் மணிவண்ணன்

அவர்களுக்கும் என் நன்றிகள். உடனிருக்கும் தோழிகள் சந்திரா, கவிதா முரளிதரன், பாரதி செல்வா ஆகியோருக்கு என் அன்பை பகிர்கிறேன்.

மகள் நேயா மற்றும் வாழ்வின் எல்லா தருணங்களிலும் தோளோடு தோள் நிற்கும் கணவர் சரவணன் ஆகியோருக்கு என் பேரன்பு.

ஜெயராணி

01/01/2023

பகுப்புரை

வல்லமை தரும் எழுத்து

இந்தத் தொகுப்பிலுள்ள கட்டுரைகளை வாசிக்கையில் தலித் முரசு தொடர்ந்து வெளிவந்த அந்த ஆண்டுகள் நினைவுக்கு வந்தன. கச்சிதமாக வடிவமைக்கப்பட்ட பக்கங்கள், கருத்துகளுக்கு உகந்த புகைப்படங்கள், வரலாற்று செய்திகளும், தற்கால நிகழ்வுகளைக் குறித்த பார்வையும் கொண்ட கட்டுரைகள், தொடர்கள், திரும்பப் பார்க்க வைக்கும் அட்டைப் படங்கள் - தமிழக ஊடக வரலாற்றில் முக்கியப் பங்காற்றிய இந்த இதழ் தொடர்ந்து வெளிவராது போனது வருத்தமான விஷயமே. கறாரான அரசியல் நிலைபாட்டைக் கைக்கொண்ட போதிலும் பல்வேறு முற்போக்கு கருத்துகளுக்கான வெளியாக இருந்து, "இவர்கள் இல்லாமல் நாங்கள் இல்லை" என்று ஆதரவாளர்கள், தோழர்கள், தோழமை இயக்கங்கள், கருத்தளவில் மாறுபட்டாலும் உடன் நின்று ஊக்கமளிக்கும் நபர்கள் என்று பலரையும் இணைத்துக்கொண்ட இதழ் அது.

இதழ் கைக்குக் கிடைத்ததும், ஜெயராணி என்ன எழுதியிருக்கிறார் என்று ஆவலாக தேடும் பல வாசகர்களில் நானும் ஒருத்தி. புகைப்படங்கள், கவிதைகள், குறிப்பிட்ட நிகழ்வு, செய்தியை மையமிட்டு மேற்கொண்ட கள ஆய்வுகளின் அடிப்படையில் எழுதப்பட்ட விவரமான செய்திக் கட்டுரைகள், கருத்து நிலைப்பாடுடைய ஆக்கங்கள் - அவரின் எழுத்துகள் இல்லாத இதழ்கள் மிகக் குறைவு. தமிழ்ச் சூழலில் அரசியல், சமுதாயப் பிரச்சனைகள், சிக்கல்கள் குறித்து எழுதும் பெண்களை விரல் விட்டு எண்ணி விடலாம். மேடையில் தொடர்ந்து பேசுவோர் கூட அவர்களின் அக்கறைகளை எழுத்துக்குள் எல்லா நேரங்களிலும் கொண்டு வருவதில்லை. குறிப்பிட்டப் பிரச்சனையை ஒட்டி பத்தி

எழுதுதல், முகநூலில் அவ்வப்போது பதிவு செய்தல் அல்லது கருத்துகளை தெரிவித்தல் என்பதுடன் பலரும் - மிகச் சில விதிவிலக்குகள் தவிர - இருந்து விடுவதைப் பார்க்கிறோம்.

எனவே, சாதி எதிர்ப்பு கருந்து நிலைபாட்டிலிருந்தும், அம்பேத்கரிய-பெரியாரிய பார்வையிலிருந்தும் சமுதாயத்தைப் புரிந்துகொண்டு எழுதுதல் என்பதைத் தொடர்ந்து மேற்கொண்ட ஜெயராணியின் செயல்பாடு முக்கியமானது. ஊடகத் துறையில் முழுநேர ஊழியராக இருந்துகொண்டு எஞ்சிய நேரத்தில் தனக்கு முக்கியமானதாகப் பட்ட அரசியல், சமூக விஷயங்களைக் குறித்து எழுதியும், ஆய்வு மேற்கொண்டும் வந்தார் என்பது குறிப்பிடத்தக்கது.

இந்தத் தொகுப்பில் இடம்பெற்றுள்ள கட்டுரைகள் தலித் முரசில் பிரசுரமானவை. 2010-2015 ஆண்டுகளில் எழுதப்பட்டவை. இந்தக் காலகட்டம் முக்கியமான வரலாற்று நிகழ்வுகள் நடந்தேறிய தருணம். பரமக்குடி துப்பாக்கிச் சூடு, தலித் என்ற பெயரை பள்ளர் சமுதாயத்தினரில் ஒரு பகுதியினர் துறக்க முடிவு செய்தமை, கூடங்குளம் அணுமின் நிலையத்துக்கு எதிராக நடந்த போராட்டம், மாற்று பாலினத்தவர் அல்லது பால்புதுமையினர் என்ற அடைவுக்குள் நாம் நிறுத்துவோரின் உரிமைகள் குறித்து பொதுவெளியில் நடந்த விவாதங்கள், பல்வேறு அமைப்புகளைச் சேர்ந்த பால்புதுமையினர் மேற்கொண்ட செயல்பாடுகள், நம் அனைவரையும் அதிர்ச்சியிலும் துயரத்திலும் ஆழ்த்திய திவ்யா-இளவரசன் ஆகியோருக்கு நேர்ந்த அவலம், இளவரசனின் மரணம், பொது புத்தியை தூய்மைத் தொழிலாளர் பக்கம் திருப்பிய அவர்களின் போராட்டம், சாதி வெறியை வளர்க்கும் முகமாக மேற்கு மாவட்டங்களில் மேற்கொள்ளப்பட்ட அரசியல் செயல்பாடுகள், குறிப்பாக பெருமாள் முருகனின் மாதொருபாகன் புதினத்தை முன்வைத்து நடந்த சம்பவங்கள்... இவை குறித்த முக்கியமான அவதானிப்புகளை ஜெயராணி முன்வைக்கிறார்.

இவை போக சாதி, வர்க்கம், பெண்ணுரிமை, பெண் விடுதலை ஆகியவற்றை ஒன்றோடு மற்றொன்று தொடர்புடையதாக அறிந்து எழுதப்பட்டுள்ள கட்டுரைகளும், சாதி எதிர்ப்பு போராட்டங்களை தனிவாழ்விலும் பொது வாழ்விலும் மேற்கொண்டுள்ளவர்களுடனான நேர்க்காணல்களும் இத்தொகுப்பில் இடம் பெற்றுள்ளன.

காலம் இட்ட சவால்கள்

பரமக்குடி

பரமக்குடி வன்முறை குறித்தும் தென் மாவட்டங்களில் பள்ளர் சமுதாயத்தில் தொழிற்பட்டுள்ள மாற்றங்கள் பற்றியுமான பதிவுகள் முக்கியமானவை. குறிப்பிட்ட சம்பவம் பற்றி மட்டுமில்லாது இதை நேரில் கண்ட நெடுநாள் போராளியான இடதுசாரி சிந்தனையுடைய சிம்சன் அவர்களுடனான நேர்க்காணல் பரமக்குடி போன்ற நிகழ்வுகளைத் தவிர்க்க வேண்டுமானால் முற்போக்கு அரசியல் தளத்தில் நடக்க வேண்டிய மாற்றங்களைக் குறித்ததாகவும் உள்ளது. அது மட்டுமின்றி, சாதியொழிப்பு தொடர்பான அரசியல் சிந்தனை, பரப்புரை என்பன எத்தனை முக்கியத்துவம் வாய்ந்தவை என்பதையும் அவர் பூடகமாக உணர்த்துகிறார். அம்பேத்கரிய சிந்தனையை முன்னெடுத்து செல்வதில் அக்கறை செலுத்துவதால் மட்டுமே தலித் இயக்கங்கள் வெற்றிபெற முடியும் என்று தலித் முரசு தொடர்ந்து வலியுறுத்தி வந்துள்ளதன் பின்னணியில் சிம்சனின் கீழ்க்கண்ட கூற்று முக்கியத்துவம் பெறுகிறது.

"போராட்டக் குணம் இந்த மக்களின் மண்ணோடு மண்ணாக, ரத்தத்தோடு ரத்தமாகக் கலந்திருக்கிறது. அதற்கான வலுவான வரலாற்றை அவர்கள் சுமந்திருக்கிறார்கள். ஆனால், இந்த போர்க்குணத்தை வழிநடத்தும் இயக்கங்கள் இங்கு வேரூன்றவில்லை. இளையான்குடி வரைக்கும் சி.பி.எம்., சி.பி.ஐ வந்தன. இந்த மக்களின் தலையாயப் பிரச்சனை சாதிய முரண்பாடுதான். கிளர்ந்து நிற்கும் இந்த மக்களைக் கையாள முடியாமல் பல அமைப்புகள் தோல்வியுற்றன. யாருக்காகப் போராட வேண்டும் என்ற வழிகாட்டுதல் அவர்களுக்குக் கிடைக்கவில்லை. சாதி ரீதியாகதான் மேலானவன் என்பதை சண்டையில்தான் நிரூபிக்க முடியும் என அவர்கள் நம்புகின்றனர். சாதி இந்துக்களோடு சரிக்கு சரி மோதி நின்றாலும், நிலமற்றவர்களாகவும் கூலிக்கு உழைக்கிறவர்களாகவும் அவர்கள் இருக்கின்றனர்."

சிம்சனின் கூற்றைக் கருத்தில் கொண்டு பள்ளர்களில் சிலர் தம்மை ஆண்ட பரம்பரை என்று அடையாளப்படுத்திக் கொள்வதையும், "தலித்" என்ற அடையாளத்தை துறக்க நினைப்பதையும் பற்றிய கட்டுரையை வாசித்தல் பயனுள்ளதாக இருக்கும். சாதி பெருமை என்பது எக்காலத்திலும் சாதியை அழிக்க உதவாது என்பதையும், சாதியின் தோற்றம், வரலாறு ஆகியன பற்றி அறிய முற்படுவோர்

எவற்றைக் கருத்தில் கொள்ள வேண்டும் என்பதையும் ஜெயராணி சமரசமற்ற தொனியில் சுட்டியுள்ளார்.

"தலித் மக்கள் யாராக இருந்தனர் என்பது முக்கியமில்லை; யாராக இருக்கிறார்கள் என்பதும், யாராக இருக்கப் போகிறார்கள் என்பதும் முக்கியம். பாட்டனுக்கு பாட்டன் மன்னனாகக் கூட இருந்திருக்கலாம். ஆனால், இடையில் பின்னப்பட்ட சூழ்ச்சியில் தலைமுறைகள் அடிமைகளாகிவிட்டன. அடிமைத்தனத்தின் வலி என்னவென இப்போது நன்றாகத் தெரியும். ஆதிக்கத்தைப் பிறப்புரிமையாகக் கருதி அதைக் கோருவதா? இல்லை, அடிமைத்தனத்தைப் பிறவி இழிவாகக் கருதி, அதை எதிர்த்து சமத்துவத்துக்காகப் போராடுவதா?

~

இங்கு ஒருசில விஷயங்கள் குறித்து நாம் மேலும் உரையாட வேண்டியவராகிறோம். ஆண்ட பரம்பரை பெருமை பேச்சுகள் சாதியை ஒழிக்கக் கண்டிப்பாக உதவப் போவதில்லை என்றாலும் போராடும் மனிதர்களுக்கு வரலாறு குறித்த ஓர்மை அவசியமாக உள்ளதால் வரலாறு பற்றி ஒடுக்கப்பட்டோர் தொடர்ந்து யோசித்து வந்துள்ளனர். அந்த யோசனை கடந்த காலத்தில் தங்களின் நிலை என்னவாக இருந்திருக்கக்கூடும் என்பதை மையமிட்டு இருப்பதில் ஆச்சரியம் ஏதும் இருக்க முடியாது. ஆனால், ஒடுக்கப்பட்ட மக்கள் பற்றிய நேரடி குறிப்புகள் வழக்கமான வரலாற்று செய்திகளிலும் தரவுகளிலும் இடம் பெறுவதில்லை. தற்கால சடங்குகள், சமூக, பண்பாட்டு வழிமுறைகள், நாட்டார் வழக்காறுகள், எஞ்சியுள்ள பழங்கால சின்னங்கள் ஆகியவற்றிலிருந்து கடந்த காலம் பற்றிய சித்திரத்தை உருவாக்கிக்கொள்ள வேண்டியுள்ளது. இதனால்தான் கட்டுக்கதைகள் என்று நாம் கொள்வன வரலாறாகப் பாவிக்கப்படும் சூழலும் ஏற்பட்டுள்ளது.

தலித் வரலாறுகள் என்பன யாவை என்ற கேள்வி அம்பேத்கரையும் வாட்டியது. அத்தகைய வரலாற்று செய்திகள், குறிப்பாக தீண்டாமையின் தோற்றுவாய் பற்றிய செய்திகள் துல்லியமானவையாக இல்லாததால் கற்பனை, ஊகம் ஆகியவற்றை கைக்கொண்டு வரலாற்றின் இடைவெளிகளை நிரப்ப வேண்டியுள்ளதை அவர் தீண்டத்தகாதவர்கள் என்ற நூலுக்கு எழுதிய முன்னுரையில் பதிவுசெய்துள்ளார்.

"ஒரு வரலாற்றாசிரியன் வரலாற்று ... நிகழ்ச்சிக் கோவையில் உள்ள இடைவெளிகளை கற்பனைத் திறனையும் உள்ளுணர்வையும் பயன்படுத்தி இட்டு நிரப்பலாம். ... இந்தப் பணி இயற்கைக் காட்சி ஒன்றை உருவாக்கும் பொருட்டு தொடுவானத்தின் கோடுகளையும் குன்றுச் சரிவின் சாயல்களையும் வாசிப்புக்குட்படுத்தும் ஓவியரின் பணியைப் போன்றது."

அறிவும் தரவும் கைக்கொடுக்காதபோது கற்பனைக்குள்ள பங்கை சரியாக மதிப்பிட வேண்டியவராகிறோம். நாம் கைக்கொள்ளும் சாதிய எதிர்ப்புக்கு உகந்த கற்பனையாக இருக்கும் பட்சத்தில் அதற்கான வெகுமதியை வழங்கப் போகிறோமா என்ற கேள்வியையும் இங்கு எழுப்ப வேண்டியுள்ளது.

கூடங்குளம்

கூடங்குளம் போராட்டம் என்பது எவ்வகைகளில் பிற தளங்களில் நடைபெறும் போராட்டங்களுக்கு முன்மாதிரியாக இருக்கவல்லது என்பதை ஜெயராணி சுட்டிக் காட்டியுள்ளார்.

"அணு எதிர்ப்பு என்ற ஒரு குறிப்பிட்ட பிரச்சனைக்காக அம்மக்கள் போராடுகின்றனர். அணுமின் நிலையத்தை மூடிவிட்டால் தங்களது பழைய வாழ்வுக்கு மிக மகிழ்ச்சியோடு அவர்கள் திரும்பிவிடுவார்கள். ஆனால், போராட்ட காலத்தில் அவர்கள் கடைப்பிடித்த நெறிகளை முன்வைத்து, நம்மிடையே இயங்கும் சமூக இயக்கங்களை மீளாய்வு செய்யவேண்டிய காலகட்டத்தில் நாம் இருக்கிறோம். இங்கு அறுத்தெறிய முடியாத ஆணிவேராக கெட்டிப்பட்டு நிற்கும் சாதி மத பாலினப் பாகுபாடுகளை எதிர்த்துப் போராடிக்கொண்டிருக்கும் இயக்கங்கள் மக்களை ஒன்றிணைக்கும், கற்பிக்கும், களத்தில் உறுதிபட நிறுத்திவைக்கும் சூத்திரத்தையும் தன்னலத்திற்கோ நெகிழ்வுகளுக்கோ இடமளிக்காத தலைமைப் பண்பின் அவசியத்தையும் கூடங்குளத்திலிருந்து கற்க வேண்டும்."

கூடங்குளம் போராட்டம் செயல்முறைப்படுத்தப்பட்ட விதம் குறித்து ஆங்கில இதழ்கள் விவாதித்தன, எழுதின. ஆனால், தமிழில் இத்தகைய எழுத்துகள் வெளிவந்ததாக நினைவிலலை. அதாவது, அணுமின் நிலைய எதிர்ப்புக்காக எவ்வகைகளில் மக்கள் ஒருகிணைக்கப்பட்டனர், "ஜனநாயக முறையிலான மென்முறை" போராட்டமாக இருந்ததால் குழந்தைகளும், பெண்களும் இவற்றில் பங்கேற்க முடிந்தது தொடர்பான விவரங்கள், பல்வேறு சமூகங்களைச்

சேர்ந்தவர்கள் ஓர் அணியில் திரண்டு செயல்பட்ட பாங்கு... ஜெயராணியின் மேற்கண்ட வாசகம் நம்மை புதிய சிந்தனைப் பாதையில் இட்டுச் செல்லக் கூடியதாக உள்ளது. மேலும், குறிப்பிட்ட போராட்டம் என்பதை அதன் குறிக்கோளுக்கு உரிய வகையில் மட்டும் புரிந்துகொள்ளாது அது முதன்மைப்படுத்தும் அக்கறைகளை விரிவுபடுத்திக் காட்டும் கருத்துருவாக்கத்தையும் இக்கட்டுரை செய்கிறது. அணு உலை தொடர்பான பிரச்சனையை ஜனநாயகத்துக்கான சவாலாக அவர் அடையாளப்படுத்துகிறார். வாழ்வுரிமை இங்கு கேள்விக்கு உள்ளாக்கப்பட்டதை சுட்டிக் காட்டுகிறார்.

"ஒவ்வொரு மனிதனுக்கும் உரிமைகளோடு வாழ்வதற்கான உரிமையை உறுதி செய்திருக்கும் ஒரு ஜனநாயக நாட்டில், யாருக்கோ பலனளிக்கப் போகும் வளர்ச்சித்

திட்டங்களுக்காக ஒடுக்கப்பட்ட, அடித்தட்டு மக்கள் செத்து மடியலாம் என்ற மனப்பாங்கு ஒவ்வொருவரையும் ஆட்டுவிக்கிறது."

பால்புதுமையினர்

பால்புதுமையினர், குறிப்பாக, திருநர்கள் தொடர்பான பண்பாட்டு நிகழ்வுகளை வித்தியாசமான நோக்கு நிலையிலிருந்து ஜெயராணி ஆராய்கிறார். கூவாகம் திருவிழாவில் திருநங்கையர் அரவான் பலியைக் கண்டு அவதியுற்று தாலி களையும் சம்பவத்தை இக்கட்டுரை விமர்சிக்கிறது. சமயம் தொடர்பான சொல்லாடல்களை புறந்தள்ளி உரிமைசார் சொல்லாடல்களினூடாக பால்புதுமையினர் தமது கோரிக்கைகள், வாழ்வியல் அக்கறைகள் ஆகியவற்றை முன்னெடுப்பதன் தேவையை வலியுறுத்துகிறது. பாலின பாகுபாட்டை இறுக்கமான குடும்ப அமைப்புடனும் அசமத்துவமான சாதி அமைப்புடனும் இணைத்து, இத்தகைய இணைப்பை நியாயப்படுத்தும் இந்து சடங்குகள், நெறிகள் ஆகியன எவ்வாறு உரிமைசார் சொல்லாடல்களை சிறைபடுத்தக்கூடும் என்பதையும் இக்கட்டுரை சுட்டுகிறது.

பாலின பாகுபாடு தொடர்பாக இந்து பண்பாட்டில் காணப்படும் "இளக்கம்" குறித்த செய்திகள், விளக்கங்கள் ஆகியன பால்புதுமையினர் பற்றி ஆங்கிலத்தில் அவர்களில் சிலர் எழுதி வெளியிட்டுள்ள ஆய்வுகளிலும் நூல்களிலும் விவாதிக்கப்பட்டுள்ளன (காண்க, *Ruth Vanita (ed. with Saleem Kidwai): Same-Sex love in India: Readings from*

Literature and History, St Martin"s Press, 2000). தமிழ் நாட்டில் பொதுவாகவே பண்பாடு பற்றிய பார்வை பகுத்தறிவு சார்ந்தும், நாட்டார் வழக்காறுகளை விமர்சனரீதியாக அணுகும் போக்குடன் சம்பந்தப்பட்டதாகவும் இருந்து வந்துள்ளதால் நாம் ஒரு வகையான அணுகுமுறைக்குப் பழக்கப்படடிருக்கிறோம்.

ஒடுக்கப்பட்ட மக்கள் பண்பாட்டு அசைவுகளுக்கு ஏன் முக்கியத்துவம் வழங்குகிறார்கள் என்பதை புரிந்துணர நாம் கையாளும் அணுகுமுறைகள் போதுமானவையா அல்லது வேறு விதமாகவும் இவை குறித்து சிந்திக்க வேண்டியிருக்குமா என்பதை யோசிக்க ஆங்கில ஆய்வுகள் பயன்படும். அதே சமயம் ஆங்கிலத்தில் எழுதுபவர்கள் குறிப்பிட்ட மொழியில், பண்பாட்டில் தொழிற்படும் விஷயங்களை அந்தக் குறிப்பிட்ட பண்பாட்டுலகம் எவ்வாறு அணுகுகிறது என்பதை அறிந்துகொள்வதும் அவசியம். ஆனால், பெரும்பாலான ஆய்வாளர்கள் இதை செய்வதில்லை. ஆங்கில, தமிழ் மொழி எழுத்துகளுக்கு இடையே போக்குவரத்து அதிகரித்தால்தான் இது சாத்தியம். மொழியாக்கங்கள் இத்தகைய போக்குவரத்தை தொடங்கிவைத்துள்ள போதிலும் குறிப்பிட்ட ஆய்வு சூழலை வடிவமைக்கும் கருதுகோள்கள் பற்றியும் நாம் அறிய வேண்டியிருக்கிறது.

கௌரவ கொலைகள்

திவ்யா-இளவரசன் காதலும் திருமணமும் சந்தித்த சவால்களை நாம் அனைவரும் அறிவோம். குறிப்பாக அவர்களின் உறவு என்பது தலித்துகளுக்கு எதிரான ஆகப்பெரும் வன்மத்துக்கு எவ்வாறு காரணமாக ஆக்கப்பட்டது என்பதும் முடிவில் இளவரசன் எவ்வாறு மாண்டார் என்பதும் நமக்குத் தெரியும். திவ்யாவின் பார்வையிலிருந்து இந்த சம்பவங்களை ஜெயராணி நமக்குத் தெரியப்படுத்துகிறார் - அவருடன் மேற்கொண்டுள்ள உரையாடல் மூலம். அது மட்டுமின்றி இன்று ஆணவக் கொலைகள் என்று நாம் குறிப்பிடும் கொலைகளைப் பற்றி நீண்டதொரு கட்டுரையின் வாயிலாகவும் இதைச் செய்கிறார். "சாதி என்பது சர்வாதிகாரம், காதல் என்பது ஜனநாயகம்" என்று அவரின் கூற்று நோக்கத்தக்கது. காதல் என்பது, குறிப்பாக சாதி, சமய எல்லைகளைக் கடந்து வினையாற்றும் காதல் என்பது, உணர்வுசார் விஷயம் மட்டுமல்ல, அது இங்குள்ள சமுதாய ஏற்பாட்டை புரட்டிப் போடக்கூடிய ஆற்றலுடையது என்பதை இந்த வரிகள் விளக்குகின்றன.

காதல், பாலியல் ஈர்ப்பு ஆகியனவற்றுக்கு வேறொரு பரிமாணமும் உண்டு. குறிப்பிட்ட பாலினத்துடன் நாம் காலங்காலமாக இணைத்துள்ள பண்பு கூறுகள், உணர்ச்சி நிலைகள், நடத்தை நெறிகள் ஆகியனவும் காதல் உறவுகளை வடிவமைக்கின்றன. பெரியார் சொன்னதுபோல காதல் என்பது ஆண்மை, பெண்மை ஆகியவற்றுக்கு நாம் வழங்கும் விளக்கங்களுடன் பிணைக்கப்பட்டுள்ளதால் அது மாண்பார்ந்த உறவாக, தோழமையாக எல்லா நேரங்களிலும் இருப்பதில்லை. சாதியை மறிக்கும் காதல் பெண்ணின் அல்லது புதுமை பாலினத்தவரின் சுயம், மாண்பு, சுயமரியாதை ஆகியவற்றுக்கு மதிப்பளிக்கிறதா என்பதையும் நாம் யோசிக்க வேண்டியவராகிறோம். மனிதர்களின் மாண்பை முக்கியமாகக் கருதும் உறவுகளை காதல் என்ற அனுபவம் எல்லா நேரங்களிலும் சாத்தியப்படுத்துமா, சாத்தியப்படுத்தினாலும் அத்தகைய மாண்பை இருபாலாரும் தக்கவைத்துக் கொள்ள உதவுமா என்ற கேள்விகளையும் அலச வேண்டியுள்ளது.

கைகளால் மலம் அள்ளும் தொழிலாளர்கள்

தூய்மைத் தொழிலாளர்கள், குறிப்பாக கைகளால் மலம் அள்ளும் தொழிலாளர்கள் நடத்திய போராட்டங்களும் முன்னெடுத்த வழக்குகளும் அவை குறித்து பொதுவில் பேசியதும் அப்பேச்சை பொருட்டாகக் கொண்டு எழுதப்பட்ட கட்டுரைகளும் நூல்களும் 2010 தொட்டு வெளிவந்தன. 2014இல் பாஜக ஆட்சிக்கு வந்ததும் பிரதம மந்திரி மோடி அறிவித்த "தூய்மை இந்தியா" திட்டம் இத்தொழிலாளர்களின் அவலத்தைக் கண்டு கொள்ளாது மேற்கொள்ளப்பட்டது. இந்தச் சூழ்நிலையில் அவர்களின் நிலைமை குறித்து பாஷா சிங் முக்கியமான நூல் ஒன்றை எழுதினார். அவருடனான நேர்க்காணல் சாதி, தீண்டாமை, தொழில் நிலைமைகள் ஆகியவற்றுக்கு இடையிலான உறவு, அரசு இத்தகைய உறவை எவ்வாறு அறிந்து செயல்படுகிறது என்பன போன்றவற்றை விரிவாகப் பதிவு செய்கிறது. தலித்துகளிடையே உள்ள வேறுபாடுகள், ஏற்றத்தாழ்வுகள் குறித்து தலித் முரசு தொடர்ந்து அக்கறை செலுத்தி வந்துள்ள சூழ்நிலையில் இந்த நேர்க்காணல் முக்கியத்துவம் பெறுகிறது - தலித்துகளில் தலித்துகளாகப் பாவிக்கப்படும் தூய்மைத் தொழிலாளர்களின் வாழ்வியல் குறித்து தமிழகத்தில் தொடர்ந்து பலர் பேச, உரையாட முன் வந்ததற்கு பாஷா சிங்கின் நூல் முக்கிய காரணியாக அமைந்தது.

மாதொருபாகன் தொடர்பாக

பெருமாள் முருகனின் மாதொருபாகன் தொடர்பாக எழுந்த சர்ச்சையை ஒட்டி எழுதப்பட்ட கட்டுரை அந்த நாவலை குறிப்பிட்ட வாசிப்புக்கு உட்படுத்தி அதை பிற்போக்குத்தனமான கருத்துகளை வெளிப்படுத்துவதாகக் கொள்கிறது. ஆதிக்க சாதி இந்துக்களும் சாதி வெறியர்களும் பெருமாள் முருகனுக்கு எதிராகத் திரண்டதை கண்டிக்கும் ஜெயராணி, அவருக்கு எதிர்ப்பு தெரிவித்தவர்கள் பக்கம் நியாயமிருப்பதாகவும் கொள்கிறார். பெண்களின் அந்தரங்க உரிமையைப் பாதிப்பதாக உள்ள அதன் உள்ளீட்டை கருத்து சுதந்திரம் என்பதன் பெயரில் நியாயப்படுத்துவதா என்ற கேள்வியையும் எழுப்புகிறார். இதைத் தொடர்ந்து சாதி சமுதாயத்தில் கருத்து சுதந்திரம் என்பதன் பெயரில் மக்களை இழிவுபடுத்தும் கருத்துகளைக் கொண்ட படைப்புகளை எப்படிப் பாவிப்பது என்பது குறித்து விரிவாக எழுதுகிறார். இந்தக் காலகட்டத்தில் வேறொரு பிரச்சனையும் முக்கியமானதாகப் பேசப்பட்டது. சென்னைப் பல்கலைக்கழகத்தில் பாடமாக வைக்கப்பட்டிருந்த புதுமைப்பித்தனின் துன்பக்கேணி நீக்கப்பட வேண்டும் என்று சென்னை உயர் நீதிமன்றத்தில் வழக்கு தொடரப்பட்டது. இத்தகைய தணிக்கைச் செயல்களை நியாயப்படுத்தும் வாதங்களையும் இக்கட்டுரை உள்ளடக்கியுள்ளது.

இது சிக்கலான கட்டுரையாகப்படுகிறது. அம்பேத்கரின் இந்துமத புதிர்கள் நூலுக்கு எதிராக நடந்த சாதி இந்துக்களின், இந்துத்துவ கருத்தாளர்களின் மூர்க்கமான போராட்டத்தைத் தலித்துகள் பல்வேறு விதமாக எதிர்கொண்டனர் - கருத்து சுதந்திரம் என்பதைக் கவனப்படுத்தியும் இதைச் செய்தனர். காந்தியும் காங்கிரஸும் தீண்டாதாருக்கு செய்ததென்ன என்ற நூலை முன்னிட்டும் பலத்த சர்ச்சைகள் எழுந்தன. அந்நூலை தடை செய்ய வேண்டும் என்ற கோரிக்கை எழுப்பப்படவில்லை என்ற போதிலும் காங்கிரஸ் கட்சியின் தொண்டர்கள் அண்ணலுக்கு எதிராக வன்முறையில் இறங்கத் தயாராக இருந்தனர். தலித் இசைஞர்கள், எழுத்தாளர்கள் ஆகியோரின் ஆக்கங்களைத் தடைசெய்ய இந்துத்துவ சாதி வெறியாளர்கள் பல சந்தர்ப்பங்களில் முன்வந்துள்ளனர். இவற்றைக் கருத்தில் கொண்டு வரம்பற்ற கருத்து சுதந்திரத்தை அனுமதிப்பது குறித்து நாம் யோசிப்பது அவசியம். சட்டத்துக்குப் புறம்பான விஷயங்கள் சட்டங்களாக அறியப்படும் சமூக சூழலில் மிக மோசமான கருத்துகள் தொடர்ந்து முன்வைக்கப்பட்டு வருவதும்,

அவை நியாயமானவையாக ஏற்றுக் கொள்ளப்படுவதும் ஈடற்ற வன்முறை என்ற போதிலும், சிந்தனை, உரையாடல் மூலம்தான் அவற்றை எதிர்கொள்ளமுடியும் என்பதை அம்பேத்கர் அறிந்திருந்ததால், மனமாற்றம், அறமாற்றம், அறிவுமாற்றத்தில் அவர் கவனம் செலுத்தினார். சட்டத்தைக் கொண்டு மோசமான குற்றங்களைத் தண்டிக்க அவர் தயங்கவில்லை. ஆனால், கருத்துகளைத் தடைசெய்வதை அவர் ஆதரிக்கவில்லை. மனுநூலை பகிரங்கமாகக் கொளுத்தினார். ஆனால், அதைத் தடைசெய்ய சொல்லிக் கேட்கவில்லை. நாடாளுமன்ற ஜனநாயகம் குறித்து மாணவர்களிடம் பேசுகையில் வாத திறன் மூலமும் படிப்பறிவின் மூலமும் மாற்றுக் கருத்துகளை விளக்க வேண்டும் பரப்புரை செய்ய வேண்டும் என்றார். எதிராளிகளின் மோசமான உலகப் பார்வையை சவாலுக்கு அழைக்கையில் அறிவு மட்டும் பயன்பாட்டில் இருக்க வேண்டும் என்பதையும் வலியுறுத்தினார்.

நிரந்தர அக்கறைகள்

மேற்கண்ட கட்டுரைகள் போக வேறு முக்கியமான விஷயங்களை அலசும் கட்டுரைகளும் இத்தொகுப்பில் இடம் பெற்றுள்ளன. மாட்டிறைச்சி உண்ணுதல் குறித்த பார்ப்பனர்களின் புனைவுகள், உணவு அரசியல் என்பதை நாம் விமர்சனரீதியாக அணுகுகையில் துலங்கும் பாடங்கள் ஆகியன பற்றிய கட்டுரை இன்று பலரின் வாழ்வாதாரத்தை அழித்துள்ள சட்டவிதிகளைப் பற்றி நம்மை சிந்திக்க வைப்பதாக உள்ளது. தலித்துகளை வாட்டும் வறுமையும் பசியும் சாதிய இழிநிலையும் ஒருவரின் வாழ்வுரிமை, ஆற்றல் ஆகியவற்றைச் சிதைக்க முற்பட்டாலும், இவற்றைக் கடந்து செயல்படத் துணிந்த ஒருவரின் வாழ்க்கை தொடர்ந்து ஏன் கேள்விக்குறியாகவே உள்ளது என்பதை விளையாட்டு வீராங்கனை சாந்தியுடனான நேர்க்காணல் விளக்குகிறது.

தமிழர் அடையாளத்தை முன்நிறுத்தி மரண தண்டனைக்கு எதிராக எழுந்த போராட்டங்களின் போற்றத்தக்க கூறுகள், போதாமைகள் ஆகியவற்றைப் பேசும் கட்டுரை இன, சாதி அடையாளங்களை முன்னிட்டு இல்லாது சமத்துவம், சமநீதி என்பதன் அடிப்படையில் இவை போன்ற போராட்டங்களை முன்னெடுப்பது குறித்த காத்திரமான பதிவாக உள்ளது. குறிப்பாக, இவ்வரிகள் பேசும் கருத்துகள் மனதில் நிற்கக்கூடியவை -

"மரண தண்டனை எதிர்ப்பு என்பது ஆழமான சமூகப்

புரிதலிலும், அழுத்தம் மிகுந்த மனித நேயத்திலும், உரிமைகள் மீது கொண்ட நம்பிக்கையிலிருந்தும் எழுந்து வர வேண்டும் ... மனித நீதி என்பது குறையுள்ளதாக அமைந்த சமூகத்தில், நிரபராதிகளும் தன் தரப்பு நியாயங்களை எடுத்துரைக்க முடியாதவர்களுமே தண்டிக்கப்படும் வாய்ப்பு அதிகம் என்பதால், குற்றவாளிகள் தப்பினாலும் நிரபராதி தண்டிக்கப்படக் கூடாது என்ற சட்ட நீதியின் அடிப்படையில் மட்டுமல்ல, குற்றவாளிகளுக்கு திருந்தி வாழும் மறு வாழ்வுக்கு வாய்ப்பளிக்க வேண்டும் என்ற மனித உரிமை நோக்கில் பாகுபாடுகளோ தயக்கவுணர்வோ இன்றி மரண தண்டனை ஒழிப்புப் போராட்டத்தை நாம் முன்னெடுக்க வேண்டும்..."

நாடாளுமன்றத்தில் பெண்களுக்கு 33% இடஒதுக்கீடு வழங்கப்படுதல் குறித்த கட்டுரை முக்கியமான பல கேள்விகளை முன்வைத்து எழுதப்பட்டுள்ளது. இந்த இடஒதுக்கீடு என்பது ஆதிக்க சாதி பெண்களின் அதிகாரத்தை நிலைநிறுத்த வழிவகுக்கக் கூடாது, எனவே, சாதி அடிப்படையிலான உள்ஒதுக்கீட்டுடன் கூடிய ஒதுக்கீடாக அமைய வேண்டும் என்ற வாதத்தை இக்கட்டுரை விளக்கிப் பேசுகிறது. இவ்விடத்தில் தன் வரலாற்றை சற்றே திரும்பப் பார்ப்பது பயனுள்ளதாக இருக்கும்.

1996இல் பெண்களுக்கு 33% இடங்கள் ஒதுக்கப்பட வேண்டும் என்ற கோரிக்கை ஏற்கப்பட்டு சட்ட வரைவாக ஆகி விவாதிக்கப்படுகையில் பகுஜன அரசியலின் முக்கிய பிரதிநிதிகளில் ஒருவராக இருந்த சரத் யாதவ், குட்டை கிராப்புடைய பெண்களின் ஆதிக்கத்துக்கே இது வழிவகுக்கும் என்று கிண்டலாகப் பேசினார். தவிரவும் பிற்பட்ட சமுதாயங்களைச் சேர்ந்த ஆண்களின் வருகையைக் கட்டுப்படுத்தவே இந்தச் சட்ட வரைவு உருவாக்கப்பட்டிருப்பதாக குற்றம் சாற்றினார். அடுத்து, இதர பிற்பட்ட வகுப்புகளைச் சேர்ந்த பெண்களுக்கு ஒதுக்கீடு செய்து தரப்பட வேண்டும் என்றும் கோரிக்கைவிடுத்தார். பிறகு அதையும் கைவிட்டு இது சட்டமாக்கப்பட்டால் விஷம் குடித்து உயிர் துறக்கப் போவதாக அறிவித்தார். தலித் பெண்களால் இந்த சட்டவரைவை பயன்படுத்திக்கொள்ள முடியாது என்றும் சொல்லப்பட்டது - இதை மறுத்து தலித்துகளுக்கான தனிவாக்காளர் தொகுதிகளில் பெண்களுக்கு 33% இடங்கள் ஒதுக்கப்பட்டுள்ளதைச் சிலர் சுட்டிக் காட்டினர்.

பெண்களுக்கான இடஒதுக்கீடு குறித்து பெண்ணிய வட்டாரங்களில்

நடந்த விவாதங்களில் பல்வேறு விதமான கருத்துகள் முன்வைக்கப்பட்டன. அரசியல் கட்சிகள் பெண்களுக்கு ஒதுக்கப்படவிருக்கும் இடங்களில் பிற்பட்ட, இதர பிற்பட்ட சமுதாயங்களைச் சேர்ந்த பெண்களை நியமிக்கலாமே என்று ஒரு சிலர் வாதிட்டனர். இந்தச் சட்டம் அமலுக்கு வந்தால், பிற்பட்ட, மிகவும் பிற்பட்ட வேட்பாளர்கள் பக்கம் நின்று செயல்படப் போவதாக பெண்கள் அமைப்புகளில் சில அறிவித்தன. பிற்பட்ட வகுப்புப் பெண்களுக்கு வக்காலத்து வாங்க வரும் ஆண்கள் மண்டல் பரிந்துரைகள் செயல்படுத்தப்பட்டபோது கல்வி நிறுவனங்களிலும் அரசுப் பணிகளிலும் ஆண்களுக்கு இணையாக பிற்பட்ட சமுதாயங்களைச் சேர்ந்த பெண்களும் இடம்பெற வேண்டும் என்ற கோரிக்கையை எழுப்பவில்லை என்பதை சில பெண்ணியவாதிகள் கவனப்படுத்தினர். தங்கள் வகுப்பு பெண்கள் படித்து, வேலை பார்ப்பதை ஏன் இவர்கள் முக்கியமாகக் கருதுவதில்லை, அரசியல் அதிகாரம் பெறுவதை மட்டும் முக்கியமானதாகக் கருதுகின்றனர் என்றனர். பஞ்சாயத்துகளில் உள்ளது போல பெண்களைக் கட்டுப்பாட்டுக்குள் வைத்து தாங்கள் அதிக்கம் செலுத்த நினைக்கின்றனர் போலும் என்றனர். உள் ஒதுக்கீடு என்பதற்கு தக்க ஏற்பாடுகள் செய்யப்பட்டால் பிற்பட்ட வகுப்புப் பெண்கள் தேர்ந்தெடுக்கப்படலாம், ஆனால், இவர்கள் சமத்துவ எண்ணத்துடன் செயல்படுவர் என்பதற்கு எந்தவித உத்திரவாதமும் கிடையாது, மாறாக, சாதி செருக்குடன், தலித் விரோத நிலைப்பாட்டை இவர்கள் மேற்கொள்ள எல்லா வாய்ப்புகளும் உண்டு என்று சில தலித் பெண்கள் வாதிட்டனர். இந்த வாதபிரதிவாதங்களில் பிற்பட்ட, மிகவும் பிற்பட்ட, இதர பிற்பட்ட வகுப்புகளைச் சேர்ந்த பெண்களின் குரல்கள் இங்கொன்றும் அங்கொன்றுமாக மட்டுமே ஒலித்தன (இந்த வாதங்களைப் பற்றி மேலும் அறிய காண்க, *Meera Danda Reservations for Women: Women Unlimited, 2008*).

ஜெயராணி எழுப்பும் கேள்விகளை மேற்கண்டவற்றுடன் இணைத்துப் படித்து புரிந்துகொள்வது பயனுள்ளதாக இருக்கும். இக்கட்டுரையில் அவரின் வேறு சில கருத்துகளையும் நாம் நிதானமாக ஆராய வேண்டியுள்ளது. தனது தலைமுறையைச் சேர்ந்த பெண்கள் சாதியும் பெண்ணடிமைத்தனமும் சந்திக்கும் புள்ளியை அணுகும் விதத்திலுள்ள போதாமைகள், குறைகள் ஆகியவற்றை தார்மீக கோபத்துடன் அவர் சுட்டிக்காட்டியுள்ளார். இந்தக் கோபத்தின் நியாயத்தை ஏற்றுக்கொள்ள நமக்கு எந்த தயக்கமும்

இருக்கவேண்டியதில்லை. என்றாலும், கீழ்க்கண்ட வாசகத்தையும், இது போன்ற வேறு வாசகங்களையும் படிக்கையில் தமிழ் நாட்டிலும் இந்தியாவிலும் பெண்கள் இயக்கமாகிய வரலாறு குறித்து நாம் பேச வேண்டிய விஷயங்கள் நிறையவே உள்ளன என்பதும், தமிழகத்தில் இது குறித்த விவாதங்கள் கருத்துநிலைபாற்பட்ட விவாதங்களின் அடிப்படையில் நடைபெறுகின்றனவே அன்றி, வரலாற்று தரவுகள், நிகழ்வுகளை முன்வைத்து மேற்கொள்ளப்படுவதில்லை என்றும் தோன்றுகிறது.

"தனிநபர்கள் மட்டுமல்ல, பெண்கள் இயக்கங்களும் அமைப்புகளும் சாதிக்கு எதிராக ஒரு துரும்பைக் கூட நகர்த்தவில்லை. பொதுவுடைமை இயக்கங்களின் பெண்கள் அமைப்புகள், சாதிரீதியான ஒடுக்குமுறைகளுக்கும் அத்துமீறல்களுக்கும் குரல் கொடுப்பதில்லை. அது சார்ந்து வரும் புகார்களை ஏற்பதில்லை என்பதை ஒரு கொள்கையாகவே வைத்திருக்கின்றன."

பெண்ணிய வட்டாரங்களில் நடைபெறும் வாதங்களைக் குறிப்பிட்ட அரசியல் கட்சியில் உள்ள தலைவர்களின் வாதங்கள், முற்போக்கானவர்களாக அறியப்படும் தனிநபர்களின் கருத்துகள் ஆகியவற்றுக்கு மட்டும் சுருக்கிவிடாது, பல்வேறு பெண்ணிய அமைப்புகளின் செயல்பாடுகள், முன்னெடுப்புகள் ஆகியவற்றை ஆதாரமாகக் கொண்டு விவாதிப்பது அவசியம். இவ்வாறு செய்யாது போனால் பெண்களின் சிந்தனையுலகத்தை கருத்தில் கொள்ளாது போய்விடக்கூடிய அபாயம் உள்ளது. குறிப்பாக ஒடுக்கப்பட்ட, சிறுபான்மை சமூகங்களைச் சேர்ந்த பெண்களின் கருத்துகள், செயல்பாடுகள் ஆகியனவற்றை பொது விவாத மேடைக்கு கொண்டு வர இந்த அணுகுமுறை உதவும். தமிழகத்தை, ஏன் இந்தியாவைப் பொறுத்தவரைக்கும் கூட, இஸ்லாமிய சமுதாயங்களில் தொழிற்பட்டுள்ள மாற்றங்கள், குறிப்பாக பெண்கள் எழுப்பியுள்ள கோரிக்கைகள் ஆகியன அச்சமுதாயம் பற்றி நாம் கொண்டுள்ள பார்வையை சலனப்படுத்தக் கூடியவையாக உள்ளன.

பாலியல் தொழிலாளிகள் பற்றி இந்தத் தொகுப்பில் உள்ள கட்டுரையும் இத்தகைய அணுகுமுறையை கைக்கொண்டிருக்குமேயானால் மேலும் சிறந்த கட்டுரையாக இருந்திருக்கும். காரணம் இத்தொழிலில் ஈடுபட்டிருப்போர் தம்நிலை பற்றி கூறும் விஷயங்கள், அவர்கள் முன்வைக்கும் உரிமைக் கோரிக்கைகள் ஆகியன நாம் விவாதிக்க வரும் விஷயங்களின்

உள்ளடக்கத்தை மேலும் ஆழப்படுத்தும்.

மேற்கு வங்கத்தில் உள்ள மரிச்ஜாப்பி என்ற பகுதியில் தலித்துகளுக்கு நேர்ந்த கதியைப் பற்றி பேசும் கட்டுரை முக்கியத்துவம் வாய்ந்ததாக உள்ளது. நாட்டுப் பிரிவினையின்போது வங்க தேசத்து தலித்துகள் இஸ்லாமியர்களுடன் இணைந்து சாதி இந்து நிலவுடைமையாளர்களையும் வியாபாரிகளையும் பல தருணங்களில் எதிர்க்கொண்டனர். பாகிஸ்தான் கோரிக்கை எழுந்தபோது வங்கத்தின் தலித்துகளில் கணிசமான பகுதியினர் அதை ஆதரித்தனர். பலர் பாகிஸ்தானின் பிரஜைகளாக தங்களை அடையாளப்படுத்திக் கொண்டனர். ஆனால், பாகிஸ்தான் தனிநாடாக ஆன பிறகு அவர்களை அந்நாட்டு அரசு இந்து சிறுபான்மையினராக பாவித்தது அவர்களுக்கு அதிர்ச்சியளித்தது. இதனால் ஆயிரக்கணக்கான தலித் குடும்பங்கள் அந்நாட்டை நீங்கி இந்தியாவுக்கு வந்தனர். அவர்களை அகதிகளாக பாவித்த இந்திய அரசு வங்கத்தில் அவர்களை குடியமர்த்தாமல் வேறு மாநிலங்களுக்கு அனுப்பி வைத்தது. அச்சமயம் எதிர்க்கட்சியினராக இருந்த இந்திய கம்யூனிஸ்டுகள் அகதிகளை ஒருங்கிணைத்து அவர்களின் உரிமைகளுக்காகப் பல்வேறு போராட்டங்களை நடத்தியது.

1970களில் கம்யூனிஸ்டுகள் ஆட்சிக்கு வந்தபின் ஆந்திர மாநிலத்தின் தண்டகாரண்யா பகுதியில் குடியேறியிருந்த தலித்துகளில் பலர் மீண்டும் வங்கத்துக்குத் திரும்பினர். தங்களின் நலன்களைக் காத்த கட்சி ஆட்சிக்கு வந்துள்ளதால் தாம் வேற்றிடத்தில் இருக்க வேண்டியதில்லை, தங்களுக்குப் பழக்கமான சதுப்பு நிலபகுதியான சுந்தரவன காடுகளுக்குத் திரும்பி விடலாம் என்று எண்ணினர். ஆனால், அவர்கள் சுந்தரவனத்தில் குடியேறுவதை அரசு தடுத்தது. அரசின் தடையை மீறி இருந்தவர்கள் இருக்கும் இடத்தை சுற்றி வளைத்து குடியேறியவர்களுக்கு உணவு, மருந்துகள் கிடைக்காத வண்ணம் செய்தது. போராடியவர்களுக்கு எதிராக துப்பாக்கிச் சூட்டையும் நடத்தியது. இந்த நிகழ்வு குறித்து ஆங்கிலத்தில் வெளிவந்துள்ள கட்டுரையை ஆதாரமாகக் கொண்டு ஜெயராணி இடதுசாரி அமைப்புகளை காத்திரமான விமர்சனத்துக்கு உட்படுத்துகிறார்.

இடதுசாரி சிந்தனையாளர்கள், அறிவாளர்கள், தலைவர்கள் சாதி குறித்து சாதித்து வரும் அரைகுறை மௌனம், இதைப்பற்றி விரிவாக ஆராய, பேச அவர்களுக்கு இருக்கும் மனத்தடை ஆகியவற்றை நாம் விவாதப்பொருளாக்கிப் பேச வேண்டும் என்பதில் மாற்றுக் கருத்து இருக்க முடியாது. கூடவே வேறுசில விஷயங்களையும் சேர்த்து

யோசிக்க வேண்டும். இடதுசாரி தலைமை, தத்துவ விளக்கங்கள் எவ்வண்ணம் உள்ள போதிலும் இந்த இயக்கங்களில் தலித்துகள் பெரிய எண்ணிக்கையில் இணைந்து செயல்பட்டனர். இவர்களில் பலர் சிறை சென்றனர். கொல்லப்பட்டனர். பலர் போராடி நிலம் பெற்றனர். பாலியல் வன்கொடுமை ஏற்படுவதைத் தடுத்து நிறுத்தினர். தீண்டாமையைக் கடைப்பிடிக்கும் கிராமங்களில் அதைத் தடுக்கும் முகமாக செயல்பட்டனர். இவர்களை ஈர்த்த தத்துவத்துக்கும் அரசியலுக்கும் விசுவாசிகளாக இருந்தனர் என்ற போதிலும் சாதி எதிர்ப்பு பற்றி பேசாமலும் யோசிக்காமலும் இல்லை. இவர்களின் வாழ்வனுபவங்களுடன் பொருத்தபாடுடைய சாதி எதிர்ப்பு அரசியல், பண்பாடு குறித்து இவர்களுக்கு அரசியல் வகுப்புகள் எடுக்கப்படாது போனாலும் தாங்கள் சார்ந்திருந்த அமைப்புகளை தங்களுக்கானதாக கொண்டனர். இவர்களின் பார்வையிலிருந்தும் இந்திய இடதுசாரி வரலாற்றை நாம் அணுக வேண்டியுள்ளது. தலித்துகளின் பார்வையினூடாக வெளிபடும் போராட்ட அரசியலானது கட்சிகளின் நிதர்சனங்களைக் கலைத்துப் போடுவதாக உள்ளதுடன், சாதி எதிர்ப்பு மனநிலையுடைய இடதுசாரி நிலைப்பாடு என்னவாக இருக்கும் என்பதையும் நமக்கு உணர்த்துகின்றன (காண்க, *George Kunnath, Dalits and the Making of the Maoist Revolution in Bihar, Routledge 2017*).

இத்தொகுப்பின் கடைசி கட்டுரை இடப்பெயர்வு பற்றிய சுவாரசியமான விவாதத்தை முன்வைக்கிறது. நகர பண்பாட்டின் மேன்மையை இதன் சாரம் கிராமப்புற தமிழகத்தைக் கொண்டாடும்பொது மனநிலையை நோக்கி கேள்விகள் பலவற்றை தொடுக்கிறது.

முடிவாக

ஜெயராணியின் அக்கறைகள், எழுத்து வன்மை, சிந்தனை தெளிவு ஆகியன வாசிப்பு அனுபவத்தை சுவையானதாக ஆக்குகின்றன. கட்டுரைகள் பேசும் விஷயங்கள் படித்து முடித்துவிட்ட பிற்பாடு நம்மை யோசிக்க வைப்பதுடன், மனதைவிட்டு லேசில் அகலுவதில்லை. சில பகுதிகளைத் திரும்பத் திரும்ப நாம் வாசிக்க வேண்டியுள்ளது. அவரின் சொல்லாட்சியும் அபூர்வமானதாக உள்ளதை இங்கு குறிப்பிட்டாக வேண்டும் - பகுத்தறிவு மரபு ஈன்றளித்துள்ள தெளிவான சிந்தனை, அம்பேத்கரிய மரபுக்குரிய சிந்தனையார்ந்த கோபாவேசம் ஆகிய இரண்டும் இணைந்து அவரின் எழுத்துக்கு வல்லமையை வழங்கியுள்ளன.

வ.கீதா
ஆய்வாளர், பெண்ணியவாதி

உள்ளே

1.	பெண்ணியத்தை வெல்லும் ஜாதியம்	40
2.	மானுட வாழ்வுரிமையை அழிக்கும் கவுரவக் கொலைகள்	54
3.	பாலியல் தொழில் எனும் குற்ற வழக்கம்!	70
4.	வாச்சாத்தி: முடிவுறாத போர்	82
5.	"இந்தியாவில் பிறந்ததற்காக வெட்கப்படுகிறேன்" - சாந்தி	98
6.	இந்து மதச் சிறையில் மாற்றுப் பாலினர்	122
7.	இந்திய கிறித்தவர்கள்: ஏசுவை வழிபடும் இந்துக்கள்!	136
8.	கம்யூனிஸ்ட்டுகள் நிகழ்த்திய மரிச்ஜாப்பி தலித் இனப் படுகொலை	144
9.	சைவ வெறியும் மாட்டுக்கறியும்	164
10.	கொலையைக் கொண்டாடும் அகிம்சை நாடு!	180
11.	"தலித்துகள் மீதான வெறுப்புணர்வை கொலைகள் மூலம் நிரூபிக்கின்றனர்" - சிம்சன்	192
12.	ஆதிக்கத்தை நேசிக்கும் அடிமைப்படுத்தப்பட்ட சமூகம்	206
13.	கூடங்குளம்: தமிழகத்தைக் காக்கும் மக்கள் போராட்டம்!	218
14.	""ஜாதி இல்லாத ஒரு சமூகம் உருவாக வேண்டும் என நான் நினைக்கிறேன்" - திவ்யா	234
15.	சாதியை நிலைநிறுத்தும் கட்டற்ற சுதந்திரம்	240
16.	துப்புரவு பணியாளர்களை பரிகசிக்கும் தூய்மை இந்தியா திட்டம் - பாஷா சிங் (1)	256
17.	"மலமள்ளும் இழிவை ஒழிக்கும் போராட்டத்தில் நாம் வென்றே ஆக வேண்டும்" - பாஷா சிங் (2)	272
18.	சமத்துவ நகரங்களால் சாதி ஒழியும்!	292

பெண்ணியத்தை
வெல்லும் ஜாதியம்

1

"தலித் முரசு" மார்ச், 2010 இதழில் வெளிவந்த "33 சதவிகித மோசடி" என்ற தலைப்பிலான கட்டுரை அறிவுச் சமூகத்தின் கவனத்தை ஈர்க்கும் என்று நினைத்திருந்தோம். காரணம், இதற்கு முன்னர் தலித் முரசில் வெளிவந்த எனது கட்டுரைகளுக்கு கிடைத்த எதிர்வினைகள்தான்! எழுத வந்த இந்தப் பத்தாண்டுகளில் "தலித் முரசில்" வெளிவந்த எத்தனையோ கட்டுரைகளுக்கும் கவிதைகளுக்கும் (சாதிய அத்துமீறல்கள், பெண்ணியம், உட்சாதி பூசல்கள், சிறுபான்மையினர் மீதான ஒடுக்குமுறை, இனவெறி, இந்து வெறி, கருத்துச் சுதந்திரம்) வரவேற்புகளும் பாராட்டுகளும் கிடைத்திருக்கின்றன.

குறிப்பிட்ட இரண்டு சூழல்களில் மட்டும் கடுமையான எதிர்ப்புகளை சந்தித்திருக்கிறோம். இதில், தாயின் பெயரை முதல் எழுத்தாகப் போடும் சட்டவரைவை வரவேற்று, நான் எழுதிய கட்டுரைக்கு "உணர்வு" இதழ் கடுமையான எதிர்ப்பைத் தெரிவித்தது. தந்தை பெயரைத்தான் முதல் எழுத்தாகப் போட வேண்டும் என்றும், இல்லையெனில் பண்பாடு கெட்டுப் போகும் என்றும் அவர்கள் தரப்பில் எதிர்வினைக் கட்டுரைகள் வெளிவந்தன. இரண்டு முறை "உணர்வு"க்கு பதிலளித்துவிட்டு, சில விஷயங்களை சிலருக்குப் புரிய வைக்கவே முடியாது என சோர்ந்து போய் விட்டுவிட்டோம். எனினும், முஸ்லிம் பெண்களின் நிலை பற்றின ஆரோக்கியமான விவாதமாக அது அமைந்ததில் மகிழ்ச்சியே!

இரண்டாவது சூழல், உட்சாதி ஒடுக்குமுறைகள் பற்றி எழுதும் போதெல்லாம் கிளம்பும் மோசமான சலசலப்புகள். அருந்ததியர் மீதும், புதிரை வண்ணார் மீதும் பள்ளர் மற்றும் பறையர்கள்

ஜெயராணி

நிகழ்த்தும் சாதிய வன்கொடுமைகளை சுட்டிக்காட்டும் போதெல்லாம் "தலித் முரசு" வன்மையாகக் கண்டிக்கப்பட்டது, தாக்கப்பட்டது. விடுதலைச் சிறுத்தைகள் அரசியலுக்கும் அதிகார வட்டத்திற்குள்ளும் வருவதற்கு முன்பு இத்தகு கண்டனங்கள் வெளிவந்ததில்லை. என்னுடைய தொடக்க கால கட்டுரைகளில் அருந்ததியர் பற்றியும், புதிரை வண்ணார் குறித்தும் களப்பணி செய்து கட்டுரைகள் எழுதியபோது, பள்ளரும் பறையரும் இவர்கள் மீது செலுத்தும் அதிகாரத்தையும் ஒடுக்கு முறைகளையும் பதிவு செய்திருக்கிறேன். அப்போதெல்லாம் கிளம்பாத எதிர்ப்பு, பறையர்கள் விடுதலைச் சிறுத்தைகளாக உருமாறிய பின்னர், ஒவ்வொரு முறை உட்சாதி மோதல்கள் பற்றி கட்டுரைகள் வெளிவரும் போதெல்லாம் கிளம்பியது.

இந்த இரண்டு சூழல்களும் உணர்த்திய உண்மை என்னவெனில், சிறுபான்மையினர் நிலை பற்றி மாய்ந்து மாய்ந்து எவ்வளவு வேண்டுமானாலும் எழுதலாம். ஆனால், முஸ்லிம் பெண்களின் நிலை குறித்து விவாதிக்கக்கூடாது. அவர்களுக்கான உரிமைகள் பற்றியும், முன்னேற்றம் குறித்தும் சிந்திக்கவே கூடாது. அதே போல, சாதிய அத்துமீறல்கள், ஒடுக்குமுறைகள், வன்கொடுமைகள் பற்றி எவ்வளவு வேண்டுமானாலும் எழுதலாம். ஆனால் உட்சாதி ஒடுக்குமுறை பற்றி வாய் திறக்கவே கூடாது.

இத்தகைய வெளிப்படையான எதிர்ப்புகள், உணர்வு ரீதியாக எந்த விதத்திலும் எங்களை பாதிக்கவில்லை. ஆனால், 33 சதவிகித மோசடிக்கு - பெரியாரிஸ்ட்டுகள், பெண்ணியவாதிகள், சிறுபான்மையினர், இயக்கவாதிகள், அறிவுஜீவிகள், எழுத்தாளர்கள், பத்திரிகையாளர்கள், இலக்கியவாதிகள் என எல்லா தரப்பினரும் காத்த கடுமையான அமைதி, அய்யத்தை ஏற்படுத்தியதோடு, சில உண்மைகளைப் புரிய வைத்திருக்கிறது. இங்கு பெண்களுக்கெதிரான ஒடுக்குமுறைகள் பற்றி விவாதிக்கிற கருத்து மட்டுமே விற்பனையாகும். பெண்களை ஆட்டுவிக்கும் சாதிய உணர்வுகள் பற்றியோ, அவர்கள் நிகழ்த்தும் உரிமை மீறல்கள் பற்றியோ பேசுவது யாருக்குமே பிடிக்காது.

மிகவும் நம்பிய, எதிர்பார்த்த சில பெரியாரிஸ்ட்டுகள், பெண்ணியவாதிகள் மற்றும் அறிவுஜீவிகள் கூட இந்த விஷயத்தை கண்டு கொள்ளவில்லை! இந்த கள்ள மவுனம், மிக மிக காரணமிக்கதாக எனக்குப்படுகிறது. இந்தச் சூழல், பெண்களின் சாதிய உணர்வுகள்

பற்றிய மேலும் சில விஷயங்களை விவாதித்தாக வேண்டிய கட்டாயத்தை உருவாக்கியிருக்கிறது. பெண்களின் "ஒன்றே குல முழக்க"த்தின் மீதும், அவர்களை ஆதரிக்கும் "பாலின சமத்துவ சிந்தனை" ஆண்கள் மீதும் சந்தேகங்களை ஏற்படுத்தியிருக்கிறது.

இந்தியச் சூழலில், ஒவ்வொரு மனிதருக்கும் அவர்களுக்கான ஆதிக்கத்தையும் அடிமைத்தனத்தையும் போதிக்கும் காரணிகளில் முதன்மையானது சாதி! ஒருவர் ஆதிக்க வெறியோடு நடந்து கொள்கிறார் எனில், அவரிடம் சாதி உணர்வு மேலோங்கி இருக்கும் என முடிவு செய்து கொள்ளலாம். ஒருவர் அடிமைச் சிந்தனையோடு செயல்படுகிறார் எனில், அதுவும் சாதியால் விளைந்ததே. இங்கு, சாதி உணர்வின்றி ஒருவர் வளரவே முடியாது என்ற சூழல் நிலவுகிறது. ஆதிக்க சாதி ஆண்கள் தங்களின் இருப்பை சாதியாலேயே நிலை நிறுத்துகிறபோது, சாதி இந்து பெண்கள் அவரவர் சாதிக்கான ஒரு கவுரவச் சின்னமாகவே வளர்க்கப்படுகின்றனர். பெண்ணை வளர்ப்பதையோ, படிக்க வைப்பதையோ விட, அவர்களுடைய "தகுதி"க்கு உகந்த ஜாதிக்கார மாப்பிள்ளையை மணம் முடித்து வைப்பதுதான் ஆதிக்க சாதிக்கான கவுரவமாகக் கருதப்படுகிறது. காரணம், ஒரு சாதியின் வம்சாவளியைத் தழைக்கச் செய்யப் போகிறவள் பெண்தானே!

தாழ்த்தப்பட்டவர்கள் தங்களுக்கான மரியாதையை சரியாகக் கொடுத்துக் கொண்டிருக்கிறார்களா என எந்நேரமும் கண்காணிப்பது, கிராமப்புறங்களில் சாதி இந்து பெண்களின் வேலையாக இருக்கிறது. தெருவில் செருப்புப் போட்டு நடக்கிறார்களா? துண்டு தோளில் கிடக்கிறதா, இடுப்பில் இருக்கிறதா? பேசும்போது கைகளை கட்டியிருக்கிறார்களா? உட்காரும்போது குத்த வைக்கிறார்களா? தலை குனிந்திருக்கிறதா? கண்கள் தாழ்ந்திருக்கிறதா? பேசும் போது அய்யா, அம்மா அல்லது சாமி என்று குறிப்பிடுகிறார்களா? ஊர்க் குளத்தில் தண்ணீர் எடுக்கிறார்களா? சுடுகாட்டிற்கு எந்தப் பாதையைப் பயன்படுத்துகிறார்கள், வீட்டு வேலைக்கோ, தோட்ட வேலைக்கோ கூப்பிட்ட குரலுக்கு மறுப்பு சொல்லாமல் ஓடி வருகிறார்களா என தாழ்த்தப்பட்டவர்களின் அசைவுகளை நெருங்கிக் கண்காணிப்பது ஆதிக்க சாதி பெண்களே!

இவர்கள் தங்களுக்குள் அனுபவிக்கும் உரிமை மீறல்கள் பற்றி கவலைப்படுவதில்லை. சாதிக்கு ஏதேனும் களங்கம் உண்டானால், முதலில் கொந்தளிப்பதும் எதிர்வினையாற்றுவதும் குடும்பங்களில்,

சாதிக் கொம்பு சீவி வளர்க்கப்பட்ட பெண்கள்தான். இது, ஏதோ கதையல்ல. என்றென்றைக்கும் ஆதிக்க சாதி குடும்பங்களில் பார்க்க முடிகிற குணக் கட்டமைப்பு இது. சாதி தரும் ஆதிக்க உணர்வையும், பெண் என்பதால் உருவாக்கப்பட்ட அடிமைத்தனங்களையும் ஒரு சேர சுமந்தே ஆதிக்க சாதி பெண்கள் வளர்கின்றனர். இந்த இருவேறு மனநிலைகளுக்கிடையே நடக்கும் போராட்டத்தில் வெல்வது, சாதி தரும் ஆதிக்க உணர்வேயன்றி பாலியல் ரீதியான அடிமைத்தனம் அல்ல.

வீட்டைவிட்டு வெளியேறி சமூக வட்டத்திற்குள் வரும் சாதி இந்துப் பெண்கள், மிக இயல்பாக தங்களின் அடிமைத்தனங்களுக்கு எதிராக மட்டுமே குரல் கொடுக்க விழைகின்றனர். தாங்கள் சுமந்து கொண்டிருக்கும் ஆதிக்க உணர்வு சாதியால் வந்தது என்பதைப் புரிந்து கொள்ள மறுத்து, பாலியல் அடிமைத்தனங்களை எதிர்ப்பதால் உண்டானதாக திசை திருப்புகிறார்கள். இன்று, பெண்ணியவாதிகளாக, பெரியாரிஸ்ட்டுகளாக, எழுத்தாளர்களாக, ஊடகவியலாளர்களாக, பொதுவுடைமைவாதிகளாக, இலக்கிய மற்றும் இயக்கவாதிகளாக நாம் சந்திக்கும் பெரும்பாலான ஆண்களிடம் உள்ளதைப் போன்றே பெண்களிடம் முரண்பட்ட அல்லது மடைதிருப்பப்பட்ட சாதிய உணர்வு இருக்கத்தான் செய்கிறது. இந்த ஆதிக்க உணர்வை போராட்டக் குணமாகவோ, தலைமைப் பண்பிற்கான தகுதியாகவோ நாம் வரித்துக் கொள்ள முடியாது. அப்படி இருக்குமெனில், இங்கு நிறைய போராளிகளையும், நல்ல தலைவர்களையும் நாம் பெற்றிருக்கக் கூடும்!

தமிழகத்தில் பெண்களை ஒன்று திரட்டும் இயக்கம், அமைப்பு என்று எதுவுமில்லை. பொதுவுடைமைக் கட்சிகளின் பெண்கள் பிரிவுகள் செயலற்றுக் கிடக்கின்றன. பெரியாரியவாதிகள், எழுத்தாளர்கள், இலக்கியவாதிகள் இப்படி எல்லாரும் தனித்தனியாகவே இயங்கிக் கொண்டிருக்கிறார்களே ஒழிய, ஒன்றிணைந்து செயல்படும் போக்கு அற்றுப் போய்விட்டது. இந்த நிலைமை ஏன்? தன் அடிமைத்தனங்களையும், தன் மீது சுமத்தப்படும் இழிவுகளையும் தனக்கெதிராகத் திருப்பப்படும் சவால்களையும் எதிர்கொள்ள நினைக்கும் ஒவ்வொரு ஆதிக்க சாதிப் பெண்ணும் ஊன்றுகோலாக பற்றிக் கொள்வது, ஆதிக்க உணர்வு ஒன்றைத்தான். அதுவொன்றுதான் அவர்களை செயல்பட வைக்கிறது. அதுதான் அவர்களுக்கான அங்கீகாரங்களைப் பெற்றுத் தருகிறது.

தலித்தை திருமணம் செய்து கொண்ட சாதி இந்து பெண்ணியவாதி ஒருவர், போகும் இடமெல்லாம் தான் ஒரு தலித்தை திருமணம் செய்திருப்பதை பெருமையாகப் பதிவு செய்தது, அவருடைய சாதி ஆதிக்கத்தின் வெளிப்பாடின்றி வேறில்லை. மேடைப் பேச்சுகள், பேட்டிகள் என எதிலும் விட்டு வைக்காமல் வாழ்க்கை கொடுத்த மனநிலையோடு, தன்னுடைய சாதியையும் கணவரின் சாதியையும் அவர் பதிவு செய்கிறார். இது அவசியமற்றது. சாதி மறுப்புத் திருமணம் செய்து கொள்வது சாதியை மறுக்கவும் மறக்கவும்தான். ஆனால், அதையே ஒரு தகுதியாக சொல்லிக் கொண்டிருந்தால், சாதி அங்கே தோற்கவில்லை; வென்றுவிட்டதாகவே பொருள்.

தலித் சமூகத்தைச் சேர்ந்தவரை திருமணம் செய்ய விரும்புவதாகவும், வென்றெடுக்க முடியாத அச்சமூக ஆண்களின் அடிமைத்தன சிந்தனையும், தாழ்வு மனப்பான்மையும் அச்சத்தை உண்டாக்குகிறது என்று தனிப்பட்ட முறையில் குறிப்பிட்டார், ஆதிக்க சாதி பெண்ணியவாதி ஒருவர். உண்மைதான். தலித் சமூகத்தினர் தங்களின் தாழ்வு மனப்பான்மையை வென்றெடுப்பது, அவர்களுக்கிருக்கும் சவால்களில் முக்கியமானது. அதே சவால்தான், ஆதிக்க சாதியினர் குறிப்பாக, பெண்கள் தங்களின் உயர்வு மனப்பான்மையைத்

ஜெயராணி

தோற்கடிப்பதிலும் இருக்கிறது. அடிமை உணர்வு எப்படி நல்வாழ்க்கைக்கு எதிரானதோ, அதைப் போலவே ஆதிக்க உணர்வும். இவையிரண்டையும் வெல்லும்போதுதான் சமத்துவம் மலர்கிறது. தலித் சமூகத்தினரின் தாழ்வு மனப்பான்மை சமூகத்திற்கு பங்கம் விளைவிப்பதை விடவும் பன்மடங்கு அதிகமாக, ஆதிக்க சாதியினரின் உயர்வு மனப்பான்மை அல்லது ஆதிக்க உணர்வு, கேடு விளைவிக்கிறது. தலித் சமூகத்தினரின் தாழ்வு மனப்பான்மையை நினைத்து அச்சப்பட்ட ஆதிக்க சாதி பெண்ணியவாதி, தன்னிடம் நிரந்தரமாகத் தங்கிவிட்ட ஆதிக்க உணர்வைப் புரிந்து கொள்ளவே இல்லை அல்லது அதை ஒரு பொருட்டாகவே கருதவில்லை.

தனிநபர்கள் மட்டுமல்ல, பெண்கள் இயக்கங்களும் அமைப்புகளும் சாதிக்கு எதிராக ஒரு துரும்பைக் கூட நகர்த்தவில்லை. பொதுவுடைமை இயக்கங்களின் பெண்கள் அமைப்புகள், சாதி ரீதியான ஒடுக்குமுறைகளுக்கும் அத்துமீறல்களுக்கும் குரல் கொடுப்பதில்லை. அது சார்ந்து வரும் புகார்களை ஏற்பதில்லை என்பதை ஒரு கொள்கையாகவே வைத்திருக்கின்றன. பொதுவுடைமைக் கட்சிகளுக்கு சாதி இரண்டாம்பட்ச பிரச்சனையாக இருப்பதைப் போலவே, பெண்கள் இயக்கங்களுக்கு சாதிய அத்துமீறல்கள் அவர்களது வரையறைகளுக்குள் வராத குற்றம். குடும்ப வன்முறைகளுக்கும், அரசியல் அங்கீகாரத்திற்கும், பாலியல் துன்புறுத்தல்களுக்கும் குரல் கொடுக்கும்போது, சாதிய வன்கொடுமைகள் ஒரு துரும்பாகக் கூட பெண்ணியவாதிகளை அசைப்பதில்லை.

கிராமப்புறங்களில் ஆதிக்க சாதி ஆண்களால் ஏமாற்றப்பட்ட, வன்கொடுமைகளுக்கும் வன்புணர்ச்சிகளுக்கும் ஆளான எத்தனையோ பெண்கள் நிராதரவாக நிற்கிறார்கள். இவர்களுக்கான ஆதரவை பெண்கள் அமைப்புகள் கொடுப்பதில்லை. காவல் நிலையங்களில் நிரம்பி வழியும் ஆதிக்க சாதிக்காரர்களிடம் புகாரைக் கூட பதிவு செய்ய வழியின்றி கண்ணீரோடு திரும்பி வருகின்றனர் பாதிக்கப்பட்டவர்கள். ஜாதிக்கு ஜாதி இயக்கங்களும் கட்சிகளும் இருக்கும் இந்நாட்டில், ஜாதிக் கட்சிகள் ஒன்றோடு ஒன்று கூட்டு சேர்ந்து செயல்படுவதால், பாதிக்கப்பட்டவர்கள் நீதியின் கதவுகளை எட்டக்கூட வழியின்றி தவிக்கின்றனர். இச்சூழலில் சாதிக்கெதிராக செயல்படும் வலுவான பெண்கள் அமைப்புகளும், போராட்ட இயக்கங்களும் நம்மிடையே இல்லாமல் போனது மிகப் பெரிய தோல்வியே.

சாதியொழிப்பை தங்களின் செயல்திட்டங்களில் முதன்மைப்படுத்தாதவரை, பொதுவுடைமை இயக்கங்களாலும் அவைசார்ந்த பெண்கள் அமைப்புகளாலும் தலித் மக்களுக்கு குறிப்பாக பெண்களுக்கு எந்த நலனும் ஏற்படப் போவதில்லை. 33 சதவிகித பெண்கள் இடஒதுக்கீட்டுக்கான சட்டவரைவை ஆதரித்துப் பேசிய மார்க்சிஸ்ட் கட்சியின் பிருந்தா காரத், "பாரம்பரிய வழக்கங்களால் பெண்கள் இன்னும் பண்பாட்டுச் சிறைகளில் அடைபட்டுக் கிடக்கின்றனர். இந்நிலையில் இந்தப் பெண்கள் இடஒதுக்கீடு, பண்பாட்டையே மாற்றியமைக்கும். பெண்கள் மாயவித்தைக்காரர்கள் அல்லர். அதனால் ஒரே இரவில் மாற்றங்களை கொண்டு வருவார்கள் என எதிர்பார்க்கத் தேவையில்லை. உணர்வுப்பூர்வமான அரசியல் சூழலை பெண்கள் உருவாக்குவார்கள் என என்னால் உறுதியாகக் கூற முடியும். இந்த சட்டவரைவு தாழ்த்தப்பட்ட, பிற்படுத்தப்பட்ட, பழங்குடியின முஸ்லிம் பெண்களுக்கு பலனளிக்கும்"" என்றார். உள் ஒதுக்கீடு இன்றி, தாழ்த்தப்பட்ட, பிற்படுத்தப்பட்ட, பழங்குடி மற்றும் முஸ்லிம் பெண்கள் 33 சதவிகிதத்தில் எப்படிப் பயன்பெறுவார்கள் என்பதுதான் நம் கேள்வி. உள்ஒதுக்கீட்டை ஒரு பொருட்டாகவே மதிக்காத மார்க்சிஸ்ட் தோழர் பிருந்தாவிற்கு, இந்த கேள்விக்கான பதில் தெரிந்திருக்க நியாயமில்லை.

இட ஒதுக்கீடு என்ற ஒன்று இந்திய அரசமைப்புச் சட்டத்தில் இடம் பிடிப்பதற்கு முன்பு அரசு மய்யங்களிலும், அரசியலிலும், அதிகாரத்திலும் இருந்தவர்கள் யாரென்று சிந்தித்துப் பார்க்க வேண்டும். அந்நிலை இன்றும் மாறிவிடவில்லை. அரசியலில் மட்டுமல்ல, எல்லா இடங்களிலும் ஆதிக்க மற்றும் முன்னேறிய சாதியினர்தான் நிறைந்திருக்கிறார்கள். கல்வியிலும் வேலைவாய்ப்பிலும் கிடைத்த இடஒதுக்கீடு ஒன்றுதான் - தலித், பிற்படுத்தப்பட்ட, பழங்குடியின மற்றும் முஸ்லிம் சமூகத்தினரை ஓரளவிற்காவது முன்னேற்றியிருக்கிறது. ஒதுக்கப்பட்ட இடங்களையும், இவர்களின் முன்னேற்றத்திற்கு வழங்கப்படும் நிதியையும் கூட எட்ட முடியாத நிலையில் ஒடுக்கப்பட்டோர் தவிக்கின்றனர்.

பிருந்தா காரத் குறிப்பிடுகின்ற பண்பாட்டுத் தடை, பார்ப்பன மற்றும் முன்னேறிய சாதிப் பெண்களுக்கு அல்ல. சாதி - மதக் கட்டுப்பாடுகள் கூட்டு சேர்ந்து ஒடுக்க, வறுமை கழுத்தை நெரிக்க, சாதி - மத விதிமுறைகளால் ஒடுக்கப்பட்ட பெண்களுக்கு பண்பாட்டு விதிமுறைகள் கூடுதல் சுமை. இந்தியாவின் அடையாளமாக

ஜெயராணி

முன்னிறுத்தப்படும் பண்பாடு என்பது, ஆகாயத்தில் தொற்றி நிற்கும் விஷயமில்லை. மதமும் சாதியும் இணைந்து உருவாக்கிய கட்டமைப்புகளும் கட்டுப்பாடுகளும்தான் இங்கு பண்பாடாகப் போற்றப்படுகின்றன, பாரம்பரியமாகக் கொண்டாடப்படுகின்றன. சாதியக் கொடுமைகளும், பெண்ணடிமைத்தனங்களும் இந்து மதத்தின் பண்பாடு. இந்த பண்பாட்டைக் கட்டிக் காக்கும் பொறுப்பு, பெண்களிடம் திணிக்கப்பட்டிருக்கிறது.

படிநிலைப்படுத்தப்பட்ட பிரிவினையை கட்டிக் காக்கும் இந்து மதத்தை எதிர்க்காமல், சாதியை அழிக்காமல் வெறுமனே அரசியல் அதிகாரத்தின் மூலம் பண்பாட்டை மாற்றியமைத்துவிட முடியும் என்று சொல்வது எவ்வளவு தட்டையான ஒரு வாதம்!

பெண்கள் இடஒதுக்கீட்டை வலியுறுத்தி பிருந்தா ஆற்றிய உரை, பெருமளவில் கவனத்தை ஈர்த்து பாராட்டுகளைப் பெற்றது. பிருந்தா ஒரு முன்னேறிய சமூகத்தவராக இல்லாமல் போயிருந்தால், உள் ஒதுக்கீட்டில் இருக்கும் நியாய தர்மங்கள் அவருக்குப் புரிந்திருக்கக் கூடும். பிருந்தா காரத் போன்றவர்களுக்கு அரசியல் அதிகாரமும் முன்னேற்றமும் சாத்தியப்பட்டது, இட ஒதுக்கீட்டினால் அல்ல. அது, அவர்களுக்கு தேவையும் இல்லை. இட ஒதுக்கீடு இருந்தாலும் இல்லையென்றாலும், ஆதிக்க சாதிப் பெண்களுக்கு எல்லா இடங்களிலும் வாய்ப்பு கிடைக்கிறது. இடஒதுக்கீடு இருந்தால் மட்டுமே முன்னேற்றம் சாத்தியம் என்ற நிலையில் வாழ்வோர் தாழ்த்தப்பட்ட, பழங்குடியின, பிற்படுத்தப்பட்ட, முஸ்லிம் பெண்கள்தான். இவர்களின் முன்னேற்றம்தான் இந்திய அடிமைப் பண்பாட்டினை அசைத்துப் பார்க்க முடியும். இவர்களின் பங்கேற்புதான் இந்திய அரசியல் சூழலை சுரணையுள்ளதாக மாற்றவல்லது. அதனால் கொடுக்கப்படுவது கொஞ்சமே என்றாலும், அதில் பெருவாரியான பங்கை இவர்களுக்குதான் பகிர்ந்தளித்தாக வேண்டும்.

உள் இடஒதுக்கீடு என்பது விளையாட்டல்ல. அதைக் கோருபவர்களை கேலிக் கூத்தர்களாகப் பார்க்க வேண்டிய அவசியமில்லை. "உள்ஒதுக்கீடு இன்றி பெண்கள் சட்டவரைவு நிறைவேற்றப்படுமானால், விஷம் குடித்து சாவேன். சாதி ஒழிகிற வரை எந்த ஒதுக்கீடும் உதவப் போவதில்லை" என்று சொன்ன சரத் யாதவின் குரல் உணர்ச்சிவசப்பட்டதாக இருந்தாலும் கருத்து ஆழமானது. சாதி அழியாமல் இங்கு சமத்துவம் சாத்தியமில்லை.

சாதி அழியாமல் பெண்கள் ஒன்றிணைய முடியாது. பெண்கள் இடஒதுக்கீடு நடைமுறைப்படுத்தப்பட்டால், முன்னேறிய மற்றும் ஆதிக்க சாதிப் பெண்கள் அடித்தட்டு பெண்களுக்கு வாய்ப்புகளை வழங்கி, ஒதுங்கிக் கொள்வார்கள் என்று சொல்வது ஒரு மாயக் கற்பனை. அரசியல் என்பது மிக நிச்சயமாக ஒரு போட்டிக் களம். விட்டுக் கொடுத்தல் என்பது இங்கு கெட்ட வார்த்தை. ஒடுக்கப்பட்ட மற்றும் அடித்தட்டுப் பெண்கள் இந்தப் போட்டிக் களத்திற்கு வர வேண்டுமெனில், உள்ஒதுக்கீட்டினால் மட்டுமே அது சாத்தியப்படும்.

இந்த உண்மை தெரிந்தே இருந்தும் அறிவுஜீவிகளும் பெண்ணியவாதிகளும் போராளிகளும் உள் ஒதுக்கீட்டிற்கு குரல் கொடுக்க மறுக்கின்றனர். உள் ஒதுக்கீடு இன்றி பெண்கள் சட்டவரைவு தாக்கல் செய்யப்பட்டதைக் கண்டித்து, எந்த எழுத்தாளரும் எழுதவில்லை. எந்த பெண்கள் அமைப்புகளும் போராட்டம் நடத்தவில்லை. பெரியாரியவாதிகளும் பெண்ணியவாதிகளும் குரல் எழுப்பவில்லை. இந்த சூழல் உணர்த்தும் உண்மை மிக பயங்கரமானது. சாதி என்ற ஒன்று உயிர்ப்போடு இருக்கிற இந்த சமூகத்தில், நாளொன்றுக்கு மூன்று தலித் பெண்கள் சாதி ரீதியாக வன்புணர்வுக்கு ஆளாகும் நிலையில், சாதியை ஒரு பொருட்டாக இவர்கள் யாரும் மதிக்கவில்லை. அதைக் கடந்து வந்துவிட்டதாக இவர்கள் அனைவரும் அரிதாரம் பூசிக் கொண்டிருக்கின்றனர். குடும்பச் சிறைகளை தகர்த்து வெளியே வந்ததாலேயே சாதி - மத இழிவுகளையும் கடந்து வந்துவிட்டதாக நம்புகின்றனர்.

எத்தனைதான் பகுத்தறிவு விஷயங்களைப் பேசினாலும், சாதி தரும் சலுகைகளை இவர்கள் யாரும் அனுபவிக்காமல் விடுவதில்லை. எல்லா துறைகளிலும் தங்கள் சாதி ஆதிக்கத்தை பெண்கள் நிறுவத்தான் செய்கிறார்கள். ஊடகவியலாளர்களாகவோ, எழுத்தாளர்களாகவோ, இலக்கியவாதிகளாகவோ, பெண்ணியவாதிகளாகவோ இருப்பது, எந்த விதத்திலும் ஒரு சமூகப் புரிதலை இவர்களிடம் தோற்றுவிக்கவில்லை. பார்ப்பனப் பெண்கள் எங்கே இருந்தாலும் தங்களின் "அவா பாஷை"யைத்தான் பேசுகின்றனர். தொலைக்காட்சியின் இசை மற்றும் நடன நிகழ்ச்சிகளில் பங்கேற்கும் பார்ப்பனப் பெண்கள், மிகக் கொச்சையாக தங்களின் சாதி அடையாளத்தைப் பதிவு செய்கின்றனர். எந்தத் தடையுமின்றி ஊடகங்களும் அதை ஒளிபரப்புகின்றன. சாதி அடையாளம் என்பதை விடவும் பார்ப்பனர்களின் பண்பாட்டு

ஜெயராணி

49

அடையாளமாகவே இவை பிரபலப்படுத்தப்படுகின்றன. மடிசாரும், அவா பாஷையும், குடுமியும் பூணூலும் பெரியாரால் கேலி செய்யப்பட்டு, கேள்விக்குள்ளாக்கப்பட்டு கொஞ்சம் கொஞ்சமாக மறைந்து வந்த நிலையில், தற்பொழுது மீண்டும் தைரியமாக, ஊடகங்களின் உதவியோடு, தங்களின் சாதி அடையாளத்தை வெளிப்படுத்தத் துணிந்திருக்கின்றனர் பார்ப்பனர்கள்! "ஜெயா" தொலைக்காட்சியில் வெளிவரும் "எங்கே பிராமணன்?" தொடர் ஒரு சிறு எடுத்துக்காட்டு!

விஜய் தொலைக்காட்சியில் "நீயா நானா" நிகழ்ச்சியில் கலப்புத் திருமணம் பற்றிய விவாதத்தில் பங்கேற்ற - அய்.டி. நிறுவனத்தில் வேலை செய்யும் பார்ப்பன இளம்பெண் - "பூர்வ ஜென்மத்தில் பாக்கியம் செய்ததாலேயே நான் பார்ப்பனராகப் பிறந்திருக்கிறேன்" என்றார். அப்படியெனில், இந்த தலைமுறையினருக்கும் சாதியின் விளக்கங்கள் மிகச் சரியாக போதிக்கப்படுகின்றன. பார்ப்பனராகப் பிறப்பது பாக்கியம் என்றும், மற்ற சாதிகளில் பிறப்பது பாவம் என்பதும் இன்றும் சாதிக்கான விளக்கமாக சொல்லித் தரப்படுகிறது. இப்படியொரு மனநிலை பரவியும் பதிந்தும் கிடக்கும் போது, பார்ப்பன மற்றும் முன்னேறிய சாதி பெண்களிடமிருந்து ஒடுக்கப்பட்ட பெண்களுக்கு நியாயம் கிடைக்கும் என்று நம்புவது முட்டாள்தனமில்லையா?

இந்தியாவில் 20 கோடி பெண்கள், கல்வியறிவு இன்றி இருக்கிறார்கள். பெண்களுக்கு எதிரான குற்றங்கள் முப்பதிலிருந்து 40 சதவிகிதமாக அதிகரித்திருக்கிறது. பதினெட்டு வயதுக்குட்பட்ட பெண்களுக்கு திருமணம் நடந்து குழந்தை பிறக்கிறது. பெண் சிசுக் கொலையும் வரதட்சணைக் கொடுமைகளும் நாளுக்கு நாள் அதிகரிக்கின்றன. இப்படி பெண்களுக்கெதிரான எல்லா கொடுமைகளிலும் அதிகளவில் பாதிக்கப்பட்டிருப்பது, நிச்சயமாக ஒடுக்கப்பட்ட மற்றும் அடித்தட்டுப் பெண்கள்தான். பெண்களுக்கெதிரான பாலியல் மற்றும் பண்பாட்டு அடிமைத்தனங்களோடு சேர்ந்து, சாதிக் கொடுமைகளையும் அனுபவிக்கின்றனர் தலித் பெண்கள். இவர்கள் வாழ்வில் இடஒதுக்கீட்டால் கிடைக்கும் அரசியல் அதிகாரம், சிறு மாற்றத்தைக் கூட உண்டாக்கப் போவதில்லை.

தனியார் நிறுவனங்களிலும் நவீன துறைகளிலும் கலை மற்றும் ஊடகத் துறைகளிலும் (ஆண்களை ஒப்பிடும் போது மிகக் குறைவே

எனினும்) உயர் பொறுப்புகளை ஆதிக்க சாதிப் பெண்கள் வகிக்கின்றனர். இட ஒதுக்கீடின்றி தகுதியின் அடிப்படையிலேயே பெண்கள் இதை சாதித்திருப்பதாக சொல்லப்படுகிறது. இப்படி சாதித்திருப்பவர்களின் சாதிய பின்னணியை கணக்கெடுத்தால், எந்தத் தகுதியின் அடிப்படையில் அவர்கள் முன்னேறினார்கள் என்ற உண்மை வெளிச்சத்துக்கு வரும். இந்தியாவைப் பொறுத்தவரை, தகுதி என்ற வார்த்தைக்கு சாதி அந்தஸ்து என்ற ஒரே அர்த்தம்தான். இடஒதுக்கீடு தேவையில்லாத நவீன துறைகளில் மட்டுமல்ல, இடஒதுக்கீடு கட்டாயமாக்கப்பட்ட அரசுத் துறைகளிலும் கூட, உயர் பதவிகளில் இருப்பது ஆதிக்க சாதியினர்தான்.

தலித், பழங்குடியின மற்றும் முஸ்லிம்களுக்கான இடங்கள் நிரப்பப்படாமல் விடப்பட்டிருக்கின்றன. படித்து பட்டம் பெற்ற எத்தனையோ பெண்களும் ஆண்களும் அரசு வேலைக்கு விண்ணப்பித்துவிட்டு காத்திருக்கிறார்கள். இடஒதுக்கீடு சமூக உரிமையாக இருந்தும், அதை அனுபவிக்க விடாமல் சாதி ஆதிக்கம் தடுக்கிறது. அரசு நிறுவனங்களே இவ்வளவு மோசமாக செயல்படும் போது, அரசியல் கட்சிகளிடம் என்ன நியாயத்தை நாம் எதிர்பார்த்து விட முடியும்? பெண்கள் சட்டவரைவில் உள் ஒதுக்கீடு இல்லையென்றால், நிச்சயம் ஆதிக்க சாதி தலைமைகளின்

மனைவிகளோ, மகள்களோ, சொந்தக்கார பெண்மணிகளோதான் சட்டமன்றங்களிலும் நாடளுமன்றத்திலும் இடம் பிடிப்பார்கள். அதையும் நாம் வேடிக்கை பார்க்கத்தான் போகிறோம்.

ஆதிக்க சாதியைச் சார்ந்த பெண்ணியவாதிகளும் பெண்ணுரிமைகளுக்காக தட்டையாக குரல் கொடுக்கும் ஆண்களும் தங்களை சமத்துவவாதிகளாகவும் பகுத்தறிவாளர்களாகவும் காட்டிக் கொண்டு, இது போன்ற மோசடிகளுக்கு மவுனமாகத் துணை நிற்கிறார்கள். பெரியார் - மத எதிர்ப்பு, சாதி ஒழிப்பு, பெண்ணடிமைத் தகர்ப்பு என இவற்றை ஒன்றிணைத்துப் போராடியதன் காரணம், மூன்றும் பின்னிப் பிணைந்தவை; பிரிக்க முடியாதவை. ஆனால், நவீனப் போராளிகள் தனித்தனி குழுக்களாகவும், தொடர்பற்றவர்களாகவும் இயங்குகின்றனர். மதத்தை எதிர்க்காமல், சாதியை அழித்துவிட முடியும் என நினைக்கின்றன சில இயக்கங்கள். சாதியை அழிக்காமலேயே பெண்ணடிமைத்தனத்தை ஒழிக்க முனைகின்றன பெண்கள் அமைப்புகள். பெண்களை விடுவிக்காமலேயே மதத்தைப் பரப்பவும் சீர்திருத்தவும் முயல்கின்றனர் மதவாதிகள். இவை மூன்றும் ஆபத்தானதோர் ரசாயனக் கலவை போல சமூகத்தில் ஊறிக்கிடக்கின்றன.

தங்கள் வசதிக்குட்பட்ட விஷயங்களுக்கு பெரியாரையும், அம்பேத்கரையும் சேர்த்துக் கொள்வதைத் தவிர, சாதி - மதங்களுக்கு எதிரான வலுவான, நிலையான எதிர்ப்பை யாருமே வெளிப்படுத்துவதில்லை. பாலினத்தை ஒரு பகடையாகப் பயன்படுத்தி, செல்லுமிடமெல்லாம் அதிகாரங்களைக் கைப்பற்றவும் அரியணையில் வீற்றிருக்கவும் முயலும் பெண்கள், மதங்களை எதிர்த்து, சாதியை ஒழிக்க களமிறங்கும் போது - அவர்கள் சமத்துவத்திற்கு உழைக்கிறார்கள் என்று நம்பலாம்.

பெண்கள் சார்ந்து இயங்கும் அமைப்புகள் சாதி, மதத்தை எதிர்ப்பதை செயல்திட்டங்களில் முதன்மைப்படுத்தட்டும். இயங்கும் துறைகளில் தங்களலவிலான சமத்துவ செயல்பாடுகளை முன்னிறுத்தட்டும். சாதிய வெறியாட்டங்களில் பங்கேற்கும் ஆதிக்க சாதிப் பெண்களை, சமூக மாற்றத்திற்கான போராட்டங்களில் முன்னிறுத்தும் வேலைகளை பெண்கள் அமைப்புகள் செய்யட்டும். அதுவரையிலும் பெண்களிடையே சாதிப் பாகுபாடு இல்லை என யாரும் முழங்க வேண்டாம். பார்ப்பனப் பெண்ணையும் தலித் பெண்ணையும் ஒரே தராசின் தட்டுகளில் நிறுத்தி அது சமமாக

நிற்க வேண்டுமெனில், இந்த சமூகத்திலிருந்து சாதி முற்றிலுமாக துடைத்தெறியப்பட வேண்டும். அதுவரையிலும் சாதிய உணர்வு ஆதிக்க உணர்வாக, ஒவ்வொருவர் ரத்தத்திலும் ஊறிக்கொண்டேதான் இருக்கும்.

(தலித் முரசு - ஜூன் 2010)

குறிப்பு: "ஜாதியற்றவளின் குரல்" நூலில் இடம் பெற்றிருக்கும் "33 சதவீத மோசடி" என்ற கட்டுரையின் தொடர்ச்சி இது. இக்கட்டுரையின் நோக்கத்தையும் அர்த்தத்தையும் முழுமையாக புரிந்து கொள்ள வாசகர்கள், "33 சதவீத மோசடி" கட்டுரையை வாசிக்குமாறு கேட்டுக் கொள்கிறேன். இக்கட்டுரை எழுதப்பட்ட காலத்தில் "intersectional politics" / ""intersectional feminism" என்ற கருத்தாக்கம் வளரவில்லை. தற்போது ஓரளவுக்கு விவாதிக்கப்படுகிற சூழலில் என் வாதங்களுக்கான தார்மீக நியாயங்கள் தத்துவ ரீதியாக இப்போதேனும் புரிந்து கொள்ளப்படும் என்று நம்புகிறேன்.

மானுட வாழ்வுரிமையை
அழிக்கும் கவுரவக் கொலைகள்

2

நமக்குத் தெரியும் - ஏன் இங்கு கிராமங்கள் இரண்டாகப் பிரிந்திருக்கின்றன என. நமக்குத் தெரியும் மனிதரை மனிதர் ஏன் வணங்குகிறார்கள் என, வதைக்கிறார்கள் என. நமக்குத் தெரியும், நம் ரத்தமல்லாத ஒருவரை ஏன் ஒடுக்க வேண்டுமென. நமக்குத் தெரியும், ஏன் கருப்பும் வெள்ளையும் கலக்கக் கூடாதென. நமக்குத் தெரியும், ஏன் அதிகாரமும் அடிமைத்தனமும் அழியக் கூடாதென. நமக்குத் தெரியும், மதமும் சாதியும் ஏன் நீடித்திருக்க வேண்டுமென. இங்கு எல்லா அநீதிகளும் தெரிந்தேதான் நடந்தேறுகின்றன. நாம்தான் நேரடியாகவோ, மறைமுகமாகவோ அவற்றை நடத்துகிறோம். ஆனால் எதுவுமே நடவாதது போல் நடிப்பதே நலமாகத் தெரிகிறது!

விரும்பியபடியே மிக வசதியான ஒரு வாழ்க்கையை வாழ்வதாக நாம் கற்பனை செய்து கொண்டுள்ளோம். சாதி, மத, பாலின மற்றும் வர்க்க ரீதியான பாகுபாடுகள் மலிந்திருக்கும் ஒரு சமூகத்தில் - இக்கற்பனை மிக மூர்க்கமானது, சுயநலமிக்கது. சுயநலங்கள் எப்போதும் தற்காலிக சுகங்களை மட்டுமே அளிக்கின்றன. இந்த உண்மையை ஏற்க மறுத்து வாழ்கிறோம். பிறரையும் அப்படி வாழ அறிவுறுத்துகிறோம். நமக்கு நேராத எதுவும் நம் துயரமல்ல. நமக்கு நேராத வரை, எந்த அநீதியும் ஏதோவொரு வகையில் நீதியே! கண்களும் காதுகளும் உணர்வுகளும் மரத்துப் போயிருந்தால் மட்டுமே இங்கு "நல்வாழ்வு" சாத்தியப்படுகிறது.

சட்டப்பூர்வமாக ஜனநாயகத்தைக் கொண்டாடும் ஒரு நாட்டில் தன் கருத்தை சொல்வதோ, விரும்பிய வாழ்க்கையை வாழ்வதோ,

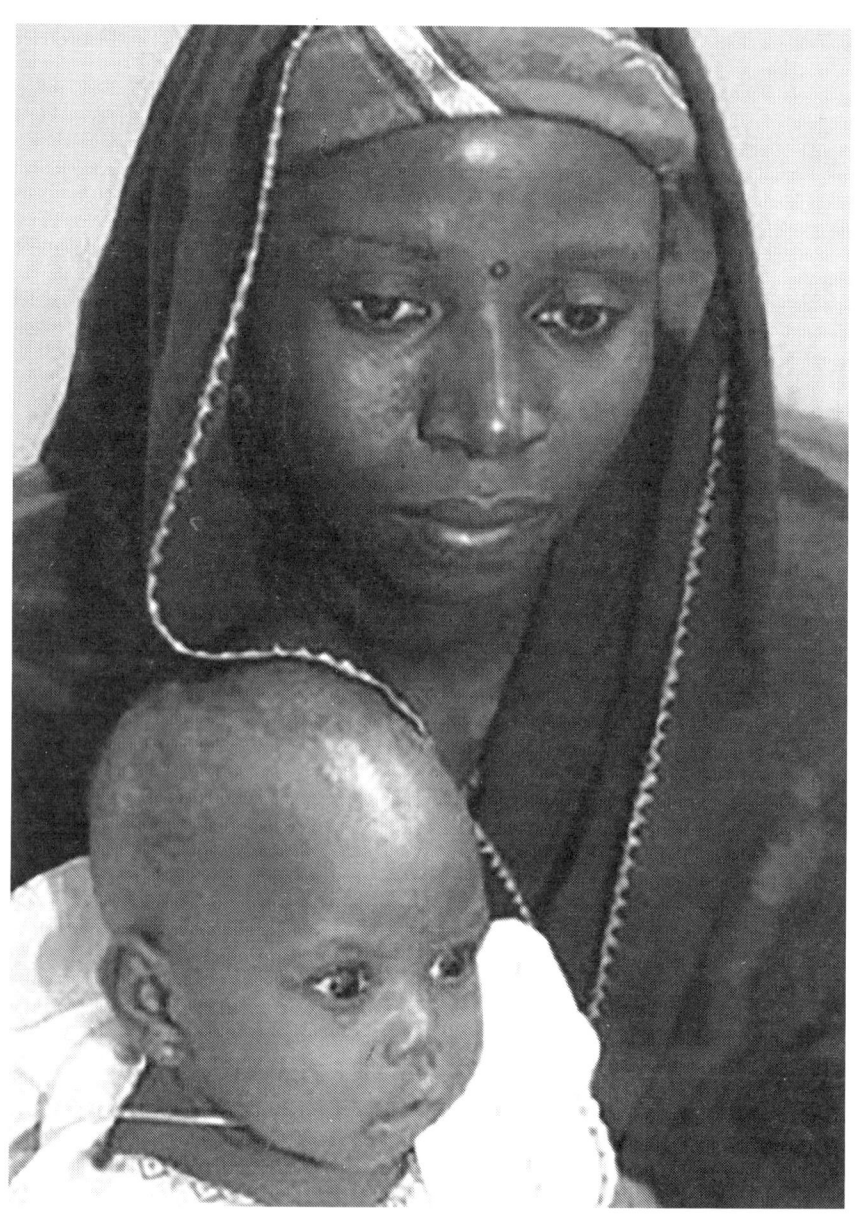

சுய மரியாதையோடு தலை நிமிர்வதோ அத்தனை எளிதானதாக இல்லை. காரணம், ஆழமாக நீண்டு கிடக்கும் பாகுபாட்டின் வேர்கள், ஒவ்வொருவர் கால்களையும் கழுத்தையும் இறுக்கிப் பிடித்திருக்கின்றன. மத நம்பிக்கைக்கு புறம்பாகவோ, சாதியை மீறியோ ஒருவர்

செயல்பட விளைந்தால், இந்த வேர்கள் இரக்கமில்லாமல் முறுக்கிக் கொல்கின்றன.

கவுரவக் கொலைகளாக இன்று ஊடகங்கள் பிரபலப்படுத்திக் கொண்டிருக்கும் சாதி - மத வக்கிரக் கொலைகள் நவீனக் குற்றமல்ல. பல நூற்றாண்டுகளாக பல நாடுகளிலும் ஊறிக் கிடக்கும் கொடுமைதான். விலங்குகளைப் போல வாழ்ந்து வந்த மனிதர்கள், சில நெறிகளோடு வாழத் தலைப்பட்டு, மதங்களையும் குடும்ப அமைப்பையும் உருவாக்கினர். குழுக்களாக வாழ்ந்து வந்த மனித இனத்தில் பலமுள்ள, தகுதியுள்ள யாரும் தனிக் குழுவை அமைத்து தலைமையாக மாறிவிட முடிந்த காலத்தில் - தனக்கு சேவை செய்ய அடிமை வேண்டுமென நினைத்தவர்களும், உலகின் வளங்களை தான் மட்டுமே அனுபவிக்க விரும்பியவர்கள், மதங்களையும் குடும்ப அமைப்பையும் பயன்படுத்திக் கொண்டனர்.

மதங்கள் மனிதர்களைப் பாகுபடுத்தி பிரித்து வைத்தன. குடும்ப அமைப்பு பெண்களை சிறைப்படுத்தியது. மதங்கள் மனிதர்களை ஆளத் தொடங்கிய பின்னர், குடும்ப அமைப்பு வலுப்பெறத் தொடங்கிய நிலையில், பெண்கள் சக உயிரினம் என்பதே ஆண்களுக்கு மறந்து போனது. ஒரு பண்டத்தைப் போல, சொத்துகளைப் போல பெண்கள் கருதப்பட்டனர், பாதுகாக்கப்பட்டனர்.

ஒவ்வொரு ஆணும், தான் சார்ந்த மதத்தின் அடையாளச் சின்னங்களாக, தன் மதம் போதிக்கும் கட்டுப்பாடுகளைத் தாங்கி நிற்கும் பண்பாட்டுத் தூண்களாக பெண்கள் திகழ வேண்டுமென எதிர்பார்த்து, அதை செயல்படுத்தவும் செய்தனர். தனிப்பட்ட முறையில் தனக்கென உரிமைகளோ, மரியாதையோ வேண்டுமென கருதவில்லை. மத விதிமுறைகளைப் பின்பற்றுவதே தனக்கான கவுரவமாக ஆண்கள் கருதத் தொடங்க, அந்த பாரம் முழுவதும் பெண்கள் மேல் விழுந்து அழுத்தியது. வீட்டை விட்டு வெளியேறவும், உடலைப் பேணவும், பேசவும், சிரிக்கவும், நிமிரவும், கற்கவும், அறிவைப் பெருக்கவும் தடை விதிக்கப்பட்டது. பெண்களை அடிமைப்படுத்துவதிலும் கவுரவச் சின்னமாக வளர்ப்பதிலும் உலகின் எந்த மதமும் எதற்கும் சளைத்ததில்லை என்றாலும், கவுரவக் கொலைகள் பெருமளவில் நடந்தேறுவது - இஸ்லாத்திலும் இந்து மதத்தின் சாதியக் கட்டமைப்பிலும்தான்.

குடும்பத்திற்கோ, சாதிக்கோ, மதத்திற்கோ "களங்கம்" உண்டாகும்

ஜெயராணி

57

வகையில் ஒரு பெண் நடந்து கொண்டால், அந்தப் பெண்ணை குடும்பத்தினரோ, சாதிக்காரர்களோ, மதத்தினரோ வெளிப்படையாகவே கொலை செய்யலாம். இக்கொலைகளை சட்டத்திற்கு அஞ்சி, மறைமுகமாக நிகழ்த்த வேண்டிய அவசியமில்லை. குடும்ப மற்றும் சாதி - மத மரியாதையைக் காப்பாற்ற நிகழ்த்தப்படும் இக்கொலைகளை, குற்றமாக சாதி - மத ஆதிக்கவாதிகள் கருதுவதில்லை. குடும்பத்திற்கும் சாதிக்கும் மதத்திற்கும் களங்கம் ஏற்படுத்துபவரை கொல்வதன் மூலம், இழந்த கவுரவத்தை திரும்பப் பெறுவதாக ஆறுதலடைகின்றனர். உறவுகள் மற்றும் சக சாதிக்காரர்கள் முன்னிலையில் தலை நிமிர்ந்து நடக்க இந்த கவுரவக் கொலைகள் உதவுகின்றன!

கவுரவக் கொலை என்பது, எந்தப் பாலினத்தையும் குறிக்காத பொது சொல்லாடல். ஆனால் 99 சதவிகிதம் இதற்கு பலியாவது பெண்களே! இஸ்லாமிய மதத்தைப் பொருத்தவரை, மதக் கட்டுப்பாடுகள் பெரும்பாலும் பெண்களை குறி வைத்தே உருவாக்கப்பட்டிருப்பதால், பெரும்பாலும் இந்த கவுரவக் கொலைகளுக்கு பலியாவது முஸ்லிம் பெண்கள்தான். எகிப்து, ஜோர்டான், மொராக்கோ, பாகிஸ்தான், துருக்கி, ஏமன், அரபு நாடுகள் மற்றும் பிற பெர்ஷிய, வளைகுடா நாடுகளிலும் பிரான்ஸ், ஜெர்மனி மற்றும் இங்கிலாந்து போன்ற மேற்கத்திய நாடுகளில் புலம் பெயர்ந்து வாழும் முஸ்லிம்களிடமும் கவுரவக் கொலை வழக்கம் மிகத் தீவிரமாக கடைப்பிடிக்கப்பட்டு வருகிறது.

ஒவ்வொரு அசைவும் நெருங்க கண்காணிக்கப்பட்டு, மத விதிமுறைகளில் இருந்து இம்மி பிசகினாலும் சொந்த உறவுகளாலேயே மரண தண்டனை பெறுகின்றனர் பெண்கள். உடைக் கட்டுப்பாட்டில் குறை வைத்தாலோ (இங்கு குறை என்பது பர்தா அணியாததையோ, நாகரிக உடைகளில் நடமாடுவதையோ குறிக்கவில்லை. கால் சுண்டுவிரல் தெரிந்தாலும் அது கொலைக் குற்றமே) குடும்பத்தினரால் நிச்சயிக்கப்படும் திருமணத்தை மறுத்தாலோ, தன் விருப்பத்திற்கு திருமணம் செய்ய முயன்றாலோ, திருமணத்தை மீறிய பாலியல் உறவுகளில், தன்பாலீர்ப்புக் கொண்டிருந்தாலோ கொடுமைக்கார கணவனோடு வாழ மறுத்தாலோ - மதக் கட்டுப்பாடுகளை மீறியதாக கொலை செய்யலாம்.

இதில் கொடுமை என்னவென்றால், ஒரு பெண் வல்லுறவுக்கு ஆளானாலும் கவுரவம் பறிபோனதாக, பாதிக்கப்பட்ட பெண் கவுரவக் கொலை செய்யப்படுவார். பத்தாண்டுகளுக்கு முன்னர்,

உலக நாடுகளிடம் அடைக்கலம் கேட்டு அலைந்த அமினா லாவல் என்ற நைஜீரியப் பெண்ணை எவரும் மறந்திருக்க முடியாது. மனித உரிமைகளை மதிப்போரை பதற்றத்திற்குள்ளாக்கிய கொடூரம் அது. கணவனை இழந்த அமினா, முகம் தெரியாத நபரால் வல்லுறவு செய்யப்பட்டு, கர்ப்பமடைந்த நிலையில், இஸ்லாமிய சமூகத்திற்கு களங்கம் உண்டாக்கியதாக அமினாவை கல்லால் அடித்துக் கொல்லத் துடித்தனர் மதவாதிகள். குழந்தை பிறக்கும் வரை அவருக்கான தண்டனை ஒத்திவைக்கப்பட்டது. உயிர் வாழ வேண்டிய கட்டாயத்தில் உலகத்தின் முன் மன்றாடினார் அமினா. தன் குழந்தையை இறுக அணைத்தபடி போராடிய அமினாவின் முகம், இரக்கம் கொண்ட இதயங்களை சஞ்சலப்படுத்தியது. கடைசி வரை அவரை கொன்று விடத் துடித்த மதவாதிகளிடமிருந்து தப்பித்தார் அமினா. கவுரவக் கொலை அச்சுறுத்தலுக்கு, அமினா தொடக்கமும் அல்ல முடிவும் அல்ல.

மதவெறியும் ஆணாதிக்கமும் எத்தனை கொடூரமானது என்பதற்கும், அவை ஒருபோதும் மனித உரிமைகளை மதிப்பதில்லை என்பதற்கும் வெட்ட வெளிச்சமான எடுத்துக்காட்டுதான் கவுரவக் கொலைகள். இது ஏதோ என்றோவொரு நாள் உலகின் ஏதோவொரு மூலையில் நடக்கும் அவலம் அல்ல. அய்க்கிய நாடுகள் அவை - ஒவ்வொரு ஆண்டும் அய்யாயிரம் கவுரவக் கொலைகள் நடந்தேறுவதை உறுதி செய்துள்ளது. துருக்கியில் வாரம் ஒரு கொலை, லெபனானில் மாதம் நான்கைந்து கொலைகள், பாகிஸ்தானில் ஒவ்வொரு ஆண்டும் பத்தாயிரம் கொலைகள் என ஒவ்வொரு நாடும் அளிக்கும் புள்ளி விவரம் நம்மை அதிர்ச்சியில் உறையச் செய்கின்றன.

கவுரவக் கொலைகள் மத நலனுக்காகவும் கவுரவத்தை மீட்கவுமே நடத்தப்படுவதால், அது குற்றச் செயலாகக் கருதப்படுவதில்லை. இக் குற்றம் மிகத் தீவிரமாக நடந்தேறும் பல நாடுகளில் குற்றவாளிகளுக்கு தண்டனை கிடைப்பதில்லை அல்லது குறைந்த அளவிலான சிறை தண்டனையோடு தப்பித்து விடுகின்றனர். தண்டனைகள் கடுமையாக இல்லாததால், கொலை செய்தாலும் ஓரிரு ஆண்டுகளில் வெளி வந்துவிடலாம் என்ற துணிச்சல் மதவாத ஆண்களின் கவுரவ உணர்வை மேலும் தூண்டுகின்றன. பதினெட்டு வயதிற்குட்பட்ட குடும்ப உறுப்பினரைக் கொண்டு கொலை செய்தால், சிறார் சட்டப்படி தண்டனை கிடைக்கும் எனக் கருதி, சிறுவர்களைக் கொண்டு கொலை செய்வதும் நடக்கிறது.

ஜெயராணி

1999 இல் வடமேற்கு பாகிஸ்தானைச் சேர்ந்த மனநலம் பாதிக்கப்பட்ட 16 வயது சிறுமி வல்லுறவு செய்யப்பட்டாள். உடனே காவல் துறைக்கு தெரிவிக்கப்பட்டு குற்றவாளி கைது செய்யப்பட்டிருந்த நிலையில், உள்ளூர் பஞ்சாயத்து கூடி, பாதிக்கப்பட்ட சிறுமி கற்பை இழந்து குடும்பத்திற்கு அவமானத்தை உண்டாக்கி விட்டதாக கொதித்தனர். எல்லோர் முன்னிலையிலும் சிறுமியை அடித்துக் கொல்ல முடிவு செய்து, சிறுமியின் பருவ வயது சகோதரர்களைக் கொண்டே அக்கொடுமையை நடத்தினர்.

பெரும்பாலான கவுரவக் கொலைகள் தற்கொலைகளாகவும் விபத்துகளாகவும் சித்தரிக்கப்பட்டு, புள்ளிவிவரங்களுக்குள் வராமல் தப்பிக்கின்றன. பாகிஸ்தானில் "கரோ கரி" என்ற பெயரில், துளி கருணையுமின்றி பெண்களை கொலை செய்வது தொடர்கிறது. நிச்சயிக்கப்பட்ட திருமணத்தை மறுத்ததற்காக, மூன்று பெண்கள் உயிரோடு புதைக்கப்பட்ட கொடுமையும், எட்டு மாத கர்ப்பிணியாக இருந்த மகளை மாமனார் சந்தேகப்பட்டதால் தகப்பனே கொடுமைப்படுத்தி, கொலை செய்ததும் மனித உரிமை ஆர்வலர்களை உறைய வைத்தாலும் மத நம்பிக்கை கொண்ட மக்களையும் அரசையும் எந்த விதத்திலும் அது அசைக்கவில்லை. ஆண் எனும் சர்வாதிகாரி மதம் என்னும் ஆயுதத்தைக் கொண்டு தன்னை ஒடுக்குகிறான் என்ற புரிதலின்றி பெண்களும் இந்த கொடூரத்தை ஆதரிக்கவே செய்கின்றனர். "குடும்பத்தில் உள்ள பெண்கள் - தாய், மாமியார், சகோதரி - கவுரவக் கொலைகளை ஆதரிக்கின்றனர். இது அவர்களது சமூக மனநிலை" எனப் பதிவு செய்கிறது அம்னஸ்டி இன்டர்நேஷனல். தங்கள் மீதான ஒடுக்குமுறைகளை ஒடுக்கப்பட்டோரே நியாயப்படுத்தும் பாடத்தை, மதங்கள் எப்போதோ கற்றுக் கொடுத்துவிட்டன.

சமூக வலைதளமான "பேஸ்புக்" கில் ஆணுடன் உரையாடியதற்காகவும், வானொலியில் நண்பர் ஒருவரால் பாடல் சமர்ப்பிக்கப்பட்டதற்காகவும் தந்தையரே மகள்களை கொன்றிருக்கின்றனர். மத அடிப்படைவாதிகளைப் பொருத்தவரை, பெண்கள் ஆண்களின் உடைமை. அவ்வளவே. அவர்களுக்கென தனியாக உயிர் இருக்கிறது என்பதைக் கூட ஆண்களின் ஆதிக்க மனம் ஏற்றுக் கொள்வதில்லை என்பதையே இந்த கொடூரங்கள் உணர்த்துகின்றன. இஸ்லாமிய நாடுகளில் புரையோடிப் போன கவுரவக் கொலை வழக்கம், இந்தியாவில் படிந்திருப்பது ஜாதி

வடிவத்தில். உலகளவில் எந்த அநீதியை சுட்டிக்காட்டினாலும் அது சாதிக் கொடுமையில் இடம் பிடிக்காமல் போகாது.

இந்தியாவிற்கு வெளியே நடக்கும் கவுரவக் கொலைகள், மதக் கட்டுப்பாடுகளையும் ஆணாதிக்கத்தையும் நிலைநிறுத்த நடத்தப்படுகின்றன. இந்தியாவில் அவை இடம்பெறுவது சாதிக்காக. இங்கு எந்தவொரு மனிதருக்கும் சாதிதான் முதல் அடையாளம். பிறப்பிலிருந்து இறப்பு வரை எல்லா நிகழ்வுகளிலும் சாதியை அழுந்த பதித்துவிட, ஒவ்வொரு சாதியினரும் முனைப்புக் காட்டுகின்றனர். இவர்கள் தங்கள் சாதி அடையாளத்தையும் கவுரவத்தையும் நிலை நிறுத்துவது திருமணங்களில்தான். தன் சாதிக்காரரரை வரன் பார்த்து, தன் சாதிக்காரர்களை அழைத்து, தன் சாதிக்குரிய சடங்குகளோடு, தன் சாதி தலைவர் தலைமை தாங்க திருமணத்தை கோலாகலமாக நடத்தி முடிப்பதை, ஆதிக்க சாதியினர் வாழ்வின் லட்சியமாகவே கொண்டிருக்கின்றனர். திருமணத்தை மீறியதோர் சாதிய நிகழ்வு அவர்களுக்கு இல்லை. பிள்ளைகளின் காதல் செயல்பாடுகளால் இந்த லட்சியத்திற்கு இடையூறு நேரும் போது, சொந்த சாதிக்காரர்களிடம் தலைகுனிவு உண்டாவதாகப் பதறுகின்றனர்.

ஆதிக்க சாதியினரைப் பொருத்தவரை, காதல் என்பது கெட்ட வார்த்தை! சாதி மறுப்புத் திருமணம் செய்த மகன்/மகளை அல்லது அவர்கள் நேசித்தவரை அல்லது இருவரையும் கொலை செய்வதன் மூலம் - சாதியின் மீது படிந்த கரையைத் துடைப்பதாக நினைத்துக் கொள்கின்றனர். சாதியின் பெயரால் நடக்கும் இந்த கவுரவக் கொலைகளுக்கு காலங்காலமாக பலிகள் விழுகின்றன. வட இந்தியாவின் பஞ்சாப், ஹரியானா, ராஜஸ்தான், பீகார் போன்ற மாநிலங்களிலேயே கவுரவக் கொலைகள் அதிகம் நடப்பதாக சுட்டிக் காட்டப்பட்டாலும், உண்மையில் சாதி எங்கெல்லாம் வேரூன்றி இருக்கிறதோ, அங்கெல்லாம் கவுரவக் கொலைகள் நடக்கிறது என்பதே உண்மை.

கிராமப்புறங்கள் சாதியின் பிறப்பிடமாகத் திகழ்கின்றன. இன்றும் சாதிக்கு கட்டுப்பட்டுதான் மக்கள் வாழ்ந்தாக வேண்டும். இவர்களுக்கு அரசமைப்புச் சட்டமெல்லாம் இரண்டாம் பட்சம்தான். சாதி பஞ்சாயத்துகளின் சட்டதிட்டங்கள்தான் முக்கியமானவை. ஊராகவும் சேரியாகவும் பிரிந்து கிடக்கும் கிராமங்கள் முழுக்க முழுக்க, ஆதிக்கசாதியினரின் கட்டுப்பாட்டில்தான் இயங்குகின்றன. ஊர்க் கட்டுப்பாடு என்ற பெயரிலும், சாதி வழக்கம்

என்ற முறையிலும் இங்கு நடந்தேறும் அநீதிகள், கற்காலத்திற்கும் ஒத்துவராத உரிமை மீறல்கள். சாதி விதிகளை ஒடுக்கப்பட்டவர்கள் மீறினால், அவர்களுக்கு மிகக் கொடுமையான தண்டனைகளை வழங்குகின்றன ஊர் பஞ்சாயத்துகளான சாதிப் பஞ்சாயத்துகள்.

காதல் கொண்டு, ஆதிக்க சாதியினரும் தாழ்த்தப்பட்டோரும் திருமணம் செய்தால், அவர்களை தேடிக் கண்டுபிடித்து கொலை செய்துவிட வெறியோடு அலைகின்றனர். வேற்று சாதியைச் சேர்ந்த காதலர்கள் ஊரைவிட்டு ஓடிவந்து நகரத்தின் நெரிசலில் முகம் தெரியாத மனிதர்களிடையே வாழ்ந்துவிட சிறிதளவேனும் இன்று வாய்ப்பிருப்பதாக நாம் நம்புகிறோம். அது உண்மையல்ல. காதலுக்காக உயிரை விட்டவர்களுக்கும் உயிருக்காக காதலை விட்டவர்களுக்கும் இடையில் - சாதி மட்டும் தன் இருப்பை நிலைநாட்டியிருப்பது கண்கூடாகத் தெரியும். ஆதிக்க சாதியினர் தலித்துகளை கொன்றால் அது வன்கொலை. ஆதிக்க சாதியினர் சாதிக்காக தன் சாதியினரையே கொன்றால் அது கவுரவக் கொலை. வித்தியாசம் அவ்வளவே. விளைவு ஒன்றுதான்.

மதுரை மாவட்டம் கட்டிக்குளத்தை சேர்ந்த மேகலாவும் எம். புட்டுக்குளத்தைச் சேர்ந்த சிவக்குமாரும் காதலித்து வந்தனர். ஒரே சாதியை சேர்ந்தவர்கள் என்றாலும் வசதியில் குறை இருந்ததால், தொழிலதிபர்களும் அரசியல்வாதிகளும் சூழ வேறொருவருக்கு மணம் முடித்து வைக்கப்பட்டார். மேகலா சில வாரங்களில், சிவக்குமாருடனேயே புதுக்கோட்டைக்கு சென்றுவிட்டார். இருவரும் அங்கேயே தங்கியிருந்த நிலையில், தீவிர தேடுதலுக்குப் பின்னர் மேகலாவின் தந்தை விஜயன் அவர்களை கண்டுபிடித்து, இருவரையும் ஊர் பெரியவர்கள் முன்னிலையில் சேர்த்து வைப்பதாகக் கூறி அழைத்து வந்தார். சிவக்குமாரை அழைத்துச் சென்ற விஜயன் திரும்பி வரும் போது, அவர் அணிந்திருந்த சட்டை முழுவதும் ரத்தக்கறை.

சிவா எங்கே என்று கேட்டு மேகலா கதற, குடும்ப மானத்தை கெடுத்துவிட்டதாக சாடியபடி எல்லோருமாக சேர்ந்து, மேகலாவை மிக மோசமாகத் தாக்கத் தொடங்கினர். கட்டிக்குளத்திலேயே சிவாவை கொன்றுவிட்டு தந்தை விஜயனும் அண்ணன் பிரபாகரனும் தலைமறைவாக, மேகலாவால் இழந்த சாதி கவுரவத்தை சிவாவைக் கொன்று மீட்டுவிட்டதாக சாதிக்காரர்கள் பெருமைப்படுகின்றனர். "கல்யாணத்துக்கப்புறம் மக ஓடிப் போனா, விஜயன் எப்படி தலை

நிமிர்ந்து நடக்க முடியும்? கொலை செஞ்சதுக்கப்புறம் ஜாதி கவுரவத்தை காப்பாத்திட்டதா எல்லோரும் பெருமைப்படுறாங்க" என்கிறார், கட்டிக்குளத்தைச் சேர்ந்த முதியவர்.

அதே ஊரைச் சேர்ந்த இளைஞர்கள் சொல்லும் நியாயம், சாதிக்கு இன்னும் வலு சேர்ப்பதாக உள்ளது. "சிவக்குமார் தாழ்த்தப்பட்டவனா இருந்திருந்தா, அவனை கொலை செய்றதுல ஒரு நியாயம் இருக்கு. ஆனா ஒரே ஜாதியில் இருந்துட்டு அவனை கொன்னது சரியில்லை" என்கிறார்கள். "எவிடன்ஸ்" மனித உரிமை அமைப்பின் பாதுகாப்பில் இருக்கும் மேகலா, தன் உறவுகளால் எப்போது வேண்டுமானாலும் கொலை செய்யப்படலாம் என்ற அச்சத்தில் சிகிச்சை பெற்று வருகிறார் ("இந்தியன் எக்ஸ்பிரஸ்" சூலை 18, 2010). மகளின் வாழ்வே சிதைந்தாலும் சரி, கொலைப்பழியில் சிறைக்கு சென்றாலும் சரி, சாதி கவுரவமே முக்கியம் என்று கருதும் மனநிலையை எந்த வக்கிரத்தில் சேர்ப்பது?

ஆழமாக வேரூன்றியிருக்கும் சாதியை அழிக்கவல்ல ஆயுதமாக - காதலும் சாதி மறுப்புத் திருமணங்களும் இருப்பதாலேயே இந்த சாதிய சமூகம் அதை எதிர்க்கிறது. முன்பைப் போல அல்ல. இன்றைய இளைஞர்களுக்கு சந்திப்பதற்கும், பேசிக் கொள்வதற்கும் வாய்ப்புகள் அதிகம். சாதியில் ஊறிய மனதை காதல் மட்டுமே தூய்மைப்படுத்த வல்லது என்ற நிலையில், சாதி மாறி காதலிப்பவர்களுக்கான எச்சரிக்கையாகவே "கவுரவ"க் கொலைகள் நிகழ்த்தப்படுகின்றன. சாதி மறுப்புத் திருமணம் செய்கிறவர்களின்

குடும்பத்தை ஊரார் தள்ளி வைப்பதும், வீட்டிலிருக்கும் மற்ற பெண்களின் எதிர்காலம் பாதிக்கப்படும் என கற்பனை செய்து கொள்வதும் காதலர்களை உடனே தண்டிக்க விரட்டுகிறது.

வீட்டுப் பெண்களுக்கு சாதி ஒழுக்கத்தையும் குடும்ப கவுரவத்தையும் கற்றுக் கொடுக்காமல் வளர்த்துவிட்டதாக உண்டாகும் பழியில் இருந்து தப்பிக்க அரிவாளைத் தூக்குகின்றனர். வேறு என்ன செய்தாலும் சாதி வெறியை திருப்திப்படுத்த முடியாது என்பதாலேயே கொலை செய்து கோபத்தை ஆற்றிக் கொள்கின்றனர். தனிமனித கவுரவத்தோடு சேர்த்து ஊட்டி வளர்க்கப்படும் சாதியை, காதல் எனும் கால்களால் மிக எளிதாக எட்டி உதைப்போர் அதற்கு கொடுக்கும் விலை அவர்களது உயிர்.

காதல் என்பது தனிப்பட்ட நபரின் விருப்பம். அது பிரச்சனைக்குரியதானால், அதிகபட்சமாக அந்த குடும்பம் மட்டுமே எதிர்வினையாற்ற வேண்டும். ஆனால் இங்கு ஏன் எட்டுப்பட்டி ஜனங்களும் கூடி முடிவெடுக்கிறார்கள்? ஏனென்றால், சாதியால் தனியாக இயங்க முடியாது. அதுவொரு கும்பல் மனப்பான்மை. தனியாக இயங்க நேர்ந்தால் அது அழிந்து போகும். தனிமனித விருப்பங்களை சாதி விருப்பங்களாக மாற்றுவதும், சாதி கட்டுப்பாடுகளைக் கொண்டு தனிநபர் விருப்பங்களை முடக்குவதுமாக - மனித உரிமைகளுக்கும் ஜனநாயகத்திற்கும் கடுமையான சவாலாகத் திகழ்கிறது சாதி. சாதிக்கு முக்கியத்துவம் கொடுப்போருக்கு தனிப்பட்ட வாழ்க்கை என ஒன்று கிடையவே கிடையாது. எல்லாமே பொது. எல்லாமே சாதிக்கானது. அதனால்தான் குடும்பத்தில் ஒரு பிரச்சனை என்றாலும் ஊரே உள்ளே நுழைந்து உசுப்பேற்றி விடுகிறது. இது போன்ற காட்சிகளெல்லாம் திரைப்படங்களில் மட்டுமே நடப்பதைப் போல நாம் புலன்களை பூட்டிக் கொள்கிறோம்.

நிலக்கோட்டை வட்டம் மலைப்பட்டியைச் சேர்ந்த சங்கீதாவின் காதலும் மரணமும், சாதி என்பது இழப்புகளையும் இழிவுகளையும் மட்டுமே உண்டாக்கும் கும்பல் மனப்பான்மை என்பதை உணர்த்தும் பாடம். கம்பளத்து நாயக்கராகப் பிறந்த சங்கீதா, கல்லூரிக்குப் போகும் பேருந்தில் தலித் சமூகத்தைச் சேர்ந்த பாலச்சந்தரை சந்தித்து காதல் கொண்டார். இரண்டாண்டுகள் கடந்த நிலையில் சங்கீதாவின் வீட்டிற்கு இது தெரிய வந்தது. அன்று முதலே சங்கீதா பல வகைகளிலும் கொடுமைப்படுத்தப்பட்டார். இந்நிலையில் பாலச்சந்தரை ரகசியமாக சந்தித்த சங்கீதா, தன்னைத் திருமணம்

செய்துகொள்ளும்படி வற்புறுத்த, இருவரும் ஊரைவிட்டே சென்றனர். பாலச்சந்தரின் ஊரான எத்திலோட்டிற்கு சங்கீதாவை தேடி வந்த உறவினர்களிடம், எப்படியேனும் கண்டுபிடித்து அனுப்பி வைப்பதாக சமாதானப்படுத்தினார், பாலச்சந்தரின் தாய் லீலாவதி. ஆனால் சங்கீதா பெற்றோருடன் போக மறுக்கவே, உதவி கேட்டு நிலக்கோட்டை காவல் நிலையத்திற்கு போனார் லீலாவதி. விளைவு, அங்கு சங்கீதா அவரது பெற்றோருடன் அனுப்பி வைக்கப்பட்டார்.

காவல் நிலையத்தில் வைத்தே சங்கீதாவை அடித்து உதைத்தனர் உறவினர்கள். பதினைந்து ஊர்களைச் சேர்ந்த கம்பளத்து நாயக்கர்கள் ஒன்று கூடி, சங்கீதாவிற்கு தகுந்த பாடம் புகட்ட முடிவு செய்தனர். அதன்படி, மாட்டுக் கொட்டடியில் சங்கிலியால் பிணைக்கப்பட்டு கிடத்தப்பட்டார். நாய் தட்டில்தான் அவருக்கு உணவு கொடுக்கப்பட்டது. தாழ்த்தப்பட்டவரை காலித்ததால், சாதிக்கு களங்கம் உண்டானதாக ஊரையே கழுவி சுத்தம் செய்தனர். ஊர் கோயிலுக்கு வெள்ளையடிக்கப்பட்டது. சரியாக மூன்றாவது நாள், சங்கீதாவிற்கு விஷ ஊசி போட்டுவிட்டு உயிர் பிரிவதற்கு காத்திருந்தனர். ஆனால் உயிர் ஒட்டிக் கொண்டிருக்கும் போதே, தோட்டத்தில் வைத்து எரித்து, அந்த சாம்பலை "கெட்ட ஆவிகள்" தாக்காமல் இருக்க ஊரைச் சுற்றி தூவினார்கள் (*"இந்தியன் எக்ஸ்பிரஸ்" சூலை 18, 2010*).

கிராமப்புறங்களில் கல்வியறிவு பெறாமல் இன்றும் மரத்தடியில் அமர்ந்து நீதிபதிகளைப் போல தீர்ப்பு சொல்லும் மக்கள் மட்டுமல்லர்; படித்து உச்ச நீதிமன்றத்தின் நீதிபதியானாலும் நாட்டின் முதல் குடிமகனாக அமர்ந்தாலும் சாதிக்குதான் முதல் மரியாதை. கடந்த ஏப்ரல் மாதம் ஜார்கண்ட் மாநிலத்தைச் சேர்ந்த செய்தியாளர் நிருபமா பதக், அவரது வீட்டிலேயே சடலமாகக் கிடந்தார். நிருபமா மின்சாரம் தாக்கி இறந்துவிட்டதாக முதலில் தெரிவித்த பெற்றோர், பின்னர் ஒரு தற்கொலை கடிதத்தை காண்பித்து, அவர் மின்விசிறியில் தூக்குப் போட்டுக் கொண்டதாகக் கூறினர். ஊடகங்களில் நிருபமாவின் மரணம் பரபரப்பைக் கிளப்பிய நிலையில், அவருடைய பிரேத பரிசோதனை அறிக்கை வந்து சேர்ந்தது. இறக்கும் போது நிருபமா மூன்று மாதங்கள் கர்ப்பமாக இருந்ததாகவும், அவர் மூச்சுத் திணறி இறந்திருப்பதாகவும் அறிக்கையில் குறிப்பிடப்பட்டு, அதன் பின்னரே இது கவுரவக் கொலை என தெரிய வந்தது. பார்ப்பனரான நிருபமா, வேற்று சாதியை சேர்ந்த ஒருவரை காதலித்து கர்ப்பமடைந்திருக்கிறார்.

இதை சகிக்க முடியாத தாய் சுதா தேவியே மகளை கொன்றிருக்கிறார். சாதி ஆதிக்கத்தை கட்டிக் காப்பாற்றுவதில் பெண்களும் ஆண்கள் அளவிற்கு வெறியுடனேயே இருக்கிறார்கள் என்பதற்கு சுதா தேவி ஓர் எடுத்துக்காட்டு.

அநீதி என்பது ஒன்றே ஒன்றுதான். உடல் ரீதியாகவோ, மன ரீதியாகவோ, சமூக ரீதியாகவோ மனிதரை மனிதர் ஒடுக்கும் அவலம். அதற்கு வேறு முகங்களோ, வடிவங்களோ இல்லை. அது மதத்தாலோ, சாதியாலோ, இன, பாலின, வர்க்க வேறுபாடுகளாலோ விழைந்திருக்கலாம். ஏதோவொரு வரையறைக்குள் அநீதியை எதிர்ப்பவர்களுக்குதான் குழப்பம். ஆனால் அநீதியை நிகழ்த்துவோருக்கு, எந்தப் பாகுபாடுமில்லை. ஆதிக்க வெறி கொண்ட ஓர் மதவாதி பிற மதத்தினரை அழிப்பதையும், ஒடுக்கப்பட்டோரை வன்கொடுமைகள் செய்து துன்புறுத்துவதையும், பெண்களை அடிமைப்படுத்துவதையும் ஒருசேர செயல்படுத்துகிறார். ஆனால் அநீதியை எதிர்ப்போர் தங்களது எதிர்ப்பை பங்கிட்டுக் கொள்கின்றார்; வரையறைப்படுத்தி வைத்திருக்கின்றனர். விளைவு, மத ஆதிக்கத்தை எதிர்ப்போர் சாதியை சாடுவதில்லை. சாதியை அழிக்க விழைவோர் மதத்தை எதிர்ப்பதில்லை. இவ்விரு பிரிவினருக்கும் பெண்ணடிமைத்தனம் ஒரு பொருட்டே அல்ல. அதனாலேயே இங்கு ஆதிக்கவாதிகள் வலிமைமிக்கப் பிரிவினராக வளர்ந்து கொண்டே இருக்கின்றனர்.

என்ன மனிதர்கள் நாம்? சாதி எனும் இழிவை கட்டிக் காக்க, இன்னும் எத்தனை கொடுமைகளை சக மனிதருக்கு எதிராக இழைக்கப் போகிறோம்? இல்லையெனில், மனித உரிமைகளை சிதைக்கும் இது போன்ற கொலைகளை, இன்னும் எத்தனை காலத்திற்கு வேடிக்கை பார்க்கப் போகிறோம்? இதுதானா கவுரவம்? ஓர் உயிரை அழித்து, வாழ்வின் நிம்மதிகளைத் தொலைத்து, கவுரவமென்று எதை அடைகிறோம்? வீட்டை விட்டு ஓடி வரும் காதலர்கள் காவல் நிலையத்தில் தஞ்சம் புகுந்தால், அங்கும் சாதி உணர்வாளர்களே அதிகாரிகளாக இருக்கின்றனர் அல்லது லஞ்சத்தைப் பெற்றுக் கொண்டு காதலர்களைப் பிரிப்பதில் காவல் துறையே முன்னின்று செயல்படுகிறது. காதலர்களுக்கு பாதுகாப்பளிக்கவென இங்கு அமைப்புகள் இல்லை. கவுரவக் கொலை, கவுரவக் கொலை என கத்திக் கொண்டிருக்கிறோமே தவிர, சாதி வேலியைக் கடந்து ஊருக்குள் சென்று சட்டத்தாலும்கூட அவற்றைத் தடுத்து நிறுத்த முடியவில்லை.

சாதி விஷயத்தில் தலையிட்டு கலவரம் உண்டானால், ஆட்சிக்கு களங்கம் உண்டாகுமோவென இது போன்ற விஷயத்தில் எப்போதும் அமைதி காக்கிறது ஆளும் அரசு. முன்பெல்லாம் ஊரைவிட்டு செய்தி கசியாமல் காதோடு காது வைத்தாற் போல நிகழ்த்தப்பட்ட கவுரவக் கொலைகள், தற்பொழுது காட்சி ஊடகங்களின் வெளிச்சத்தில் சர்வதேச கவனத்திற்கு வருகின்றன. கவுரவக் கொலைகள் இதுவரையிலும் கொலை என சட்டத்தால் வரையறுக்கப்படவில்லை. இது வரையிலும் இந்த வகையான கொலைகள், அந்தந்த சாதிக்காரர்களுக்கு வழங்கப்பட்ட உரிமையாகவே இருந்து வருகின்றன. மத்திய அரசு சட்டத்தை மறுபரிசீலனை செய்வதற்காக எட்டு பேர் கொண்ட அமைச்சர் குழுவை நியமித்திருக்கிறது. கவுரவக் கொலைகளை தடுத்து நிறுத்துவதற்காக, இருக்கும் சட்டத்திலேயே கவுரவக்கொலைகளையும் கொலைகளாக சேர்க்கவும் கொலை செய்யும் குடும்பத்தார் மட்டுமின்றி, அதற்கு ஆணையிடும் சாதி பஞ்சாயத்தில் இடம் பெறுவோரையும் குற்றவாளிப் பட்டியலில் இணைக்க இக்குழு பரிந்துரைத்துள்ளது.

கவுரவக் கொலைகளுக்கு கடுமையான தண்டனைகள் விதிக்க தனிச் சட்டம் இயற்றப்பட்டாலும், அது இந்த சாதி வக்கிரக் கொலைகளுக்கு முற்றுப்புள்ளியாக அமைந்துவிடாது. காரணம், சாதிய அத்துமீறல்களுக்கும், தீண்டாமைக் கொடுமைகளுக்கும் கடுமையான தண்டனைச் சட்டங்கள் இருந்தும் - அவை எந்த

ஜெயராணி

விதத்திலும், இந்த சமூகத்தில் மாற்றங்களை உண்டாக்கிவிடவில்லை என்பதை கவனத்தில் கொள்ள வேண்டும்.

அரசியல் கட்சிகள் சாதிப் பெரும்பான்மை பார்த்து, அந்த சாதிக்கேற்ற வேட்டபாளர்களையே நிறுத்துகின்றன. கல்வி நிறுவனங்களை நடத்துவோர் தங்கள் சாதி மாணவர்களுக்கு முன்னுரிமை அளிக்கின்றனர். தனியார் நிறுவனங்கள் சாதி பார்த்தே வேலைக்கு ஆளெடுக்கின்றன. பதவிகளும் உயர்வுகளும் சாதியாலேயே சாத்தியமாகின்றன. சாதி அடையாளத்தை நூறு சதவிகிதம் முழுமையாக எல்லோரும் பயன்படுத்திக் கொள்கின்றனர். இந்திய நாட்டின் ஒவ்வொரு குடிமகனும் சாதியை தன் செல்களுக்குள் சுமந்து கொண்டிருக்கையில், எப்படி ஒழியும் இது போன்ற கொடுமைகள்?

சாதியும் காதலும் இருவேறு எல்லைகள். சாதி என்பது சர்வாதிகாரம். காதல் என்பது ஜனநாயகம். இந்த இரண்டுமே இந்த சமூகத்தில் அழிக்க முடியாததாக நிலைத்திருக்கின்றன. மனிதர்களுக்குள் இயற்கையாக அமைந்துவிட்ட ஜனநாயக உணர்வான காதலை, போலியாக வளர்த்தெடுக்கப்படும் சர்வாதிகாரச் சாதி குணம் வென்றுவிடத் துடிக்கிறது. இப்போராட்டத்தில் செத்து மடிகின்றன உயிர்கள்.

காதலுக்காக, கள்ளக் காதலுக்காக கொலை, வயிற்று வலியால் தற்கொலை என நாம் படிக்கும் செய்திகள் பெரும்பாலும் சாதியால் நிகழ்ந்தவையாக இருக்கின்றன. ஆனால், உண்மையானக் காரணம் மறைக்கப்பட்டு அல்லது பின்னுக்குத் தள்ளப்பட்டு, அது வெறும் உணர்ச்சிவசப்பட்டக் கொலைகளாக சித்தரிக்கப்படுகின்றன. பணத்துக்காகவும், முன் விரோதத்திற்காகவும் நடக்கும் கொலைகளைவிட, உறவுகளால் உண்டாகும் கொலைகளே இங்கு அதிகம். இதற்கான காரணத்தை நாம் ஆய்வு செய்ய வேண்டும். மிக நிச்சயமாக, சாதிக்கு அதில் பெரும்பங்கு இருப்பது தெரியவரும். காதலர்களுக்கு இந்த சமூகத்தில் ஆதரவு, இல்லை, பாதுகாப்பு இல்லை. சாதியை வெல்ல முடியாத நிலையில் அவர்கள் தற்கொலை செய்யத் துணிகிறார்கள் அல்லது குடும்பத்தாரால் கவுரவக் கொலைகளாக நிகழ்த்தப்படுகின்றன.

எப்படிப் பார்த்தாலும் சாதியால் இந்த சமூகத்திற்கு அழிவும் இழப்புமே மிஞ்சுகிறது. ஒவ்வொரு இழையிலும் சாதி படிந்திருக்கிற நிலையில், காதலை வளர்த்தெடுக்கவும், காதலர்களுக்கு

பாதுகாப்பளிக்கவும், சாதி மறுப்புத் திருமணங்களை ஊக்குவிக்கவும் நாம் ஏதாவது செய்தாக வேண்டும். காவல் நிலையங்கள், உள்ளூர் ஆலமரத்தின் கட்டட வடிவமாகவும், காவலர்கள் சாதி பஞ்சாயத்து செய்வோரின் சீருடை வடிவமாகவும் இயங்குகின்றனர். மாற்று சாதியில் காதலிப்பவருக்கு வேலியாக காவல் நிலையங்களே செயல்படுகின்றன. எனவே சிறப்பு அதிகாரங்கள் கொண்ட சமத்துவ மய்யங்களை உருவாக்கி, காதலர்களின் உயிருக்கு பாதுகாப்பளிக்கலாம். சமத்துவ மய்யங்களில் பணியாற்றும் ஊழியர்களுக்கு, சாதி ஒழிப்புப் பற்றிய கலந்தாய்வும் தொடர்ச்சியான பயிற்சியும் வழங்கப்பட்டிருக்க வேண்டும். கல்வியறிவை விடவும் பகுத்தறிவின் அடிப்படையில் முன்னுரிமை வழங்கப்பட்டு, இந்த மய்யங்களில் வேலைவாய்ப்புகள் வழங்கப்பட வேண்டும்.

இதெல்லாம் கனவுதான். நாடாளுமன்றத்தின் இந்த குளிர்காலக் கூட்டத் தொடரில் கவுரவக் கொலைகள் விவாதங்களைக் கிளப்பும் என எதிர்பார்க்கப்படுகிறது. வெறுமனே தண்டனைச் சட்டத்தை மட்டும் இயற்றாமல், சீர்திருத்த நோக்கோடும் சட்டங்களை இயற்ற வேண்டும். மனித நேயத்திற்கும், உரிமைகளுக்கும், வளத்திற்கும் கடும் சவாலாக இருக்கும் சாதியை முடக்கவென முழு வீச்சாக யாரும் செயல்படவில்லை. சாதியை ஒட்டுமொத்தமாக அழிக்காமல், கவுரவக் கொலை என கவுரவமாக அழைக்கப்படும் - சாதி வக்கிரக் கொலைகளுக்கு முற்றுப்புள்ளி வைக்க முடியாது.

(தலித் முரசு - ஜூலை 2010)

குறிப்பு: இக்கட்டுரை எழுதப்பட்ட காலக் கட்டத்தில் ஆணவக் கொலை என்ற பதம் உருவாக்கப்படவில்லை என்பதால் கவுரவக் கொலை என்ற சொல்லாடல் பயன்படுத்தப்பட்டது.

ஜெயராணி

பாலியல் தொழில் எனும்
குற்ற வழக்கம்!

3

அநீதிகளைப் புனிதமாக்கும் நாடு இந்தியா. மனித மாண்பிற்கு புறம்பான அத்தனைக் கொடுமைகளும் இங்கு கடவுளின் பெயராலேயே அரங்கேறுகின்றன. இந்துமதக் கடவுளர்கள் விதித்திருக்கும் சனாதன கோட்பாடுகளை விட்டொழிக்காமல் ஒவ்வொரு நொடியும் அடிமைத்தனங்களை உயிர்ப்பித்துக் கொண்டே இருக்கின்றனர் இந்துக்கள். எந்த அநீதி - சாதி பின்னணியையும், மத அடிப்படையிலான புனித விளக்கங்களையும் கொண்டிருக்கிறதோ, அந்த அநீதியை சட்டத்தால் மட்டும் ஒருபோதும் அழித்துவிட முடியாது. இந்தியாவில் பாலியல் தொழிலுக்கும் இதே வேதனையான பின்னணி இருப்பதை நாம் கவனித்தாக வேண்டும்.

இந்தியாவில் சுமார் ஒன்றரை கோடி பெண்கள் பாலியல் தொழிலில் ஈடுபட்டிருக்கின்றனர். பெண்களை புனிதமாகக் கருதும் / பாலியல் கட்டுப்பாடுகள் நிறைந்த ஒரு நாட்டில், இந்த எண்ணிக்கை நிச்சயம் அதிர்ச்சியை உண்டாக்கக்கூடும். பாலியல் தொழில் என்பது இந்தியாவில் தோன்றி, இந்தியாவில் மட்டும் நிலைத்திருக்கும் கொடுமையல்ல. உலகின் பல வளர்ந்த நாடுகளில் பாலியல் தொழில் எனும் கொடுமை, லாபம் கொழிக்கும் துறையாக நிலைத்துவிட்டது. பன்னாட்டு நிறுவனங்களைப் போல, பன்னாட்டு பெண்களையும் இறக்குமதி செய்யும் சிவப்பு விளக்குப் பகுதிகள், பொருளாதார மய்யங்களாக நிலைத்துவிட்டன.

முதலாளித்துவம் பெற்றெடுத்த குழந்தையாக விபச்சாரத்தைப் பார்க்கிறார்கள் மார்க்சிஸ்டுகள். பொருளாதாரச் சுரண்டல்

ஜெயராணி

அடிப்படையில் இந்த விளக்கம் பொருந்தும் என்றாலும், மதங்களும் அவை இப்புவியில் விதைத்துள்ள மூட நம்பிக்கைகளுமே பாலியல் தொழிலைப் பெற்றெடுத்தன என்பதே உண்மை. எந்த சமூகத்தில் பெண்களுக்கெதிரான ஒழுக்க விதிகள் அதிகம் இருக்கிறதோ, அந்த சமூகத்தில்தான் பெண்கள் மீதான உரிமை மீறல்களும் கட்டுக்கடங்காமல் இருக்கின்றன. இந்தியா அதற்கு முதன்மையான எடுத்துக்காட்டு.

வறுமையும், அறியாமையுமே பாலியல் தொழிலை வளர்க்கின்றன. இந்தியச் சூழலில், ஒடுக்கப்பட்டோரை ஆட்டுவிக்கும் வறுமை என்பது வெறும் அம்புதான். அதை அடித்தட்டு மக்களின் மீது எய்துவிட்டு, எல்லா அநீதிகளுக்கும் அடித்தளமாக ஆக்கிவிட்டது சாதி. வறுமையை குறிப்பிட்ட பிரிவினருக்கு மட்டுமே உரித்ததாக ஆக்கிய காரணிகள், உலகம் முழுக்க வெவ்வேறானவை. ஆனால் ஒன்றோடு ஒன்று வலுவான தொடர்புடையவை. மதம் - சாதி - இனம் - மொழி அடிப்படையிலான பாகுபாடுகள் அடித்தட்டு மக்களுக்கு நிகழ்த்தி வரும் அநீதி, எக்காலத்திற்கும் முற்றுப் பெறாததாக நீடிக்கிறது.

மனிதர்கள் தோன்றிய காலத்திலேயே பாலியல் தொழில் தோன்றிவிடவில்லை. என்று மதங்கள் தோன்றினவோ, கடவுளர்கள் உருவாக்கப்பட்டனரோ, மூட நம்பிக்கைகள் வளரத் தொடங்கினவோ, பெண்கள் ஆண்களுக்கு கட்டுப்பட்டவர்களாக, கீழானவர்களாக மாற்றப்பட்டார்களோ - அந்த காலத்திலும் சூழலிலுமே பாலியல் தொழில் தோன்றியது. பண்டைய கிரேக்கத்தில் பாலியல் தொழில் அன்றாட வாழ்க்கையின் ஓர் அங்கமாக இருந்து வந்திருக்கிறது. சிரியாவின் பழம் பெரும் நகரமான ஹீலியோப்போலிஸில், திருமணமாகாத ஒவ்வொரு பெண்ணும் குலதெய்வக் கோயிலில் அந்நியர்களுக்கு தன் உடலை ஒப்படைக்க வேண்டும் என சட்டமே இருந்தது. பெண்களை கோயிலுக்கு அர்ப்பணிக்கும் வழக்கம், பல நாடுகளிலும் தொன்றுதொட்டு இருந்து வருவதுதான். "கடவுளுக்கு சேவை" என்ற பெயரில் அர்ப்பணிக்கப்பட்ட பெண்கள் எல்லாம் ஆண்களுக்கே "சேவை" செய்ய வேண்டியிருந்தது!

இந்தியாவில் பாலியல் தொழில் பல நூற்றாண்டுகளுக்கு முன்னரே தோன்றிவிட்டதாகக் கூறுகின்றன வரலாற்றுக் குறிப்புகள். முந்தைய காலங்களில் பாலியல் தொழிலாளர்களை "தேவதாசி"கள் என அழைத்தனர் இந்தியர்கள். இந்தியாவில் தேவதாசி வழக்கத்தைத்

தோற்றுவித்தது இந்து மதமே. பவுத்தத்தின் வீழ்ச்சிக்குப் பின்னர் கி.பி. 1000 ஆவது நூற்றாண்டில்தான் தேவதாசி வழக்கம் உருவாகியிருக்கிறது. பவுத்தம் வீழ்ந்து, பார்ப்பனர்களின் இந்து மதம் தழைத்தோங்கத் தொடங்கிய காலகட்டத்தில், பவுத்த தலங்களை இந்து கோயில்களாக மாற்றும் வேலை தீவிரமாக நடந்தேறியது. பவுத்தத் தலங்களில் தொண்டாற்றிய பெண் துறவிகளை இழிவுபடுத்தும் நோக்கத்தோடு தேவதாசிகளாக்கியதாகவும் குறிப்புகள் கூறுகின்றன.

இந்து மதம் வேரூன்றி சாதியக் கட்டமைப்பு நிலைக்கத் தொடங்க, ஒடுக்கப்பட்ட சமூகத்தைச் சேர்ந்த ஆண்களை அடிமைகளாக்கிவிட்டு, பெண்களை கோயில்களில் தாசிகளாக்கினர் பார்ப்பனர்கள். கோயில்களில் நடனமாடுவதுதான் தேவதாசிகளுக்கு ஒதுக்கப்பட்ட பணி எனினும், ஆதிக்க சாதி ஆண்கள் தங்கள் இச்சைகளைத் தீர்க்கவே இப்பெண்களை பயன்படுத்திக் கொண்டனர். பெண்களை இந்து கடவுளர்களுக்கு அர்ப்பணிக்கும் தேவதாசி வழக்கம், வெளிப்படையான விபச்சாரமாக வளர்ந்தது. ஆதிக்க சாதி ஆண்களுக்காக விபச்சாரம் செய்வது, கடவுளோடு இருப்பதற்கு சமம் என்ற நம்பிக்கை வளர்த்தெடுக்கப்பட்டது.

அதனால், பெண்கள் மீதான அப்பட்டமான இந்த உரிமை மீறல் பெரும் பேராகவும் புனிதமாகவும் போற்றப்பட்டது. சாதி இந்துக்கள், ஒடுக்கப்பட்ட சமூகத்தினர் மீது நிகழ்த்திய மற்றுமொரு வன்கொடுமைதான் இந்த தேவதாசி முறை. ஆதிக்க சாதி ஆண்கள், ஒடுக்கப்பட்ட சமூகத்தைச் சேர்ந்த எந்த பெண்ணையும் தேவதாசியாக்கிவிட முடியும்! "கடவுளின் சேவகர்கள்" என்ற கவுரவமான பெயரில் தேவதாசிகள் அனுபவித்ததெல்லாம் சாதிய வன்கொடுமைகளையும் பாலியல் துன்புறுத்தல்களையுமே!

ஒடுக்கப்பட்ட சமூகத்தைச் சேர்ந்த பெண்களை, பருவம் எய்தும் முன்பே கோயில்களுக்கு அர்ப்பணித்தாக வேண்டும் என்பது எழுதப்படாத சட்டமாக இருந்தது. அர்ப்பணிக்கப்படும் சிறுமிகளுக்கு கடவுளர்களோடு திருமணம் முடிந்துவிட்டதாகப் பொருள். தேவதாசிப் பெண்கள் திருமணம் செய்து கொள்ள அனுமதியில்லை. பருவம் எய்திய பின் தங்களின் கடைசி காலம் வரையிலும் ஆதிக்க சாதி ஆண்களால் சூறையாடப்பட்டு, கோயில்களிலேயே மடிந்து முடிந்தது தேவதாசிகளின் வாழ்க்கை.

இந்து மதம் இம்மண்ணில் வேரூன்ற, தேவதாசி வழக்கமும் நிலைத்துவிட்டது. இந்து கோயில்களின் வீழ்ச்சியையும் வளர்ச்சியையும் பொருத்தே தேவதாசி வழக்கத்தின் வீழ்ச்சியும் வளர்ச்சியும் அமைந்தது. கலைநயமிக்க கோயில்களை எழுப்பி தமிழர்களை தலைநிமிரச் செய்ததாக சோழர்களின் பெருமை பேசுகிறது தமிழ் வரலாறு. சோழர்களின் ஆட்சியில் கோயில்களோடு சேர்ந்து தேவதாசி வழக்கமும் தழைத்தோங்கியது. கட்டடக் கலையின் உச்சத்தைத் தொட்ட இந்த கோயில்களுக்கு கிடைத்த பாராட்டுகளுக்கு முன் தேவதாசிகளின் கண்ணீர் கதைகள் கேட்பாரற்று தொலைந்தன.

1934 இல் உருவாக்கப்பட்ட தேவதாசிகள் ஒழிப்புச் சட்டம், இந்த கொடிய வழக்கத்தை தடை செய்தது என்றாலும், ஆதிக்க சாதியினர் ஒடுக்கப்பட்ட சமூகத்தினர் மீது செலுத்தும் அதிகாரத்தை தடுக்க முடியாததால், தேவதாசி வழக்கமும் தொடர்ந்தது. 1980 இல் இச்சட்டம் மறுபடியும் செயல்படுத்தப்பட்டது. ஆனால் எந்த பலனும் இல்லை. தேவதாசி வழக்கம் வேறு வேறு வடிவங்களை எடுத்துக் கொண்டு, ஒடுக்கப்பட்ட சமூகத்தைச் சேர்ந்த பெண்களை மத ரீதியாக பாலியல் தொழில் என்னும் படுகுழியில் தள்ளுவதை எவராலும் தடுக்க முடியவில்லை.

இந்து மதத்தின் சாதிய சூழ்ச்சியை புரிந்து கொள்ளாத ஒடுக்கப்பட்ட சமூகத்தினர், கோயில்களுக்கு சிறுமிகளை நேர்ந்துவிடுவதை தெய்வ வழக்கமாக தாமும் பின்பற்ற தொடங்கி இன்றும் தொடர்ந்து வருகின்றனர். தென்னிந்தியாவில், குறிப்பாக தமிழகம், ஆந்திரா, கர்நாடகத்தில் இந்த வழக்கம் மிகத் தீவிரமாக பின்பற்றப்பட்டு வருகிறது. தமிழக - ஆந்திர எல்லை மாவட்டங்களில் வசிக்கும் அருந்ததியர்கள் "மாத்தம்மா" என்ற குல தெய்வத்திற்கு பெண் குழந்தைகளை நேர்ந்து விடுகின்றனர். வறுமை, உடல்நலக் கோளாறு, குடும்பத் தகராறு போன்ற வாழ்வியல் இன்னல்கள் தீர வேண்டி, சிறுமிகளுக்கு மாத்தம்மா எனப் பெயரிட்டு, ஊர் கோயில்களில் விடுகின்றனர்.

மாத்தம்மா கோயில் திருவிழாவின் போது பெண்களால் தாலி கட்டப்பட்டு, கடவுளுக்கு மனைவியாகின்றனர் இந்த சிறுமிகள். மொத்த வாழ்க்கையையும் கோயிலிலேயே கழிக்கத் தொடங்கும் சிறுமிகள், பிழைப்பிற்காக திருவிழாக்களில் ஆடத் தொடங்கி பாலியல் தொழிலாளர்களாக திசை மாறுகின்றனர். கடவுளின்

மனைவியான மாத்தம்மாக்கள் எவரையும் திருமணம் செய்து கொள்ளக் கூடாது என்ற நிபந்தனையால் பல ஆண்களால் சீரழிக்கப்படுகின்றனர். சிறிது காலம் சேர்ந்து வாழ்ந்துவிட்டு, கருவுற்றதும் காணாமல் போய்விடும் தற்காலிகக் கணவர்களால் மனச் சிதைவுக்கு ஆளாவதோடு, பல்வேறு வகையான பாலியல் நோய்களால் தாக்கப்பட்டு, முப்பது வயதிற்குள்ளேயே வாழ்வைத் தொலைத்து விடுகின்றனர்.

இதுபோன்ற தேவதாசி வழக்கம், வடக்கு கர்நாடகத்தை சுற்றிய பத்து மாவட்டங்களிலும், ஆந்திராவில் 14 மாவட்டங்களிலும் இன்றும் நிலைத்திருக்கிறது. சிறுமிகளை/பெண்களை பாலியல் தொழிலுக்காக கடத்தும் கும்பல் இப்பகுதிகளை குறி வைத்து இயங்குகின்றன. பெற்றோர்/கணவனால் கைவிடப்பட்ட பெண்களை ஏமாற்றி அழைத்துச் சென்று, சிவப்பு விளக்குப் பகுதிகளில் விற்கின்றன கடத்தல் கும்பல். மூட வழக்கங்களை தவிர்த்துவிட்டு பார்த்தாலும், சாதிய ஒடுக்குமுறையும் அதனால் விளைந்த வறுமை, அறியாமையும் ஒடுக்கப்பட்ட சமூகப் பெண்களை அதிகளவிலான பாலியல் சுரண்டல்களில் தள்ளுகிறது.

இந்தியாவில் ஒரு மணி நேரத்திற்கு நான்கு பெண்கள் பாலியல் தொழிலுக்கு வருவதாகவும், இதில் மூன்று பெண்கள் வலுக்கட்டாயமாகத் தள்ளப்படுவதாகவும் பெண்கள் மற்றும் குழந்தைகள் மேம்பாட்டு அமைச்சகத்தின் புள்ளிவிவரம் குறிப்பிடுகிறது. ஒரு மணி நேரத்திற்கு நான்கு பெண்கள் என்ற கணக்கில் நான்கு பேருமே அடித்தட்டு சமூகத்தைச் சேர்ந்தவர்களாக இருக்கத்தான் வாய்ப்பு அதிகம். இது குறித்த தனியான ஆய்வுகளோ, புள்ளிவிவரங்களோ இருப்பதாகத் தெரியவில்லை. எனினும், இந்திய சாதிய சூழலில் வறுமைக்குப் பிறந்த குழந்தைகளாகவும், கல்வி கற்கும் வாய்ப்பு கிட்டாதவர்களாகவும், வாழ்வியல் தரம் உயராதவர்களாகவும் யார் இருக்கிறார்கள் என்று பார்த்தால், மிக வெளிப்படையாக அது ஒடுக்கப்பட்ட மக்கள்தான்.

கடத்தல் கும்பல் என்ற குறியீடு, யாரோ முகம் தெரியாத அந்நியர்களை மட்டும் குறிக்கவில்லை. பெரும்பாலும் அறிமுகமானவர்களாலேயே அந்நியர்களுக்கு விற்கப்படுகின்றனர் பெண்கள். எங்கோ தொலைதூர நாட்டில் தொடங்கி உலகம் முழுவதும் பரந்து விரிந்து இந்திய குக்கிராமங்களில் வறுமை படிந்த குடிசைகள் வரை, பாலியல் தரகர்கள் மற்றும் கடத்தல் கும்பல் மிக

ஜெயராணி

நெருக்கமாக இயங்குகிறது. வேலை வாய்ப்பிற்காகவோ, காதலனை நம்பியோ, குடும்பச் சூழல் பிடிக்காமலோ, வேறெந்த காரணத்திற்காகவோ வீட்டை விட்டு வெளியேறும் பெண்கள், அடுத்த சில மணி நேரத்தில் சிவப்பு விளக்குப் பகுதியில் விற்கப்பட்டிருப்பார்கள். அந்த அளவிற்கு கண்கொத்திப் பாம்பாகத் திரியும் தரகர்கள், பெரும்பாலும் குடிசைப் பகுதிகளில் தொடர்ப்பு வைத்துக் கொண்டு அங்கேயே சுற்றி வருகிறார்கள்.

காரணம், குடிசைப் பகுதிகளில் இயல்பாக அமைந்துவிட்ட கொடுமையான வாழ்க்கைச் சூழல் கொடுக்கும் நெருக்கடி. சிதைந்த குடும்பத்தைச் சேர்ந்த பெண்களின் மன ஓட்டத்தை கவனித்துக் கொண்டே இருக்கும் தரகர்கள் - வெளி மாநிலத்தில் வேலைவாய்ப்பு, கைநிறைய சம்பளம், சுகமான வாழ்க்கைக்கான உத்திரவாதத்தோடு அணுகுகின்றனர். தொடர்ச்சியான மூளைச் சலவையின் பலனாக, எந்த சிக்கலுமின்றி ஒவ்வொரு பெண்ணும் அவர்களின் அனுமதியோடே கடத்தப்படுகின்றனர். இப்படியாக வீட்டை விட்டு பற்பல கனவுகளோடு வெளியேறும் பெண்கள், சிவப்பு விளக்கு பகுதிகளுக்கு சென்று அங்கு அனுபவிக்கும் கொடுமைகள் கொடூரமானவை!

ஆசியாவின் மிகப் பெரிய சிவப்பு விளக்குப் பகுதி இந்தியாவில்தான் இருக்கிறது. 19 - 20 ஆம் நூற்றாண்டுகளில் ஆங்கிலேயர்கள் அவர்களின் "வசதிக்காக" உருவாக்கிய பகுதி மும்பை காமத்திப்புரா. ஆங்கிலேயப் படைகளும், இந்திய தொழிலாளர்களும் அய்ரோப்பிய நாடுகளிலிருந்தும் ஜப்பானிலிருந்தும் கடத்தி வரப்பட்ட பெண்களைக் கொண்டு இங்கே "இளைப்பாறி"னார்கள். ஆங்கிலேயர்கள் வெளியேற்றப்பட்ட பிறகு, இந்திய தேவதாசிகளும் பாலியல் தொழிலாளர்களும் காமத்திபுராவை நிரப்பினர்.

இன்று காமத்திபுராவில் மட்டும் இரண்டு லட்சம் பெண்கள் பாலியல் தொழிலில் ஈடுபட்டிருக்கின்றனர். இந்த எண்ணிக்கை ஒவ்வொரு நாளும் அதிகரித்து வருகிறது. குறுகிய அறைகளின் வாசல்களிலும் தெருக்களிலும் அதிகாலை தொடங்கி நள்ளிரவு வரை, அலங்கரிக்கப்பட்ட விலங்குகளைப் போல காத்திருக்கும் பெண்கள் பெரும்பாலும் கடத்தி வரப்பட்டவர்கள். குழந்தையைப் புணர்ந்தால் ஆயுள் நீடிக்கும், நோய் தீரும் என்பது போன்ற வக்கிரமான மூட நம்பிக்கைகளின் பலனாக, ஆறேழு வயது சிறுமிகளெல்லாம் சிவப்பு விளக்குப் பகுதிகளில் சிதைக்கப்படுகின்றனர்.

அங்கே ஒவ்வொரு நாளும் இப்பெண்கள் சந்திக்கும் உரிமை மீறல்கள் கற்பனைக்கும் எட்டாதவை.

பெண்கள் நவீனத்தையும் நாகரிகத்தையும் கற்றுக்கொண்டதாலேயே பாலியல் தொழில் செய்யத் துணிவதாகவும் மேற்கத்திய பண்பாட்டின் தாக்கமும், சுக வாழ்க்கைக்கான பண மோகமும் பாலியல் தொழில் செய்ய பெண்களை தூண்டுவதாகவும் ஒரு கற்பனை இச்சமூகத்தில் நிலவுகிறது. பாலியல் தொழில் என்பது, ஒரு சூழ்ச்சி வலை. இந்தியச் சூழலில் கட்டுப்பாடுகளோடு வளரும் பெண்கள் மட்டுமல்ல, மேற்கத்திய பண்பாட்டில் சுதந்திரத்தோடு வளர்வோரும் இந்த வலையிலிருந்து தப்பிக்க முடிவதில்லை. மும்பை காமத்திபுரா, கொல்கத்தாவிலுள்ள சோனாகஞ்ச் போன்ற சிவப்பு விளக்குப் பகுதிகளில் மட்டும் சுமார் இரண்டு லட்சம் நேபாள பெண்கள் பாலியல் தொழிலில் தள்ளப்பட்டிருக்கின்றனர். ஒவ்வொரு ஆண்டும் சுமார் அய்யாயிரம் நேபாள பெண்கள் இந்தியாவிற்கு கடத்தி வரப்படுகின்றனர். இவர்களின் வயது 10 - 14 வயதிற்குட்பட்டது. இந்த கடத்தல் நிச்சயம் ஒரு வழிச் சாலை அல்ல.

வேலைவாய்ப்பு வாக்குறுதிகளோடு இந்தியப் பெண்களும் வேறு நாடுகளுக்கு கடத்தப்படுகின்றனர். காணாமல் போகும் சிறுமிகள்

ஜெயராணி

மற்றும் பெண்களின் எண்ணிக்கை நாளுக்கு நாள் அதிகரிக்கிறது. அதை கண்காணிக்கவோ, கண்டறியவோ, கட்டுப்படுத்தவோ வலுவான முயற்சிகளோ, நடவடிக்கைகளோ இல்லை. பாலியல் தொழில் எப்பொழுதும் தேவை இருக்கும் ஒரு "துறை"யாகவே நிலைத்துவிட்டதால், ஊழல் அதிகாரிகள் குற்றவாளிகளுக்கு உற்ற துணையாக நின்று வருமானம் பார்க்கிறார்கள்.

பல லட்சம் பெண்களின் வாழ்க்கையாக இருப்பதால், பாலியல் தொழிலாளர்கள் மீதான உரிமை மீறல்களை, காணாமல் போகும் பெண்கள்/சிறுமிகளை கண்டறியவும் கண்காணிக்கவும் பாலியல் தொழிலை சட்டப்பூர்வமாக்க வேண்டுமென்ற கோரிக்கை வலுக்கிறது. ஏற்கனவே பாலியல் தொழிலுக்கு வந்துவிட்ட கோடிக்கணக்கான பெண்களுக்கு வேறு வழியில்லை! கிடைத்த வட்டத்திற்குள், திணிக்கப்பட்ட வாழ்க்கைக்குள் சில உரிமைகளும் கொஞ்சம் மரியாதையும் அவர்களுக்கு தேவைப்படலாம்.

பாலியல் தொழிலை சட்டப்பூர்வமாக்க வேண்டுமென கோரிக்கை வைக்கும் தொண்டு நிறுவனங்களுக்கும் மனித உரிமையாளர்களுக்கும்கூட வேறு வழியில்லை. கடத்தலை தடுக்கவும், பாலியல் தொழிலைக் கட்டுப்படுத்தவும், மறைமுக /சட்டத்திற்கு புறம்பான விஷயங்களை தடுக்கவும், பாலியல் தொழிலாளர்களின் உரிமைகளுக்காகவும், மருத்துவ வசதிகளுக்காகவும், "விபச்சாரி"கள் என்ற நிலையிலிருந்து பாலியல் தொழிலாளர்கள் என்ற தகுதிக்கு உயர்த்துவதற்காகவும் பாலியல் தொழிலை அங்கீகரிக்க கோருகின்றனர். ஆனால், இந்த அங்கீகாரத்தை வழங்க வேண்டிய அரசு அதைப் பெருமையோடு செய்துவிட முடியாது. கடத்தலை ஒழிக்க முடியாத, பல லட்சம் பெண்களின் வாழ்வை பலியாக்கிய தோல்வியை ஒப்புக்கொண்டுதான் அங்கீகரிக்க வேண்டும்.

"தொன்று தொட்டு வரும் தொழில்", "பாலியல் தொழில் ஒரு கலை" என்றெல்லாம் நாம் சிலாகித்துக் கொள்ளத் தேவையில்லை. எதுவொன்று இன்னொருவரின் மீது திணிக்கப்பட்டதோ, அது கொடுமைதானே அன்றி தொழிலாக முடியாது. பல்வேறு தொண்டு நிறுவனங்களும் அரசின் பெண்கள் மேம்பாட்டு அமைச்சகமும் நடத்திய ஆய்வுகள், நாள்தோறும் பாலியல் தொழிலுக்கு வரும் 200 பெண்களில் 80 சதவிகிதம் பேர் தங்களின் விருப்பத்திற்கு மாறாக, கொடுமையான பல துன்புறுத்தல்களாலேயே பாலியல் தொழிலாளியாவதாகக் கூறுகின்றன. எந்த நிலையிலும்,

கொடுமைகள்கூட பழகிவிட்டால் எளிமையாகிவிடும் என்பதையே பாலியல் சுரண்டலை, பாலியல் தொழிலாக அங்கீகரிக்க வேண்டும் என்ற கோரிக்கை உணர்த்துகிறது.

தலித்துகள் மீது திணிக்கப்பட்ட தொழில்களை எண்ணிப் பாருங்கள்! மலமள்ளும் தொழிலாளர்களுக்கான உரிமைகளைக் கோர வேண்டியதுதான். ஆனால், மனித உரிமைகளையும் மனித மாண்பினையும் சிதைக்கும் அத்தொழிலை அழிப்பதொன்றே நம் அதிகபட்ச லட்சியமாக இருக்க முடியும். பாலியல் தொழிலும் அப்படிப்பட்டதே! அதை சட்டப்பூர்வமாக்கி விட்டால் எல்லாம் சரியாகிவிடும் என்பதுகூட, ஆறுதலுக்காக நாம் செய்து கொள்ளும் கற்பனைதான். தடுக்க முடியாது என்பதற்காகவே ஒரு குற்ற வழக்கத்தை அங்கீகரித்தல் என்பது, சிறிய அளவிலேனும் நியாயத்தை செய்யுமா என்று தெரியவில்லை.

மதம் அங்கீகரிக்கும் மனித உரிமை மீறல்கள் எதையும் வெறும் சட்டத்தால் மட்டுமே தடுத்துவிட முடியாது. ஏனெனில், நம்பிக்கை எனும் பெயரில் ஒடுக்கப்பட்டோரே தங்கள் மீதான உரிமை மீறல்களை ஏற்றுக் கொள்ள வைக்கப்பட்டிருக்கிறார்கள். தாழ்த்தப்பட்டோரை சாதி இழிவுகளை ஏற்றுக் கொள்ள வைத்ததும், பெண்களை ஆணாதிக்கத்தை அங்கீகரிக்கச் செய்ததும் மதமே! பெண் உடலை ஆண் சுரண்டும் பாலியல் தொழிலை தவிர்க்க முடியாத தேவையாகக் கருதும் போக்கு, இந்த கருத்தியலின் அடிப்படையில் உருவாக்கப்பட்டதுதான்!

அதிகாரம் வெவ்வெறு வடிவங்களை எடுக்கும்போது, ஒடுக்கும் முறையும் அதன் வடிவங்களை மாற்றிக் கொள்கிறது. அரசாட்சியில் தேவதாசி என்றால் முதலாளித்துவத்தில் அது பாலியல் தொழில். எத்தனை நூற்றாண்டுகளுக்கு முன்பு உருவாக்கப்பட்டிருந்தாலும் மதங்கள் போதித்த உரிமை மீறல்கள், கால மாற்றத்திற்கு ஏற்ப அதன் வடிவங்களை மாற்றிக் கொண்டே வருகின்றனவே தவிர அழிக்கப்படவில்லை. விளைவு, குற்றங்களிலும் வன்கொடுமைகளிலும் நமக்கான உரிமைகளை தேடத் தொடங்கிவிட்டோம். கொலைகாரனிடம் கருணையோடு வலியில்லாமல் கொலை செய்யச் சொல்வது போலத்தான் இதுவும்!

பாலியல் தொழில் ஒரு குற்றமாக இருக்கும் வரையிலாவது அதை அழித்தாக வேண்டும் என்ற கோரிக்கை இருக்கும். அதை அங்கீகரித்துவிட்டால், இன்னும் முறைப்படுத்தப்பட்ட குற்றமாக

அது தழைத்தோங்கும். பாலியல் தொழிலை அங்கீகரிக்கச் சொல்லும் பாலியல் தொழிலாளர்களின் குரல், தொண்டு நிறுவனங்களின் குரலாகவே ஒலிக்கிறது. தனிப்பட்ட முறையில் பாலியல் தொழில் செய்யும் எந்த பெண்ணும் இதை அங்கீகரிக்க முடியாது. இதுவரையிலும் பல பாலியல் தொழிலாளிகளுடனான ஆழமான உரையாடலிலிருந்து நான் உணர்ந்த உண்மை இது!

2007 ஆம் ஆண்டு மீட்கப்பட்ட 18 வயதுகூட நிறைவடையாத ஒரு சிறுமி, தான் ஓர் இரவிற்கு ஐம்பது வாடிக்கையாளர்களை எதிர்கொண்டதாகச் சொன்னார். அப்பெண் தற்பொழுது நரம்புத் தளர்ச்சியாலும் மனச் சிக்கல்களாலும் பாதிக்கப்பட்டு சிகிச்சை பெற்று வருகிறார். 16 வயதில் சிவப்பு விளக்குப் பகுதியில் விற்கப்பட்டபோது இருட்டறையில் அடைத்து, பிறப்புறுப்பில் மிளகாய் பொடி வீசி கொடுமைப்படுத்தப் பட்டதாகக் கூறினார், காமத்திபுராவில் நான் சந்தித்த ஒரு பாலியல் தொழிலாளி! பாலியல் தொழிலை ஒட்டுமொத்தமாக அழிக்க வேண்டுமா, சட்டப்பூர்வமாக்கி உரிமைகளை வழங்க வேண்டுமா என்ற கேள்வி - இப்பெண்கள் அனுபவித்த கொடுமைகளுக்கு முன் அர்த்தமற்றதாகிவிடுகிறது.

பாலியல் தொழிலை சட்டப்பூர்வமானதாக்கி விட்டால், பாலியல் தொழிலாளர்கள் மீதான பார்வை மாறிவிடும் என்பதெல்லாம் ஏற்க முடியாத கற்பனை! ஏனெனில், "வேசி" என்ற வார்த்தைக்கு இந்த சமூகம் வைத்திருக்கும் அர்த்தத்தை சட்டத்தால் மாற்ற முடியாது, அழிக்க முடியாது! மேற்கத்திய நாடுகளைப் போல அல்ல, இந்தியச் சூழலில் பாலியல் தொழிலாளி என்று ஒரு பெண் தன்னை அடையாளப்படுத்திக் கொண்டால், இன்னும் அதிகமான சுரண்டல்களையே எதிர்கொள்ள நேரிடும். ஏனென்றால், பெண்களை வெறும் உடலாக மட்டுமே பார்க்கும் ஆணாதிக்க சமூகம் இது! இக்கருத்தியலை மாற்றாமல், புதிய சட்டவரைவுகள் துரும்பைக்கூட அசைக்காது. அடையாள அட்டையோடு ஒரு பாலியல் தொழிலாளி மருத்துவமனைக்கோ, காவல் நிலையத்திற்கோ தன் பிரச்சனைகளைக் கூறச் சென்றால், அங்குள்ள ஆண்கள் மரியாதையோடு நடத்துவார்களா என்ன?

சட்டம் ஆண்களின் மனப்போக்கை மாற்றிவிடும் எனில், இங்கு வரதட்சணைக் கொடுமையோ, குடும்ப வன்முறைகளோ, பாலியல் துன்புறுத்தல்களோ இல்லாது போயிருக்கும். பாலியல் தொழில் மட்டுமல்ல, பெண்கள் மீதான அத்தனை ஒடுக்குமுறைகளும் அழிய

வேண்டுமெனில், ஆதிக்கக் கருத்தியல்களிலிருந்து இந்த சமூகம் விடுபட வேண்டும். அதற்கான முனைப்புகளைத்தான் தீவிரப்படுத்த வேண்டுமே தவிர, சட்டப்பூர்வமாக்கும் கோரிக்கையோடு நாம் சுருங்கிவிடக் கூடாது. ஆதிக்கக் கருத்தியலும் ஆணின் பாலியல் கோட்பாடுகளும் மாறும்போது, பாலியல் தொழிலாளர்கள் மட்டுமல்ல; ஒட்டுமொத்த பெண் சமூகமே உரிமை மீறல்களிலிருந்து விடுதலையாகும்.

(தலித் முரசு - ஆகஸ்ட் 2010)

வாச்சாத்தி:
முடிவுறாத போர்

4

சில பெயர்கள் சமூகத்தின் முகத்தில் வடுக்களாக நிலைத்து விடுகின்றன. வாச்சாத்தி என்ற பெயரை உச்சரித்ததுமே நடுங்கும் கைகளைக் கொண்டு, ஆறாத தன் காயத்தைத் தடவிப் பார்க்கிறது இச்சமூகம். காடுகளில் ஒதுக்கப்பட்ட வாழ்வை மேற்கொண்டிருந்த பழங்குடியினர், சிதைக்கப்பட்ட துயர வரலாற்றின் சிறு பகுதி இது. அரசு அதிகாரத்தின் "என்ன வேண்டுமானாலும் செய்யலாம்" என்ற வக்கிர மனப்போக்கு, தன் ஆதிக்கத்தை ஆணவத்தோடு நிலை நிறுத்திய களம் வாச்சாத்தி. பழங்குடியினரை அதிகார வர்க்கம் வேட்டையாடிய இடத்தை களமெனச் சொல்வதுதான் தகும். எதிரி நாட்டை முற்றுகையிடுவதைப் போல சூழ்ந்து கொண்டு, ஊரையே சூறையாடி, ஆண்களைக் கொடூரமாகத் தாக்கி, பெண்களை வன்புணர்ந்து, குழந்தைகளைக்கூட உயிருக்காக ஓட வைத்தது – யாரோ சர்வாதிகார நாட்டின் தலைவனில்லை...

ஜனநாயகத்தையும் – சமத்துவத்தையும் உறுதிமொழியாக ஏற்றுள்ள அரசு அதிகாரிகளும், சீருடைக் காவலர்களும்தான்! ஒரு போருக்கானத் திட்டமிடலோடு நடைபெற்ற இந்த அரச பயங்கரவாதம் – இந்தியாவின் போலி ஜனநாயகத்திற்கும், இந்நாட்டில் உள்ள ஒடுக்கப்பட்டோரின் கையறு நிலைக்கும் மற்றுமொரு எடுத்துக்காட்டு. 269 குற்றவாளிகள், 159 சாட்சிகள், எண்ணற்ற முறையீடு, மேல் முறையீடுகள், மாவட்ட, உயர் மற்றும் உச்ச நீதி மன்றங்களுக்கு மாறி மாறி அலைகழிப்பு, உண்மையறியும் குழுக்களின் அறிக்கைகள், சி.பி.சி.அய்.டி. விசாரணை என 19 ஆண்டுகளாக நடைபெற்று வரும் வாச்சாத்தி வழக்கும், நீதிக்கான வாச்சாத்தி

மக்களின் நெடிய போராட்டமும், அரச பயங்கரவாத வரலாற்றில் மிக முக்கியமானதாக அமைந்துவிட்டது.

தருமபுரி மாவட்டம் பேதாம்பட்டி ஊராட்சிக்குட்பட்ட வாச்சாத்தியில்தான் அந்த அட்டூழியம் அரங்கேறியது. 1992 சூன் 20. வனப்புமிக்க சந்தன மரங்கள் நிறைந்த சித்தேரி மலையின் அடிவாரத்தில் அமைந்திருக்கும் வாச்சாத்தியில், 90 சதவிகிதம் பழங்குடியினரே வசிக்கின்றனர். 1992 இல் 290 குடும்பங்களும் 655 பேரும் இருந்தனர். இவர்கள் ஒவ்வொருவரின் நினைவுகளிலிருந்தும் நீங்க முடியாத துயரமாக, கொடுங்கனவாக அமைந்துவிட்டது அந்த வேட்டை. காட்டு விலங்குகளை வேட்டையாடுவதில்கூட நெறிமுறைகள் உள்ள நாட்டில், சக மனிதர்களாலேயே வேட்டையாடப்படுவோம் என இப்பழங்குடியின மக்கள் சற்றும் எண்ணியிருக்கமாட்டார்கள். வாச்சாத்தி மக்களில் பெரும்பாலானோர் சொந்தமாக நிலம் வைத்திருக்கின்றனர். விவசாயமும் மலைக்காட்டில்

விறகு சேகரிப்பதும், கூலி வேலைக்குச் செல்வதுமே இவர்களின் வருமானத்திற்கான வழி. பகலெல்லாம் உழைத்து விட்டு, இருள் கவ்வும் போதே கூட்டுக்குள் அடைந்து விடுவது வாச்சாத்தியில் வழக்கம்.

மின்சாரம், போக்குவரத்து என எந்த வசதியும் இன்றி மக்கள் வசித்து வந்ததே இவர்களின் வாழ்நிலைக்கான ஆதாரம்! வாச்சாத்தி அமைந்திருப்பது சமவெளிதானெனினும், அங்கிருந்து அரூர், தருமபுரி போன்ற ஊர்களுக்கான முக்கிய சாலையை அடைவதே பெரும் சவாலான விஷயமாக இருந்தது அப்போது. காடுகளுக்குள் இருப்பதைப் போன்ற நினைவுடனே, நாகரிகமென நாம் கருதிக் கொண்டிருக்கும் எந்த பாதிப்புமின்றி வாழ்ந்து வந்தனர். மலையடிவாரத்தில் விவசாயமும், அடர்ந்த காடுகளுக்குச் சென்று விறகு சேகரிப்பதும் மட்டுமே இன்றும் தொழிலாக இருக்கிறது என்றாலும், வாச்சாத்தி மக்கள் மட்டுமல்லர் - காடுகளிலிருந்து

ஜெயராணி

துண்டிக்கப்பட்ட ஒவ்வொரு பழங்குடி மனிதரும் - நினைவிலும் கனவிலும் காடுள்ளவர்களாகவே வாழ்ந்து மடிகிறார்கள்.

150 ஆண்டுகளுக்கு முன்னால் உருவாக்கப்பட்ட வனப் பாதுகாப்புச் சட்டத்தால் நிகழ்ந்த பெருந்துயரம், பழங்குடியினரை காடுகளிலிருந்து துண்டித்தது. வனத்துறையின் பாதுகாப்பில் ஒப்படைக்கப்பட்ட பின்னர் தான் காடுகள் வியாபார மய்யமாக ஆக்கப்பட்டன. தங்கச் சுரங்கத்தை சுரண்டுவதைப் போல, காடுகளை சுரண்டிக் கொண்டே இருக்கின்றனர் வனத்துறை அதிகாரிகள். ஆங்கிலேயர்கள் வெளியேறியபோது 40 சதவிகிதமாக இருந்த காடுகள், வனத்துறையின் கட்டுப்பாட்டிற்குள் வந்ததும் 17 சதவிகிதமாகக் குறைந்துவிட்டன. இதில் அடர்ந்த வனங்கள் வெறும் 12 சதவிகிதம்தான் என்கிறது அரசின் அறிக்கை. இந்த கொடுமை நிகழ்ந்தது வனத்தைப் பாதுகாப்பதாகக் கூறிக் கொள்ளும் வனத்துறையினராலா அல்லது பழங்குடியினராலா? வளராது என தெரிந்த எதையும் பழங்குடியினர் வெட்டுவதில்லை. காடுகளில் புதையலைப் போல இருக்கும் அரிய மரங்கள், எத்தனை நூற்றாண்டுப் பழமையானவை என்ற உணர்வு இல்லாமலே அவற்றை வெட்டி சாய்க்கிறது வனத்துறை.

தமிழகத்தில் உள்ள 36 வகையான பழங்குடிகளில் பெரும்பாலானவர்கள் சந்தித்து வரும் துயரமான சவாலை, வாச்சாத்தி மக்களும் சந்திக்க நேர்ந்தது. வாச்சாத்தி அமைந்துள்ள சித்தேரி மலைப் பகுதியில் சந்தன மரங்கள் அடர்ந்திருந்தன. காடுகளைத் தாண்டியதோர் வாழ்வை அறிந்திராத வாச்சாத்தி மக்களுக்கு, சித்தேரி மலை சந்தன மரங்களுக்கு உலகளவில் தேவை இருக்கிறதென்றோ, அவை கொள்ளை விலை மதிப்புடையவை என்றோ தெரிந்திருக்க நியாயமில்லை! ஆனால், வனத்துறை அதிகாரிகளுக்கு அது தெரிந்திருந்தது. பழக்கப்பட்ட வனவிலங்குகள் மனிதர்களின் அதிகாரத்திற்கு அடங்குவதைப் போல, பழங்குடியினரை கட்டற்ற தங்களின் அதிகாரத்தால் அடிமைகளாக்கியது வனத்துறை.

காடுகளுக்குள் சுள்ளிகள் பொறுக்கக்கூட அனுமதி மறுக்கப்பட்ட நிலையில், பணவெறி பிடித்த வனத்துறை அதிகாரிகளின் ஆணைப்படி, சந்தன மரங்களை வேரோடு பிடுங்கும் கொடுமையைச் செய்ய, சித்தேரி மலைப் பகுதியின் சுற்றுவட்டார பழங்குடியினர் கட்டாயப்படுத்தப்பட்டனர். வனத்துறை அதிகாரிகளின் மிரட்டலுக்கு அடிபணிந்தும், கிடைக்கும் சொற்ப கூலிக்காகவும்

சந்தன மரங்களை வெட்டித் தருவது சிலரின் வழக்கமாக இருந்ததே தவிர, பழங்குடியினர் எவரும் தங்களின் வங்கி சேமிப்பை அதிகரிக்கவோ, வளமான வாழ்வுக்காகவோ மரங்களை வெட்டவில்லை. சந்தன மரங்களை வெட்டித்தர மறுத்தவர்களை அதிகாரிகள் தண்டித்தனர். அடிப்பதும் அடங்கிப் போவதுமான ஆதிக்க ஆட்டத்தின் உச்சகட்டமே வாச்சாத்தி வன்கொடுமை.

1992 ஜூன் 19. வழக்கம் போலவே சந்தன மரங்களை வெட்டித் தர வாச்சாத்தியைச் சேர்ந்த சிலரை வற்புறுத்தியிருக்கின்றனர் அதிகாரிகள். இதற்கு அவர்கள் மறுத்த நிலையில், மக்களுக்கும் அதிகாரிகளுக்கும் இடையில் சண்டை மூண்டு, மக்கள் அதிகாரிகளை தாக்கியிருக்கின்றனர். அடிமைகளின் கையால் அடிவாங்கிய ஆண்டானைப் போல சுரணை கிளர்ந்து, வாச்சாத்தியில் மறுநாளே போர் தொடுக்க கிளம்பி வந்தது அதிகார கும்பல். உழைத்துக் களைத்து இளைப்பாறும் மாலைப் பொழுதின் மென்மையைச் சிதைத்து வரிசையாக வந்து நின்றன காவல் வாகனங்கள். கலவர பூமிக்கு விரைந்தவர்களைப் போல, நூற்றுக்கணக்கானோர் சீருடையில் திரண்டிருந்தனர். வனத்துறை மட்டுமின்றி காவல் துறை, வருவாய்த்துறை அதிகாரிகள் என சுமார் முன்னூறு பேர் இருந்தனர். அதிகாரிகள் மீது கை வைத்தவர்களுக்கு தாங்கள் யாரென நிரூபிக்க ஒவ்வொருவரின் ரத்தமும் வெறியில் கொதித்தது. வேட்டை நடத்துவதற்கான அரசு ஆணையை, போர்வாளைப் போல பிடித்திருந்தனர்.

ஊரில் உள்ள அத்தனை பேரும் தரதரவென இழுத்து வரப்பட்டு, ஊரின் மய்யத்தில் அமைந்திருக்கும் ஆலமரத்தடியில் அமர வைக்கப்பட்டனர். பெண்கள், குழந்தைகள், வயதானோர் எனப் பாகுபாடின்றி அடித்து துவைத்து உட்கார வைக்கப்பட்டனர். வெறியாட்டம் தொடங்குவதற்கு முன்பே, ஆலமரத்தடியில் நின்றிருந்த பெண்களில் 18 பேரை மட்டும் தேர்ந்தெடுத்து, வாகனத்தில் ஏற்றி ஏரிக்கரையை நோக்கிக் கொண்டு சென்றனர் அதிகாரிகள். பதுக்கி வைத்திருக்கும் சந்தனக் கட்டைகளை எடுப்பதற்கு அழைத்துச் செல்வதாக ஒரு நாடகம் அரங்கேறியது.

பெண் காவலர்கள் இருந்தும் அவர்கள் இப்பெண்களோடு செல்லவில்லை. ஏரிக்கரைக்கு சென்றதும், ஒவ்வொரு பெண்ணையும் தனித்தனியாக இழுத்துச் சென்று மூவர் நால்வராகக் கூட்டு வல்லுறவு செய்தனர். இதில் 13 வயதேயான சிறுமியும் இருந்தார். பருவமெய்தாத

நிலையில் ரத்தம் கொட்ட அவர் அனுபவித்த கொடுமை, வக்கிரத்தின் உச்சம். 18 பெண்களையும் வன்கொடுமை செய்து அதே வாகனத்தில் ஏற்றி, அரூர் வனத்துறை அலுவலகத்திற்கு கொண்டு சென்றனர். அடித்து துவைக்கப்பட்ட நிலையில் ஆலமரத்தடியில் குவிந்திருந்த உறவுகளைப் பார்த்து பெண்களும், உடைகள் கிழிக்கப்பட்டு கசங்கி நின்ற பெண்களைப் பார்த்து உறவுகளும் கதறி அழுதனர்.

இரவு முழுவதும் வீடுகள் சூறையாடப்பட்டன. பொருட்கள் சேதப்படுத்தப்பட்டன. கிணற்று நீர், பெட்ரோல் மற்றும் மண்ணெண்ணெயால் பாழ்படுத்தப்பட்டது. வாழ்நாள் சேமிப்பாக இருந்த நகைகளும் பணமும் திருடப்பட்டன. கையில் சிக்கிய அத்தனை பேரையும் அடித்து நொறுக்கினர். ஊருக்குள் இருந்தவர்கள் சிறைப்படுத்தப்பட்ட நிலையில், வெளியில் சென்றவர்கள் தகவலறிந்து மலைகளுக்குள்ளும் வேறு ஊர்களுக்கும் ஓடி ஒளிந்தனர். இதற்கிடையில், அழைத்துச் செல்லப்பட்ட பெண்களை விடிய

விடிய அடித்துத் துவைத்தனர் அதிகாரிகள். தலைவரான ஊர் கவுண்டரை அழைத்து வந்து, அவரது ஆடைகளை பெண்களையும் பெண்களின் ஆடைகளை அந்தப் பெரியவரையும் அவிழ்க்கச் சொல்லி அடித்தனர். ஊர் கவுண்டரை துடைப்பத்தால் அடிக்கும்படி வற்புறுத்தப்பட்டனர் பெண்கள்.

மறுநாளும் அரூர் வனத்துறை அலுவலகத்திலேயே அடைத்து வைக்கப்பட்டனர். வாச்சாத்தியில் இருந்து கொண்டு வரப்பட்ட உணவுப் பொருட்களையும், ஆடு கோழிகளையும் சமைத்து சாப்பிட்டனர் அதிகாரிகள். வாச்சாத்தி மக்கள் சந்தன மரக் கடத்தலில் ஈடுபடுவதைத் தடுக்கவே, இப்படியொரு நடவடிக்கையை எடுக்க நேர்ந்தது என நியாயம் கற்பிக்க, ஏற்கனவே அடுக்கி வைக்கப்பட்ட சந்தனக் கட்டைகளின் முன்பு மக்களை நிறுத்தி வைத்து புகைப்படமெடுத்தனர். மாலை 5 மணியளவில் மாஜிஸ்திரேட் முன்நிறுத்தி பின்னர், சேலம் கிளைச் சிறையில் அடைக்கப்பட்டனர். சூலை 20 தொடங்கி மூன்று நாட்கள் வாச்சாத்தியை மொத்தமாக சிதைத்து வெளியேறியது, அரச பயங்கரவாத கும்பல். இதன் முடிவில், வாச்சாத்தி கிராமத்தை சேர்ந்த 133 பேரை கைதுசெய்திருந்தனர். அவர்களில் 90 பெண்கள், 28 குழந்தைகள், 15 ஆண்கள்.

இப்படியொரு கொடுமை நடந்ததற்கான சுவடு கூட வெளியுலகத்திற்கு தெரியவில்லை. வாச்சாத்தி மக்கள் தங்களுக்கு இழைக்கப்பட்ட கொடுமையை சொல்லி அழக்கூட ஆளின்றி புழுங்கிக் கொண்டிருந்த நிலையில்தான், மார்க்சிஸ்ட் கட்சியின் தமிழ்நாடு மலைவாழ் மக்கள் சங்கத்தின் சித்தேரி மலை மாநாடு கூடியது. சூலை 7 அன்று கூடிய மாநாட்டில் பங்கேற்ற மலைவாழ் மக்கள் சிலர், அரைகுறையாக கேள்விப்பட்ட விஷயங்களை எடுத்துரைக்க, தமிழ்நாடு மலைவாழ் மக்கள் சங்கம் போராட்டத்தில் இறங்கியது.

ஊரே அழிக்கப்பட்டு, வாச்சாத்தி ஒரு மயான பூமியாகவே மாறிப் போயிருந்த நிலையில், போரட்டத்தை எங்கு, எப்படி தொடங்குவதெனத் தெரியாமல் திணறியது தமிழ்நாடு மலைவாழ் மக்கள் சங்கம். மலைகளுக்கும் பிற ஊர்களுக்கும் ஓடிப் போயிருந்தவர்களை ஒவ்வொருவராகக் கண்டுபிடிப்பதற்குள் நாட்கள் நகர்ந்து கொண்டே இருந்தன. ஒரு மாதம் கடந்து விட்ட நிலையில், அப்போதைய முதலமைச்சர் ஜெயலலிதாவிற்கு மனு அனுப்பப்பட்டது. பத்திரிகை அலுவலகங்களுக்கும் மனுவின் பிரதி

அனுப்பி வைக்கப்பட்டது. இது உண்மையாக இருக்கும் என நம்ப, எந்த செய்தி நிறுவனமும் தயாராக இல்லை. அதே மனுவை சில நாட்கள் கழித்து மார்க்சிஸ்ட் கட்சியின் அப்போதைய தலைவரான ஏ. நல்லசிவன் மூலம் முதலமைச்சருக்கு அனுப்ப, அதன் பின்னரே ஊடகங்கள் வாச்சாத்தி என்ற பெயரை உச்சரிக்கத் தொடங்கின.

இப்படியொரு கொடுமை நடந்ததை யாராலும் ஏற்க முடியவில்லை. அரசும் அதிகாரிகளும் உறுதியாக மறுத்துவந்த நிலையில், ஆதாரங்களைத் திரட்டுவதே பெரும் சவாலாக அமைந்தது. வன்கொடுமை செய்யப்பட்ட பதினெட்டு பெண்கள் உட்பட 90 பேர் - 28 குழந்தைகள் - 15 ஆண்கள் என சிறையில் அடைக்கப்பட்ட 133 பேரையும் பிணையில் வெளியில் கொண்டு வருவது எளிதானதாக இல்லை. சென்னை உயர் நீதிமன்றத்தில் சி.பி.அய். விசாரணை கோரி பொது நல வழக்கு தாக்கல் செய்யப்பட, நீதிபதி பத்மினி ஜேசுதுரை வழக்கைத் தள்ளுபடி செய்ய சொன்னக் காரணம், வரலாற்றில் பொறிக்கப்பட வேண்டியது.

நீதிபதிகளின் சமூகப் பார்வையையும் நீதித்துறையின் நம்பகத் தன்மையையும் புரிய வைக்கப் போதுமானதாக அமைந்தன அந்த வார்த்தைகள் : "பொறுப்புள்ள அதிகாரிகள் இதுபோன்ற செயல்களில் ஈடுபட்டிருப்பார்கள் என்பது நம்பத் தகுந்ததாக இல்லை."" அரசு அதிகாரிகள் குற்றங்களுக்கு அப்பாற்பட்ட வர்களாக இருப்பார்கள் என்று ஒரு நீதிபதியே நம்புவது, நீதித்துறையின் தரத்தின் மீது பல கேள்விகளை எழுப்புகிறது. வகிக்கும் பதவியை வைத்து குணத்தை எடை போடும் தத்துவம் மநுதர்மத்திலிருந்து உருவப்பட்டது. பார்ப்பனர்கள் குற்றங்களுக்கு அப்பாற்பட்டவர்கள் என்ற வாதத்தையே கொஞ்சம் மாற்றிக் கூறி, வாச்சாத்தி மக்களை இழிவுபடுத்தினார் நீதிபதி பத்மினி ஜேசுதுரை.

உச்ச நீதிமன்றத்தில் மேல் முறையீடு செய்யப்பட்டு, வழக்கை விரைவாக முடிக்க உச்ச நீதிமன்றம் உத்தரவிட்டு பதினெட்டு ஆண்டுகள் கடந்துவிட்டன. இன்றும் நீதிமன்றத்திற்கு நடையாய் நடந்து கொண்டிருக்கின்றனர் வாச்சாத்தி மக்கள். 1992 ஆம் ஆண்டு முழுக்கவே மார்க்சிஸ்ட் கட்சி பல்வேறு போராட்டங் களை நடத்தியது. இப்பிரச்சினை நாடாளுமன்றத்திலும் எழுப்பப்பட்ட நிலையில், தேசிய தாழ்த்தப்பட்டோர் மற்றும் பழங்குடியினர் ஆணையத்தின் கவனத்திற்கும் கொண்டு செல்லப்பட்டது. உடனடியாக பரிசோதனை செய்திருந்தாலும் கூட, வன்புணர்வுகளை

உறுதி செய்வது தோல்வியடைந்துவிடுகிற நிலையில், ஏறக்குறைய இரண்டு மாதங்கள் கழித்து எஸ்.சி.,எஸ்.டி. ஆணையம் நடத்திய விசாரணையில், பாலியல் வன்கொடுமையை உறுதி செய்ய முடியவில்லை.

ஆனால், குற்றங்களை உறுதிப்படுத்திய விசாரணை அறிக்கையோடு, மாநிலம் முழுவதும் போராட்டங்கள் நடத்தப்பட்டன. நீதிமன்றத்தின் இடைக்கால உத்தரவின் பேரில் அடிப்படை வசதிகள், குடும்ப அட்டை, நிலப்பட்டா, பள்ளிச்சான்றிதழ் என அனைத்தையும் அரசு வழங்கியது. குற்றம் நடைபெறவே இல்லை என உறுதியாக நின்ற அரசிடமிருந்து வாச்சாத்தி மக்கள் பெற்ற முதல் வெற்றி இது!

எஸ்.சி.,எஸ்.டி. ஆணையத்தின் விசாரணை அறிக்கையின் விளைவாக, உயர் நீதிமன்றம் புலனாய்வுத் துறை விசாரணைக்கு 1995 இல் உத்தரவிட்டது. குற்றவாளிகள் மீது மாவட்ட கோவை அமர்வு நீதிமன்றத்தில் குற்றப்பத்திரிகையை தாக்கல் செய்தது. ஆனால், அதன் பிறகும் விசாரணை தொடங்கப்படவில்லை. தனி நீதிமன்றம் அமைக்க வேண்டுமென்ற கோரிக்கையை அரசு கண்டுகொள்ளவில்லை. 2002 இல் வாச்சாத்தி வழக்கு, கிருஷ்ணகிரி அமர்வு நீதிமன்றத்திற்கு மாற்றப்பட்டது. வழக்கை விசாரிக்கும் நீதிபதிகள் மாறிக்கொண்டே இருந்தனர். ஆனால், வழக்கு மட்டும் முடிவுக்கு வரவில்லை.

குற்றமிழைத்த அதிகாரிகள் வெவ்வேறு ஊர்களுக்கு மாற்றலாகிச் சென்றனர். சட்டத்தின் அத்தனை ஓட்டைகள் வழியாகவும் குற்றவாளிகள் தப்பிக்க வைக்கப்பட்டனர். சி.பி.அய். விசாரணையின் போது குற்றவாளிகளை அடையாளங்காட்ட அணிவகுப்பு நடத்த முடிவு செய்யப்பட்டது. இதை எதிர்த்து ஆயிரத்திற்கும் மேற்பட்ட வனத்துறை மற்றும் காவல் துறை அதிகாரிகள் வன்முறையில் ஈடுபட்டனர். உயர் நீதிமன்றத்தின் கடுமையான உத்தரவின் பேரில், சேலம் அமர்வு நீதிமன்றத்தில் அணிவகுப்பு நடந்ததில் 11 பேரை அடையாளம் காட்டினர் பாதிக்கப்பட்ட பெண்கள். ஆனாலும் விசாரணை முடிவுக்கு வரவில்லை.

பதினெட்டு ஆண்டுகளாக நீதிமன்றத்திற்கும், போராட்டங் களுக்குமாக அலைவது எத்தனை அயர்ச்சியூட்டுவதாக இருக்கும்! முற்றிலும் சிதைக்கப்பட்ட வாழ்விலிருந்து ஒரு நூலிழையைப் பிடித்துக் கொண்டு போராடுவதற்கான உறுதியைத் திரட்டுவது எல்லோராலும் முடியாதது. உழைத்தால் கூலி, அன்றாடம் கூலி

கிடைத்தால் மட்டுமே உணவு என்ற வாழ்நிலையில் வாச்சாத்தி மக்கள் உள்ளனர். குறிப்பாக, வன்கொடுமைக்கு ஆளான 18 பெண்களும் இன்றும் விசாரணைக்கு தவறாமல் வந்து - தாங்கள் சிதைக்கப்பட்ட கதையை ஒவ்வொரு நீதிபதி முன்பும் சொல்லிக் கொண்டேதான் இருக்கின்றனர். எந்தவொரு கொடுமையையும் மறந்துவிடவும் கடந்து விடவும் முயல்வதுதான் மனித இயல்பு! நீதிக்கான நீண்ட நெடியத் தேடலிலும் போராட்டத்திலும் வாழ்வின் கொடுந் தருணத்தை மறக்க வாய்ப்பே இல்லாமல் போய்விட்டது வாச்சாத்தி மக்களுக்கு.

வாச்சாத்தி மக்களை அண்மையில் சந்தித்த போது கூட, அவர்களின் ஒவ்வொரு வார்த்தையிலும் பதற்றத்தை உணர முடிந்தது. வல்லுறவுக்கு ஆளாகும் பெண்களுக்கு வாழ்நாள் முழுவதும் இந்த ஆணாதிக்க சமூகம் கொடுக்கும் தண்டனை எத்தனை வக்கிரமானது என்பதற்கு, துயர சாட்சி வாச்சாத்தியில் பாதிக்கப்பட்ட 18 பெண்களின் வாழ்க்கை. வல்லுறவுக் கொடுமையைச் சொல்லிச் சொல்லியே கொடுமைப்படுத்திய கணவரை விட்டு பிரிந்து வாழ்கின்றனர் சிலர். வல்லுறவு எனும் கொடுமையை "கெட்டுப் போவது" எனும் பாலியல் விதியாகக் கருதும் சமூகத்தில், பாதிக்கப்பட்ட அடையாளத்தை வலியோடு உரைப்பது கூட அசிங்கமாகிவிடுகிறது.

கணவர்களிடமிருந்து நன்மதிப்பை பெற முடியாத பெண்கள், பிள்ளைகளிடமும் மரியாதை போய்விடுமோ என்ற பதற்றத்திலேயே வாழ்கின்றனர். குடும்பத்தாலும் சமூகத்தாலும் புறக்கணிக்கப்பட்டு பிடிப்பற்ற வாழ்க்கை வாழ்ந்து கொண்டிருக்கின்றனர். இழந்ததைப் பெறுவதுதான் நீதியெனில், அது எப்போதுமே இவர்களுக்கு கிடைக்கப் போவதில்லை. ஏனெனில், இப்பெண்கள் இழந்தது நல்வாழ்விற்கான தங்கள் கனவை.

"தாமதமாக வழங்கப்படும் நீதி அநீதி" என்பது நீதியின் தத்துவம். அரசு அதிகாரிகளால் நிகழ்த்தப்பட்ட வெறியாட்டத்தை வேடிக்கை பார்த்தது மட்டுமின்றி, குற்றத்தை மறுத்து வழக்கை இழுத்தடித்துக் கொண்டிருப்பது வரை, அரசும் நீதித்துறையும் வாச்சாத்தி மக்களுக்கு இழைத்துக் கொண்டிருப்பது மிகப் பெரிய அநீதியே. 269 குற்றவாளிகளில் 19 பேர் இறந்தே விட்டனர். மாறிக் கொண்டே இருக்கும் நீதிபதிகளாலும், வந்து கொண்டே இருக்கும் வாய்தாக்களாலும் பாதிக்கப்பட்டவர்கள் மென்மேலும் கொடுமையை

அனுபவிக்கிறார்கள் என்பதே உண்மை. குற்றப்பத்திரிகை தாக்கல் செய்யப்பட்டாலே 50 சதவிகித இழப்பீடு வழங்க வேண்டும் என்பது சட்டம்.

வன்கொடுமைத் தடுப்புச் சட்டத்தின் கீழ் ஆறு வகையான குற்றங்களுக்காக இடைக்கால நிதியாக மட்டும் இரண்டரை கோடி ரூபாய் வழங்கப்பட வேண்டும். அதையும் தமிழக அரசு கண்டுகொள்ளவே இல்லை. உயர் நீதிமன்றத்தின் கடுமையான உத்தரவுகளுக்குப் பின்னர், இன்று வரை ஒரு கோடியே 25 லட்சம் ரூபாய் மட்டுமே இம்மக்களை வந்தடைந்திருக்கிறது. தலித் மற்றும் பழங்குடியின மக்களுக்கு கிடைக்க வேண்டிய நிதி தாமதமாகக் கூட அவர்களை சேர்வதில்லை என்பதற்கு, வாச்சாத்தி வன்கொடுமை நிகழ்வு ஓர் எடுத்துக்காட்டு. வன்கொடுமைத் தடுப்புச் சட்டங்கள் இருந்து என்ன பயன்? சாதிய மனநிலை மாறாத வரை, அவை ஒருபோதும் பலனளிக்கப் போவதில்லை.

வாச்சாத்தி வழக்கு இத்தனை ஆண்டுகளாக ஏன் முடிவுக்கு வரவில்லை என உச்ச நீதிமன்றமும், உயர்நீதி மன்றமும் கேள்வி எழுப்புகின்றன. அதிமுக ஆட்சியில் நிகழ்த்தப்பட்ட மிக மோசமான வன்கொடுமையான வாச்சாத்தி வரலாற்றில் இடம் பிடித்தது எனினும், ஆட்சி மாறியும் நியாயம் நிலைக்கவில்லை. வாச்சாத்திக் கொடுமைக்கு வழங்கப்படும் நீதி - இந்தியா முழுவதும் வனத்துறையினரால் துன்புறுத்தப்பட்டு, வனங்களில் இருந்து துண்டிக்கப்பட்ட நிலையில் வாழ்ந்து வரும் பழங்குடியினருக்கு புது நம்பிக்கையைக் கொடுக்கும். அதனாலேயே இந்த வழக்கு இவ்வளவு தாமதமாகிறது.

இந்தியாவில் ஒவ்வொரு நாளும் 3 தலித் பெண்கள் பாலியல் வன்கொடுமைக்கு ஆளாகின்றனர்; ஒவ்வொரு வாரமும் 13 தலித்துகள் கொல்லப்படுகின்றனர்; ஒவ்வொரு நாளும் தலித்துகளுக்கெதிராக 27 வன்கொடுமைகள் நிகழ்த்தப்படுகின்றன. சாதிய வக்கிர எண்ணங்கள் நவீனமடைந்து வலுப்பெற்று வரும் சூழலில், இந்த எண்ணிக்கை நாளுக்கு நாள், ஆண்டுக்கு ஆண்டு அதிகரிக்கத்தான் வாய்ப்புகள் அதிகம். காவல் நிலையத்திற்கு வரும் தலித் வழக்குகள், பெரும்பாலும் வன்கொடுமைத் தடுப்புச் சட்டத்தின் கீழ் பதிவு செய்யப்படுவதில்லை என்பதே உண்மை.

தலித் மற்றும் பழங்குடியினர் மீதான வன்முறைகள் பெரும்பாலும் பெருங்கும்பலாலேயே நிகழ்த்தப்படுகின்றன. தனி நபர்

பிரச்சனைகளாக இருந்தாலும் தலித் ஒருவரை தாக்க வேண்டுமெனில், ஓர் ஆதிக்க சாதிக்காரனுக்காக ஊரே திரண்டு வந்து தாக்குதல் நடத்துவதுதான் வழக்கமாக இருக்கிறது. கீழ் வெண்மணி, சங்கனாங்குளம், திண்ணியம், கயர்லாஞ்சி வன்கொடுமைகளிலும்; தாமிரபரணி, குண்டுப்பட்டி, வாச்சாத்தி போன்ற அரச பயங்கரவாதங்களிலும் வன்முறையாளர்கள், கும்பல் வியூகத்தையே கையாண்டிருக்கின்றனர். நூற்றுக்கணக்கானோர் இணைந்து ஒரு வன்முறையில் ஈடுபடும்போது - முக்கிய குற்றவாளிகளைக் கண்டறிவதும், ஆதாரங்களையும் சாட்சிகளையும் திரட்டுவதும் சிரமமாகிறது. அதனால் பாதிக்கப்பட்டவர்களுக்கான நீதி இழுத்தடிக்கப்படுகிறது.

மேற்குறிப்பிட்ட அத்தனை வன்கொடுமை வழக்குகளிலும் ஒடுக்கப்பட்டோருக்கான நீதியின் நோக்கம் சிதைக்கப்பட்டு, வன்கொடுமைத் தடுப்புச் சட்டத்தின் கீழ் பதிவாகும் வழக்குகள் தேங்கிப் போய் கிடக்க, அதை விரைவாக முடித்து, பாதிக்கப்பட்டவர்களுக்கு நீதியை வழங்கும் முயற்சியை இங்கு யாருமே முன்னெடுத்திருப்பதாகத் தெரியவில்லை. மார்க்சிஸ்ட் கட்சியின் தனித்த முயற்சியாலேயே வாச்சாத்தி வழக்கு இந்த அளவிற்கேனும் வந்திருக்கிறது.

பாலியல் வன்கொடுமைக்கு ஆளாக்கப்பட்ட பெண்களுக்கு வயதாகிக் கொண்டிருக்கிறது. முதுமை காரணமாக குற்றவாளிகளிலும் சிலர் இறந்து விட்டனர். அப்படியெனில், இந்த வழக்கின் முதிர்ச்சி நீதித்துறைக்கு உறைக்கவில்லையா? நள்ளிரவிலும், ஞாயிற்றுக்கிழமைகளிலும் கூட நீதிமன்றம் செயல்படுகிற இக்காலத்தில், இத்தனை ஆண்டுகளில் இன்னும் குற்றவாளிகளை தண்டிக்க முடியாமல் இருப்பது, நீதித்துறையின் அறச்சிதைவை அம்பலப்படுத்துகிறது.

ஒடுக்கப்பட்டோருக்கு முற்றிலும் எதிரான ஒரு சமூகத்தில், நீதித்துறையிடம் மட்டும் நீதியை நாம் பெற்றுவிட முடியுமா என்ன? முடியுமெனில், இந்நேரம் நிலுவையில் உள்ள வன்கொடுமை வழக்குகளில் பாதிக்குப் பாதியேனும் குறைந்திருக்க வேண்டுமே! ஆதிக்க சாதியினர் கூட்டு சேர்ந்து தலித் குடும்பத்தை வன்கொலை செய்த கயர்லாஞ்சி வழக்கில் கூட, சாதி வக்கிரத்தை மறைத்து "முன்விரோதமே காரணம்" என தீர்ப்பளித்திருக்கிறது நீதிமன்றம். மக்களின் பயங்கரவாதத்திலேயே நீதியில் பிறழ்வு உண்டாகும்போது, அரச பயங்கரவாதத்தில் கேட்கவும் வேண்டுமா?

தலித் மற்றும் பழங்குடி இயக்கங்களும், கட்சிகளும் பெரும்பாலும் ஆளுங்கட்சி, எதிர்க்கட்சிகளின் நிழலில் ஓய்வெடுத்துக் கொண்டிருப்பதால் - இப்போதெல்லாம் வன்கொடுமைகளின் நீதிக்கான குரலை நாம் கேட்க முடிவதில்லை. வன்கொடுமைத் தடுப்புச் சட்டம் பெரும்பாலும் தவறாகவே பயன்படுத்தப்படுவதாக 22.9.2010 அன்று நடைபெற்ற கருத்தரங்கில் டாக்டர் ராமதாஸ் கூறியுள்ளார். தலித் மக்களுக்கும், பழங்குடியினருக்கும் இச்சாதிய சமூகத்தில் மரியாதையோடு வாழ்ந்துவிட சிறிதளவேனும் வாய்ப்புகள் இருக்கின்றதென்றால், அது இட ஒதுக்கீட்டாலும் இதுபோன்ற சிறப்புச் சட்டங்களாலும்தான். தலித்துகளுக்கான சட்டரீதியான, சமூக ரீதியான உரிமைகளை கேள்வி கேட்கும் ராமதாஸ், பிற்படுத்தப்பட்டோருக்கான உரிமைகளை எந்த அடிப்படையில் கோருகிறார்?

ஜெயராணி

ஒடுக்கப்பட்டோருக்கான சட்டரீதியான உரிமைகளையும் நலன்களையும் இழிவுபடுத்தவும், கேள்வி கேட்கவும் ஆதிக்க சாதியினர் இந்த நாடு முழுக்க நிரம்பியிருக்கிறார்கள். ஒடுக்கப்பட்டோருக்கான சமூக ரீதியான, சட்டரீதியான உரிமைகளை சலுகைகள் என்று சுருக்கி, அவற்றை அழித்தொழிக்க சாதியவாதிகள் கடுமையாக முயன்று வருகிற காலம் இது. இடஒதுக்கீட்டிற்கு எதிராக எழுப்பப்படுகிற கேள்விகளே இதற்கு சான்று.

வரதட்சணைத் தடுப்புச் சட்டம் தவறாகப் பயன்படுத்தப்படுவதாகக் கூறி, அச்சட்டத்தை நீக்க ஆண் சமூகம் தற்போது கோரிக்கை வைத்து வருகிறது. ஒரு சிலர் தவறாகப் பயன்படுத்துகிறார்கள் என்பதற்காக, பலருக்கும் கிடைக்கும் நீதியை நாம் பறிக்க முடியமா? ஆணாதிக்கமும் சாதியாதிக்கமும் ஒழிகிற வரை, இதுபோன்ற சட்டங்கள் இன்னும் வலுமிக்கதாகவே செயல்பட்டாக வேண்டும்.

ஒரு குற்றத்துக்கு வழங்கப்படும் நீதிதான் அதே போன்ற மற்றொரு குற்றம் நடக்காமல் இருப்பதற்கான பாடம்! தலித்துகள் மீதான வன்கொடுமைகளில் மட்டும் இந்த பாடங்கள் பிறழ்ந்து விடுகின்றன. அதனாலேயே வாச்சாத்தி மாதிரியான துயரங்களுக்கு முடிவே உண்டாவதில்லை. இங்கு எல்லோரின் துயரமும் அவரவரோடே விடப்படுகிறது. பாதிக்கப்பட்டவர் களுக்கான ஆதரவு, ஓர் இயக்கமாகக் கிளர்ந்தெழும் போதுதான் - நீதியை நியாயமாகவும் விரைவாகவும் நாம் பெற முடியும். ஒருங்கிணைந்த இயக்கமும் கிளர்ச்சியும்தான் ஆதிக்கத்தின் உறுதியை அசைத்துப் பார்க்க வல்லது. தனி மனிதர்களாகப் பிளவுபட்ட இந்த சுயநலச் சமூகத்தில், அப்படியொரு இயக்கமும் கிளர்ச்சியும் இனி எப்போதேனும் சாத்தியமா என்பதே மிகப்பெரிய கேள்வி!

(தலித் முரசு - செப்டம்பர் 2010)

குறிப்பு: 19 ஆண்டுகாலமாக நடந்துவந்த இந்த வழக்கில் செப். 29, 2011 அன்று தீர்ப்பளிக்கப்பட்டது. இந்த வழக்கில் மொத்தம் 269 பேர் மீது குற்றம்சாட்டப்பட்டிருந்தது. வழக்கு நடந்த 19 ஆண்டுகளில் குற்றம்சாட்டப்பட்டவர்களில் 54 பேர் இறந்துவிட்டனர். இந்நிலையில், மீதமுள்ள 215 பேர்

குற்றவாளிகள் என்று நீதிமன்றம் தீர்ப்பளித்தது. இவர்களில் 126 பேர் தமிழக அரசின் வனத்துறை அலுவலர்கள். 84 பேர் தமிழக காவல்துறையினர். மீதமுள்ள ஐந்து பேர் தமிழக வருவாய்த் துறை ஊழியர்கள். பாலியல் வன்முறையில் ஈடுபட்டதாக குற்றம் சாட்டப்பட்ட 17 பேர் மீதான குற்றச்சாட்டு நிரூபிக்கப்பட்டதால், இவர்களில் 12 பேருக்கு 10 ஆண்டுகளும், ஐந்து பேருக்கு ஏழு ஆண்டுகளும் சிறை தண்டனை விதிக்கப்பட்டது. மற்றவர்களுக்கு வாச்சாத்தி மக்களை பல்வேறு வழிகளில் துன்புறுத்தியதற்காகவும் அவர்களது உடைமைகளை சூறையாடியதற்காகவும் குறைந்தபட்சம் இரண்டு ஆண்டுகள் முதல் அதிகபட்சமாக ஐந்து ஆண்டுகள் வரை தண்டனை விதிக்கப்பட்டது.

"இந்தியாவில் பிறந்ததற்காக
வெட்கப்படுகிறேன்"

- சாந்தி

5

தன் எல்லா இழிவுகளையும் திணிப்பதற்கென்றே ஒடுக்கப்பட்ட சமூகத்தை உருவாக்கி வைத்திருக்கிறது இந்த நாடு. பரந்து விரிந்த இந்நாட்டின் கட்டற்ற வளங்களையும், சுகங்களையும் மட்டுமல்ல; ஜனநாயகத்தை நிலைநிறுத்த, ஒடுக்கப்பட்டோருக்கென நடைமுறையில் உள்ள சட்டங்களையும், நலத் திட்டங்களையும்கூட ஆண்டு அனுபவித்து வருகிறது ஆதிக்க வர்க்கம். சாதிய ஒடுக்குமுறை என்னும் கொடுமையால், இந்தியாவில் ஒடுக்கப்பட்ட சமூகத்திலிருந்து உன்னதக் கலைஞர்கள் உருவாகாமலேயே தொலைந்திருக்கின்றனர். உருவானோரும் எங்கும் நிறைந்திருக்கும் சாதியின் கூரிய ஆயுதங்களால் உருக்குலைந்து போயிருக்கின்றனர்.

தீண்டத்தகாதோரை திறமையானவர்களாக ஏற்க மறுக்கும் இந்நாட்டின் சாதியச் சூழலில், வறுமையும் ஒடுக்குமுறையும் மாறி மாறி அழுத்த, அடிமையாகப் பிறந்த ஒவ்வொரு கலைஞரும் அறிவாலும், திறமையாலும் தனிப்பட்ட தன் போர்க்குணத்தாலும்தான் முன்னேறியிருக்கிறார்கள். துச்சமான பார்வைகளையும், கேவலமான நய்யாண்டிகளையும், புறக்கணிப்புகளையும் மீறி தன் அடையாளங்களைப் பதிய வைக்க போராடுவோரை - ஆதிக்கவாதிகளுக்கான இந்த ஜனநாயக நாடு கருணையின்றி கைவிட்டிருக்கிறது.

இந்நாட்டில் பிறந்ததற்காகவும், இச்சமூகத்தில் வாழ நேர்ந்ததற்காகவும் - ஒவ்வொரு ஒடுக்கப்பட்ட உள்ளமும் வெட்கத்திலும், வேதனையிலும் கொந்தளித்துக் கிடக்கிறது என்பதே உண்மை. கண்ணுக்கெட்டிய உயரங்களையும், கைகளுக்கெட்டிய வெற்றிகளையும் தலித்துகள் தொட்டுவிடாதபடி தடுத்துக் கொண்டே

ஜெயராணி

இருக்கிறது ஆதிக்கச் சாதிச் சமூகம். ஒன்றல்ல இரண்டல்ல... சாதிய சவுக்கால் அடித்து வீழ்த்தப்பட்டோர் ஆயிரமாயிரம். தடகள வீராங்கனை சாந்தியும் அதில் ஒருவர்.

வாழ்வின் அடிப்படைத் தேவையான அமைதியை முற்றிலுமாக இழந்துவிட்ட ஓர் உயிர். நான்காண்டுகளுக்கு முன்னர் அந்த பரபரப்பு எழுந்தபோதே சாந்தியை சந்தித்து, மனம்விட்டு உரையாட வேண்டும் என்ற உந்துதல் உண்டானது. ஆனால், அப்போது அவருக்கிருந்த நெருக்கடியில், யாராக இருந்தாலும் தனிமையைத்தான் விரும்பியிருப்பர். ஏற்கனவே ஊடகங்கள் துரத்திக் கொண்டிருந்த நிலையில், வெளிச்சத்தில் முகம் காட்டவே அவர் அச்சப்பட்டு முடங்கியிருந்தார் என்பதுதான் உண்மை. ஆசிய விளையாட்டுப் போட்டியில் எழுந்த சர்ச்சையின்போது, சந்திக்க வேண்டும் என்ற கோரிக்கையும், பேட்டி என்ற பெயரில் கேட்க வேண்டிய கேள்விகளும், அதற்கு சாந்தி கொடுத்தாக வேண்டிய விளக்கங்களும்கூட அவருக்கு மிகப் பெரிய துன்புறுத்தலாகவே அமையும் என்பதால், அம்முயற்சியைக் கைவிட்டு - "சாந்தியைக் கொண்டாடுவோம்" என்ற கட்டுரையை மட்டும் "தலித் முரசு" இதழில் பதிவு செய்தேன். அப்போதிருந்து பல நூறு முறை சாந்தியை சந்திக்க வேண்டுமென தோன்றியிருக்கிறது. அதற்கு சிறப்பான காரணங்கள் இருந்தன!

மதங்களும் சாதியும் வாழ்வியல் நெறியாகவும், பண்பாட்டுக் குறியீடாகவும் ஆக்கப்பட்டிருப்பதைப் போலவே, பாலின மாறுபாடுகளும், விருப்பங்களும்கூட, வறட்டுத்தனமான பண்பாட்டு வட்டத்திற்குள் வளைக்கப்பட்டிருக்கின்றன. பகுத்தறிந்து பார்த்தால் மட்டுமே இவற்றுள் இருக்கும் இயல்புகளையும் பிறழ்வுகளையும் சிக்கல்களையும் ஒருவரால் புரிந்த கொள்ள இயலும். மதத்தையும், அது உருவாக்கிய சாதிப் படிநிலையையும் புரிந்து கொள்ள முடிந்தவர்களால்கூட, மனிதரின் பாலியல் மாறுபாடுகளை அறிய முடிவதில்லை. அறிவார்ந்த சமூகத்திடம்கூட பாலினப் புரிதலில் நிலையானதோர் ஊனம் இருக்கிறது. ஆசிய விளையாட்டுப் போட்டிகளில் பெருமைக்குரிய பதக்கங்களை வென்றும், பாலியல் சோதனையில் தோல்வியடைந்ததாக இழிவுபடுத்தப்பட்ட சாந்தி, வறுமையும் ஒடுக்குமுறையும் நிறைந்த தலித் சமூகத்தில் பிறந்ததும் - அவருடைய வாழ்வைப் பதிவு செய்ய வேண்டியதன் அவசியத்தை அதிகப்படுத்துகிறது. பெரும் முயற்சிகளுக்குப் பிறகு அண்மையில் சாந்தியை சந்திக்கும் சூழல் அமைந்தது.

புதுக்கோட்டை மாவட்டம் கத்தக்குறிச்சியில் சவுந்தரராஜன் - மணிமேகலை தம்பதியினரின் மூத்த மகளாகப் பிறந்தவர் சாந்தி. குறுகிய ஓட்டு வீட்டில் வசித்து, கூலி வேலைக்குச் செல்லும் பெற்றோர், ஆண் குழந்தை ஆர்வத்தில் அடுத்தடுத்து மூன்று மகள்களையும், அய்ந்தாவதாக ஒரு மகனையும் பெற்றனர். ஒரு வேளை பசியாற்றிய பழைய சோற்றை பங்கிட்டுக் கொள்வதில் எந்த சிரமமும் இருக்கவில்லை. கொஞ்சம் சோறும் நிறைய தண்ணீரும் கலந்து நீராகாரம்தான் சாந்தி அறிந்த ஒரே உணவு வகை! கத்தக்குறிச்சியின் தலித் குடியிருப்புகளில் வாழ்ந்த எல்லோருமே ஒருவேளை உணவிற்கு அல்லல்பட்டவர்கள்தான். அதுவும் கிடைக்காத நாட்களில், பகல் முழுவதும் பட்டினி கிடந்து விட்டு இரவு வேளையில், உயர்த்தப்பட்டோர் வசிக்கும் பகுதிக்குச் சென்று, வீட்டிற்கு வெளியே நின்று இறைஞ்சி கேட்டு உணவு வாங்கி வருவது வழக்கம். மிக நிச்சயமாக, அதுவும் பழைய சோறாகத்தான் இருக்கும்.

சாந்தி: *“பசி வாட்டுறப்போ எப்படியாவது ஒருவாய் சோறு கிடைக்காதாங்கற ஏக்கம்தான் எங்க மனசுல நிறைஞ்சிருக்கும். அது எங்கயிருந்து வருதுனெல்லாம் ஆராயத் தோணாது. எங்களுக்கு விவரம் தெரியல. ஆனா, வீடு வீடா போய் சோறு வாங்குறது, அப்பா அம்மாவுக்கு அவமானமா இருந்திருக்கலாம். வேலை செஞ்சுட்டு கூலி வாங்குற மாதிரிதான் இதுவும் ரொம்பா இயல்பான விஷயமா எங்களுக்கு இருந்துச்சு. நல்ல சோறு கிடைக்குமாங்கற எதிர்பார்ப்பு, எஸ்.சி. குழந்தைகளோட அதிகபட்ச கனவுன்னு சொல்லலாம்.”*

சத்துக் குறைபாட்டினால் எலும்பும் தோலுமாகவே எல்லா குழந்தைகளும் வளர்ந்தன. உடுத்த உடையும் குடிக்க கஞ்சியும் இல்லாத நிலையிலும் பிள்ளைகளைப் படிக்க வைப்பதில் உறுதியாக இருந்தனர் - சவுந்தரராஜனும் மணிமேகலையும். கத்தக்குறிச்சியிலிருந்து அய்ந்து கிலோ மீட்டர் தொலைவிலிருந்த ராமசாமி தெய்வானையம்மாள் மேல்நிலைப் பள்ளியில் சாந்தியும் சகோதரர்களும் படித்தனர். அய்ந்து கிலோ மீட்டரையும் நடந்தே கடக்க வேண்டியிருந்தது. இலங்கையில் வாழ்ந்தவரான சாந்தியின் தாத்தா முத்தையாவிற்கு, விளையாட்டில் குறிப்பாக ஓட்டத்தில ஆர்வமிருந்தது. சாந்தியின் திறமையை முதலில் கண்டறிந்ததும் உறுதியாக நம்பிக்கையூட்டியதும் அவர்தான். ஏழாம் வகுப்பு வரை வீட்டிலேயே பயிற்சி மேற்கொள்ள முத்தையா ஊக்கப்படுத்தினார். வீட்டுக்கு அருகிலிருந்த சிறிய இடத்திலும், வயல்வெளியிலும் ஓட்டப் பயிற்சி செய்தார் சாந்தி.

சாந்தி: *"காலையிலும் மாலையிலும் பயிற்சி செய்ற பழக்கம் எனக்கிருந்துச்சு. பசங்களோட சேர்ந்து விளையாடாம தனியா ஓடிட்டிருந்தா கிண்டல்தானே பண்ணுவாங்க. நான் எதையும் காதுல போட்டுக்க மாட்டேன். பி.டி. உஷா பற்றி தாத்தா சொல்லியிருந்ததால, அப்பவே எனக்குள்ள ஒரு லட்சியம் உருவாகிடுச்சுனு சொல்லலாம். பள்ளிக் கூடத்துல விளையாட்டுப் போட்டிகள்ல நான்தான் ஜெயிப்பேன். பரிசா கிடைக்குற சோப்பு டப்பாவும், டிபன் பாக்சும்தான் என்னோட அதிகபட்ச ஆர்வம். வீட்டுக்கு சின்னச் சின்னதா ஏதாவது பொருள் கொண்டு வந்து கொடுக்குறதுல ஒரு சந்தோஷம் இருந்துச்சு."*

பத்தாம் வகுப்பிலிருந்துதான் முறைப்படியான பயிற்சி சாத்தியப்பட்டது. விளையாட்டு ஆசிரியரான பழனிவேல், சாந்தியின் தனித் திறமையை கவனித்து பயிற்சியளிக்கத் தொடங்கினார். ஒடுக்கப்பட்ட சூழலில் சேரியில் வளரும் சிறுவர்களுக்கு கிடைக்கும் சிறு வழிகாட்டலும் ஊக்கமும் - இருண்டு கிடக்கும் அவர்களின் எதிர்காலத்தின் மேல் விழும் ஒளிக்கீற்று. தனக்கு கிடைத்த ஒரே ஊன்றுகோலை இறுகப் பற்றிக் கொண்டதால், சாந்தியின் சாதனைகள் பள்ளியிலேயே தொடங்கின. வேங்கடகுளம் செயின்ட் ஜோசப் மேல்நிலைப்பள்ளியில் படித்தபோது, முதன்முறையாக மாநில அளவிலான போட்டியில் ஈட்டி எறிதல் பிரிவில் தங்கம் வென்று, தன் கணக்கைத் தொடங்கினார்.

சாந்தி: *"ரொம்ப சந்தோஷப்பட்ட நாள் அதுன்னு சொல்லலாம். வாழ்க்கையில பெரிசா எந்த மாற்றமும் உண்டாகலன்னாலும் என் லட்சியத்தை நோக்கி நான் போயிட்டிருக்கேன்னு புரிஞ்சது. அப்பவும் என்னோட மிகப் பெரிய கவலையாவும் தடையாவும் இருந்தது என்னோட வறுமை, ஊட்டச் சத்துள்ள உணவு. கிராமத்துக் குழந்தைகளுக்கு இயற்கையா இருக்குற உடல்/மன வலிமை எனக்குமிருந்ததால சாதிக்க முடிஞ்சதுன்னாலும், புரதச் சத்துக்காக முட்டையும் பாலும் மிகப் பெரிய கனவாவே இருந்துச்சு! என்னோட குடும்பச் சூழல்ல அதையெல்லாம் நான் எதிர்பார்க்க முடியாது. கூட விளையாட வர்ற பசங்கள்லாம் திடமா ஆரோக்கியமா இருக்கிறப்போ நான் மட்டும் கறுத்து, மெலிஞ்சு சுருங்கிப் போயிருந்தேன். தாழ்த்தப்பட்ட, ஏழைக் குடும்பத்துல பிறந்ததுக்காக நான் வருத்தப்பட்டது அப்போதுதான்."*

திருச்சி ஜே.ஜே. கல்லூரியில் பி.பி.ஏ. படிக்க சேர்ந்தார் சாந்தி. மகளின் எந்த முடிவையும் தடுக்காமல் சுதந்திரமாக செயல்பட அனுமதித்தனர் பெற்றோர். இதனால் எந்நேரமும் பயிற்சியிலேயே கழிந்தன பொழுதுகள். சாதிக்க வேண்டும் என்ற வெறி உள்ளுக்குள் கனன்று கொண்டிருந்தது. 2002 ஆம் ஆண்டு பெங்களூருவில் நடைபெற்ற தேசிய அளவிலான போட்டிகளில் 400 மீட்டர் ஓட்டத்தில் வெள்ளிப் பதக்கத்தை வென்று, சர்வதேசக் களத்திற்குள் நுழைவதற்கான தகுதியைப் பெற்றார். அடுத்த ஆண்டு தென்கொரியாவில் நடைபெற்ற "ஏஷியன் ட்ராக் அண்ட் பீல்ட்" போட்டிகளுக்கு தேர்வானார் சாந்தி. வெளிநாட்டுப் பயணத்திற்கான தங்கும் மற்றும் பயணச் செலவுகளை விளையாட்டுத் துறை ஏற்றுக் கொண்டிருந்தாலும், நல்ல உடைகளோ, சொந்த செலவிற்கு பணமோ இன்றி வெற்றியை மட்டுமே இலக்காகக் கொண்டு கிளம்பினார். அய்யாயிரம் மீட்டரில் முதல் பரிசு, எண்ணூறு மீட்டரில் இரண்டாம் பரிசு, நானூறு மீட்டரில் மூன்றாம் பரிசு என மூன்று பரிசுகளைப் பெற்றிருந்தும், சாந்தியின் ஒடுக்கப்பட்ட மனம் அதைக் கொண்டாட முடியவில்லை.

சாந்தி: *"வெறும் ரெண்டாயிரம் ரூபா எடுத்துட்டுப் போனேன். எங்க அப்பா அம்மானால அதுதான் முடிஞ்சது. அதையே கடன் வாங்கிதான் கொடுத்தாங்க. நான் ஜெயிப்பேன்னு நிச்சயமாகத் தெரியும். ஏன்னா தினமும் காலையிலயும் மாலையிலயும் பத்து கிலோ மீட்டர் ஓடுவேன். பயிற்சியையும் முயற்சியையும் சரியா செஞ்சேன். மூணு பதக்கங்களை வாங்கியும் அங்க நான் தனியாவே இருந்தேன்.*

என்கூட வந்த மற்ற போட்டியாளர்கள் என்னை ஒரு பொருட்டாகவே மதிக்கல. என்னாலயும் அவங்களோட இயல்பாகப் பழக முடியல. போட்டி நேரம் போக ஷாப்பிங் போவாங்க. நிறைய செலவு செய்வாங்க. என்னால அது முடியாது. என்னோட அறையிலேயே அடைஞ்சு கிடப்பேன். ரெண்டாயிரம் ரூபாயோட போன நான், 39 ஆயிரம் ரூபாய் பரிசுத் தொகையா கொண்டு வந்தேன். என்னை தவிர்த்தவங்க ஒரு மெடல்கூட வாங்கல. பரிசுப் பணத்தை செலவு செய்யாம அப்படியே கொண்டு வந்து வீட்டுல கொடுத்தேன். சந்தோஷப்பட்டாங்க. அவங்களுக்கு அது பணம்; கொஞ்ச நாளைக்கு நல்ல சாப்பாடு சாப்பிடலாம் அவ்ளோதான். ஆனால், என் சாதனையோட மதிப்பை புரிஞ்சுக்க யாருமே இல்லயேன்னு ரொம்ப வருத்தப்பட்டேன்."

ஒரே போட்டியில் 5000, 800, 400 மீட்டர்களில் பதக்கங்கள் வெல்வது அசாதாரணமான செயல். எவருமே கணிக்காத சூழலில் சாந்தியின் சாதனை அமைந்தது. எந்த சந்தேகங்களோ, சர்ச்சைகளோ இன்றி பதக்கங்களைப் பெற்று வந்தார். இந்த இமாலய வெற்றிக்குப் பின்னான இரண்டாண்டுகள், கவனத்தை மீண்டும் பயிற்சியின் பக்கம் திருப்பியதில், 2005 ஆம் ஆண்டு முழுவதும் வெற்றி மாலைகள் சாந்தியின் மேல் விழுந்து கொண்டே இருந்தன. தென்கொரியாவில் 800 மீட்டரில் வெள்ளிப்பதக்கமும், தாய்லாந்தில் இரண்டு தங்கங்களையும், கிராண்ட் ப்ரிக்ஸ் போட்டிகளில் தாய்லாந்தில் நடைபெற்ற முதல் ஆசியப் போட்டியில் தங்கத்தையும், அதே ஆண்டு கொழும்பில் நடைபெற்ற தெற்காசிய விளையாட்டுப் போட்டிகளில் இரண்டு தங்கம் மற்றும் ஒரு வெள்ளியையும் வென்றார். இத்தனை வெற்றிகளுக்குப் பின்னர்தான் தன் லட்சியத்தை அடைந்து கொண்டிருக்கும் பூரிப்பு கொஞ்சமாக அவருள் பூத்தது. எந்த விளையாட்டு வீரருக்கும் ஒலிம்பிக்கில் தங்கம் வெல்வதே அதிகபட்ச இலக்கு என்பதால், சாந்தியும் அதை குறி வைத்தே இயங்கிக் கொண்டிருந்தார்.

சாந்தி: *"ஊருக்குள்ள எனக்குனு ஒரு மரியாதை உருவாகி இருந்துச்சு. எல்லோரும் அன்பாவும் மரியாதையாவும் பார்க்க ஆரம்பிச்சாங்க. 2005 முழுக்க பதக்கங்களா வாங்கிட்டிருந்தேன். எங்க ஓட்டு வீட்டுக்குள்ள அதை வைக்குறதுக்குதான் இடமில்லை. 2005 ஆம் வருஷத்தோட விளையாடவே முடியாமப் போகும்னு நான் எதிர்பார்க்கவே இல்ல. ஒவ்வொரு விளையாட்டு வீரருக்கும் அவங்க ஓடி முடிச்சதுக்கப்புறம் சிறுநீர் பரிசோதனை செய்வாங்க.*

போதை மருந்து, ஊக்க மருந்து சாப்பிட்டது உறுதியாச்சுன்னா, அடுத்த ரெண்டு வருஷத்துக்கு விளையாட முடியாது. ஒவ்வொரு முறையும் இந்த பரிசோதனையை தைரியமா செஞ்சுக்குவேன். போட்டி நாட்கள்ல தலைவலி மாத்திரைகூட எடுத்துக்க மாட்டேன். ஏன்னா நாம் சாதாரணமா எடுத்துக்குற வலி நிவாரணிகள்லகூட ஸ்டீராய்ட்ஸ்இருக்கலாம். கஷ்டப்பட்டு பெற்றதை கவனக்குறைவுனால இழந்துடக் கூடாதில்லையா?"

ஊக்க மருந்து விஷயத்தில் இத்தனை கவனமாக இருந்த சாந்தி, உடல் கூறு தேர்வில் தோற்றுப் போவோம் என அதுவரையும் நினைத்திருக்கவில்லை! 2005 டிசம்பரில் கத்தார் தலைநகர் தோஹாவில் நடைபெற்ற ஆசிய விளையாட்டுப் போட்டியில் பங்கேற்று, 800 மீட்டரில் வெள்ளிப் பதக்கம் வென்றபோது, இந்திய ஊடகங்கள் அவரை வாழ்த்தின. அடுத்த ஒரு வாரத்தில் எல்லாமே தலைகீழாய் மாறியது. பெண்ணென்று பொய் சொல்லி சாந்தி ஏமாற்றிவிட்டதாகவும், பாலினச் சோதனையில் தோல்வியடைந்துவிட்டதாகவும் ஊடகங்கள் அறைகூவ, அந்த அலறல்களுக்கு நடுவே உடைந்து நொறுங்கிப் போனார் சாந்தி.

சாந்தி: *"முதல்ல எனக்கு எதுவுமே புரியல. தோஹாவுல 800 மீட்டர் பந்தயத்துல வெள்ளிப் பதக்கம் ஜெயிச்சதோட என்னோட போட்டிகள் முடிஞ்சது. மற்ற வீரர்கள் விளையாடிட்டிருந்தாங்க. நான் என்னோட அறையிலயே இருந்தேன். ரெண்டு நாள் கழிச்சு. என்னை பரிசோதனை செய்யணும்னு கூட்டிட்டுப் போனாங்க. ரத்தம், சிறுநீர், பொது உடல் பரிசோதனைகளும் பண்ணாங்க. என்னோட பயிற்சியாளர்கிட்ட எதுக்கு இந்த பரிசோதனைன்னு கேட்டேன். என்னோட அறையில் தங்கியிருந்த சக வீராங்கனைகள், என் மேல புகார் செஞ்சிருக்குறதா சொன்னார். குழப்பமா இருந்தது. பதக்கத்தோட நான் நாடு திரும்பினேன். ஒரு வாரம் கழிச்சு டி.வி. செய்திகள்ல பார்த்துதான் என்ன பிரச்சனைன்னு தெரிஞ்சுக்கிட்டேன். என்னோட பயிற்சியாளர் ரஷ்யக்காரர். பெங்களூருவில் இருக்கார். அவர்கிட்ட விளக்கம் கேட்க முடியாதுங்கறதால விட்டுட்டேன். ஆனா என் வாழ்க்கை, லட்சியம், கனவு இந்த ஒரு விஷயத்துனால நொறுங்கிப் போச்சு. அதுவரைக்கும் இருந்த சாந்தியா அதுக்கப்புறம் நான் வாழவே முடியல."*

பாலினச் சோதனையில் தோல்வி என்ற முதல் செய்தி வந்தபோது, காரைக்குடியில் தன் மாமா வீட்டில் இருந்தார் சாந்தி. தொடர்ச்சியாக தொலைக்காட்சி செய்திகளில், சாந்தி ஆணா, பெண்ணா என்ற விவாதம் நடந்ததால், செய்திச் சேனல்களை தற்காலிகமாகத் தடை செய்து வைத்தனர் சாந்தியின் உறவினர்கள். கல் தடுக்கி விழுந்திருந்தால் அத்தனை காயம் ஏற்பட்டிருக்காது. சாந்தி சரிந்ததோ மலை உச்சியிலிருந்து! தனித்த உழைப்பாலும் முயற்சியாலும் வெற்றியின் உயரங்களில் ஏறிக் கொண்டிருந்த நேரம் இப்படியொரு சரிவு, எத்தனை பெரிய வலியை உண்டாக்கியிருக்கும்?! பெண்ணாகப் பிறந்து, பெண்ணாகவே உணர்ந்து, பெண்ணாகவே வாழ்ந்து வந்த நிலையில், சில சோதனைகள் பெண்ணில்லை என விலக்கி வைக்க, கையறு நிலைக்குத் தள்ளப்பட்டார் சாந்தி.

சாந்தி : *"நான் பொண்ணுதான். ஒரு பொண்ணாதான் பிறந்தேன். அதனாலதான் எனக்கு சாந்தினு பேர் வச்சாங்க. நான் பிறந்தப்போ, என்னோட உறவினர்களும் ஊர்க்காரர்களும் வந்து பார்த்தாங்க. என்னை வேறு எப்படி நிரூபிக்கச் சொல்றீங்க? பெண்ணுக்குனு விதிக்கப்பட்ட அடையாளங்களோட இருக்குறதுக்காக, உடலில் அட்டைகளைப் பொருத்திக்கிட்டு என்னால திரிய முடியாது. கருப்பை இல்லேன்னா பொண்ணில்லையா? பருவமெய்தலேன்னா பொண்ணில்லையா? பருவமெய்தாமலேயே திருமணம் செஞ்சுகிட்டு*

வாழ்றவங்கள எனக்குத் தெரியும். உங்களோட விதிமுறைகளும் சோதனைகளும் என்னை பெண்ணில்லனு சொன்னா, அதை நான் ஏத்துக்கணுமா? என் பாலினம் குறித்து எனக்கு எந்த சந்தேகமும் இல்ல. சிகிச்சை எடுத்துக்குறதுக்கு நான் நோயாளி இல்ல. எனக்கு தோணுச்சுனா திருமணம் செஞ்சுக்குவேன்; இல்லேன்னா தனியாவே இருப்பேன். அதை வச்சு என் பாலினத்தை யாரும் உறுதி செய்ய முடியாது. இந்த சமுதாயத்துல எப்பவுமே நான் தலைநிமிர்ந்து வாழ முடியாத நிலையை உருவாக்கிட்டாங்க. ஆம்பளையா, பொம்பளையானு என் காதுபட கிண்டல் செய்றவங்களை தினமும் கடந்து போறேன். என் வாழ்க்கை முழுசும் தொடரப் போற கொடுமையான கேள்வி இது."

என்றுமே சரி செய்ய முடியாத ஊனத்தையும், காயத்தையும் உருவாக்கிவிட்டு அமைதியாகிவிட்டன ஊடகங்கள். விளையாட்டுப் போட்டிகளின்போது, பாலினச் சோதனை செய்ய வேண்டியது கட்டாயமில்லை. குறிப்பிட்ட புகார்கள் வரும்போது மட்டுமே பாலினச் சோதனைகள் மேற்கொள்ளப்படுகின்றன. சாந்தியின் புறத்தோற்றத்தைப் பார்த்து சந்தேகம் கொண்ட வீராங்கனைகள் சிலர் அளித்த புகாரின் பேரிலேயே, அவர் பாலினச் சோதனைக்கு உட்படுத்தப்பட்டிருக்கிறார்.

ஒலிம்பிக் போட்டிகளில்தான் பெரும்பாலும் இந்த சர்ச்சை கிளம்பும். ஆண் வீரர்கள் பெண் பிரிவில் ஓடுவதைத் தடுக்கும் பொருட்டே பாலினச் சோதனைகள் நடைமுறைக்கு வந்தன. 1966 இல் நடைபெற்ற "அய்ரோப்பிய அத்லெட்டிக் சாம்பியன்ஷிப்" போட்டிகளில் மிகச் சிறப்பாக விளையாடிய ரஷ்ய மற்றும் கிழக்கு அய்ரோப்பிய வீராங்கனைகளில் பலர் ஆண் என்று கிளம்பிய சர்ச்சையாலேயே, முதன் முதலாக பாலினச் சோதனை நடைபெற்றது. ஒலிம்பிக் போட்டிகளுக்காக மட்டுமே உருவாக்கப்பட்ட இந்த சோதனைக்கு, தொடக்க காலத்தில் இருந்தே எதிர்ப்புக் குரல்கள் எழுந்த வண்ணம் உள்ளன.

ஏமாற்றுச் செயலை கண்டறிவதற்கு, இந்த சோதனை பயன்படுகிறது என்பது உண்மைதான். ஆனால், இப்பரிசோதனை வீரர்களுக்கு உண்டாக்கும் மன உளைச்சல், சமூகச் சுரணையின்மை, நூறு சதவிகிதம் சரியான, உறுதியான முடிவுகளை தர முடியாதது போன்ற காரணங்களால் தொடர்ந்து சர்ச்சையில் இருந்து வருகிறது. பாலினச் சோதனையால் மிகவும் பாதிக்கப்படுகின்றவர்கள் நடுவின் பாலினர்

(Intersex). மரபணு வேறுபாடுகள் ஒருவரை ஆண் மரபணுக்களோடும், பெண் உடல் உறுப்புகளோடும் உருவாக்கலாம். வெளித்தோற்றம் ஆணாகவோ, பெண்ணாகவோ அமைந்து - உள் உறுப்புகள் நேர்மாறாகவும் இருக்கலாம். நடுவின் பாலினர் என்பவர்கள் இவர்கள்தான்.

பெண் உறுப்புகளோடு பிறக்கும் ஒரு குழந்தை - புறத்தோற்றத்திலும் மன ரீதியாகவும் பெண்ணாகவே வளரும்போது, தனக்குள் ஒளிந்திருக்கும் இப்பாலின வேறுபாட்டை அறிந்திருக்க வேண்டிய அவசியமில்லை. ஆணுக்குரிய ஹார்மோன்கள் அதிகம் சுரப்பதையும், மரபணு மாறுபாடுகளையும் "குரோமோசோம்"களின் விளையாட்டையும் பல கட்ட ஆய்வுகளிலேயே உறுதி செய்ய முடியும் என்கிறபோது, தன் உடல் திறனாலும் மன உறுதியாலும் விளையாட்டில் சாதிக்க வரும் பெண்கள், தங்களின் உடலுக்குள் நிகழும் உண்மைகளை அறிந்திருப்பார்கள் என எதிர்பார்ப்பது நியாயமற்றது. ஏழ்மையான சூழலில் வளர்ந்த சாந்திக்கு பதக்கமும், அதனால் கிடைக்கும் அங்கீகாரமுமே வாழ்வின் அதிபெரிய விஷயமாக இருந்தனவே தவிர, தன் புற அக விஷயங்களைப் பற்றி அவர் கவலைப்படவில்லை.

சாந்தி : "உடல் ஆரோக்கியத்திற்கு எந்த அக்கறையும் எடுத்துக்கிற வாய்ப்பில்லாத குடும்பத்துல பிறந்ததுதான் நான் செஞ்ச தப்பு. எனக்கு விவரம் தெரிஞ்சு, எப்பவுமே நான் மெலிஞ்சுதான் இருக்கேன். மன உறுதி ஒண்ணுதான் என்னை ஓட வச்சது. பாலும் பாதாமும் சாப்பிட்டு ஓடினவங்களுக்கு மத்தியில - எத்தனையோ நாள் வெறும் பச்சத் தண்ணியைக் குடிச்சு ஓடியிருக்கேன். அப்போல்லாம் இந்த சாந்தியோட வாழ்க்கையைப் பற்றி யாரும் அக்கறைப்படல. ஆனா, ஒரு பிரச்சனை, ஒரு சர்ச்சைன்ன உடனே என் கூடவே இருந்து பார்த்தது மாதிரி எழுதவும் பேசவும் செஞ்சிட்டாங்க. என் தனிப்பட்ட நிலையிலயும் சரி, பொதுவா தடகள வீராங்கனைகளை எடுத்துக்கிட்டாலும் சரி, சின்ன வயசுல இருந்து உடலை வருத்துறோம். உடல் உழைப்பு இல்லாம தடகளத்துல சாதிக்க முடியாது. ஏன்னா, இது கும்பல் விளையாட்டு அல்ல. ஒவ்வொருத்தரும் தனித்தனியா உழைச்சா மட்டுமே பதக்கம் கை வந்து சேரும்.""

நம் உடலுக்குள் ஆண்/பெண்ணுக்கான (அப்படி பகுக்கப்பட்ட) 2 ஹார்மோன்களுமே (ஆண்ட்ரோஜன், ஈஸ்ட்ரோஜென்,) சுரக்கின்றன. உடலை அதிகம் வருத்தும்போது ஆண் ஹார்மோன், பெண்ணுக்குள் அதிகமாக சுரக்க வாய்ப்பிருக்கிறது. ஆண்டுக்கணக்கில்

மேற்கொள்ளப்படும் பயிற்சியால் தடகள வீராங்கனைகளுக்கு இந்த விஷயம் பொது. உங்களுக்கு சந்தேகம் வராத எந்தப் பெண்ணுக்குள்ளேயும்கூட ஆன்ட்ரோஜன் (ஆண் ஹார்மோன்) அதிகம் சுரக்கலாம்.

சாந்தி: *"இந்த ரிஸ்க் இல்லாம தடகளத்துல இருக்க முடியாது. இந்த விளையாட்டுல சாதிக்கிறதுககு நாங்க கொடுக்குற விலை அது. அன்னைக்கு பி.டி. உஷா, இன்னைக்கு கேஸ்டர் செமன்யானு எவ்வளவோ பேர் சந்தேகங்களாலயும், சோதனைகளாலயும் நொறுக்கப்பட்டிருக்கோம். ஓடி சாதிச்ச ஒரு பொண்ணுகிட்ட இருந்து எளிதா பதக்கத்தை பறிக்கிற அதிகாரிகள், அதன் பின்னால*

உண்டாகுற விளைவுகளை யோசிக்கிறதில்ல. என்கிட்ட இருந்து பதக்கத்தை மட்டும் பறிக்கல; என் வாழ்க்கை, சந்தோஷம், நிம்மதி, லட்சியம், எதிர்காலம் எல்லாத்தையுமே பறிச்சுட்டாங்க.""

பாலினக் குறைபாடுகள் அல்லது வேறுபாடுகள் உள்ள பெண்களைப் பாகுபடுத்தி வைக்கும் இச்சோதனையை, அதன் தொடக்க காலம் தொட்டே அறிவியல் உலகம் குறிப்பாக, மரபணு ஆய்வாளர்களும், ஹார்மோன் நிபுணர்களும் எதிர்த்தே வருகின்றனர். அதற்கான காரணங்கள், மிக நேர்மையானவை. பாலின வேறுபாடுகள் என்பது இயற்கையின் உருவாக்கம். ஆனால் மதவாதிகளைப் போலவே மருத்துவ உலகமும் இதை அசாதாரணமான அமைப்பாகவும், பிறவிக் குறைபாடாகவும் இயற்கைக்கு முரணானதாகவும் பார்க்கின்றது. உடலின் அகம் மற்றும் புறத்தில் உண்டாகும் முரண்பாடுகள் அல்லது மாறுபாடு மனதளவில் பெண்ணாக இருக்கும் ஒரு ஒருவரை பெண்ணில்லாமல் ஆக்குவதில்லை என்பது நிபுணர்களின் வாதம்.

இயற்கை - உயிர்களை எத்தனையோ கோடி வகைகளில் உருவாக்கி வைத்திருக்கும் போது, மனிதன் தன் ஆற்றலால் கண்டறிந்த உண்மைகள் மிகக் குறைவானவை. அறிவியல் தோன்றுவதற்கு முன்பு - மதங்கள் உருவாக்கப்படுவதற்கு முன்பு, ஆதி மனிதனிடம் ஆண் பெண் என்ற பாகுபாடோ பாலின, பாலியல் கட்டுப்பாடுகளோ இருந்திருக்க வாய்ப்பில்லை. எல்லாமே உயிர்கள் அவ்வளவுதான்.

அறிவியலுக்கு முன் தோன்றிய மதங்கள் இப்புவியில் நிரப்பிய மூட நம்பிக்கைகளாலேயே மனித சமூகம் பாழ்பட்டது. பெண் அடிமைப்படுத்தப்பட்டாள், ஆண் உயர்ந்தவனானான்; மாற்றுப் பாலினர் (Transgender) ஒடுக்கப்பட்டனர், ஓரினச் சேர்க்கையாளர்கள் ஒதுக்கி வைக்கப்பட்டனர். ஆண், பெண் என்ற இரண்டு பாலினங்களே இயற்கையானவை, வாழத் தகுதியானவை என்ற கருத்து நிலைநிறுத்தப்பட்டது. உயிர்கள் மற்றும் இயற்கை குறித்த உண்மைகளை அறிவியல் உலகம் முன்வைத்தபோது, அவை பெரும்பாலும் மதங்களின் கற்பனைக் கதைகளுக்கு எதிரானவையாகவே இருந்தன. அதனால் மதம் பிடித்த மனிதர்களெல்லாம் அறிவியலுக்கு எதிராகப் போரே நிகழ்த்தினர்!

ஆண் - பெண் என்ற முக்கியமான இரண்டு எதிர்பாலினத்தை மட்டுமே இனப்பெருக்க விதியின் அடிப்படையில் இயற்கையானதாக அங்கீகரித்த மதக் கோட்பாடுகள் - மாற்றுப் பாலினர்களையும்,

ஓரினச் சேர்க்கையாளர்களையும், நடுவின் பாலினரையும் இயற்கைக்கு எதிரானவர்களாக, குற்றவாளிகளாக முன்னிறுத்தியது. XX பெண்களுக்கான குரோமோசோம்களாகவும், XY ஆண்களுக்கான குரோமோசோம்களாகவும் பகுத்திருக்கிறது மருத்துவ உலகம். அப்படியில்லாமல் குரோமோசோம்களின் அமைப்பு XXY, XXXY அல்லது XXX – ஆக அமைந்திருக்குமானால் அது அசாதாரணமாகவும், குறைபாடாகவும் கருதப்படுகிறது.

நடுவின் பாலினர் என சொல்லக் கூடியவர்களுக்கு குரோமோசோம்கள் இப்படி அமைந்திருக்கும். குரோமோசோம்களின் அமைப்பு மட்டுமே இப்படியிருக்குமே தவிர, இதனால் கூடுதல் பலனோ - சக்தியோ இவர்களுக்கு கிடைப்பதில்லை. நடுவின் பாலினராக கண்டறியப்பட்ட ஒரு பெண்ணுக்கு, இயல்பாக ஒரு பெண்ணுக்குரிய வலு மட்டுமே இருக்கும். அவர்களும் திறமையாலும், விடாமுயற்சியாலும்தான் தடகளத்தில் சாதிக்கிறார்கள். இதை எத்தனையோ முறை உறுதி செய்தும், சர்வதேச விளையாட்டு உலகம் அதை ஏற்க மறுக்கிறது.

நடுவின்பாலினர், மாற்றுப் பாலினர் அல்லர். அறுவை சிகிச்சைக்குப் பின்னர் இரண்டு ஆண்டுகள் ஹார்மோன் சிகிச்சை எடுத்த மாற்றுப் பாலினர், ஒலிம்பிக்கில் விளையாட அனுமதிக்கப்படுகின்றனர். ஆனால், நடுவின்பாலினருக்கு அப்படி எந்த வாய்ப்புமே வழங்கப்படுவதில்லை. அமெரிக்க மக்கள் தொகையில் 1.7 சதவிகிதம் பேர் நடுவின்பாலினர். தென்னாப்பிரிக்காவில் 500 பேரில் ஒருவர் நடுவின் பாலினர். இயற்கை, மனிதர்களை இப்படியும் உருவாக்குகிறது. அவ்வளவே! இதில் புருவம் உயர்த்தவோ, முகம் சுளிக்கவோ, பெருமூச்சுவிடவோ எதுவுமில்லை. நடுவின் பாலினர் பெண்ணாகப் பிறந்திருந்தால், கடைசி வரை பெண்தான். இதை எந்த சோதனைகளும் மாற்றாது.

போலிஷ் நாட்டு தடகள வீராங்கனை ஈவா க்ளோபுகோவ்ஸ்கா பாலினச் சோதனையில் தோல்வி அடைந்ததாக தடை செய்யப்பட்டார். மருத்துவர்கள், ஈவாவுக்கு எந்த கூடுதல் தகுதியும் இல்லை என வாதிட்டும், அதை சர்வதேச தடகள குழு ஏற்கவில்லை. பாலினச் சோதனை விமர்சகர்கள், ஈவாவுக்கு நடந்தது அப்பட்டமான பாகுபாடு என்று குறிப்பிட்டனர். தான் பொறுப்பேற்க முடியாத ஒரு விஷயத்திற்காக ஈவாவைப் போல, சாந்தியைப் போல எத்தனையோ வீராங்க னைகள் வாழ்வைத் தொலைத்திருக்கின்றனர்.

இதில் வேதனை என்ன வென்றால், 46 XX குரோமோ சோம் அமைப்பு கொண்ட ஆண்கள் இருந்தாலும் - பாலினச் சோதனை ஒருபோதும் ஆண்களுக்கு நடத்தப்படுவதில்லை.

சாந்தி : "ஹார்மோன் மாறுபாடுகள் கூடுதல் சக்தியை கொடுக்கும்னு இவங்களா ஒரு கற்பனை பண்ணிக்கிறாங்க. நாங்க உழைக்காம, பயிற்சி இல்லாமலா ட்ராக்ல ஓட வந்துடுறோம்? எனக்கு 28 வயசாகுது. என் வாழ்க்கையைத் திரும்பிப் பார்த்தா, ஓட்டத்தை தவிர எதுவும் தெரியல. என் நல்லது, கெட்டது எல்லாமே ஓட்டத்தினாலதான் நடந்திருக்கு. என் மகிழ்ச்சியையும் துக்கத்தையும் ஓட்டம்தான் தீர்மானிச்சிருக்கு. அப்படின்னா எவ்வளவு இழந்திருப்பேன்? எவ்வளவோ விட்டுக் கொடுத்திருப்பேன்? பொழுதுபோக்குனு ஒண்ணு எனக்கு இருந்ததேயில்ல. சராசரியான ஒரு பொண்ணு மாதிரி படிப்பு, வீடு, திருமணம்னு என்னாலயும் வாழ்ந்திருக்க முடியும்! என் ரத்தத்துக்குள்ள கலந்திருக்கும் விளையாட்டு தான் இப்பவும் என்னை இயக்கிட்டு இருக்கு.""

ஆண் - பெண் சமத்துவமும், பாலியல் சுதந்திரமும் கொண்ட நாடுகளில் பாலினச் சோதனை தோல்வி ஒரு பொருட்டாகாமல் போகலாம். இந்தியாவைப் போன்ற மத ஆதிக்கமும், சாதிய ஒடுக்குமுறையும், பாலினப் பாகுபாடுகளும் நிறைந்த ஒரு நாட்டில் அதன் பிறகு, அந்த வீராங்கனை ஒருபோதும் தலைநிமிர்ந்து வாழ முடியாது. சந்தேகப் பார்வைகளையும், கிசுகிசுப் பேச்சுகளையும், கிண்டல்களையும் வாழ்க்கை முழுவதும் கடக்க வேண்டியிருக்கும். ஆண்களுடனும் சேர முடியாமல், பெண்களுடனும் பழக முடியாமல் தனிமை எனும் படுகுழியில் தள்ளப்படுவர். சாந்திக்கும் அதுதான் நடக்கிறது. பாலைவனத்தில் தொலைந்து போனதைப் போல திக்கற்று நின்று கொண்டிருக்கிறார். வறுமையும் சாதிய ஒடுக்குமுறையும்

ஏற்கனவே அழுத்திக் கொண்டிருந்த நிலையில், பாலின சர்ச்சை சாந்தியை மொத்தமாக உடைத்து விட்டது.

சாந்தி: *"குடும்பத்துக்கு மூத்த பொண்ணா எனக்கு நிறையப் பொறுப்புகள் இருக்கு. என் சகோதரர்களை படிக்க வைக்கிறேன். அவங்களுக்கு நல்ல வாழ்க்கையை அமைச்சுக் கொடுக்கணும். செங்கல் சூளையில் கூலிக்கு அவியிற என் பெற்றோரை மீட்கணும்னு ரொம்ப சின்ன ஆசைகள்தான் எனக்கிருந்துச்சு. ஆனா என்னோட லட்சியம் ரொம்பப் பெரியது. ஒலிம்பிக்கில் பதக்கம் வாங்குறதுதான் என் இலக்கு. இப்போ என் லட்சியமும் போச்சு. குடும்பத்தை நல்லபடியா காப்பாத்தணுங்கற ஆசையும் நிறைவேறல. யாரும் எனக்கு வேலை கொடுக்க மாட்டேங்குறாங்க. எங்க போனாலும் வேற்றுகிரகத்துல இருந்து வந்த மாதிரி பார்க்குறாங்க. நான் என்ன தப்பு செஞ்சேன்? என் குடும்பத்துக்காகக்கூட நான் எதுவும் செய்யல. ஆனா, இந்த நாட்டுக்கு எத்தனை மெடல்கள் கொண்டு வந்து சேர்த்திருக்கேன். அந்த நன்றி இந்த நாட்டுக்கு ஏன் இல்லை?*

"தேசிய கீதம் பாட, இந்திய கொடியை ஏற்றி, எல்லோரும் எழுந்து நிற்க பதக்கத்தைக் கழுத்துல ஏந்துறப்போ, போர்க்களத்துல ஜெயிச்ச மாதிரி ஒரு உணர்வு உண்டாகும். எல்லா தாழ்வுகளும் அழிஞ்சி, உலகத்தோட உயரத்துல நிக்கற மாதிரி தோணும். அந்த உணர்வுக்கு ஈடு இணையில்ல. நாட்டுக்கு பெருமை சேர்த்த நிறைவு மனம் முழுக்க நிறைஞ்சிருக்கும். ஆனா இந்த நாட்டுக்கு என் பதக்கங்களோ, வெற்றிகளோ ஒரு பொருட்டே இல்லன்னு இப்போ புரியுது. இல்லன்னா பாலினச் சோதனைங்கற பேர்ல நான் அலைக்கழிக்கப்பட்டதை இவ்ளோ மோசமா வேடிக்கை பார்த்திருக்காது. இப்போ வரைக்கும் நான் இருக்கேனா, செத்தேனான்னு பார்க்க ஆளில்ல. பாலினச் சோதனையில் தோல்வியடைஞ்ச தென்னாப்பிரிக்க வீராங்கனை கேஸ்டர் செமன்யாவுக்கு அந்நாட்டு அரசும் மக்களும் கொடுத்த ஆதரவு, அவரை திரும்ப ஓட வச்சிருக்கு. ஆனா, என்னை ஒரு அகதி மாதிரி உணர வச்ச இந்தியாவுல பிறந்ததுக்காக வெட்கப்படுறேன்.""

சாந்தியைப் போலவே தென்னாப்பிரிக்க கிராமம் ஒன்றில் ஏழ்மைக் குடும்பத்தில் பிறந்தவர் கேஸ்டர் செமன்யா. மூன்று சகோதரிகள் மற்றும் ஒரு சகோதரருடன் பிறந்த செமன்யாவுக்கு சிறு வயது முதலே விளையாட்டுதான் போக்கிடம்! ஊக்கமோ ஊட்டச்சத்தோ கிடைக்க வாய்ப்பற்ற சூழலில்தான் அவரும்

வளர்ந்தார். தற்பொழுது 19 வயதாகும் செமன்யா ஓட்டத்தில் காட்டிய வேகமும், பதித்த முத்திரைகளுமே அவர் மீது சந்தேகம் எழுப்பக் காரணமாக அமைந்தன. 2008 காமன்வெல்த் போட்டிகளில் 800 மீட்டரில் தங்கத்தை வென்று சர்வதேசக் களத்தில் இறங்கிய செமன்யாவிற்கு, 2009 ஆம் ஆண்டு முழுக்க பதக்கக் காலம். 800 மீட்டரிலும், 1500 மீட்டரிலும் வென்றது மட்டுமின்றி அடுத்தடுத்த போட்டிகளில், பலரின் சாதனைகளை முறியடிக்கும் வகையில் அமைந்தது அவரது வேகம்.

ஒரே ஆண்டில் 800 மீட்டரில் 25 நொடிகளும், 1500 மீட்டரில் 8 நொடிகளும் குறைத்த செமன்யாவின் சாதனை, கொண்டாட்டத்தைவிட சந்தேகத்தைக் கிளப்பியது. ஊக்க மருந்து பயன்படுத்தியவர்களால் மட்டுமே இது சாத்தியம் எனக் கருதிய "அத்லெட்டிக் சர்வதேசக் கூட்டமைப்பு" (IAAF), செமன்யாவை பாலினச் சோதனைக்கு பரிந்துரைத்தது. ஆகஸ்ட் மாதம் நடைபெற்ற உலக சாம்பியன்ஷிப் போட்டிகளில் 800 மீட்டர் ஓட்டத்திற்கான இறுதிப் போட்டி நடப்பதற்கு மூன்று மணி நேரத்திற்கு முன் பாலினச் சோதனை செய்தி கசிந்தது. ஊடகங்கள் பரபரப்பைக் கிளப்பின. மனம் தளராமல் ஓடிய செமன்யா, அந்தப் போட்டியிலும் தங்கம் வென்று சாதனை புரிந்தார்.

ஊடகங்கள் கிளப்பிய பரபரப்பு பலரையும் கொந்தளிக்கச் செய்தது. தடகள வீரர்கள், சமூக ஆர்வலர்கள், அரசியல்வாதிகள், போராளிகள் என தென்னாப்பிரிக்காவே செமன்யாவிற்கு ஆதரவாகக் களம் இறங்கியது. போட்டி முடிவதற்கு முன்பே சோதனைக்குப் பரிந்துரைத்தது, இனப்பாகுபாட்டின் வெளிப்பாடு என்ற குற்றச்சாட்டுகளும், மனித உரிமைக்கு எதிரானது என்ற குரல்களும் செமன்யாவை அரவணைத்தன. "நான் எப்படியிருக்கிறேனோ அப்படியே என்னை கடவுள் படைத்திருக்கிறார். என்னை நான் முழுமையாக அங்கீகரிக்கிறேன்" என்று தன்னம்பிக்கையோடு பேட்டி அளித்தார் செமன்யா.

தனி நபரின் மருத்துவ உண்மைகளையும், அந்தரங்கத்தையும் பாதுகாக்கும் பொருட்டு உலக சாம்பியன்ஷிப் போட்டிகளில் இருந்து செமன்யாவை திருப்பி அழைக்கவும் துணிந்தது தென்னாப்பிரிக்க அரசு. சமூக ரீதியான, சட்ட ரீதியான எல்லா பாதுகாப்பையும் அளித்ததோடு, பதக்கமும் பரிசுப் பணமும் பறிக்கப்படாமல் பாதுகாத்தது. தென்னாப்பிரிக்கர்கள் செமன்யாவை கதாநாயகியைப்

போல கொண்டாடுகின்றனர். ஒரு பெண்ணை தடகளத்திற்கு தகுதியற்றவராகப் பார்க்கும் IAAF - இன் வாதங்களில் தெளிவில்லை என சொல்லி, கடைசி நிமிடம் வரை செமன்யாவோடு நின்றது தென்னாப்பிரிக்கா.

சாந்தி: *"குடிமக்கள் தன் நாட்டு அரசாங்கத்திடம் இருந்து இதைத்தான் எதிர்பார்க்கிறாங்க. தோஹாவுல எனக்கு அவ்வளவு பெரிய அவமானம் நிகழ்ந்தப்போ, எனக்காக ஒருத்தர்கூட குரல் கொடுக்கல. 110 கோடி இந்தியர்களும் என்னை கைவிட்டுட்டாங்க. பணம், பதக்கம் இதெல்லாத்தையும்விட செமன்யாவுக்கு கிடைச்சது தார்மீக ஆதரவு - நாங்க இருக்கோம்ங்கற நம்பிக்கை. சர்வதேசக் களததுல நின்று இவ்ளோ பெரிய குழப்பமான சர்ச்சையை நான் மட்டும் எப்படி எதிர்கொள்ள முடியும்? எப்பவுமே நான் தனியாகத்தான் இருந்திருக்கேன். அப்பவும் தனியாதான் நின்னேன். இப்பவும் தனியாதான் இருக்கேன். தென்னாப்பிரிக்கா செமன்யாவை ஒரு வீராங்கனையா மட்டும் பாதுகாக்கல; ஒரு குடிமகளா, தன்*

நாட்டு உறுப்பினரா பாதுகாத்திருக்கு. ஆனா நான் இங்க யாருக்குமே தேவைப்படல. என் வெற்றிகளோ, தோல்விகளோ இங்க யாரையும் பாதிக்கல. ஏன்னா... விளையாட்டுங்கற பேர்ல இங்க நடக்குறதெல்லாம் வியாபாரம்தான். காமன்வெல்த் போட்டிகள் நடத்தி 35 ஆயிரம் கோடியை சுருட்டினாங்க. என்னால யாருக்கு என்ன லாபம்?'"

மத்திய அரசு சாந்தியை ஆதரித்து ஓர் அறிக்கைகூட விடாத நிலையில், தமிழக முதல்வர் கருணாநிதி சர்ச்சைக்கு முன் அறிவித்தபடியே பத்து லட்சம் ரூபாய் பரிசுத் தொகையையும், எல்.சி.டி. தொலைக்காட்சியையும் வழங்கினார். கத்தக்குறிச்சி கிராம மக்களும், சாந்தியின் குடும்பத்தினரும் அவரை அரவணைத்தனர். அவ்வளவுதான். அதோடு முடிந்தது அவரது தடகளக் கனவு. "உலகத்தரம் வாய்ந்த ஒரு வீராங்கனையை இழந்துவிட்டோம்" என குறிப்பிட்டார், சாந்தியின் பயிற்சியாளர் நாகராஜ்.

சாந்தி: "நான் ஒரு பெண். அவ்வளவு தான். அதற்கு மேல அங்க கேள்விகளுக்கு இடமில்லை. நீங்க யாரா இருக்கிறீங்களோ அதை எந்தப் பரிசோதனையாலும் அழிக்க முடியாது. மொத்த உலகமும் என்னை சந்தேகமா பார்த்தப்போ, எந்தக் கேள்வியும் கேட்காம என்னை அரவணைத்து, அங்கீகரிச்ச முதல்வருக்கு நான் கடமைப்பட்டிருக்கிறேன்.""

பகுத்தறிவாளர்கள், பெண்ணியவாதிகள், பொதுவுடைமைவாதிகள், சமூக ஆர்வலர்கள் மற்றும் அறிவுஜீவிகளால் நிரம்பிய இந்த சமூகத்தின் சுரணையை, ஒரு தலித் குடும்பத்தில் பெண்ணாகப் பிறந்த சாந்தியின் நிலை துளியும் கிளறவில்லை. வர்க்க, சாதிய, பாலின ரீதியான ஒட்டுமொத்த ஒடுக்குமுறைக்கும் ஆளான ஒரு பெண்ணின் துயரம் இங்கு யாரையுமே அசைக்கவில்லையெனில், எப்படிப்பட்ட சமூகம் இது? வாழ்ந்தாக வேண்டிய கட்டாயத்தில்

2007 சூலையில், தமிழக விளையாட்டுத் துறையில் ஒப்பந்தப் பயிற்சியாளராக சாந்தி வேலைக்கு சேர்ந்தார்.

சாந்தி: *"5,000 ரூபாய் சம்பளத்தை வச்சுகிட்டு சென்னையில வாழ்க்கை நடத்த முடியல. ரெண்டு வருஷம் வேலை செஞ்சுட்டு, புதுக்கோட்டைக்கே மாறுதல் வாங்கிட்டுப் போயிட்டேன். வாழவே பிடிக்கல. ஓடுறது மட்டும்தான் என் வாழ்க்கையா இருந்தது. அதுக்கு வாய்ப்பில்லாமப் போச்சு. என் வாழ்க்கை முடிஞ்சது முடிஞ்சதுதான். பணமும் வாய்ப்பும் இல்லாததால, எவ்வளவோ குழந்தைகளோட திறமைகள் கண்டறியப்படாம இருக்கு. என் கனவுகளுக்கு அவங்க மூலமா ஒளியேற்றலாம்னு "ஒலிம்பியா ஸ்போர்ட்ஸ் அகடெமி"யை ஆரம்பிச்சேன். 60 பேரை தேர்ந்தெடுத்து பயிற்சி கொடுத்தேன். பேப்பர் மற்றும் பால் பாக்கெட் போடுறவங்கன்னு எல்லோருமே பின் தங்கிய சூழல்ல வாழ்றவங்க."""*

பயிற்சியைத் தொடங்கின சிறிது காலத்திலேயே மாநில அளவிலான போட்டிகளில் சாதிக்கத் தொடங்கினர் அந்த சிறுவர்கள். பதக்கங்களோடு வரும் அவர்களின் முகத்தில் தன்னைப் பார்த்துக் கொண்டார் சாந்தி. அகடெமியையும் 60 குழந்தைகளையும் பராமரிப்பது எளிதல்லவே! மாத ஊதியமாகக் கிடைக்கும் சிறிய தொகையை வைத்து, எத்தனை நாட்களுக்கு சமாளிக்க முடியும்? ஒரே ஆண்டில் அகதெமியை மூடினார். சாந்தி பயிற்சியளித்த 60 குழந்தைகளும் தங்களின் தற்காலிகக் கனவு வாழ்வை இழந்து, பேப்பர் மற்றும் பால் பாக்கெட் போடும் இயல்பு வாழ்க்கைக்குத் திரும்பி விட்டனர்.

சாந்தி: *"என்ன பண்ணச் சொல்றீங்க? என்கிட்ட பணமில்ல. இருந்த வரைக்கும் சமாளிச்சேன். எப்படியாவது புரட்டிடலாம்னு நம்பிக்கை இருந்துச்சு. ஒவ்வொரு கடை கடையா ஏறி இறங்கினேன். கல்லூரிகளுக்குப் போய் காத்துக் கிடந்தேன். யாருமே இந்த பசங்களுக்கு "ஸ்பான்சர்" பண்ண முன் வரல. நான் கேட்டது லட்சங்களோ, கோடிகளோ இல்ல. ஒரு நாளைக்கு ஒரு முட்டை, ஒரு டம்ளர் பாலுக்கு ஆகும் செலவை ஏத்துக்க எத்தனையோ முதலாளிகள் கிட்ட கெஞ்சினேன். எல்லோரும்மே கோடிக்கணக்குல பணம் வச்சிருக்கவங்க. பத்து குழந்தைகளுக்கு ஒரு நாளைக்கு இருபது ரூபா கொடுக்க மனசு வரல. என்னாலயும் முடியல. ரெண்டாவது முறையா என் லட்சியம் உடைஞ்சது. எவ்ளோ திறமையான பசங்க தெரியுமா? அடித்தட்டு சமூகத்துல கண்டெடுத்தா, சீனாவோட*

போட்டிப் போட்டு இந்தியாவும் மெடல் வாங்கும். ஆனா இங்க பணக்காரங்களுக்கும், மேல்சாதிக்காரங்களுக்கும்தான் வாய்ப்பு கிடைக்குது.

“விளையாட்டுக்கு குறிப்பா தடகளத்துக்கு உடல் உழைப்பு தேவை. அதுக்கு யார் தயாரா இருப்பாங்க? பணக்காரங்க யாரும் கஷ்டப்பட தயாரா இருக்க மாட்டாங்க. பிறப்புல இருந்து எல்லாமே கஷ்டமாவும் சவாலாவும் இருக்குற ஏழைகளும், எஸ்.சி. மக்களும்தான் தடகளத்துல சாதிக்க முடியும். அவங்களை கண்டுபிடிக்கவோ, பயிற்சி கொடுக்கவோ, ஊக்கப்படுத்தவோ யார் இருக்கா? 35 ஆயிரம் கோடி சுருட்டினவங்களுக்கு, கிராமங்களுக்கு போய் திறமையானவங்களை தேடி கண்டுபிடிக்க ஆர்வமிருக்குமா? ஒரு குட்டி ஆப்பிரிக்க நாடுகூட ஒலிம்பிக்ல மெடல் வாங்குது. ஆனால், இத்தனை கோடி மனித வளமும் இங்க வீணாகிட்டிருக்கு.

“காரணம், மேல இருந்து கீழ வரை இங்க எதுவுமே சரியில்ல. எல்லாமே ஊழல். அதனாலதான் கிரிக்கெட் இங்க வாழுது. பணக்கார, மேல்தட்டு விளையாட்டான கிரிக்கெட்ல ஏன் இதுவரையிலும் ஒரு எஸ்.சி.கூட வரல? திறமைக்கு அதுல வேலையில்ல. ஒரு பந்து ஒரு ரேட்னு நிர்ணயிச்சு சூதாடுறாங்க. காசு புழங்குது. அதனாலதான் இவ்ளோ விளம்பரமும், புகழும். 110 கோடி இந்தியர்களும் இந்த சூதாட்டத்துக்குதான் அடிமைப்பட்டு கிடக்காங்க. யாரை, என்ன சொல்றது? இந்த நாட்டுல எதுவுமே சரியில்ல.””

ஒலிம்பியா அகடெமியை மூடிய கையோடு, ஒப்பந்தப் பயிற்சியாளர் பணியையும் விட்டு விலகினார் சாந்தி. மீண்டும் தனிமை அவரை ஆட்கொண்டது. விளையாட்டுத் துறையிலேயே அரசு வேலைக்காக அலைந்து திரிந்தார். வாழ்க்கையின் ஒவ்வொரு நிகழ்வும் வெறும் செய்தியாகவே கடந்து போனது, சாந்திக்கு. தங்கம் வென்றதையும், பாலினச் சோதனை முடிவுகளையும் ஒரு செய்தியாகவே படித்து மடித்து வைத்தது இந்த சமூகம். அந்த செய்திக்குள் சுருங்கி சுருண்டு கிடப்பது ஓர் உயிர் என்ற உண்மையை இன்று வரையிலும்கூட எவரும் உணரவில்லை. இந்த நிலையில்தான் தன் உயிரை மாய்த்துக் கொள்ளத் துணிந்தார் சாந்தி. அப்போதும், அதுவொரு செய்தியாகத் தோன்றி செய்தியாகவே மறைந்தது.

சாந்தி: *“இந்த நாடு மொத்தமா என்னை ஒதுக்கி வச்சிடுச்சு. வாழ்றதுக்கு என்ன பிடிப்பு இருக்கு சொல்லுங்க? யாரும் எனக்கு*

வேலை கொடுக்க மாட்டேங்குறாங்க. உயிரைக் கொடுத்து ஓடி, எத்தனை பதக்கங்களை கொண்டு வந்து கொட்டியிருக்கேன். அதுக்கெல்லாம் மதிப்பே இல்லையா? "கருணை அடிப்படையிலயாவது வேலை கொடுங்க"னு ஒரு அதிகாரிகிட்ட கேட்டதுக்கு, "கருணை அடிப்படையில வேலை கொடுக்குறதுக்கு, உங்க வீட்ல யாராவது செத்தா போயிட்டாங்க"ன்னு கேட்டார். உங்களுக்கு கருணை வர்றதுக்கு, எங்க வீட்ல யாராவது சாகணுமா, என்ன? கொலைக் குற்றவாளிகளுக்கு கருணை அடிப்படையில தண்டனை குறைக்கப்படுது. நான் என்ன தப்பு செஞ்சேன்? வேஷம் போட்டு கொள்ளை அடிக்கிறவங்களுக்குதான் இங்க மரியாதை. இந்த நாட்டுல வாழப் பிடிக்கல, இந்த உலகத்துல இருக்க முடியல.

"கொண்டாட எதுவுமே இல்லாத வாழ்க்கையில, என்னோட முதல் சந்தோஷமா இருந்தது விளையாட்டுதான். முதல் விருப்பம், கனவு, லட்சியம், நிம்மதி, நிறைவு எல்லாமே விளையாட்டுதான். அதோட எனக்கு இருந்த தொடர்பு தடயமே இல்லாம அழிஞ்சிருச்சு. இனிமேல் போட்டிகளில் என்னால கலந்துக்க முடியாது. கலந்துகிட்டாலும் இன்னொரு முறை சர்ச்சை கிளம்பினா, யாரும்

எனக்கு துணை நிற்கப் போறதில்லை. மறுபடியும் நான் செத்துதான் போகணும். சாகிறவரை ட்ராக்லயே இருக்கணும்கிறது ஒண்ணுதான் எனக்கு மிச்சமிருக்கிற ஆசை!"

சொந்த நாட்டு மக்களையே அகதிகளைப் போல உணர வைக்கும் வல்லமை கொண்ட ஜனநாயகம், சர்வாதிகாரத்தைவிட கொடியது. ஏனெனில், அறிவிக்கப்பட்ட சர்வாதிகாரம் வெளிப்படையானது. இந்திய ஜனநாயகத்தைப் போல அது சோசலிசம், இறையாண்மை, அகிம்சை என்ற போர்வைக்குள் ஒளிந்து கொண்டு மக்களைப் பாகுபடுத்தி துன்புறுத்துவதில்லை. இங்கு சாந்தியின் நிலை தனிப்பட்டதல்ல. ஒடுக்கப்பட்ட ஒவ்வொரு உள்ளமும் இப்படித்தான் நொறுக்கப்படுகிறது. இப்படித்தான் துவண்டு கிடக்கிறது.

தனிநபர்களுக்கு இப்படி ஓர் அநீதி நிகழும்போது - தலித் இயக்கங்கள் துணை நின்றிருக்க வேண்டும், பெண்கள் இயக்கங்களும், பெண்ணியவாதிகளும் அரவணைத்திருக்க வேண்டும். சாந்தி அவர் கொண்டிருந்த நம்பிக்கையை இழந்துவிடாமல், பாகுபாட்டை எதிர்க்கும் பகுத்தறிவுச் சமூகம் பாதுகாத்திருக்குமானால், அந்த

ஆதரவு ஒவ்வொரு ஒடுக்கப்பட்ட உள்ளத்திற்குள்ளும் புதிய நம்பிக்கையை உருவாக்கி இருக்கும்.

வன்கொடுமைகள் எப்போதும் உதிரம் கொட்டக் கொட்ட நடப்பதில்லை. மிக நுட்பமாகவும் அவை நடந்து முடிகின்றன, சாந்திக்கு நிகழ்ந்ததைப் போல. நல்லதோ, தீயதோ சாதிய சமூகத்தில் ஒடுக்கப்பட்டோருக்கு என்ன நடந்தாலும் அதை ஒட்டுமொத்தமாக நிகழ்ந்ததாகவே நாம் உணர்ந்தாக வேண்டும். சாந்தியின் வெற்றிகளை கொண்டாடியும், அவரது துயரங்களைத் தாங்கியும் துணை நிற்க வேண்டிய பொறுப்பை நாம் கைவிட்டதால், இன்று அவர் ஓர் அகதியைப் போலவும் குற்றவாளியைப் போலவும் ஒதுக்கப்பட்டிருக்கிறார்.

தனித்த முயற்சியால் வெற்றியின் சிகரங்களில் ஏறிக் கொண்டிருந்த ஒடுக்கப்பட்ட சமூகப் பெண், சரிந்து விழும்போது தாங்கிப் பிடிக்காமல் நொறுங்க வைத்ததற்கு நாம்தான் பொறுப்பேற்க வேண்டும். இன்னொரு முறை சாந்தியோ, சாந்தியைப்போல இன்னொருவரோ காயப்படாமல் இருக்க - அநீதிகளுக்கு எதிரான நம் குரல் ஆதிக்கவாதிகளுடையதை விடவும் வீரியமிக்கதாக ஒலிக்க வேண்டும். சாதி ஒழிப்புப் போராளிகள் மட்டுமல்ல, சாந்தியைப் போன்ற அடையாளங்களும் சமூக விடுதலையின் குறியீடுகளே. இப்புரிந்துணர்வே ஒடுக்கப்பட்ட மக்களின் வெற்றிகளுக்கும் சாதனைகளுக்கும் அடித்தளமாக அமையும்.

(தலித் முரசு - அக்டோபர்/நவம்பர் 2010)

ஜெயராணி

இந்து மதச் சிறையில்
மாற்றுப் பாலினர்

6

வெள்ளை, கறுப்பை அழிக்க முனைகிறது. ஏற்றம், தாழ்வின் இருப்பை விரும்புகிறது. ஆண்டான், அடிமைத்தனத்தை நேசிக்கிறான். ஆண், பெண்ணை ஒடுக்குகிறான். மேல் ஜாதி, கீழ் ஜாதியை வெறுக்கிறது. பெரும்பான்மை, சிறுபான்மையை சிதைக்கிறது. எனினும், இவர்களெல்லோரும் ஒன்றிணைந்துவிட முடியும். ஆனால், பல்லாயிரக்கணக்கான உயிர்கள் வாழ வழியுள்ள இந்த பூமியில் தன் நிழல்கூட தன்னை வெறுக்கும் கையறு நிலைக்குத் தள்ளப்பட்டவர்கள் எவரெனில், அவர்கள் மாற்றுப்பாலினர் (*transgenders*) மட்டுமே! சாதி வக்கிரங்கள் நிறைந்ததொரு சமூகத்தில் அடிமைகளாகப் பிறந்து, அதன் ஒடுக்குமுறைகளை வென்றெடுக்கும் பகுத்தறிவும் துணிவும் பெற்றவர்களைக் கூட தடுமாறச் செய்யும் விஷயமாக இருக்கின்றன பாலின மாறுபாடுகள்.

ஆணாகவோ, பெண்ணாகவோ பிறந்துவிட்ட எவரும், மாற்றுப் பாலினரின் நிலையை, வாழ்வை, ஒருபோதும் நினைத்துப் பார்ப்பதில்லை. ஆதிக்க சாதி மனநிலை எப்படி ஒடுக்கப்பட்டோரை கொடுமைகளுக்கு ஆளாக்குகிறதோ, அதே போன்றதொரு அல்லது அதைவிடவும் வீரியமிக்க ஒடுக்குமுறைகளை, இச்சமூகத்தின் ஆண்களும் பெண்களும் மாற்றுப் பாலினர் செலுத்திக் கொண்டிருக்கின்றனா. சாதி, மத ரீதியாக ஒடுக்கப்படுவோருக்கு குறைந்தபட்சம் குடும்பங்களின் அன்பும் ஆதரவும் அரவணைப்பும் இருக்கும். ஆனால், பெற்றோர், சகோதரர், உறவுகளின் ஆதரவின்றி மாற்றுப் பாலினர் வீடுகளிலிருந்து விரட்டப்படுகின்றனர். பின்னர், அவர்களை இச்சமூகம் புறக்கணித்து சுரண்டுகிறது. மாற்றுப் பாலினர்

குறித்த நமது அறியாமையே அவர்களுடைய துயரங்களுக்கான அடித்தளம்.

ஆண் உறுப்புகளோடு பிறந்து ஆணாகவே வளரும் ஒரு சிறுவனோ, பெண் உறுப்புகளோடு பிறந்து பெண்ணாகவே வளரும் ஒரு சிறுமியோ - பருவ வயதை எட்டுகையில் தன் புறத்தோற்றத்திற்கு எதிரான உணர்வுகளுக்கு (ஆண் பெண்ணாகவும், பெண் ஆணாகவும்) ஆட்படும்போது, அதை இயல்பான விஷயமாக அங்கீகரிக்கும் மனப்பக்குவம் நம்மில் எவருக்குமே இல்லை. சிறுவனொருவன் பெண் உடைகளை அணிய விரும்பினாலோ, பெண்ணைப் போல உடல் மொழியை அமைத்துக் கொண்டாலோ பெருங்கோபம் கொண்டு எதிர்க்கத் தொடங்குகிறோம். அதை இழுக்காகவும் களங்கமாகவும் கருதி துன்புறுத்துகிறோம். ஆண் உடலுக்குள் பெண் உணர்வுகள் துளிர்விடும்போது, அதை வெளிப்படுத்தவும் முடியாமல், மறைத்து வைக்கவும் வழியில்லாமல் தவிக்கும் நிலையை சிறு அளவில் கூட அங்கீகரிப்பதில்லை நாம். ஆணென்றால் உலகம் முழுமைக்கும் விதிக்கப்பட்ட அடையாளம் மிடுக்கும் கம்பீரமும்தான். மாற்றுப் பாலினராகப் பிறந்த சிறுவன் ஊற்றெடுக்கும் உணர்வு மாற்றத்தை நளினமான நடையாலும் மென் குரலாலும் அதை வெளிப்படுத்த முயலும்போது, ஆண் அடையாளத்திற்கான இழுக்காகக் கருதப்படுகிறது. அவமானச் சின்னமாகக் கருதி, குடும்பங்கள் மாற்றுப் பாலினச் சிறுவர் சிறுமியர் மீது அதிகபட்ச வன்முறையை செலுத்தி தங்கள் எல்லையை விட்டு முடுக்குகின்றன.

பதின் பருவ வயதில் இயல்பாக உண்டாகும் குழப்பங்களுக்கிடையில், பாலின ரீதியாகத் தான் யார் என்பதில் எழும் சந்தேகங்கள் வலுவடைந்து, சுயமறிய இயலாத நிலையில், உறவுகளின் கோபமும், சமூகத்தின் எள்ளலும் சேர்ந்து விரட்ட - மாற்றுப் பாலினர் எல்லோருமே ஒரு கட்டத்தில் வீட்டையும், ஊரையும் விட்டு ஓடி ஒளிய நேரிடுகிறது. இப்படிக் கிளம்பியவர்கள் ஓடிப் போய்விட்டதாக அறிவிக்கப்பட்டு, அவர்களின் வாழ்க்கையும் அதன் உண்மைகளும் மூடி மறைக்கப்பட்டாலும், மிகுந்த வலியோடு வேறொரு ஊரில் எல்லா வகையிலும் சுரண்டப்பட்டு, துளி மரியாதையுமின்றி அங்கீகாரத்திற்கான தேடலுடன் அலைந்து கொண்டிருப்பதைப் பார்க்க முடியும். வீட்டை விட்டு வெளியேறும் மாற்றுப் பாலினரின் ஒரே ஆறுதல், அவர்கள் தன்னைப் போன்றோரை எப்படியேனும் கண்டடைகின்றனர் என்பதே!

சாதி, மத ரீதியாக ஒடுக்கப்பட்டோர் ஓரினமாக ஒரே குழுவாகத் திரண்டு நிற்கும் போது, அங்கே உரிமைகளுக்கான கோரிக்கைகள் வலுவாக எழுவதற்கான சாத்தியங்கள் தோன்றுவது இயல்பு! ஆனால், மேற்கத்திய நாடுகளைப் போல இங்குள்ள மாற்றுப் பாலினரிடம் அந்த சூழல் உருவாகவில்லை அல்லது மிகத் தாமதமாக, மிக பலவீனமாக இப்போதுதான் உருவாகியிருக்கிறது எனலாம். மனித சமூகத்தை ஆட்டிப் படைக்கும் எந்தவிதமான அடிமைத்தனத்திற்கும் மதங்களே அடித்தளமெனும் போது, இந்தியாவில் மிக நிச்சயமாக இப்பின்னடைவிற்கான காரணமும் மதமாகவே இருக்க முடியுமெனத் தோன்றுகிறது. காரணம் பெண்களையே இந்துமதம் சமமானவர்களாக அங்கீகரிக்காத நிலையில் மாற்றுப் பாலினரை எப்படி ஏற்கும்? இந்நிலையில் ஆதிக்க அடிமைக் கருத்தியலையும், ஏற்றத்தாழ்வுக் கொள்கையையுமே கருவாகக் கொண்ட இந்து மதச் சூழலே - பாலினம் மற்றும் பாலியல் குறித்த நமது அறியாமைக்கும், மூட நம்பிக்கைகளுக்கும் அடிப்படை. உலகம் முழுவதிலுமே மொழி, இன, நிற, மத பேதங்களைக் கடந்து மாற்றுப் பாலினர் மீதான ஒடுக்குமுறை இருக்கிறது எனினும், அங்கெல்லாம் மனித உரிமைகள் பற்றிய புரிதல் வலுவடைந்துவிட்டது. இந்த நவீன காலத்தில், இங்குள்ள அளவிற்கு பாலினப் புரிதலில் மூடத்தனம் இருக்கவில்லை.

"ஆண் - பெண் என்ற நேரடியான இரு பாலினங்களே இயற்கையானவை. நடுவின் பாலினமோ (Intersex), ஓரினப் பாலினரோ (Homosexuals), மாற்றுப் பாலினரோ (Transgenders) இயற்கைக்கு மாறானவர்கள்" என்ற மூடக் கருத்தியல், உலகம் முழுமைக்குமான பொதுப் புத்தியாக இருக்கிறது. நாமெல்லோரும் நம்பிக் கொண்டிருப்பதைப் போல, உண்மையில் மாற்றுப் பாலினர் உடல் ரீதியாகவோ, உளவியல் ரீதியாகவோ எந்தப் பிறழ்வையும் கொண்டிருக்கவில்லை. பிறப்புக் குறைபாடு என்றுகூட இதைக் கருத முடியாது. ஆணையும் பெண்ணையும் போல மாற்றுப் பாலினரும் பாலினத்தில் ஒரு பிரிவு அவ்வளவே. ஆக, இயற்கையான இந்த விஷயத்தை இயற்கைக்கு மாறானதாக மதங்கள் முன்னிறுத்தி அதன் மீது மூடக் கருத்தியல்களையும் கட்டமைத்தன. ஓர் உயிர், ஓர் உறவு என்றளவில் கூட ஏற்றுக் கொள்ள முடியாத அளவிற்கு மாற்றுப் பாலினர் மீதான வெறுப்புணர்வு மனித மனங்களில் மண்டியதன் காரணம், மதங்கள் மீதிருக்கும் கண்மூடித்தனமான பற்றும் நம்பிக்கையுமே.

ஆண் - பெண் மீது ஈர்ப்பு கொள்வதும், ஆண் - ஆண் மீதும் பெண் பெண் மீதும் ஈர்ப்பு கொள்வதும், ஆண் தன்னைப் பெண்ணாக உணர்ந்து ஆணை விரும்புவதும், பெண் தன்னை ஆணாக உணர்ந்து பெண்ணை நேசிப்பதும் எல்லாமே இயற்கையான, இயல்பான விஷயங்கள்தான். மதங்கள் தோன்றுவதற்கு முன்னர் மனிதர்கள் தங்கள் விருப்பமான பாலியல் தேர்வுகளுடன் சுதந்திரமாகவே வாழ்ந்து வந்தனர். ஒழுக்க நெறிகள் என்ற பெயரில் மூடக் கருத்தியல்களை வரையறுத்த மதங்கள் உயிர்விருத்தியின் தேவையை முன்னிலைப்படுத்தி, ஆண் - பெண் என்ற இரு பாலினங்களையும் அவற்றுக்கிடையிலான உறவையும் மட்டுமே அங்கீகரிக்க - மாற்றுப் பாலினரும், ஓரினச் சேர்க்கையாளர்களும் இயற்கைக்கு மாறான, முறையற்ற பாலியல் இச்சைகளைக் கொண்டவர்களாக ஒதுக்கப்பட்டனர். ஆக, இன ரீதியாக, நிற, மொழி, சாதி ரீதியாக ஒடுக்கப்பட்டவர்களைப் போல, பாலியல் ரீதியாக ஒடுக்கப்படுவோரும் விடுபட வேண்டியது மதங்களிடமிருந்துதான்.

கிறித்துவம் இக்கருத்தியலை தீவிரமாகப் பரப்பி, மாற்றுப் பாலினரை வாழத் தகுதியற்றவர்களாகத் துன்புறுத்திய காலம் ஒன்று இருந்தது. உலகம் உருண்டை என்ற அறிவியல் உண்மையைச் சொன்னபோதும், டார்வினின் பரிணாம வளர்ச்சிக் கோட்பாடும் இன்னும் பல அறிவியல் உண்மைகள் கண்டறியப்பட்ட போது அவற்றை புறக்கணித்து வாதிட்ட கிறித்துவ மதகுருமார்கள் மாற்றுப் பாலினரை அழித்தொழிக்க விழைந்ததில் வியப்பொன்றுமில்லை.

தண்டனைக்குரியவர்களாக, ஆலயப் பணிகளுக்கு அனுமதிக்கப்படாதவர்களாக (புனிதத்தன்மைக் கெட்டுவிடுமென), பழகக்கூடாதவர்களாக, உரிமைகளற்றவர்களாக மாற்றுப் பாலினரை வதைத்தது கிறித்துவம். சில நூற்றாண்டுகளுக்கு முன்பு வரை, பெண்களையும் - தாழ்த்தப்பட்டவர்களாகவும் மரியாதை குன்றியவர்களாகவுமே நடத்தியது. சொத்துகளைப் போல ஆண்களின் மேற்பார்வையில் பெண்கள் பராமரிக்கப்பட்டனர். தந்தைவழி சமூகத்தை வலியுறுத்தி, ஆண் தலைமையை போற்றும் மதக் கோட்பாடுகளின் ஒழுக்கவிதிகள், மதத் தலைவர்களின் கைகளில் சாட்டையைப் போல சுழன்று கொண்டிருந்தன. இதனால் "புனித"ப் பணிகளுக்கு பெண்கள் அனுமதிக்கப்பட்டது கூட வெகு அண்மையில்தான். ஆனால், அறிவியல் வளர்ச்சியும், கால மாற்றமும், கல்வியும் பெண்ணுரிமை வாதங்களை முன்னெடுத்துச் செல்ல -

சமமானவர்களாகவும், மரியாதைக்குரிய மனிதர்களாகவும் பெண்கள் தங்களை அடையாளங்கண்டு கொண்டனர். பாலினம் மற்றும் பாலியல் குறித்த புரிதல் ஓங்கத் தொடங்கியது (எனினும், இன்றளவும் போப் ஆண்டவராக ஒரு பெண் வர மதம் அனுமதிப்பதில்லை).

எந்த சமூகத்தில் பெண்ணினம் அடிமைப்பட்டு கிடக்கிறதோ, அங்கு மாற்றுப் பாலினரின் நிலையும் மிக மோசமாகவே இருக்க முடியும். ஏனெனில், பெண்களை இரண்டாந்தரக் குடிமக்களாகக் கருதுகையில், பெண்களைப் போல நடந்து கொள்ள முற்படும் ஆண்கள் மீதான மரியாதையும் கவுரவமும் முற்றிலுமாக அழிந்து போகிறது. இதனால் மூன்றாந்தரக் குடிமக்களாக மாற்றுப் பாலினர் தாழ்த்தப்படுகின்றனர். இயற்கைக்கு எதிரானவர்களாக, கடவுளால் படைக்கப்பட்டதொரு வெறுக்கத்தக்க அற்பப் பிறவியாகவே மாற்றுப் பாலினர் மீதான பிம்பத்தை மதங்கள் பரப்பின. கடவுளுக்கு எதிரானவர்கள், முறையற்ற பாலியல் இச்சைகளுடன் கடவுளை ஏமாற்றுவோர், மனித இனத்திற்கு அவமானத்தைக் கொண்டு வருவோர் என்றெல்லாம் மாற்றுப் பாலினர் மீது பழி விழுந்தது. இதனால் அவர்கள் சமூக வாழ்விலிருந்து துண்டிக்கப்பட்டு, முற்றிலுமாக முடக்கப்பட்டனர்.

மேற்கத்திய நாடுகளின் பாலியல் புரிதல் வளம்பெறத் தொடங்கியதும் மாற்றுப் பாலினருக்கான அங்கீகாரமும் துளிர்விடத் தொடங்கியது. மத ரீதியாக ஒடுக்கப்பட்டவை எல்லாம் அறிவியல் ரீதியாக அலசப்பட்டு உரிமைகளுக்காக முழங்கின. மாற்றுப் பாலினர் மட்டுமின்றி ஓரின ஆர்வலர்களும், நடுவின்பாலினரும் உள்ளடக்கிய பாலியல் மாறுபாடுகளைக் கொண்டோரெல்லாம் ஆணையும் பெண்ணையும் போன்றவர்களே என்ற புரிதல் உண்டானது. மாற்றுப் பாலினரில் இருந்து கலைஞர்களும், எழுத்தாளர்களும், அறிவியல் வல்லுநர்களும் ஏன் மதப் பணியாளர்களும் கூட வெளி வரத் தொடங்கினர்.

பெண்களுக்கெதிரான அடக்குமுறைகள் நிறைந்த இஸ்லாமிய நாடுகளில், மாற்றுப் பாலினராக முன்னிறுத்திக் கொள்வதும், அதற்கான அறுவை சிகிச்சை செய்து கொள்வதும், திருமணம் செய்வதும் தண்டனைக்குரிய குற்றமாகவே இருந்து வந்தது. ஆனால், இன்று அம்மதத்தவர்களிடமும் மாற்றுப் பாலினருக்கான அங்கீகாரங்கள் துளிர்க்கத் தொடங்கியிருக்கின்றன. ஈரானில் தண்டனைச் சட்டப்படி ஓரினச் சேர்க்கையாளர்களும், மாற்றுப்

பாலினரும் கடுமையான தண்டனைகளை எதிர்கொண்டனர். 1979 இல் உண்டான இஸ்லாம் மறுமலர்ச்சிக்குப் பின்னர் நிலைமை சீரடைந்து வருகிறது. ஈரானின் நீதித்துறையில் ஆதிக்கம் செலுத்தும் முஸ்லிம் மார்க்கத் தலைவர்கள், மாற்றுப் பாலினம் குறித்த புரிதலைக் கொண்டிருப்பதோடு அவர்களுக்கான அங்கீகாரத்திற்காகவும் குரல் கொடுக்கத் தொடங்கியிருக்கின்றனர். எல்லாமே மார்க்கக் கோட்பாட்டின் படி இயங்கும் இஸ்லாமிய நாடான ஈரானில் பாலின மாற்று அறுவை சிகிச்சைக்கான செலவுகளை அரசே ஏற்கும் நிலை கூட உருவாகிவிட்டது. குவைத்திலும் கூட அறுவை சிகிச்சைக்கான அனுமதியை மருத்துவச் சான்றிதழ் ஆதாரத்தோடு வழங்க மார்க்கத் தலைவர்கள் முன் வந்திருக்கின்றனர். ஆனால், இந்த அங்கீகாரம் இஸ்லாம் வரையறுக்கும் எல்லைகளைத் தாண்டி விரிவடைவதில்லை.

மேற்கத்திய நாடுகளின் கிறித்துவப் பண்பாட்டில் இருந்ததைப் போல, பழங்கால இஸ்லாமிய சமூகத்தில் மாற்றுப் பாலினர் துன்புறுத்தப்படவில்லை. மூன்றாம் பாலினராக ஏற்கப்பட்டு கவுரவமாக வாழ்ந்ததாகக் குறிப்புகள் கூறுகின்றன. இதற்கு காரணம், ஆண் - பெண் என்ற இரு பாலினரையும் தவிர்த்து "முகனதீன்" என்று மாற்றுப் பாலினரை இஸ்லாம் அங்கீகரித்திருப்பதுதான். பெண்களுக்கான விதிகளைக் குறிப்பிடும்போது, அவசியமான உறுப்புகளைத் தவிர பிறவற்றை மறைக்க வேண்டுமென வலியுறுத்தும் இடத்தில் யார் யார் முன் பெண்கள் சுதந்திரமாக நடமாடலாம் என்றுபட்டியலிடப்படுகிறது.இதில் "ஆண் தகுதிகளோ விருப்பங்களோ அற்ற ஆண்கள்" என்று குறிப்பிடப்படுகிறது.

ஆண்களுக்கும் பெண்களுக்கும் பல கட்டுப்பாடுகளை விதித்ததைப் போலவே குடும்ப வாழ்க்கை முகனத்துன்களுக்கு தடை செய்யப்பட்டது. இதனால், பாலியல் உணர்வுகளுக்கான வடிகால் இல்லை என்ற போதிலும் முகன்னதுன், இஸ்லாமிய சமூகத்தில் மரியாதைக்குரியப் பொறுப்புகளை வகித்திருக்கின்றனர். காலனிய ஆதிக்கம் தோன்றிய பிறகு தான் இந்த நிலை மாறியதாகக் குறிப்புகள் கூறுகின்றன. இறைத் தூதரின் வார்த்தைகளை முன்னிறுத்தி, இன்றைய மார்க்கத் தலைவர்கள் மாற்றுப் பாலினரின் உணர்வுகளாகப் புரிந்து கொள்ள விழைந்தாலும், இஸ்லாம் அனுமதிக்கும் எல்லைகளைக் கடந்து அந்நாடுகளில் மாற்றுப் பாலினர் தங்களின் அடையாளங்களையும் பாலியல் உரிமைகளையும் மீட்டெடுக்க முடியுமா என்பது கேள்விக்குறியே!

ஆக, ஒடுக்கப்பட்ட எல்லோரையும் போலவே, மாற்றுப் பாலினரின் முதல் எதிரி மதங்களே. கிறித்துவ மற்றும் இஸ்லாமிய நாடுகளில் மாற்றுப் பாலினருக்கெதிரான ஒடுக்குமுறைகள் இருந்தாலும், உயிரியல் உண்மைகளை முன்வைத்து மதங்களிடமிருந்து தங்களின் உரிமைகளை மீட்டெடுக்கும் பகுத்தறிவும் புரிந்துணர்வும் அங்கு சாத்தியப்பட்டிருக்கிறது. ஆனால் இந்தியாவில், வேறெந்த அடிமைத்தனங்களைப் போலவே, வேறெந்த ஒடுக்குமுறைகளைப் போலவே மாற்றுப் பாலினரையும் மீளமுடியா மூடக் கருத்தியல்களால் பிணைத்து வைத்திருக்கிறது இந்து மதம்.

மதங்களிடமிருந்து தங்களுக்கான உரிமைகளை மீட்டெடுக்க கிறித்துவ மற்றும் இஸ்லாம் நாடுகளில் மாற்றுப் பாலினர் போராடி வருகையில், இந்திய மாற்றுப் பாலினர் தங்களின் ஒரே வடிகாலாக, அடைக்கலமாக இந்து மதத்திடம் தஞ்சமடைந்திருப்பது வேதனைக்குரியது. தம் உடல் குறித்த உயிரியல் உண்மைகளைப் புரிந்து கொள்வதைவிடவும், தங்களை கடவுளின் அவதாரமாக, கடவுளால் ஆசிர்வதிக்கப்பட்டவர்களாக, கடவுளின் மனைவியராக முன்னிறுத்துவதன் மூலம் மாற்றுப் பாலினர் தங்கள் மீது படிந்த கறையை, வெறுப்புணர்வைக் கழுவிவிட முனைகின்றனர். இது, ஒருபோதும் சாத்தியப்படக் கூடியதல்ல.

இந்து மதம் பெண்களை "சக்தியின் வடிவம்" என்கிறது. முப்பெருந்தேவியராக வணங்குகிறது. எந்தளவிற்கு பெண்ணை புனித வடிவமாகப் போற்றுகிறதோ, நடைமுறையில் அந்தளவிற்கான இழிவுகளை பெண்கள் மீது திணித்து வைத்திருக்கிறது. பெண்கள் மீதான ஆகக் கொடுமையான வன்முறைகளெல்லாம் நிகழ்த்தப்படுவது குடும்பங்களில்தான். உரிமைகளென உச்சரிக்கக்கூட வாய்ப்பு மறுக்கப்பட்ட குடும்பக் கட்டமைப்பு, ஒரு பக்கம் பெண்களை வழிபட்டுக் கொண்டே காலடியில் கிடத்தி நசுக்குகிறது. பெண்கள் மீது துளி மரியாதையுமற்ற இந்து மதப் பண்பாட்டைக் கொண்டாடியபடியே மாற்றுப் பாலினர் தங்களுக்கான அங்கீகாரத்தைப் பெற்றுவிட முடியும் என்று நம்பினால், அது வேடிக்கையானது. ஏனெனில், இந்து மதத்தில் இருந்து கொண்டே அம்மதம் அடிமையென ஒடுக்கியவர்கள் ஒருபோதும் விடுதலையை எய்த முடியாது.

இந்த விஷயத்தில் தலித் மக்களுக்கு என்ன நிலையோ, பெண்களுக்கு என்ன கதியோ அதுதான் மாற்றுப் பாலினருக்கும்!

ஜெயராணி

"கணவனுக்கு அடிமையாக இருப்பதே பத்தினித்தனம்" என்று சொல்லும், சாதி என்ற வேலிக்குள் தாழ்த்தப்பட்டோர் முடக்கப்பட்டதை சனாதன தர்மமாகக் கொண்டாடும் இந்து மதத்திடமிருந்து எப்படி உரிமைகளைப் பெற முடியும்? மாற்றுப் பாலினருக்கும் இதுவே பொருந்தும். இந்து உளவியல் மண்டிப் போய் கிடக்கும் இந்தியக் குடும்பங்களில் பிறக்கும் மாற்றுப் பாலினருக்கு வீடென்பது பெருஞ்சிறை. தடுமாறும் உளவியலோடு அச்சிறையைவிட்டு வெளியேறும் தனி நபர்கள் தன்னைப் போன்றவர்களைக் கண்டடைந்து குழுவாக/குடும்பமாக வாழத் தலைபடுகின்றனர். ஓரினமாகக் கூடும்போது தனிமையில் இருந்து விடுபடுவதுடன், தங்களுக்கேயான பண்பாடுகளையும் பழக்க வழக்கங்களையும் கற்றுக் கொள்கின்றனர்.

இந்த பண்பாடுகளும் பழக்க வழக்கங்களும் இந்து வாழ்வியலை மய்யப்படுத்துவதாகவே இருக்கின்றன. உண்மையில் இந்த வாழ்வியல், மாற்றுப் பாலினருக்கான மரியாதை மிக்க வாழ்வைப் பெற்றுத் தருகிறதா என்றால் இல்லை. வெவ்வேறு மதங்களிலிருந்தும் ஜாதிகளிலிருந்தும் தங்களை துண்டித்துக் கொண்டு ஓரிடத்தில் கலக்கும் மாற்றுப் பாலினர், தங்களை இந்துக்களாக அடையாளப்படுத்திக் கொள்ளும் விபரீதம் தொடர்ந்து நடக்கிறது. பல முறை கூவாகம் விழாவிற்கு சென்றிருக்கிறேன். ஒவ்வொரு

முறையும் என்னுள் எழுந்த அல்லது என்னை வதைத்த பெருங்கேள்வி இதுதான் - மாற்றுப் பாலினர் எல்லோரும் ஏன் இந்துக்களாகின்றனர்? ஸ்டெல்லாவென்றும், பாத்திமாவென்றும் பெயரிட்டுக் கொள்வோர் கூட, கூத்தாண்டவரின் மனைவியாகி தாலியறுப்பது ஏன்?

இக்கேள்விதான் இக்கட்டுரைக்கான அடித்தளமாகியது. மாற்றுப் பாலினரின் துயரங்களும், வறுமையும், பாலியல் வாழ்வும், சமூக அங்கீகாரத்திற்கான கோரிக்கைகளுமே தொடர்ந்து விவாதிக்கப்பட்டு வருகின்றன. ஆனால், அவர்களுக்கான பகுத்தறிவையும், இந்து மதத்தின் பிடியிலிருந்து விடுபட வேண்டியதன் அவசியத்தையும் எவருமே இதுவரை வலியுறுத்தாதது வேதனையளிக்கிறது. வெறும் உடலாக மட்டுமே பெண்கள் கருதப்பட்டு, கையாளப்பட்ட காலத்தில், பெரியாரின் மற்றும் அம்பேத்கரின் இந்துமத எதிர்ப்பே பெண்ணுரிமைப் போராட்டங்களிலும் சட்ட ரீதியான உரிமைகளிலும் மறுமலர்ச்சியை உண்டாக்கியது. சேரிகளுக்குள் தீண்டத்தகாதவர்களாக முடங்கிக் கிடந்த தலித் மக்களுக்கு சுயமரியாதையை ஊட்டியது அம்பேத்கர் மற்றும் பெரியாரின் இந்து மத எதிர்ப்பு. இத்தகு வரலாற்றுத் திருப்புமுனைகளை மாற்றுப் பாலினர் தங்களுக்கான பாடமாக முன்னெடுத்தாக வேண்டும்.

வேறெங்கும் இல்லாத அளவிற்கு மும்பையில் மாற்றுப் பாலினர் தங்களுக்கான சுதந்திரத்தைக் கண்டடைகின்றனர். சிவப்பு விளக்குப் பகுதியும் கட்டற்ற பாலியல் சுதந்திரமுமே இதற்கான முக்கியக் காரணம் என்றாலும் வட மாநிலங்களில் மாற்றுப் பாலினர் தங்களின் அடையாளத்தை மீட்டெடுக்க, மத ரீதியான பல சடங்குகளில் ஈடுபடுகின்றனர். பெரும்பாலும் மாற்றுப் பாலினர் அழையா விருந்தாளிகளாகவே இப்படியான விழாக்களில் பங்கேற்கின்றனர். ஊரைவிட்டு ஓடி வரும் ஓர் ஆணையோ, பெண்ணையோ போல ஏதோவொரு வேலை செய்து பிழைத்துக் கொள்ளலாம் என்ற நிலை மாற்றுப் பாலினருக்கு இல்லை. அதனால் மத முகமூடிகளுக்குள் வலுக்கட்டாயமாகத் திணித்துக் கொண்டு, அதன் மூலம் வருவாயைப் பெற விழைகின்றனர். பாலியல் தொழிலோடு இதுவும் பிழைப்பிற்கான வழியாகிறது.

பிற மதங்கள் மாற்றுப் பாலினரை மனிதராகவே மதிக்காத நிலையில், இந்து மதம் தங்களை கடவுள் தகுதிக்கு உயர்த்தி வைத்திருப்பதாக மாற்றுப் பாலினர் நம்புவதற்கு வலுவான இரண்டுப் பின்னணிகள் இருக்கின்றன. இந்து மதப் புராணக் கதைகளை

வரலாற்று நிகழ்வுகளாகவே பார்க்கும் அறியாமையின் தொடர்ச்சியாகவே, மாற்றுப் பாலினரும் தங்களை இந்து மதத்தோடு ஒன்றிணைத்துக் கொண்டது நடந்திருக்கிறது. கடவுளாகவே இருந்து ஆசிர்வதிப்பதற்கும், கடவுளின் மனைவியாக உருவகித்துக் கொண்டதற்கும் பின்னால் ராமாயண மற்றும் (மகா)பாரதக் கற்பிதங்கள் ஊறிக் கிடக்கின்றன.

அயோத்தியை விட்டு வனவாசம் கிளம்பிய ராமனுக்குப் பின்னால் திரண்டு வந்த மக்களை நோக்கி, என்னுடைய சாம்ராஜ்யத்திற்கு உட்பட்ட ஆண்களும் பெண்களும் அவரவர் இடத்திற்கு திரும்பிப் போங்கள் என ஆணை பிறப்பித்து, காட்டை வந்தடைந்த ராமன், 14 ஆண்டுகள் கழித்து திரும்பிச் சென்றபோது, மாற்றுப் பாலினர் மட்டும் அந்த இடத்திலேயே நின்று கொண்டிருப்பதைக் கண்டு நெகிழ்ந்து போய் - திருமணம், குழந்தை பிறப்பு போன்ற முக்கிய நிகழ்வுகளில் மாற்றுப் பாலினர் மக்களை ஆசிர்வதித்திருக்க அருள் பாலித்ததாகக் கூறுகிறது ராமாயணம்.

மகாபாரதக் கதைப்படி, பாரதப் போரின் முதல் நாள் களபலி கொடுக்க அர்ச்சுனனின் மகனான அரவாணைத் தேர்ந்தெடுக்கிறான் கிருஷ்ணன். அரவாணோ இறப்பதற்கு முன்பு தனது திருமண ஆசையை வெளிப்படுத்த, சாகப் போகிறவனைத் திருமணம் செய்ய எந்த பெண்ணும் முன்வராத நிலையில் (உடன்கட்டை ஏறும் வழக்கம் இருந்ததால்), கிருஷ்ணனே மோகினியாக பெண் அவதாரமெடுத்து அரவாணை மணந்து, அன்றே விதவையாகிறான். தமிழக மாற்றுப் பாலினர் தங்களை அரவாணி என்று அழைத்துக் கொள்வதன் பின்னணி இதுதான். விழுப்புரம் மாவட்டத்தில் இருக்கும் கூவாகத்தில் ஆண்டுதோறும் நடக்கும் கூத்தாண்டவர் திருவிழாவிற்கு இந்தியா முழுவதிலிருந்தும், வெளிநாடுகளிலிருந்தும் மாற்றுப் பாலினர் பங்கேற்கின்றனர். கூத்தாண்டவராக இங்கு வணங்கப்படுவது அரவாண் என்பதால், 18 நாள் திருவிழாவில், கிருஷ்ணன் அரவாணை மணந்த புராணக் கதையை அப்படியே அரங்கேற்றுகின்றனர் மாற்றுப் பாலினர்.

தாலி கட்டித் திருமணம் செய்வது, கள பலிக்கு பின்னர் தாலியை அறுத்து, வெள்ளுடை உடுத்தி, வளையல்களை உடைத்து விதவையாவது என பெண்ணுக்கெதிரான அத்தனை மூடத்தனங்களையும் நிகழ்த்திவிட்டுக் கிளம்புகின்றனர். திருவிழா நடைபெறும் 18 நாட்களும் களைகட்டும் பாலியல் தொழில், மாற்றுப்

பாலினரின் இருவேறு வாழ்சூழல்களுக்கான சான்று. சுயமரியாதை உணர்வும் பகுத்தறிவும் கொண்ட யாராலும் கூத்தாண்டவர் திருவிழாவில் ஒரு நல்ல விஷயத்தைக் கூட கண்டடைய முடியாது. கடவுளின் பெயரால் அங்கு நடந்தேறுவதெல்லாம் மூடத்தனங்களும் உரிமை மீறல்களுமே. பிற நேரங்களில் அருவெறுக்கத்தக்கவர்களாக மாற்றுப் பாலினரை நடத்தும் இச்சமூக ஆண்கள், பாலியல் தொழிலுக்கு மட்டும் ஆதரவு கொடுத்து வருவது, ஆதிக்க உளவியலின் அப்பட்டம்! கடவுளாக வணங்கப்படுவதும் அதன் பேராலேயே சுரண்டப்படுவதுமான இந்து மதத்தின் வஞ்சக சூழ்ச்சி, பெண்களைக் கடந்து மாற்றுப் பாலினரையும் சிறைப்படுத்தியிருக்கிறது.

ஆண் உடலுக்குள் பெண் மனதோடு வாழும் மாற்றுப் பாலினர், ஆண் அடையாளங்களை அழிக்கவும் பெண்ணாகத் தன்னை முன்னிலைப்படுத்தவும் முனையும்போது, அவர்களை அறியாமலேயே ஏற்கனவே அடிமைப்படுத்தப்பட்ட இந்து பெண்களை முன்மாதிரியாகக் கொண்டு பிரதிபலிக்கத் தொடங்குகின்றனர். அதனால் மாற்றுப் பாலினரிடமும் ஆணுக்கு அடங்கியிருக்க வேண்டிய அடிமை உணர்வு தங்கிவிடுகிறது. கூத்தாண்டவர் கோயிலின் நிகழ்வுகள் அனைத்தும் இந்து உளவியல் அடிமைத்தனங்களின்றி வேறில்லை. ஆண்களுடன் இவர்களுக்கு உண்டாகும் நேர்மையான உறவுகளைகூட கள்ளத்தனமாக

வைக்கப்பட வேண்டிய கட்டாயமாகி, அதிகபட்ச சுரண்டல்களை சந்திக்க நேரிடுகிறது. மாற்றுப் பாலினர் பெரும்பாலும் தங்களை உடல் ரீதியாக மட்டுமே முன்னிறுத்திக் கொள்வதாலும், அவர்களை இத்தளையிலிருந்து விடுவிக்கும் வழிமுறைகளை எவரும் கண்டறியாததாலும் வெறும் பாலியல் பிம்பமாக மட்டுமே இந்த சமூகத்தின் கண்களுக்கு அவர்கள் புலப்படுகின்றனர். மாற்றுப் பாலினருக்கான அமைப்புகள்கூட, ஆணுறையின் அவசியத்தையும், எய்ட்ஸ் விழிப்புணர்வையுமே முன்னிலைப்படுத்திப் பணியாற்றுகின்றனரே ஒழிய, அவர்களின் சமூக விடுதலையை வலியுறுத்தியதாகத் தெரியவில்லை.

சமூக விடுதலை என்று இங்கு நாம் சொல்ல வருவது, தலித்துகளும் பெண்களும் கோருவதைப் போன்றதொரு முற்றிலுமான அங்கீகாரத்தையும் உரிமைகளையும் உள்ளடக்கியது. பாலியல், பாலுணர்வு என்ற சிறைக்குள் சிக்கிக் கொண்டிருக்கும் மாற்றுப் பாலினர் பகுத்தறிவு, சுயமரியாதை என முழங்கத் தொடங்க வேண்டும். மதக் கற்பிதங்களைக் கடக்கும் போதுதான் அடிமைத்தனம் அங்கே கட்டவிழ்கிறது. அதனால் பெண்களைப் போல, தலித் மக்களைப் போல மாற்றுப் பாலினரும் இந்து மதத்தின் பிடியிலிருந்து தங்களை விடுவித்துக் கொண்டாக வேண்டும். ஒருவித புனித எல்லைக்குள் வந்துவிட்டதாக நம்பினாலும், விரும்பியபடி வாழ்வதற்கான கட்டற்ற சுதந்திரத்தை அது வழங்கினாலும் உண்மையில் மாற்றுப் பாலினரின் உலகத்தில் வறுமையும் பாலியல் சுரண்டல்களும், வன்முறையுமே எஞ்சி நிற்கின்றன.

தாலி என்பது அடிமைச் சின்னமெனில், அதை யார் அணிந்தாலும் அது அடிமைத்தனம்தான். அதை அறுத்து விதவையாக்குவது உரிமை மீறலெனில், அதை யார் நிகழ்த்தினாலும் உரிமை மீறலே. பாலியல் தொழில் உண்மையில் பாலியல் சுரண்டலெனில், யாருக்கு நிகழ்ந்தாலும் அது சுரண்டல்தான். தொடர்ச்சியான பெண்ணுரிமைப் போராட்டங்களின் பலனாக, பகுத்தறிவுப் பிரச்சாரத்தின் பயனாக கேள்விக்குள்ளாக்கப்பட்ட பெண்ணடிமைத்தனங்களை மீட்டுருவாக்கம் செய்யும் பணியை மாற்றுப் பாலினர் கைவிட்டாக வேண்டும். அவர்களின் விடுதலைக்கான அடித்தளமாகவும் அதுவே அமையும்.

அரவாணிகள், திருநங்கைகள் என்ற பெயர் சொல்லி மாற்றுப் பாலினர் தங்களை அழைக்கத் தொடங்கியது வெகு அண்மையில்தான்.

அதற்கு முன்பும் இப்போதும் பல கொச்சைப் பெயர்களால் அவர்கள் இழிவுபடுத்தப்படுகின்றனர். ஆக, மாற்றுப் பாலினர், தங்கள் பாலினத்திற்கான மதச்சாயமற்ற பெயரைக் கண்டறிவதிலிருந்து அவர்களின் பகுத்தறிவுப் பயணத்தைத் தொடங்கியாக வேண்டியிருக்கிறது. பாலினம் குறித்த சமூகப் புரிதல்களே பெண்ணடிமைத்தனத்தின் மீது விழுந்த முதல் அடி. பெண்ணுரிமைக்கான தேடல்களும் பெண்ணியத்திற்கான தேவைகளும் எழுந்தது இந்தப் புரிதலில் இருந்துதான். தான் அடிமையென்றும் ஆணுக்கு அடங்கியவள் என்றும் நம்பிக் கொண்டிருக்கும்வரைதான் - பெண் மீதான சுரண்டல்கள் தொடர்கின்றன. மாற்றுப் பாலினருக்கும் அதே நிலைதான். மதக் கற்பிதங்களையும் புராணக் கதைகளையும் நம்பி, இனியும் தம் மீதான உரிமை மீறல்களை மாற்றுப் பாலினர் அனுமதித்துக் கொண்டிருக்கக் கூடாது.

சாதி, மத, இன மற்றும் பாலின ரீதியாக ஒடுக்கப்படுவோர் யாராக இருந்தாலும் அவர்களின் முதல் தேவை மூடநம்பிக்கைகளிலிருந்து விடுபடுவதுதான். பகுத்தறிவை எட்டும் சமூகம்தான் சுயமரியாதைக்கான தேவையை முழுமையாக உணர்ந்து நிலைநாட்ட முடியும். பாலியல் உரிமைகளைக் கடந்து, கல்வி வேலைவாய்ப்பு மற்றும் அரசியலில் தங்களுக்கான பிரதிநிதித்துவத்தைக் கோருவது, சமூக அங்கீகாரத்திற்கான போராட்டங்களை முடுக்குவதென மாற்றுப் பாலினர் திசை திரும்ப வேண்டும். இவை சாதாரணமாக நிகழ்ந்துவிடக் கூடியதல்ல. இந்து அடிமைக் கருத்தியல்களை உடைத்தெழுந்த பெண்ணியத்தின், தலித்தியத்தின் நெடிய வரலாற்றினை முன்மாதிரியாகக் கொண்டு மாற்றுப் பாலினர் தங்கள் போராட்டத்தைத் தொடங்குதல் அவசியம். இதில் பகுத்தறிவுச் சமூகம் புரிந்து கொள்ளவேண்டியது மாற்றுப் பாலினரின் விடுதலை, சமூக விடுதலையின் அங்கம் என்ற உண்மையை! ஏனெனில், அடிமைத்தனம் என்பது மதம் உருவாக்கிய சங்கிலி. அதன் எல்லா கண்ணிகளையும் உடைத்தால் மட்டுமே ஆதிக்கத்தின் ஆணி வேரை அறுக்க முடியும்.

(தலித் முரசு - ஜனவரி 2011)

இந்திய கிறித்தவர்கள்:
ஏசுவை வழிபடும் இந்துக்களே!

7

இழப்புகளின் மேல்தான் அடிமைகளின் விடுதலை கம்பீரமாகக் கட்டமைக்கப்படுகிறது. உயிரைத் தவிர இழப்பதற்கு ஏதுமற்ற தலித்துகள் அதையும் பணயம் வைத்தே உரிமைகளுக்கும் சுயமரியாதைக்குமான தங்களின் போராட்டத்தை முனைப்போடு எடுத்துச் செல்கின்றனர்.

காஞ்சிபுரம் மாவட்டம் மதுராந்தகத்திற்கு அருகில் இருக்கும் தச்சூரில் சாதி வக்கிரத்திற்கு தன் உயிரைப் பறிகொடுத்து, சமத்துவத்திற்கான விதையை விதைத்திருக்கிறார் ராஜேந்திரன். தச்சூர் தலித் மக்களின் அடிமை வாழ்வும், அதை எதிர்த்து அவர்கள் நிகழ்த்தி வரும் உரிமைப் போரும் நெடிய வரலாற்றைக் கொண்டிருக்கின்றன. அதன் தொடர்ச்சியாகவே ராஜேந்திரனின் உயிரைப் பறிகொடுத்து பொதுக் கல்லறை உரிமையை வென்றிருக்கின்றனர், தச்சூர் தலித் மக்கள்.

தலித் மக்கள் பெரும்பான்மையாகவும், ரெட்டியார்கள் சிறுபான்மையாகவும் வசிக்கும் ஊரான தச்சூரில் சுமார் இருநூறு ஆண்டுகள் பழமையான தேவாலயம் இருக்கிறது. பூர்வகுடிகளான தலித் மக்கள் மீது ஆந்திராவில் இருந்து வந்த ரெட்டியார்கள் சாதி ஆதிக்கத்தை செலுத்தி, அவர்களை அடிமையாக்கினர். ரெட்டியார்களிடம் நிலங்களை இழந்து, கூலிகளாகி, தீண்டாமையையும், வன்கொடுமையையும் அனுபவித்த தலித் மக்கள், வழிபாட்டு உரிமைகளின்றி தேவாலயத்திலிருந்தும் விரட்டியடிக்கப்பட்டனர். சாதியின் கறைகளை தங்கள் மேலிருந்து கழுவும் பொருட்டு, இந்து மதத்திலிருந்து துண்டித்துக் கொண்டு கிறித்துவத்தைத் தழுவிய தலித்

ஜெயராணி

மக்கள் மீது - கிறித்துவர்களான சாதியை விட்டொழிக்காத ரெட்டியார்கள் அதிகபட்ச ஆதிக்கத்தை செலுத்தி வந்தனர்.

சிலுவை போன்ற அமைப்பில் கம்பீரமாக எழுந்து நிற்கும் தச்சூர் தேவாலயத்தின் நேர் பாதையில் சென்று வழிபடும் உரிமை ரெட்டியார்களுக்கு மட்டுமே இருந்து வந்த நிலையில், ஆலயப் பணிக்கு வந்த தலித் பாதிரியார்கள் சிலர், தலித் மக்களின் வாழ்நிலையை மேம்படுத்தும் பொருட்டு எடுத்த முயற்சிகளையெல்லாம் தடுத்து நிறுத்தி வன்முறையில் ஈடுபடுவது ரெட்டியார்களின் வழக்கமாக இருந்தது.

1997 ஆம் ஆண்டு தலித் பெண்களுக்கும் இளைஞர்களுக்கும் வேலைவாய்ப்பை ஏற்படுத்திக் கொடுத்த பாதிரியார் ஜோசப்பை ரெட்டியார்கள் தாக்க, ஆலயம் இழுத்து மூடப்பட்டது. தலித் மக்களை ஆலய உரிமைகளில் இருந்து துண்டிக்கும் பொருட்டு, தெலுங்கில் வழிபாட்டு உரிமையைக் கேட்டு தகராறில் ஈடுபட பிரச்சனை ஊரைத் தாண்டி நீதிமன்றத்தை வந்தடைந்தது. மொழி பிரச்சனை, வழிபாட்டு உரிமை, பங்கு பேரவை பிரதிநிதித்துவம், தேரோட்டம் என நான்கு வழக்குகள் பதிவு செய்யப்பட்டன. ஆனால் வழக்கு நடந்து கொண்டிருந்த போதே, ரெட்டியார்கள் அத்துமீறி ஆலய வழிபாட்டில் ஈடுபட்டனர். அதை எதிர்த்தும் ஒரு வழக்குப் பதிவு செய்யப்பட்டது. 2005 ஏப்ரல் மாதம் வந்த தீர்ப்பில் - அரசு அதிகாரிகள், திருச்சபை ஊழியர்கள், வருவாய்த் துறையினர், தச்சூர் மக்கள் என அனைவரும் கலந்து பேசி ஆலயத்தைத் திறக்க வேண்டுமென்ற நீதிமன்றப் பரிந்துரையை அவமதித்து, ரெட்டியார்கள் மட்டும் அத்துமீறி நுழைந்து தனிப்பட்ட முறையில் வழிபாடு நடத்தினர். தொடர்ந்து மே மாதத்தில் கோலாகலமாக திருவிழாவும் கொண்டாடினர். தலித் மக்கள் தங்களின் வழிபாட்டு உரிமைக்காகப் போராடுவதும் ரெட்டியார்கள் அதை மறுப்பதுமாகவே நாட்கள் கழிந்து கொண்டிருந்தன.

இந்நிலையில் 2005 நவம்பர் மாதத்தில் மறைமாவட்ட முதன்மைப் பாதிரியார் சுரேஷ், தலித் மக்களுக்காக பூசை நடத்த முற்பட அது பெரும் ரகளையில் முடிகிறது. ஆலயம் என்பது எல்லா தரப்பு மக்களுக்கும் பொதுவான இடம்; அங்கு பாகுபாடுகள் கூடாது என்ற திருச்சபையின் வார்த்தைகள் மதிக்கப்படவில்லை. 2005 நவம்பர் தொடங்கி ஓராண்டு காலம் வரையிலும் நடைபெற்ற பலதரப்பட்ட பேச்சுவார்த்தைகளும் தோல்வியில் முடிந்தன. இறுதியாக, 2006

நவம்பர் 26 அன்று 12 அம்ச கோரிக்கைகளுடன் பேச்சுவார்த்தை முடிவுக்கு வந்தது. வழிபாட்டில் சமத்துவம், ஆலய நிர்வாகக் குழுவில் பிரதிநிதித்துவம், பொதுக் கல்லறை அடக்க உரிமையென தலித்துகளின் உரிமை மீட்பு அம்சங்கள் கோரிக்கைகளில் இருந்தாலும், மொழிச் சிறுபான்மையினரான ரெட்டியார்களின் தெலுங்கில் வழிபாடு என்ற கோரிக்கை மட்டுமே நடைமுறைக்கு வருகிறது. பேராயர் நீதிநாதன் தலித் என்பதற்காகவே அவரை ஏற்றுக் கொள்ளாமல் ரெட்டியார்கள் புறக்கணித்தனர். தங்களின் பேராயர் ஆந்திராவில் இருப்பதாகக் கூறியதோடு, அங்கிருந்து அழைத்து வந்து வழிபாடு நடத்தவும் செய்தனர்.

நீதிமன்றத் தீர்ப்பு, மாவட்ட ஆட்சியர், தாசில்தார், வருவாய்த்துறை அதிகாரிகளின் பேச்சுவார்த்தை முடிவுகள் என எதையும் ரெட்டியார்கள் மதிக்கவில்லை. ஆலய உரிமைகளுக்காக தலித் மக்கள் போராடுவது தொடர்ந்தது. தலித் மக்கள் தரப்பில் இறப்பு நிகழும்போதெல்லாம் அந்த சடலத்தை பொதுக் கல்லறையில் அடக்கம் செய்ய முயன்று தோற்றுக் கொண்டே இருந்தனர். இந்நிலையில்தான் 22.1.2011 அன்று பாதிரியார் ஜானின் சகோதரர் வேளாங்கண்ணி இயற்கை எய்தினார். அவருடைய சடலத்தை பொதுக் கல்லறையில் அடக்கம் செய்ய முடிவாகிறது. பேராயரிடம் அனுமதியைப் பெறுகின்றனர். கல்லறைத் தோட்டத்தில் பாகுபாடு கூடாதென எல்லா பங்குத் தந்தையருக்கும் சுற்றறிக்கை அனுப்பப்படுகிறது. தலித் மக்களுக்கு ஆதரவாக தீண்டாமை ஒழிப்பு முன்னணியைச் சேர்ந்தவர்கள் குரல் கொடுக்கின்றனர். சடலம் பொதுக் கல்லறைக்குள் நுழைவதை வருவாய்த்துறை அதிகாரியும் தாசில்தாரும் தடுக்கின்றனர். மீறி எடுத்துச் சென்றபோது சவக்குழி வெட்டும் ஊழியர் பின்வாங்குகிறார். பரபரப்பான இச்சூழ்நிலையில்தான் தானே குழியெடுக்க முன் வருகிறார் ராஜேந்திரன்.

திரண்டு வந்த ரெட்டியார்களின் ஆவேச கூக்குரல்களுக் கிடையே, அரசு அதிகாரிகளின் எதிர்ப்புகளுக்கு மத்தியில் 190 ஆண்டுகால ஆதிக்க நியதியை உடைத்து, பொதுக் கல்லறையில் தலித் சடலம் அடக்கம் செய்யப்படுகிறது. தச்சூரை கலவரச் சூழல் ஆக்கிரமிக்க காவல்துறை குவிக்கப்படுகிறது. ஆலயத்தை இழுத்து மூட வேண்டுமென ரெட்டியார்கள் கூட்டம் போட்டு பேச்சு வார்த்தை நடத்த காவல் துறையின் தீவிர கண்காணிப்பின் கீழ் வருகிறது தச்சூர். தச்சூரின் ஒவ்வொரு தலித்தும் ரெட்டியார்களுக்கு அடிமைப்பட்டே

ஜெயராணி

வாழ்ந்தவர்கள் என்பதால், அவர்களது சாதிவெறியின் தீவிரத்தை உணர்ந்தே இருந்தனர். என்ன வேண்டுமானாலும் நடக்கலாம் என்ற நிலையில்தான் அக்கொடுமை நடந்தேறியது.

திடீரென காணாமல் போனார் ராஜேந்திரன். ஊர் முழுவதும் தேடியும் கிடைக்கவில்லை. ரெட்டியார் சாந்தையனின் நிலத்தை குத்தகைக்கு எடுத்து விவசாயம் செய்து வந்த ராஜேந்திரன், அவர் அழைப்பின் பேரில் ஏரிக்கரைப் பக்கம் சென்றதாக ரெட்டி இனத்தைச் சேர்ந்த ஆகத்தம்மாள் சொல்ல, தேடுதல் தீவிரமடைகிறது. மறுநாள் சனவரி 24 அன்று காலை ஏரியில் சடலமாக மிதந்த ராஜேந்திரனின் உடலில் தீக்காயம் உட்பட பல வகையான காயங்கள். கொதித்தெழுந்து குமுறிய தலித் மக்களிடம் ராஜேந்திரன் குடித்துவிட்டு, ஏரியில் விழுந்துவிட்டதாக காவல் துறை நிறுவ முயல, அப்பட்டமான இக்கொலையைச் செய்தவர்களை கைது செய்யும் வரை சடலத்தை எடுக்க அனுமதிக்கப் போவதில்லை எனப் போராட்டத்தில் இறங்கினர் தலித் மக்கள். எனினும் வலுக்கட்டாயமாக மக்களை அகற்றி, சடலத்தை பிரேதப் பரிசோதனைக்கு எடுத்துச் சென்றது காவல் துறை.

ராஜேந்திரன் கொலை செய்யப்பட்ட நாள், வேளாங்கண்ணி இறந்த மூன்றாம் நாள். அதற்கான சடங்குகளை செய்ய வந்த தலித் மக்களை காவல் துறையும் அரசு அதிகாரிகளும் தடுக்கின்றனர். அதே நாள் ரெட்டியார் பகுதியில் ஒருவர் இறக்க, அந்த சடலத்தை புதைக்க அனுமதி வழங்கப்படுகிறது. எங்களை அனுமதிக்கவில்லையெனில் ரெட்டியார்களையும் அனுமதிக்க மாட்டோம் என தலித் மக்கள் உறுதியாக நிற்க இறுதியில் வழிபாடு நடக்கிறது. இதற்கிடையில் ராஜேந்திரனின் சடலம் எடுத்துச் செல்லப்பட்ட, செங்கல்பட்டு மருத்துவமனையை முற்றுகையிடுகின்றனர் தலித் மக்கள். கொலையாளிகளை கைது செய்யும் வரை சடலத்தை வாங்குவதில்லை என உறுதி காட்டுகின்றனர்.

பிணவறைக்கு வந்த, விடுதலைச் சிறுத்தைகளின் தலைவர் திருமாவளவன், மதுராந்தகத்தில் மறியல் நடக்கும் என அறிவிக்கிறார். முதல் தகவல் அறிக்கையைப் பதிவு செய்யச் சொல்லி வலியுறுத்துகிறார், தீண்டாமை ஒழிப்பு முன்னணியைச் சேர்ந்த, சட்டமன்ற உறுப்பினர் லதா. பகுஜன் சமாஜ் கட்சியைச் சேர்ந்த ஆம்ஸ்ட்ராங், மாநிலங்களவை உறுப்பினர் ப்ரமோத் குறில் எனப் பலரும் ஒன்றிணைந்து குரல்

கொடுத்தும் மாவட்ட நிர்வாகம், ராஜேந்திரன் சடலத்தை பொதுக் கல்லறையில் புதைக்க அனுமதி மறுக்கிறது. பாரம்பரிய வழக்கத்தை பின்பற்றச் சொல்லி அறிவுறுத்தவும் செய்கிறது.

சனவரி 25 அன்று காலை, மதுராந்தகத்தில் தலித் கிறித்துவ இயக்கம்,விடுதலைச் சிறுத்தைகள், தீண்டாமை ஒழிப்பு முன்னணி, பகுஜன் சமாஜ் கட்சியினர் இணைந்து ஆர்ப்பாட்டத்தில் ஈடுபட்டனர். ரெட்டியார்கள் தரப்பிலிருந்து மூன்று பேர் கைது செய்யப்பட, பொதுக் கல்லறையில்தான் புதைப்போம் என்ற பிடிவாதத்தோடு ராஜேந்திரனின் சடலத்தைப் பெற்று ஊர் திரும்பினர் எல்லோரும். வழிபாட்டிற்காக பேராயர் நீதிநாதன் ஏற்கனவே வந்திருக்க, குடும்ப அட்டைகளை திரும்ப ஒப்படைக்கப் போவதாக மிரட்டுகினறனர் ரெட்டியார்கள். பொதுக் கல்லறையில் புதைக்க ஆயர் பேரவையின் அனுமதி இருக்கும்போது, அதைத் தடுக்க அரசு அதிகாரிகளுக்கு உரிமையில்லை என வாதிடுகிறார் பேராயர்.

அரசு அதிகாரிகளோடு நடைபெற்ற பலமணி நேர பேச்சு வார்த்தையின் முடிவாக ராஜேந்திரனின் சடலம், பொதுக் கல்லறையில் புதைக்கப்பட்டது. மிக நிச்சயமாக, தலித் கிறித்துவர்களுக்கு இதுவொரு வரலாற்று நிகழ்வு. தமிழகத்தில் உள்ள மற்ற தேவாலயங்களில் சாதியைத் துடைத்தழிக்க இதுவொரு முன்னுதாரணம். எனினும் ஓர் உயிரை இழந்துதான் இந்த உரிமையை அடைய முடிந்திருக்கிறது. ஏனெனில், இழப்புகளின் மேல்தான் அடிமைகளின் விடுதலை கம்பீரமாக கட்டமைக்கப்படுகிறது.

இந்தியாவில் மதமாற்றமென்பது, வெறுமனே ஆள் பிடிக்கும் அல்லது கடவுளை மாற்றிக் கொள்ளும் வேலையாக இருக்க முடியாது. இந்து மதத்திலிருந்து மக்களைப் பிரித்தெடுக்கும் எந்த

மதமும் பண்பாட்டுக் கூறுகளாக்கப்பட்ட அதன் அடிமைத்தனங்களைத் தான் முதலில் களைந்தாக வேண்டும். இந்தியாவின் பார்ப்பன மேல்தட்டு, இந்து மதத்தை இறுகப் பற்றிக் கொண்டிருக்கும்போது, அதன் அடித்தட்டு மக்களிடம் குறிவைத்து இயங்கத் தொடங்கியது கிறித்துவம். இந்நாட்டின் அடித்தட்டு மக்கள் வெறுமனே ஏழைகளல்லர். அவர்கள் தீண்டத்தகாதோர். அவர்களின் தலையாயப் பிரச்சனை வறுமை அல்ல - ஜாதி. இந்த உண்மையை புரிந்து கொள்ளாமல் கல்வி மட்டுமே தலித் மக்களின் பிரச்சனைகளுக்கு தீர்வாகிவிட முடியுமென்று நம்பிக் கொண்டிருக்கிறது கிறித்துவம்.

ஆண்டாண்டு காலமாக சாதி வெறிக்கு ஆட்பட்ட மக்களை நல்வழிப்படுத்தாமல், இந்து மதத்தின் சனாதனக் கூறுகளை உள்வாங்கியபடியே கிறித்துவமும் தனக்கான இருப்பை இங்கே தக்க வைத்திருக்கிறது. இந்துக்களைப் போல கிறித்துவர்களும் ஊர் என்றும் சேரி என்றும் வாழ்கின்றனர். கல்லறைகள் இரண்டு; தேவாலயத்தில் தீண்டாமை என கிறித்துவமும் சாதியைக் கொண்டாடுகிறது. தலித் கிறித்துவர்/நாடார் கிறித்துவர்/ரெட்டியார் கிறித்துவர் என மதம் மாறினாலும் ஜாதியை இழக்க விரும்பாதவர்களாக - பாகுபாட்டைக் கட்டிக் காக்கின்றனர். அதனால் இந்தியாவைப் பொருத்தவரை, கிறித்துவர்கள் அனைவரும் ஏசுவை வழிபடும் இந்துக்களே! தச்சூரில் சாதி வெறியாட்டம் போடும் கிறித்துவ ரெட்டியார்களின் ஆதிக்க வெறி தமிழகத்தின், இந்தியாவின் எல்லா ஊர்களிலும், எல்லா கூறுகளிலும் நாம் பார்க்க முடிவதுதான். எனில், கிறித்துவத்தின் சுயமும் தத்துவமும்தான் என்ன?

மேற்குலகில் தான் பாராட்டும் இனவெறியின் நீட்சியாகவே அது சாதியையும் அணுகுகிறபோது, மதமாற்றம் என்பது இங்கு வெறும் ஆள் பிடிக்கும் வேலையாகவே ஆகிறது. ஜாதியை எதிர்க்காத கிறித்துவம், இந்துக்களை அச்சுறுத்துவதில்லை. மேரி மாதாவை ஏதோவொரு அம்மனாகவும், ஏசு கிறிஸ்துவை கிருஷ்ணனின் அவதாரமாகவும் இந்து வெறியர்கள் அறிவித்தாலும் அதையும் இவர்கள் ஏற்றுக் கொண்டாலும் ஆச்சர்யமில்லை. காரணம், இங்குள்ள கிறித்துவர்களின் உளவியல் அடிப்படையில் இந்துவயப்பட்டுள்ளது. சாதி இந்துக்களைப் போலவே, சாதிக் கிறித்துவர்களிடமும் அடிமைப்பட்டுக் கிடக்கும் தலித் மக்களை - தீண்டாமையும் வன்கொடுமையும் துண்டாடுகின்றன.

இதன் நீதி நாமறிந்ததே! பாகுபாடுகளின்றி ஒரு மந்தையின்

ஆடுகளாக மக்களை மேய்க்க முடியாத கிறித்துவத்தின் தோல்வியை தலித் மக்கள் புரிந்து கொண்டாக வேண்டும். இந்து மதத்தைப் போலவே, கிறித்துவத்திற்குள் இருந்து கொண்டே சாதியைக் கடந்துவிட முடியும் என்று நம்புவது அறியாமையே! தச்சூரில் ராஜேந்திரனின் உயிர்த் தியாகமும், பொதுக் கல்லறை உரிமை வெற்றியும் வரலாற்று நிகழ்வென்றாலும், இரண்டு நூற்றாண்டுகளுக்கு முன்னர் கிறித்துவத்தைத் தழுவிய தங்கள் மூதாதையர் இந்து மதத்தை துறந்ததன் நோக்கத்தை தச்சூர் தலித் மக்கள் மறந்துவிடக் கூடாது.

இரு நூறு ஆண்டுகளுக்குப் பின்னர் இப்போதுதான் பொதுக் கல்லறை உரிமை வென்றெடுக்கப்பட்டிருக்கிறது. ரெட்டியார்களிடம் தலித் மக்கள் இழந்துவிட்ட எண்ணற்ற உரிமைகளில் மீட்கப்பட்ட இது வெறும் கடலில் ஒரு துளி. ஒவ்வொரு துளியாக எல்லாவற்றையும் இனி திரும்பப் பெற எத்தனை நூற்றாண்டுகளாகுமோ? மதம் மாறுதல் அதன் பயனை எட்டாதபோது, அம்மதத்தை அது எதுவாக இருந்தாலும் அதைத் துறக்கும் துணிவு தலித் மக்களின் நெறியாக வேண்டும்.

(தலித் முரசு - ஜனவரி 2011)

குறிப்பு: தச்சூரில் ஆதிக்க சாதி கிறித்துவர்களால் தலித் மக்கள் எதிர்கொள்ளும் சாதிய ஒடுக்குமுறைகள் குறித்து ""தேவாலயத்தில் ஜாதிவெறி" என்ற செய்திக் கட்டுரையை அம்மக்களை சந்தித்து தலித் முரசு இதழில் (சூன் 2005) எழுதியிருந்தேன். அக்கட்டுரை ஜாதியற்றவளின் குரல் தொகுப்பிலும் இடம் பெற்றுள்ளது. அதன் தொடர்ச்சியே இக்கட்டுரையில் உள்ள நிகழ்வுகள்.

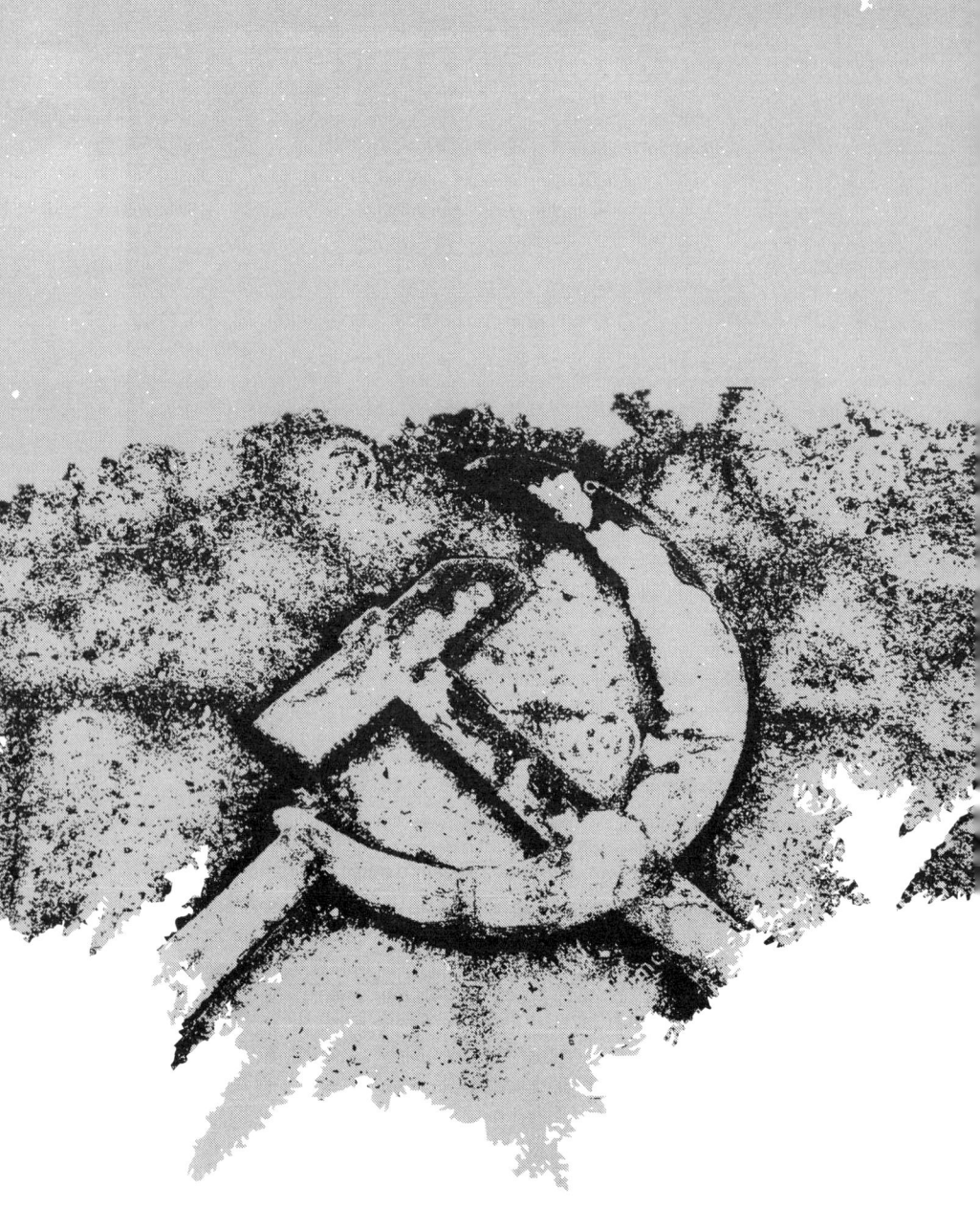

கம்யூனிஸ்டுகள் நிகழ்த்திய
மரிச்ஜாப்பி தலித் இனப் படுகொலை

8

இனப்படுகொலை எத்தனை பயங்கரமானதென நாம் அறிந்தே இருந்தோம். அது, மனிதநேயமும் நெறிகளும் முற்றிலுமாகத் துடைத்தெறியப்படும் மீறலென நமக்கு தெரியும். வெறுப்புணர்வு எவ்வளவு வீரியமிக்கதென, மனித உயிர்கள் கொத்துக் கொத்தாக அழிக்கப்பட்ட வரலாறு நமக்குச் சொல்லியது. எனினும் மிக அண்மையிலும், மிக அருகிலும் இனப்படுகொலையின் நிகழ்காலப் பேரவலம் நடந்தேறியிருக்கிறது. இனவெறித் தாக்குதல்களின் வரலாறாகப் படித்தறிந்தவை எல்லாம் - இத்தனை நெருக்கத்தில் பார்வைக்கு கிடைக்குமென நாம் நம்பியிருக்கவில்லை. ஈழத்தின் கொலைக் களத்திலிருந்து தெறித்து விழுந்த ரத்தத்தின் கறை, நம் முகங்களில் காய்ந்து அப்பியிருக்கிறது. நாமெல்லோரும் அதை நினைத்து துடித்துப் போகிறோம்.

சக மனிதனை வாழ அனுமதிக்காமல், தலைமேல் குண்டு போட்டு கொலை செய்யும் வெறுப்புணர்வின் ஆழம் நம்மை அச்சுறுத்துகிறது. புத்தரை வழிபட்டு பவுத்த நெறிகளை வாழ்க்கைத் தத்துவமாக ஏற்றவர்களால் - இப்படியொரு மாபாதகத்தைச் செய்ய முடிகிறதெனில், ஆதிக்கவாதிகளுக்கு மொழியோ, மதமோ, இனமோ பொருட்டில்லை. எங்கிருந்தாலும் அவர்கள் அழிவை மட்டுமே நம்புகின்றனர். சிங்கள இனவெறி இதயத்தை கழுவ விடாமல் பவுத்தமே தோற்கடிக்கப்பட்ட நிலையில், இந்தியாவின் சாதி இந்துக்களை அவர்களின் ஆதிக்கச் சிந்தனையிலிருந்து எந்த தத்துவமும் விடுவித்துவிட முடியுமா? இனப்படுகொலை என்பதை எங்கோ தன் எல்லைக்கு வெளியே நடக்கும் குற்றமாகப் பார்க்கும்

இந்தியர்களே - தமிழர்களே, உங்கள் கரங்களில் ஜாதியின் பெயரால் இரண்டாயிரம் ஆண்டுகளாக இனவெறி தாக்குதல்களுக்கும், இனப்படுகொலைக்கும் இரையாகி வரும் தலித் மக்களின் நிலை - சற்றேனும் உங்கள் சுரணையைத் தொட்டிருக்கிறதா?

தினம் தினம் செத்துப் போவதும், பூண்டோடு அழிக்கப்படுவதுமாக வரலாறு முழுக்கவே ரத்தக் கறைகளைச் சுமந்த தலித் மக்களின் வாழ்நிலைக்கு ஒரு கொடூர சாட்சியே சுந்தர்பான் - மரிச்ஜாப்பி படுகொலைகள்! காலனிய இந்தியாவில் வெள்ளையர்களால் நிகழ்த்தப்பட்ட ஜாலியன் வாலாபாக் படுகொலைகளைப் பற்றி வரலாற்றில் அழுத்தமாகப் பதிவு செய்யப்பட்டு, பிறக்கும் ஒவ்வொரு இந்தியக் குழந்தைக்கும் அது பாடமாகக் கற்பிக்கப்படுகிறது. ஆனால், சுதந்திர இந்தியாவில், தன் சொந்த மக்களை ஓர் அரசே கொன்று குவித்த கொடுமை - வரலாற்றின் நினைவடுக்குகளில் இருந்து வலிந்து மறைக்கப்பட்டுவிட்டது. இவ்வினப்படுகொலையை நிகழ்த்தியவர்கள் ஆதிக்க சாதியினரே என்றாலும், அவர்களுக்கு நம்ப முடியாததொரு சிறப்புத் தகுதி இருந்தது.

அவர்கள் உலகின் ஏற்றத் தாழ்வுகளை எதிர்க்கும் பொதுவுடைமைவாதிகள்! இந்நாட்டின் இழிவான மத அரசியலுக்கு எதிரானவர்களாக நாம் நம்பிக் கொண்டிருக்கும் இடதுசாரிகள்! ஆயிரக்கணக்கான தலித் மக்களை வன்முறைக்கும் பட்டினிக்கும் இரையாக்கிய அந்த அரச பயங்கரவாதம் நிகழ்ந்து 31 ஆண்டுகள் கடந்துவிட்டன! இந்தியாவின் எல்லா சாதியப் படுகொலைகளைப் போலவும் இடதுசாரி அரசு நிகழ்த்திய மரிச்ஜாப்பி இனப்படுகொலையும் - காலத்தின் ஆழத்தில் காணாமல் புதைக்கப்பட்டு விட்டது. மேற்கு வங்க வரலாற்றையும், மரிச்ஜாப்பியின் பின்னணியையும் தேடிப் பயணிக்கும் எவரையும் உலுக்கி விடுகின்றன, இந்திய இடதுசாரிகளின் சாதிய வன்மம் உண்மை முகம்!

கம்பீரமான வங்கப்புலி உலவும் உலகின் உயிரியல் அதிசயமாகப் போற்றப்படும் சுந்தர்பான் காடுகள் - மேற்கு வங்கத்தின் தென் பகுதியில் அமைந்திருக்கின்றன. வனத்தையே வாழ்வாதாரமாகக் கொண்டு இங்கு பெருமளவில் தலித் மக்கள் வாழ்ந்து வருகின்றனர். உலகின் மிகப்பெரிய அலையாத்திக் காடாகக் கருதப்படும் சுந்தர்பானின் கிழக்குப் பகுதியில், பங்களாதேஷ் எல்லையை ஒட்டி, கொல்கத்தாவிலிருந்து சரியாக 75 கிலோ மீட்டர் தொலைவில்

அமைந்திருக்கும் அமைதியான தீவு மரிச்ஜாப்பி. ஓர் ஊரை அடையாளப்படுத்த எத்தனையோ விஷயங்கள் இருக்கும். ஆனால், மரிச்ஜாப்பி என்றாலே மனிதப் படுகொலைகள் என அர்த்தப்படுமளவிற்கு இங்கு நடந்தேறின பேரவலங்கள்! 1978 - 79 களில் இத்தீவில் அடைக்கலமாகியிருந்த தலித் அகதிகளை கொத்துக் கொத்தாகக் கொன்று போட்டது, மேற்கு வங்க மார்க்சிஸ்ட் அரசு. இன்று ஈழத்தின் நிலையும் அன்று மரிச்ஜாப்பியின் நிலையும் ஒன்றாகவே இருந்திருக்க வேண்டும். ஏனெனில், மரிச்ஜாப்பியின் அகதிகளும் இந்நாட்டை தங்களின் சொந்த மண் என நம்பிக் கொண்டிருந்தனர். அவர்கள் உழைப்பாளிகளாகவும், உவர் நிலத்திலிருந்து பயிர்களை விளைவித்துவிடும் வல்லமைமிக்கவர்களாகவும் திகழ்ந்தனர். அவர்களின் எழுச்சியும் வளர்ச்சியும் அரசுக்கும், ஆதிக்கத்திற்கும் சவாலாக அமைந்தது. அதிகாரத்தில் தங்களுக்கான பங்கைக் கோரும் உறுதியும் துணிவும் நிரம்பக் கொண்டிருந்தனர்.

அவர்களின் எழுச்சி, ஒடுக்குமுறைகளுக்கு எதிரான குறியீடாக மாறியிருந்தது. அதனாலேயே அவர்கள் பசியால் சாகும்படி கைவிடப்பட்டனர். அதனாலேயே வன்முறை எனும் ஆயுதம் அவர்களை வேட்டையாடிக் கொன்றது. இந்திய ஒருமைப்பாட்டின் அடிப்படைத் தத்துவமே சாதியால் அரிக்கப்பட்டிருக்கும்போது, யாராக இருந்தால் என்ன, அவர்கள் எந்த கொள்கையைக் கொண்டிருந்தால்தான் என்ன, சாதி இந்துக்களுக்கு தலித் மக்களெனில் தீண்டத்தகாத அடிமைகள்தான். சொந்த நாட்டிலேயே அகதியைப் போலத்தான் ஒவ்வொரு தலித்தும் வாழ்ந்து வருகிறார் எனினும், மரிச்ஜாப்பியில் படுகொலை செய்யப்பட்ட தலித் மக்கள் திட்டமிட்டே அகதிகளாக்கப்பட்டனர்.

நாமசூத்திரர்கள் - இந்தியா, பாகிஸ்தான், வங்கதேசம் மற்றும் நேபாளம் என நான்கு நாடுகளிலும் வாழும் தலித் மக்களில் ஒரு பிரிவினர். 2010 கணக்கெடுப்பின்படி, இவர்களின் மொத்த மக்கள் தொகை 80 லட்சம். நாமசூத்திரர்கள் வடக்கு மற்றும் வடகிழக்கு மாநிலங்களிலும், தென் மாநிலங்களின் சில பகுதிகளிலும் சிதறி இருக்கின்றனர். எனினும், வேறெந்தப் பகுதியையும் விட இந்தியாவின் மேற்கு வங்கத்தில் இவர்கள் பெருமளவில் வசிக்கின்றனர். ஏனென்றால், பிரிவினைக்கு முன்பான இந்தியாவில் வங்காளம்தான் இவர்களின் பூர்வீக மண். இஸ்லாமிய நாடான பங்களாதேஷில் இன்று பெரும்பான்மை இந்து சமூகமாக வாழும் நாமசூத்திரர்கள்

ஜெயராணி

147

– இந்தியாவை விட்டு வெளியேற்றப்பட்டதற்கும், சொந்த மண்ணிலிருந்து சிதறடிக்கப்பட்டதற்கும் காரணம், அன்று அவர்கள் வாழ்ந்த சுயமரியாதைமிக்க நல்வாழ்வு.

சாதிப் பிரிவினையும், வன்கொடுமைகளும், தீண்டாமையும் வீரியமிக்கதாக இருந்து தலித் மக்களை வன்மையாக வதைத்த காலகட்டத்திலும் சமூகத் தளத்திலிருந்து முற்றிலுமாகப் புறக்கணிக்கப்பட்ட நாமசூத்திரர்கள், தடைகளைக் கடந்து இயங்கத் தொடங்கினர். அதற்கு காரணம், இச்சமூகத்தில் பிறந்த ஹரிசந்த் என்பவர். செல்வாக்கும் துணிவும் இரண்டறக் கலந்த இவர்தான் தன் மக்களுக்கு எழுச்சியையும், சுயமரியாதை உணர்வையும் கற்றுத் தந்தார். கல்வி என்பது சாதி இந்துக்களின் பாட்டன் வீட்டு சொத்தாக இருந்த நிலைமையை உடைத்து, ஹரிசந்த் குடும்பத்தாரின் வழிகாட்டுதலின்படிதான் அய்யாயிரம் பள்ளிகளை வங்காளத்தின் நாமசூத்திரர்கள் நிறுவினர்.

1905 ஆம் ஆண்டிலிருந்து மகன் குருசந்த், தந்தை வழியிலேயே தன் மக்களின் முன்னேற்றத்திற்காகப் பெரிதும் உழைக்க, நாமசூத்திரர்களின் சமூக, பண்பாட்டு எழுச்சிக்கு அதுவே வித்திட்டது. கல்வியையும் சுயமரியாதையையும் மட்டுமே குறிக்கோளாகக் கொண்டு இயங்கிக் கொண்டிருந்த மக்களை, அரசியல் பாதைக்கு மடைதிருப்பினார், அப்போதைய முக்கியமான தலித் தலைவரான ஜோகிர்நாத் மண்டல். ஒருங்கிணைந்த வங்காளத்தின் கிழக்குப் பகுதியில், கடும் உழைப்பாளிகளாக விவசாயம் மற்றும் பிற உற்பத்தித் தொழில்களிலும் ஈடுபட்டு வந்த நாமசூத்திரர்கள், மண்டலின் வழித்தடத்தில் ஓர் இயக்கமாகக் கிளர்ந்தெழுந்து, சாதி ஆதிக்கம் மற்றும் தீண்டாமை எதிர்ப்பை ஒரு பண்பாட்டுத் தேவையாகவும் மாற்றமாகவும் நிகழ்த்திக் காட்டினர். சாதி இந்துக்கள் ஆதிக்கம் செலுத்திய பிரிட்டிஷ் இந்தியாவிலும், நாமசூத்திரர்கள் இயக்கம் தவிர்க்க முடியாத அரசியல் இயக்கமாகத் திகழ்ந்தது.

நிலச்சுவான்தார்களான சாதி இந்துக்களின் தார்மீக ஆதரவுடன் அவர்களின் நலன்களை மட்டுமே பாதுகாத்த காங்கிரசின் தலைமையை டாக்டர் அம்பேத்கர் நிராகரிப்பதற்கு முன்னரே, நாமசூத்திரர்கள் இயக்கம், அரசியல் ரீதியாக அதை செயல்படுத்திக் கொண்டிருந்தது. வங்காளத்தின் பணக்கார சாதி இந்துக்களான "பத்ரலோக்ஸ்" (பார்ப்பனர், கயாஸ்தா, வைஸ்யா) நாமசூத்திரர்களின்

கட்டற்ற கிளர்ச்சியால் கடுப்பேறிப் போயிருந்தனர். அவர்கள் வங்காள காங்கிரசின் தலைமைப் பொறுப்பை அலங்கரித்தபடி, காலனிய இந்தியாவின் கல்வி, நீதித்துறை, அதிகாரம், உள்ளாட்சி என எல்லாவற்றையும் ஆக்கிரமிக்கவும், எந்த நலனும் தலித் மக்களை எட்டிவிடாதவாறு தடுக்கவும் பிரிட்டிஷ் அரசோடு பேரம் நடத்தினர். சாதி இந்துக்களின் இந்த சூழ்ச்சியையும் ஆதிக்கத்தையும் உடைக்க கடுமையாகப் போராடியது நாமசூத்திரர்கள் இயக்கம்.

எந்த அதிகாரப் பின்னணியுமின்றி, இன்னும் சொல்லப்போனால் எல்லாவிதமான அடக்குமுறைகளையும் எதிர்கொண்டபடியே நாமசூத்திரர்கள் இயக்கம், தனக்கென அரசியல் தளத்தில் ஓரிடத்தை உருவாக்கி வைத்தது. வங்காளத்தின் பெரும்பான்மை முஸ்லிம்கள், தீண்டத்தகாதவர்களாக இருந்து மதம் மாறியவர்கள். மதம் மாறியிருந்தாலும் சமூக வாழ்விலும், பொருளாதார நிலையிலும் தாழ்த்தப்பட்டவர்களாகவே இருந்தனர். சாதி இந்துக்களின் மீது இயல்பாகவே இருந்த வெறுப்புணர்வு, நாமசூத்திரர்களையும் முஸ்லிம்களையும் ஒன்றிணைத்தது. இதனால் 1920 தொடங்கி சுதந்திரம் கிடைக்கும் வரையிலும் காங்கிரஸ் அங்கே எதிர்க்கட்சியாகவே இருந்தது. இந்த அரசியல் பலமே டாக்டர் அம்பேத்கர் மக்களவைக்கு தேர்ந்தெடுக்கப்படவும், அரசமைப்புச் சட்டத்தை வடிவமைக்கவும் அடிப்படையாக அமைந்தது.

சுதந்திர இந்தியாவிற்கான அரசமைப்புச் சட்டத்தை வடிவமைக்க, 1946 ஆம் ஆண்டில் அரசியல் நிர்ணய சபை உருவாக்கப்பட்டது. அச்சபை சுதந்திர இந்தியாவின் தற்காலிக மக்களவையாக செயல்படும் தகுதியையும் பெற்றிருந்தது. மாநில சட்டமன்ற உறுப்பினர்களால் தற்காலிக மக்களவை உறுப்பினர்கள் தேர்ந்தெடுக்கப்பட்டனர். அரசமைப்புச் சட்டத்தை வடிவமைக்கும் குழுவில் இடம்பெறும் அவசியத்தை உணர்ந்திருந்த டாக்டர் அம்பேத்கர், எப்படியேனும் இந்த அவையில் இடம் பெற்றுவிட முயன்று கொண்டிருந்தார். ஆனால், தலித் மக்கள் பெரும்பான்மை அல்லாத மகாராட்டிர மாகாணத்தில் இருந்து தேர்ந்தெடுக்கப்படும் வாய்ப்பு அவருக்கு இல்லாமல் இருந்தது. அதோடு, சர்தார் படேலின் அறிவுரையின்படி பி.ஜி.கேர் தலைமையிலான மகாராட்டிர அரசு, அம்பேத்கருக்கு எதிராக முனைப்போடு செயல்பட அவருடைய வெற்றி தடுக்கப்பட்டது.

ஜெயராணி

அரசியல் நிர்ணய சபையில் அம்பேத்கரின் இருப்பு வரலாற்றுத் திருப்புமுனையாகவும், சமூக மாற்றத்திற்கான விதையாகவும் அமையப் போகும் முக்கியமான தருணத்தில் அவருக்கு கைகொடுத்தார், நாமசூத்திரர்கள் இயக்கத்தை வழிநடத்திய ஜோகிர்நாத் மண்டல். தனது மாநிலத்திலிருந்து அம்பேத்கர் தேர்ந்தெடுக்கப்படுவதற்காக முழு மூச்சோடு செயல்பட்டு, அதில் வெற்றியும் கண்டார். அரசமைப்புச் சட்டத்தை வடிவமைத்து, இந்திய நாட்டில் ஆதிக்க சாதி இந்துக்களால் துடைத்தெறியப்பட்ட ஜனநாயகத்தை அம்பேத்கர் மீட்டெடுக்க ஒரே காரணம் நாமசூத்திரர்கள் என்றால் அது மிகையல்ல.

நாமசூத்திரர்களின் எழுச்சி, சாதி இந்துக்களுக்கு எரிச்சலையும் அவமானத்தையும் மனக் கொதிப்பையும் உண்டாக்கியது. வெள்ளையர்கள் இந்தியாவின் கைகளைக் கட்டியிருந்த விலங்கை உடைத்த நொடி, ஆதிக்க சாதியினர் சற்றும் தாமதிக்காமல் சாதிய சாட்டையை கையிலெடுத்துக் கொண்டனர். சாதி இந்துக்களின் சுதந்திர இந்தியா, தலித் மக்களுக்கு பெருஞ்சிறையாக மாறியது. அது, சாதியைத் தகர்த்தெறிந்த நாமசூத்திரர்களை இன்னும் மோசமாகப் பழிவாங்கியது. 1947 இல் சுதந்திரம் கிடைத்த உடனேயே பிரிவினைக்கான முழக்கங்களும், போராட்டங்களும் தீவிரமடைந்தன. வங்காளத்தின் சாதி இந்துக்கள் தங்களின் மாநிலத்தை இரண்டாகப் பிரிக்க வேண்டுமென வலியுறுத்தியதற்கு ஒரே காரணம் நாமசூத்திரர்கள் மட்டுமே. தலித் மக்களின் சுதந்திர உணர்வு எந்த அளவிற்கு சாதி இந்துக்களை அச்சுறுத்தியிருந்தது எனில், ஆதிக்க சாதியினர் அதிகமுள்ள வங்காளத்தின் மேற்கு பகுதியை தங்கள் கட்டுப்பாட்டில் வைத்துக் கொள்ளவும், நாமசூத்திரர்கள் அதிகளவிலும் அதிகாரத்திலும் இருந்த கிழக்குப் பகுதியை பாகிஸ்தானோடு இணைக்கவும் திட்டமிட்டு காய் நகர்த்தும் அளவிற்கு. அதன்படியே மேற்கு வங்காளம் இந்தியாவோடும், கிழக்கு வங்காளம் பாகிஸ்தானோடும் பிரிந்தது.

பிறப்பால் இந்துக்களான நாமசூத்திரர்கள், பாகிஸ்தானில் மதச் சிறுபான்மையினராகக் கைவிடப்பட்டனர். நாமசூத்திரர்களை விரட்டிவிட்டு மேற்கு வங்கத்தை கைப்பற்றிய சாதி இந்துக்கள், ஆட்சி அதிகாரத்தின் எல்லா கிளைகளிலும் அமர்ந்தனர். அன்று தொடங்கி இன்று வரையிலும் பார்ப்பனர், கயாஸ்தா, வைசியா ஆகிய மூவரின் கைகளில்தான் மேற்கு வங்கம் சிக்கியிருக்கிறது. ஆளுங்கட்சியாகவும் எதிர்க்கட்சியாகவும் அவர்களே இருக்கின்றனர்.

காங்கிரஸ்காரர்களாகவும், இடதுசாரிகளாகவும் இரு எல்லைகளையும் ஆக்கிரமித்திருக்கின்றனர். மேற்கு வங்க அமைச்சரவையில், காங்கிரஸ் ஆட்சியின் போது 78 சதவிகிதமாக இருந்த "பத்ரலோக்"கின் எண்ணிக்கை இடதுசாரிகளின் ஆட்சியின் போது 90 சதவிகிதமாக அவர்களுடைய பிரதிநிதித்துவம் உயர்ந்ததிலிருந்தே இதன் தீவிரத்தை நாம் புரிந்து கொள்ள முடியும்.

ஓரிடத்தில் செழிப்பாக வாழும் மக்கள் அங்கிருந்து துண்டிக்கப்படும்போது, அவர்களுக்கான முதல் துயரம் தொடங்குகிறது. பாகிஸ்தானோடு அனுப்பப்பட்ட நாமசூத்திரர்கள், தங்களின் அத்தனை கால உழைப்பு, உழைப்பின் பலன்; கிளர்ச்சி, கிளர்ச்சியின் பலன்; போராட்டம், போராட்டத்தின் பலன் என எல்லாவற்றையும் இழந்து நின்றனர். சாதி இந்துக்களின் இந்த சூழ்ச்சியும், தங்களின் நாடே தங்களை கைவிட்ட துரோகமும் கடுமையான மனச்சோர்வுக்கு அவர்களை தள்ளியது. சாதி ஆதிக்கத்தை எதிர்த்து ஆண்டாண்டு காலமாகப் போராடி அடைந்தவற்றை எளிமையாக பலி கொடுத்து, மத ஆதிக்கத்தை எதிர்கொள்ளும் திராணியை வளர்த்துக் கொள்ள வேண்டியிருந்தது. என்னதான் இந்துக்களுக்கு எதிராகப் போராடியவர்களாக இருந்தாலும், பாகிஸ்தானில் நாமசூத்திரர்கள் இந்துக்கள்தானே. இதனால் இந்தியாவாலும் வெறுக்கப்பட்டு, பாகிஸ்தானாலும் மறுக்கப்பட்டு கையறு நிலைக்கு வந்தனர் நாமசூத்திரர்கள்.

ஜெயராணி

பிரிவினையின் பாதிப்பு, அடுத்த 30 ஆண்டுகளுக்கான சமூக - பொருளாதார நெருக்கடியாக மக்களை வதைத்தது. பாகிஸ்தானிலிருந்து இந்துக்களும், இந்தியாவிலிருந்து முஸ்லிம்களும் தத்தம் நாடுகளை நோக்கிப் பயணித்துக் கொண்டிருந்த காலகட்டத்தில் உணவு, நிலம் என எல்லாமே பற்றாக்குறையாக மாறின. ஒரு நாடு இரண்டாகப் பிரிந்த வெறுப்புணர்வின் எச்சங்கள் எங்கும் சிதறிக் கிடந்த நிலையில், 1971இல் பாகிஸ்தான் இரண்டாக உடைந்து கிழக்கு வங்காளம், வங்காளதேசமாக (பங்களாதேஷ்) தனி நாடு கண்டது. இதிலும் பாதிக்கப்பட்டவர்கள் நாமசூத்திரர்கள்தான். ஏனெனில், அவர்கள் கோலோச்சிய இடமான கிழக்கு வங்காளம் இப்போது அவர்களுடையது அல்ல. வெளிப்படையாக அதுவொரு முஸ்லிம் நாடு! ஒருங்கிணைந்த வங்காளத்தில் முஸ்லிம்களோடு இருந்த இணக்கம், மதப் பிரிவினையில் அழிந்து போயிருந்தது.

வசதி வாய்ப்புகளோடு இருந்த சாதி இந்துக்கள், கிழக்கு வங்காளத்தில் இருந்து இந்தியாவிற்கு எளிதாக திரும்பிவிட, தங்கள் இடத்தை விட்டு வர முடியாமல் தவித்த நாமசூத்திரர்கள், அங்கே இரண்டாந்தரக் குடிமக்களாகக் கீழான நிலைக்குத் தள்ளப்பட்டனர். இதனால் வேறு வழியே இல்லாமல், இந்தியாவிற்கு அகதிகளாகத் திரும்பும் சூழல் ஏற்பட்டது. போராட்டம் தான் எனினும், தாங்கள் செருக்கோடு இருந்த நாட்டில் வாழ்வது ஒன்றே அவர்களுக்கான ஒரே ஆறுதலாகவும் நம்பிக்கையாகவும் இருந்தது. உழைக்க அஞ்சாதவர்கள் என்பதால், நாடு திரும்பும் வாய்ப்பு கிடைத்தால் தரிசிலும் விதைத்து இழந்ததை மீட்கும் ஆவலோடு அவர்கள் காத்திருந்தனர்.

அகதிகளாகத் திரும்பிய நாமசூத்திரர்களை மேற்கு வங்கம் எப்படி வரவேற்றிருக்கும் என நம்மால் கணிக்க முடிகிறது. அரசியல் அதிகாரத்தோடு வாழ்ந்த அடிமைகளைப் பார்த்து வயிறெரிந்த ஆதிக்க சாதியினர், பதிலடி கொடுக்க இப்போது தயாராகக் காத்திருந்தனர். பிரிவினையின் முதல் கட்டமாக அகதிகளாக வந்த சாதி இந்துக்கள், கொல்கத்தாவை சுற்றியுள்ள பகுதிகளில் சட்ட விரோதமாகக் குடியேற அவர்களுக்கு அந்நிலங்களை வழங்கி, எல்லா வசதிகளையும் செய்து கொடுத்த அப்போதைய மேற்கு வங்க காங்கிரஸ் அரசு, நாமசூத்திரர்களை தங்கள் மாநிலத்திலிருந்து விரட்டிவிட முயற்சிகளை மேற்கொண்டது. காங்கிரஸ் தலைவர் பி.சி. ராய், அப்போதைய பிரதமர் நேருவுக்கு, "அவர்களை குடியமர்த்த எங்களிடம் இடமில்லை. வேறு மாநிலங்களுக்கு

அனுப்புங்கள்"" என்று கடிதம் எழுதினார். வங்காள மொழி பேசும் நாமசூத்திரர்கள் இதை ஏற்றுக் கொள்ளவில்லை. வேறு மாநிலங்களில் குடியமர்த்தும் திட்டத்திற்கு கடும் எதிர்ப்புத் தெரிவித்தனர்.

எனினும் சாதி இந்துக்களின் வெறுப்புணர்வும், அவர்கள் கைவசம் இருந்த அரசு அதிகாரமும் வலிந்து அவர்களை ஒரிசா, சட்டீஸ்கர், உத்ராஞ்சல், வடக்கு மற்றும் வடகிழக்கு மாநிலங்களுக்கு அனுப்பி வைத்தது. சிங்கள இனவெறி அரசின் இன்றைய முகாம்களில் மனித உரிமைகள் சிதைக்கப்பட்டு வாழும் ஈழ மக்களைப் போலவே, அன்று நாமசூத்திரர்கள் மேற்கு வங்காளத்திலும் வேற்று மாநிலங்களிலும் முகாம்களில் உழன்றனர். குற்றவாளிகளைப் போல எந்நேரமும் காவல் துறையினரின் துப்பாக்கி அவர்களை குறி பார்த்திருந்தது. அகதி முகாம்கள், வாழ்வு மறுக்கப்பட்ட வதைக்கூடங்களாக நாமசூத்திரர்களை வதம் செய்தன. ஒவ்வொரு மாநில அரசும், நாமசூத்திரர்களுக்கான அடிப்படை வசதிகளையும், உரிமைகளையும் மறுப்பதன் மூலம் - தன் மாநிலத்தைச் சேர்ந்த தலித் மக்களுக்கு அவை ஏதோவொன்றை கற்பிக்க முனைந்தன எனலாம். வாழ்வதற்கான எல்லா சாத்தியங்களையும் இழந்ததோடு, சாதி ஆதிக்க அரசின் வன்முறைகளுக்கும் ஆளாகினர்.

வேற்று மாநிலங்களின் அகதி முகாம்களை விட்டு மேற்கு வங்கத்திற்கு தப்பிச் செல்ல நினைத்தவர்கள், காவல் துறையால் கொல்லப்பட்டனர். முகாம்களில் வசதிகளைக் கோரியவர்கள் துன்புறுத்தப்பட்டனர். அகதிகளுக்கு இடம் கொடுக்க அரசைப் போலவே மக்களும் விரும்பாத நிலையில், முகாம்கள் தரிசு நிலத்திலேயே அமைக்கப்பட்டன. குடிசைகளிலும், தார்ப்பாலின் குடில்களிலும் ஆடு, மாடுகளைப் போல அடைக்கப்பட்டனர். அகதிகள் தப்பிவிடாதவாறு முகாம்களைச் சுற்றிலும் முள்வேலிக் கம்பிகள் பாதுகாத்தன. தங்களுக்கு ஒதுக்கப்பட்ட தரிசு நிலத்தில் அரும்பாடுபட்டுத்தான் விவசாயம் செய்ய வேண்டியிருந்தது. அடிப்படையில் விவசாயிகளே என்றாலும் தட்பவெட்பமும், பழக்கப்படாத நிலத்தின் தன்மையும் நாமசூத்திரர் அகதிகளின் துயரத்தை அதிகரித்தன. அப்படி விளைவித்த பொருட்களையும் உள்ளூர்வாசிகள் காவல் துறையின் துணையோடு கொள்ளையடித்துச் சென்றனர். அகதிகளுக்கென ஒதுக்கப்பட்ட மானியங்களிலும், நிவாரணப் பொருட்களிலும் கடுமையான ஊழல் நடந்தது. குறைந்தபட்ச பலன்கள் கூட பாதிக்கப்பட்டவர்களை வந்து சேரவில்லை. உரிமைகளுக்காக நாமசூத்திரர்கள் நடத்திய எல்லா

போராட்டங்களும் வன்முறையிலேயே முடிந்தன. துப்பாக்கிச் சூட்டையும் சிறை தண்டனையையும் அன்றாட நிகழ்வாகக் கடந்து போனார்கள் நாமசூத்திரர்கள். இக்காலகட்டத்தில் பல மாநிலங்களின் சிறை முகாம்களில் கொல்லப்பட்டவர்களின் எண்ணிக்கை பல ஆயிரங்களைத் தாண்டுகிறது.

மேற்கு வங்காளம் நாமசூத்திரர்களை வரவேற்கவில்லை எனினும், பழகிய மொழி, பண்பாடு, நிலம், தட்பவெட்பம் இவற்றை மீறி இம்மக்கள் அங்கு திரும்பிவிட விரும்பியதற்கு ஒரு வலுவான காரணமிருந்தது. நாமசூத்திரர்கள் என்ற சாதிப் பிரிவு, அம்மக்கள் அகதிகளாக இருந்த மாநிலங்களின் எஸ்.சி./எஸ்.டி. பட்டியலில் இல்லை. இதனால் இடஒதுக்கீட்டின் பலன்களையும் அனுபவிக்க முடியாமல் தவித்தனர். மேற்கு வங்கத்தில் மட்டுமே அதற்கான வாய்ப்பிருந்ததால், நாமசூத்திரர்களின் அதிகபட்ச கனவு சொந்த மாநிலத்திற்கு திரும்பிவிட வேண்டுமென்பதாகவே இருந்தது. பிற மாநிலங்கள், அகதிகளை வேண்டா வெறுப்பாகக் குடியமர்த்தி துன்புறுத்தி வந்த நேரத்தில், மேற்கு வங்க இடதுசாரிகள் நாமசூத்திரர்களுக்காக குரல் கொடுக்கத் தொடங்கினர். 1960களின் பிற்பகுதியில் தொடங்கி 70களின் மத்திய காலம் வரையிலும் மிகத் தீவிரமாக இப்பிரச்சாரம் நடைபெற்றது. மேற்கு வங்கத்தில் எதிர்க்கட்சியாக இருந்த இடதுசாரிகள், வங்காளம் பேசும் எல்லா அகதிகளையும் தன் மாநிலத்தில் குடியமர்த்துவது சாத்தியம் எனக் கூறி, பகிரங்கமாக அதற்கு அழைப்பும் விடுத்தனர். தாங்கள் ஆட்சிக்கு வரும்போது, அகதிகளுக்கான மறுவாழ்வுத் திட்டங்கள் நடைமுறைப்படுத்தப்படும் என உறுதியளித்தனர்.

அகதிகளுக்கு ஆதரவு தெரிவிப்பதன் மூலம் தன்னுடைய வாக்கு வங்கியை பலப்படுத்த நினைத்தது சி.பி.எம். பிற மாநிலங்களில் குடியமர்த்தப்பட்ட அகதிகளுக்கு ஆதரவு தெரிவிப்பதன் மூலம் - ஏற்கனவே மேற்கு வங்கத்தில் உள்ள அவர்களின் உறவினர்களையும், சமூகத்தினரையும் வாக்கு வங்கியாக மாற்றி ஆட்சியைப் பிடித்துவிடலாம் என்று நினைத்த இடதுசாரிகளின் கணிப்பு தவறவில்லை. இதற்காக அவர்கள் கடுமையாக உழைத்தனர். தண்டகாரண்யாவில் இருந்த முகாமொன்றுக்குச் சென்று மேற்கு வங்காளத்திற்கு வருமாறு நேரடியாக அகதிகளை அழைத்தபோது, மக்கள் நெகிழ்ந்து போனார்கள். இந்த அழைப்பை மிக நேர்மையானதாகவே அவர்கள் கருதினர். அதுவரை ஆட்சியை தக்க வைத்திருந்த காங்கிரசை வீழ்த்தி, 1977 ஆம் ஆண்டு

முதன்முறையாக ஆளுங்கட்சி இருக்கையில் மார்க்சிஸ்ட் கம்யூனிஸ்ட் கட்சி இடம் பிடித்ததற்கு, அகதிகள் ஆதரவுப் பிரச்சாரம் ஒரு முக்கியக் காரணம். இந்த வெற்றியை இடதுசாரிகளை விடவும் அகதி மக்களே பெரிதும் கொண்டாடினர்.

வங்காளம் பேசும் எல்லா அகதிகளையும் குடியமர்த்த மேற்கு வங்கத்தில் இடமிருக்கிறது என்ற இடதுசாரிகளின் வார்த்தைகளால், நல்வாழ்வு பிறந்துவிட்ட நம்பிக்கையோடு இந்தியாவின் பல்வேறு மாநிலங்களிலிருந்து குறிப்பாக தண்டகாரண்யாவிலிருந்து தலித் அகதிகள் மேற்கு வங்கத்திற்கு வரத் தீர்மானித்தனர். அகதிகள் தாங்களே உருவாக்கின "உத்பாஸ்டு உன்யான்ஷிப் சமிதி" என்ற அமைப்பின் உறுப்பினர்களை மேற்கு வங்க அரசோடு இது குறித்துப் பேச அனுப்பி வைத்தனர். சுந்தர்பான் காடுகளில் இருந்த மரிச்ஜாப்பிதான் குடியேறுவதற்கான அவர்களின் தேர்வாக இருந்தது. இதை ஏற்கனவே பல கூட்டங்களில் சி.பி.எம். மற்றும் அகதி மக்களின் தலைவர்கள் தெரிவித்திருந்தனர்.

இடதுசாரிகளோடு இணைந்து அகதி தலைவர்கள் மேற்கொண்ட ஆய்வை முன்வைத்து, எல்லா அகதிகளுக்கும் மேற்கு வங்கத்தில் இடமிருக்கிறது என சி.பி.எம். உறுதியாக வாதிட்டது. ஆனால், ஆட்சிக்கு வந்த பிறகு அகதிகள் விஷயத்தில் மேற்கு வங்க மார்க்சிஸ்ட் அரசு பெரிய ஆர்வம் எதையும் காண்பிக்கவில்லை. அதோடு அவர்கள் எதை நினைத்துப் பிரச்சாரம் செய்தார்களோ அதை அடைந்துவிட்டதால், இப்போது அவர்களின் அழைப்பில் மாற்றமிருந்தது. அதாவது, "அகதிகள் வரலாம். ஆனால், அவர்களாகவே குடியேறிக் கொள்ள வேண்டும். அரசாங்கம் அவர்களோடு ஒத்துழைக்காது" என்றனர். ஆனால் இதை எச்சரிக்கையாக அன்றி அழைப்பாக ஏற்று, மேற்கு வங்கத்தின் சுந்தர்பான் காடுகளை நோக்கி கிளம்பிய நாமசூத்திரர்களுக்கு அங்கே காத்திருந்தது - துரோகமும், வன்முறையும், பட்டினியும் மரணமும் கூடிய அரச பயங்கரவாதம்!

தங்களின் அகதிகள் ஆதரவு பிரச்சாரத்திற்கு எத்தனை மரியாதை இருக்கிறது என்பதை தேர்தலின் வெற்றியைக் கொண்டே மார்க்சிஸ்டுகள் கணித்திருக்க வேண்டும். ஆனால், மறுகுடியமர்த்தலுக்கான எந்த முயற்சியையும் மேற்கொள்ளாமல் அமைதி காக்க, அகதிகளோ ஆயிரக்கணக்கில் கூட்டம் கூட்டமாக மேற்கு வங்கம் வந்தடைந்தனர். அவர்களின் வருகை வாசலிலேயே

ஜெயராணி

தடுக்கப்பட்டது. தங்கள் எல்லைக்குள் வரவிடாமல் அரசு தடுத்து நிற்க, பட்டினியோடு ரயில் நிலையங்களிலேயே தங்க வேண்டிய சூழலுக்கு அகதிகள் தள்ளப்பட்டனர்.

எங்கிருந்து வந்தோமோ அங்கே திரும்பிச் செல்வதற்கான வாய்ப்பு அவர்களுக்கு துளியும் இல்லை. பிரிவினை தங்களின் எல்லா உடைமைகளையும் சுரண்டிக் கொண்ட நிலையில் எஞ்சியவற்றை விற்றுத்தான் அவர்கள் மேற்கு வங்கம் வந்திருந்தனர். மார்க்சிஸ்ட் அரசு இரு கைகளை நீட்டி தங்களை அரவணைத்துக் கொள்ளும் என்ற எதிர்பார்ப்பு வந்த நிமிடமே பொசுங்கிப் போனது. துப்பாக்கி ஏந்திய மேற்கு வங்க காவல் துறை மூர்க்கமாக அவர்களை ரயில் நிலையங்களில் இருந்து விரட்டியது. தண்ணீரும் உணவுமின்றி தவித்த ஆயிரக்கணக்கான மக்கள் அடுத்த அடி நகர முடியாமல் அப்படியே உறைந்து நின்றனர். நம்பிக்கைத் துரோகம் தந்த வலியும், பட்டினிக் கொடுமையும் முற்றிலுமாக அவர்களை முடக்கின. துப்பாக்கிச் சூட்டிலும், பசியிலும் இறந்து போனவர்களுக்கு இதுவரையிலும் கணக்கில்லை!

மார்க்சிஸ்ட் அரசின் ஒடுக்குமுறைகளையும் மீறி சுமார் 15 ஆயிரம் குடும்பங்கள் மரிச்ஜாப்பியை அடைந்தன. இவர்கள் காவல் துறையின் கண்களில் படாமல் தண்டவாளங்களின் வழியே பல கிலோ மீட்டர் தொலைவு நடந்தே வந்தனர். எடுத்துச் செல்லவும் எதுவுமில்லை, சென்ற இடத்திலும் ஒன்றுமில்லை என்றபோதும் மரிச்ஜாப்பி மண்ணில் தலித் அகதிகள், தங்கள் உழைப்பனுபவத்தால் அடுத்த சில மாதங்களிலேயே ஒரு மாயத்தை நிகழ்த்திக் காட்டினர். அவர்களுக்கு வேண்டியிருந்ததெல்லாம் சொந்த மண்ணில் இளைப்பாற ஒரு காணி நிலம். அந்த இடம் எத்தனை சீர்கெட்டதாக இருந்தாலும் அதை செழுமைப்படுத்திக் காட்டும் திறன் அவர்களிடம் நிரம்பியிருந்தது. மேற்கு வங்கத்திலேயே வளர்ச்சியற்ற ஏழ்மை மிகுந்த பகுதியாக இருந்த மரிச்ஜாப்பியை, அரசின் எந்த உதவியுமின்றியே வளர்ச்சி மிக்க பகுதியாக மாற்றிக் காட்டினார்கள். வெறும் சில மாதங்களிலேயே அங்கே மீன் பிடி துறை உருவானது; உப்பளங்கள் தோன்றின; கிணறுகள் வெட்டப்பட்டன; மருத்துவமனைகளையும் பள்ளிக்கூடங்களையும் கட்டி முடித்தனர். கடுமையான உழைப்பாளிகளான நாமசூத்திரர்கள், கையறு நிலையிலும் நம்ப சாத்தியமற்ற பொருளாதாரத்தை கட்டமைத்தனர்.

இந்தியாவின் அவலம்என்னவெனில்,இங்கேசீர்த்திருத்தவாதிகளாக முன்னிற்பதும் சாதி இந்துக்கள்தான்! முதலாளித்துவத்தையும் ஆதிக்கத்தையும் ஆதரிக்கும் வலது சிந்தனையை எதிர்த்து பொருளாதார சமத்துவத்தை கொள்கையாக முன் வைத்து மார்க்சியம் பரவியபோது, இந்தியாவின் சாதி இந்துக்கள் அதையும் கைப்பற்றிக் கொண்டனர். அடித்தட்டு மக்களுக்கான விடுதலைக் கொள்கையை முன்னெடுத்துச் செல்லும் இயக்கத்தின் தலைமைப் பொறுப்புகளையும் ஆதிக்கவாதிகளே எடுத்துக் கொள்வார்களெனில், அந்த தத்துவத்தின் கதி என்னவாகும் என்பதற்கு இந்தியாவின் இடதுசாரிகளே சாட்சி. ஏழை பணக்காரன் என்ற இரண்டே பிரிவுகள் கொண்ட நாடுகளுக்கான இடதுசாரித் தத்துவம் இந்தியாவிற்கு துளியும் பொருந்தாததன் காரணம், இங்கு "பணக்கார தலித்" அடிமையாக இருக்கும்போது, "ஏழை சாதி இந்து" ஆண்டானாக ஆட்டுவிக்கிறான். பொதுவுடைமை என்பது உடைமைகளைத்தான் பொதுவாக்குகிறது; உரிமைகளை அல்ல என்பதால் அக்கொள்கையை எந்த வகையிலும் சாதியத்தோடு பொருத்திப் பார்க்க முடியாது. மேற்கு வங்க "பத்ரலோக் மார்க்சிஸ்டு"களின் மூளையில் ஊறிப் போயிருந்த சாதிய வன்மம் மறுபடியும் நாமசூத்திரர்களை பலியெடுக்கக் கிளம்பியது.

இடதுசாரிக் கொள்கை நியாயத்தின்படி நாமசூத்திரர்களின் உழைப்பும், சுய பொருளாதார முனைப்பும், மக்கள் வளர்ச்சித் திட்டங்களும் பெரும் மதிப்பைப் பெற்றிருக்க வேண்டும். ஆனால், எப்படியேனும் இந்த வளர்ச்சியை தடுத்துவிட நினைத்த மார்க்சிஸ்ட் அரசு, அதிரடியாக ஒரு பிரச்சாரத்தை மேற்கொண்டது. சுந்தர்பான் காடுகளின் மேற்குப் பகுதியில் அமைந்த மரிச்ஜாப்பி - மேற்கு வங்க அரசின் பாதுகாக்கப்பட்ட வனப்பகுதி என்றும், தலித் அகதிகள் வனச் சட்டத்தை மீறுவதாகவும், வனத்தின் வளங்களுக்கு கேடு விளைவிப்பதாகவும், உயிரியல் சமன்பாட்டை சிதைப்பதாகவும் திடீர் சுற்றுச்சூழல் ஆர்வலராகிக் குற்றம் சாட்டியது. ஆனால், அது உண்மையில்லை என மக்களுக்கும், எதிர்க்கட்சியினருக்கும், தலித் அகதிகளுக்கும் தெரிந்தே இருந்தது. மரிச்ஜாப்பி - பாதுகாக்கப்பட்ட வனப்பகுதியின் எல்லைக்குள் இல்லை. இடமில்லை என அடித்து விரட்டியும் பிடிவாதமாகக் குடியேறி அங்கேயும் வாழ்ந்து காட்டிய நாமசூத்திரர்களால் மார்க்சிஸ்ட் அரசின் முகமூடி கிழிந்து போனதே இப்பொய்ப் பிரச்சாரத்திற்கு காரணம்.

ஜெயராணி

மரிச்ஜாப்பியையும் அங்கு வாழ்ந்த தலித் அகதிகளையும் மொத்தமாக அழித்துவிடும் நோக்கத்தோடு முற்றிலுமாக பொருளாதாரத் தடையை அறிவித்தது மேற்கு வங்க அரசு. இதனால் வெளியுலகத் தொடர்பு துண்டிக்கப்பட்டு, மரிச்ஜாப்பியை சிறைக் கூடமாக்கி சுற்றி வளைத்தது காவல் துறை. ஏறக்குறைய முப்பது காவல் படைகள் மாதக் கணக்கில் இருந்து நாமசூத்திரர்களின் கல்விக் கூடங்கள், மருத்துவமனைகள், மீன்பிடித் துறை, உப்பளங்கள் என எல்லாவற்றையும் சிதைத்தன. குடிசைகளைப் பிய்த்தெறிந்து, தண்ணீரும் உணவும் கிடைக்காதவாறு வாழ்வாதாரங்களை நொறுக்கி, தடுத்தவர்கள் மீது தடியடி நடத்தி, கண்ணீர் புகை குண்டுகளை வீசி துன்புறுத்தின. தப்பிச் செல்ல முயன்றவர்கள் சற்றும் தாமதிக்காமல் சுட்டுக் கொல்லப்பட்டனர்.

சொல்லித் தெரிய வேண்டியதில்லை, இப்படியொரு பயங்கரவாதம் நடக்கும்போது, செத்து மடிவதற்கு முன் காவல் துறையால் பாலியல் வல்லுறவுக்கு ஆளான பெண்களின் கதையை! அழித்தொழிப்பது ஒன்றே குறிக்கோளான பின், அதற்கென நியாயங்கள் இருக்குமா என்ன? ஆயிரக்கணக்கான ஆண்களும் பெண்களும் குழந்தைகளும் காரணமே இல்லாமல் கொல்லப்பட்டு ஆற்றில் வீசப்பட்டனர். பச்சைத் தண்ணீர்கூட கிடைக்காமல் நாவறண்டு சுருண்டு விழுந்தனர் பலரும். உணவையும் தண்ணீரையும் தேடி பக்கத்து தீவுகளுக்கு நீந்திச் செல்ல முற்பட்டவர்கள் அடுத்த நொடியே தோட்டாவிற்கு பலியானார்கள். 1979 சனவரி 31 அன்று பசியைப் பொறுக்கமாட்டாமல், உணவைத் தேடி மரிச்ஜாப்பியை விட்டு வெளியேறியவர்களை நோக்கி துப்பாக்கிச் சூடு நடத்தியதில் 36 பேர் பலியானார்கள்.

காடுகளுக்குள் இருந்த தீவினில், சத்தமே இல்லாமல் மனித வேட்டையை நடத்தியதால் மரிச்ஜாப்பியில் ரகசியமாக நடந்தேறிய இனப்படுகொலை வெளி உலகத்திற்கு தெரியவே சில மாதங்கள் ஆனது. அதற்குள் நூற்றுக்கணக்கானோர் கொல்லப்பட்டிருந்தனர். மார்க்சிஸ்ட் அரசின் பயங்கரவாதச் செயல் கசிந்துவிடாதவாறு காலமும் சூழலும்கூட கைகொடுத்திருந்தன எனலாம். 1960–70களில் மேற்கு வங்கத்தில் உண்டான நக்சல்பாரி எழுச்சியால் ஏற்பட்ட பதற்றமும், ஒடுக்குமுறைகளும் ஒரு பக்கமும், 1970களின் தொடக்கத்தில் பங்களாதேஷின் போர்ச் சூழலால் அகதிகளின் வருகையும் மேற்கு வங்கத்தின் அமைதியை குலைத்திருந்தன. நாட்டின் கவனத்தைப் பெரிதும் ஈர்த்திருந்த இப்பிரச்சனைகளின் தொடர்ச்சியாக, எங்கோ

யாருமற்ற வனத்திற்குள் அடித்து வீழ்த்தப்பட்ட நாமசூத்திரர்களின் அழிவு கவனத்திற்கு வரவில்லை.

ஊடகங்கள் இதைப் பற்றி எழுதத் தொடங்கிய போது, அப்போதைய மேற்கு வங்க முதலமைச்சர் ஜோதிபாசு, "புதிதாகப் பொறுப்பேற்றுள்ள மேற்கு வங்கத்தின் கம்யூனிச அரசுக்கு எதிரான சி.அய்.ஏ.யின் சதி இது" என திரித்துக் கூறியதோடு, அனைத்து ஊடகங்களும் தேச நலனுக்காக செயலாற்றும் தனது அரசுக்கு ஆதரவு தெரிவிக்குமாறும் கேட்டுக் கொண்டார். மரிச்ஜாப்பியின் தலித் அகதிகளை "அந்நிய சக்திகளின் உளவாளிகள்" என்றும், இத்தீவை அவர்கள் ஆயுதப் பயிற்சிக்கான களமாகப் பயன்படுத்தி வருவதாகவும் குற்றம் சாட்டி, தனது பயங்கரவாதச் செயலை நியாயப்படுத்தினார். மரிச்ஜாப்பியின் எல்லையைக்கூட ஊடகங்கள் தொட்டுவிடாதவாறு பாதுகாப்பு பலப்படுத்தப்பட்டது. இதனால் செத்து விழுந்தவர்களின் எண்ணிக்கையோ, அவர்கள் அனுபவித்த வதைத் துயரமோ வெளியுலகம் அறிய வாய்ப்பே இல்லாமல் போனது.

திட்டமிட்டு, ஓர் ஒழுங்கோடு 1979 சனவரி தொடங்கி மே மாதம் வரை, அய்ந்தே மாதங்களில் ஆயிரக்கணக்கானோரைக் கொன்று முடித்தது மேற்கு வங்க அரசு. பசிக்கும் வன்முறைக்கும் இரையாகாமல் தப்பியவர்களை போர்க் குற்றவாளிகளைப் போல சட்டீஸ்கருக்கும் அந்தமானுக்கும் கடத்தியது. மேற்கு வங்க அரசு, நாம சூத்திரர்களை அழித்து மரிச்ஜாப்பியை "விடுவித்த" வரலாறு இதுதான். வனச்சட்டத்திற்கு புறம்பாக காடுகளை அழிக்கிறார்கள் என்ற காரணத்திற்காக படுகொலை செய்யப்பட்ட அகதிகள் வாழ்ந்த அதே மரிச்ஜாப்பியை பின்னர் சி.பி.எம். ஆதரவாளர்கள் ஆக்கிரமித்தனர்.

ஓர் அரசு தன் சொந்த மக்களை இனப்படுகொலை செய்து அழித்த அவலம் வெளியுலகத்தின் புலன்களை எட்டாதவாறு கச்சிதமாக மறைக்கப்பட்டதால், எத்தனை பேர் கொலை செய்யப்பட்டார்கள் என துல்லியமாகக் கணக்கிட இயலவில்லை. மரிச்ஜாப்பியில் குடியேறியவர்கள் 15 ஆயிரம் குடும்பங்கள் எனில், அதில் 4 ஆயிரத்து 250 குடும்பங்கள் காணாமல் போனதாக சில அதிகாரப்பூர்வ குறிப்புகள் கூறுகின்றன. காணாமல் போனவர்கள் படுகொலைக்கு பலியானார்கள் என சொல்லித் தெரிய வேண்டியதில்லை. குடும்பத்திற்கு நால்வர் என கணக்கிட்டாலும்

சி.பி.எம். அரசு சுமார் 17 ஆயிரம் அகதிகளைக் கொன்றது உறுதியாகிறது.

நாமசூத்திரர் என்ற தீண்டத்தகாத மக்கள், அரசின் பொய்மையை உடைத்தார்கள் என்ற ஒரே காரணத்திற்காக, அவர்களை சடலமாக்கி மரிச்ஜாப்பியை மயானமாக்கியது சாதி இந்து மார்க்சிஸ்ட் அரசின் இனவெறி. இப்படியொரு பயங்கரவாதத்தை நிகழ்த்திய சுவடே தெரியாமல், மேற்கு வங்க மார்க்சிஸ்டுகள் ஜனநாயகவாதிகளாகவும் சாதிக்கு எதிரானவர்களாகவும் முகமூடி அணிந்து கொண்டு அலைகிறார்கள். முற்போக்காளர்களாக அறியப்படும் மேற்கு வங்கச் சமூகம், தன் மண்ணில் துடைத்தெறியப்பட்ட மனித மாண்பினைப் பற்றி இன்று வரையிலும்கூட வெளிப்படையாகப் பதிவு செய்யவில்லை. அந்நிய உளவாளிகள் என்ற குற்றச்சாட்டிற்கோ, அவர்கள் ஆயுதப் பயிற்சி செய்தார்களா என்பதற்கோ எந்த ஆதாரத்தையும் இன்று வரையிலும் யாரும் கோரவில்லை. நீதி விசாரணைக்கான கோரிக்கையே இல்லாமல் மவுனமாக இப்படுகொலையை அங்கீகரித்தது மேற்கு வங்க அறிவுச் சமூகம்.

பிரிவினையெனும் பெயரால் சாதி இந்துக்களால் பழிவாங்கப்பட்டு, பயங்கரவாதிகள் என்ற பட்டத்தோடு கொலை செய்யப்பட்ட நாமசூத்திர தலித் அகதிகள் பற்றி வெளியுலகம் அறிந்துவிடாதவாறு, இன்று வரையிலும் உண்மைகள் முடக்கப்பட்டிருக்கின்றன. மரிச்ஜாப்பி படுகொலைகள் பற்றி கேள்விப்பட்டவர்கள்கூட, அது இடதுசாரிகளால் நிகழ்த்தப்பட்டதென்ற உண்மையை அறிய வாய்ப்பில்லாமல் இருக்கின்றனர். 31 ஆண்டுகள் கடந்துவிட்டன. மரிச்ஜாப்பி இனப்படுகொலை முற்றிலுமாக மறக்கப்பட்டது, மறைக்கப்பட்டது. ஆனால், இந்நாட்டில் தீண்டத்தகாதவர்களாகப் பிறந்த ஒரே காரணத்திற்காக இவ்வளவு மூர்க்கமாகப் பழிவாங்கப்பட்ட வலியோடும் வேதனையோடும் - எங்கெங்கோ ஒன்றிரண்டாக சிதறி அடையாளம் தொலைத்து வாழ்ந்து கொண்டிருக்கும் நாமசூத்திரர்களுக்கும், தலித் மக்களுக்கும் பகுத்தறிவுச் சமூகத்திற்கும் இடதுசாரிகள் சொல்லப் போகும் பதில்தான் என்ன?

பிரிவினையின் போதும் பாகிஸ்தானிலிருந்தும் பங்களாதேஷிலிருந்தும் எத்தனையோ லட்சம் பேர் அகதிகளாக இந்தியா வந்தனர். அவர்கள் அனைவரும் பல வகையான சாதியைச் சேர்ந்தவர்களாக இருந்தனர். எனினும், தீண்டத்தகாத நாமசூத்திரர்களை மட்டும் ஓர் எல்லைக்குள் முடக்கி படுகொலை

செய்தது, இனவெறியன்றி வேறில்லை. தலித் அகதிகளை தன் மண்ணிலிருந்து வேரறுத்துவிடும் அவ்வெறியைக் கொண்டிருந்த மேற்கு வங்க மார்க்சிஸ்ட் அரசு, ராஜபக்சேவைப் போலவே பன்னாட்டு நீதிமன்றத்தில் நிறுத்தப்பட வேண்டிய குற்றவாளி என்பதில், மனித உயிரின் மதிப்பை உணர்ந்தவர்களுக்கு மாற்றுக் கருத்து இருக்காது.

மீண்டும் மீண்டும் சாதி வக்கிரத்தின் உக்கிரத்தைப் பற்றி நாம் பேசியாக வேண்டியிருப்பதன் காரணம் இதுதான். சாதியின் முன் எந்த கொள்கையும் தோற்றுப் போகிறது. எந்த புரட்சியும் மடிந்து போகிறது. பிழைக்கவும், அதிகாரத்தில் நிலைத்திருக்கவும் ஆதிக்கவாதிகளுக்கு சாதி தேவைப்படுவதால், அவர்கள் ஒருபோதும் அதற்கெதிராக இயங்குவதில்லை. அவ்வகையிலேயே, இடதுசாரி சாதி இந்துக்கள், சாதிய வக்கிரத்தை உதிரத்தில் ஓடவிட்டு மூளையை மட்டும் பொதுவுடைமைக் கொள்கையால் சலவை செய்து கொண்டிருக்கின்றனர். இப்போதெல்லாம் தங்களின் பொதுவுடைமை முகத்தைக் காப்பாற்ற, காந்தியைப் போலவே இவர்களுக்கும் தீண்டாமை மட்டும் வேண்டாததாகிறது.

தீண்டாமையை மட்டும் அப்புறப்படுத்திவிட்டு, சாதியை ஒரு பண்பாட்டுக் கூறாக வளர்த்தெடுக்கும் கள்ள முனைப்பு - எல்லா சாதி இந்துக்களையும் போல இடதுசாரிகளையும் ஆட்டுவிக்கிறது. ஓர் ஆதிக்கக் கருத்தியல் எப்படி சமூகத்தின் பண்பாடாக இருந்து வழிநடத்த முடியும்? இந்த கபடத்தின் மூலம் இவர்களுக்கு இருவேறு

லாபங்கள் கிடைக்கின்றன. ஒன்று இந்து சனாதன முகம், இரண்டு இடதுசாரி என்ற புரட்சி முகமூடி. சாதியை பண்பாட்டு நெறியாக ஏற்ற ஒரு சாதாரண இந்தியக் குடிமகனிடமிருந்து ஏற்றத் தாழ்வுகளை எதிர்க்கும் தத்துவத்தைப் பயின்ற இவர்கள் எங்கே வேறுபடுகின்றனர் என இதுவரையிலும் கூட கண்டறிய முடியவில்லை.

சாதி இங்கே பண்பாடாகவும் வாழ்வியல் நெறியாகவும் இருக்கிற வரை - இந்துத்துவவாதிகளுக்கும் இடதுசாரிகளுக்கும் பெரிய வித்தியாசம் இருக்கப் போவதில்லை. மரிச்ஜாப்பி போன்ற மனிதப் படுகொலைகள், சனாதன தர்மத்தின்படி சரியான நியாயங்களைப் பெற்றுக் கொண்டேதான் இருக்கும். தினம் தினம் தலித்துகள் ஒடுக்கப்பட்டு, வதைக்கப்பட்டு, சிதைக்கப்படும் அவலம் மவுனத்தால் மறைக்கப்படுவது தொடரும். அரசும், ஊடகங்களும், பொது மக்களுமாக எல்லோருமே சாதியை கொண்டாடும்போது, சாதியே இங்கு சமூக, பொருளாதார, அரசியலை நிர்ணயிக்கும் "ஆக்கமாக" இருக்கும்போது - அதன் பெயரால் நிகழ்த்தப்படும் வன்கொடுமைகளும் படுகொலைகளும்கூட ஒரு பண்பாட்டுத் தேவையாகிவிடுகிறது. இதன் பின்னணியில் படிந்திருக்கும் வெறுப்புணர்வை இனவெறி என நாம் இனங்காணுதல் வேண்டும்.

கூலி உயர்வு, பாட்டாளிகளின் உரிமை என்று முழங்கி, தலித் மக்களின் தோள்களில் கைபோட்டு அவர்களை வெறும் வாக்கு வங்கிகளாக வசப்படுத்தும் முயற்சியில் சளைக்காமல் ஈடுபட்டுவரும் கம்யூனிஸ்டுகளுக்கு - ஒருபோதும் துடைத்தெறியமுடியாத அவர்களின் களங்கத்தை நினைவூட்டுகிறோம். சாதியே ஆதிக்கமாகவும் அடிமைத்தனமாகவும் இருக்கும் இந்திய நாட்டில், சாதியை அழித்தொழிக்காமல் பொதுவுடைமை சூத்திரத்தை அப்படியே செயல்படுத்த முடியாது. சாதி ஒழிப்பு என்ற சொல்லைக் கூட உச்சரிக்க அஞ்சுகிற சாதிய கம்யூனிஸ்டுகளை - மரிச்ஜாப்பியின் நினைவுகளோடு நாம் நிராகரிக்கிறோம்.

(தலித் முரசு - பிப்ரவரி 2011)

குறிப்பு: தலித் முரசு பிப்ரவரி 2011 இதழ் மரிச்ஜாப்பி படுகொலை சிறப்பிதழாக வெளிவந்தது. இதில் பிரிட்டிஷ் ஆய்வாளர் ராஸ் மாலிக், கேம்பிரிட்ஜ் பல்கலைக்கழகத்தில், "மேற்கு வங்கத்தின் மேம்பாட்டுக் கொள்கைகள்" என்ற தலைப்பிலான முனைவர் பட்ட ஆய்வை மேற்கொண்டார். இவருடைய நீண்ட ஆய்வில் மரிச்ஜாப்பி படுகொலைகள் பற்றிய பகுதிகளும் இடம்பெற்றுள்ளன. இந்த ஆய்வு, பின்னர் கேம்பிரிட்ஜ் பல்கலைக் கழக வெளியீடாகவும் வந்தது. இவருடைய குடும்பத்தினர் பிரிட்டிஷ் இந்தியாவில், நாமசூத்திரர்கள் இயக்கத்தின் அமைப்பாளர்களாக செயல்பட்டுள்ளனர் என்பது குறிப்பிடத்தகுந்தது. Refugee Resettlement in Forest Reserves: West Bengal Policy Reversal and the Marichjhabi Massacre என்ற ஆய்வுக் கட்டுரையை மரு.இனியன் இளங்கோ மொழி பெயர்க்க அதுவே தலித் முரசு சிறப்பிதழின் மய்யக் கட்டுரையாக வெளிவந்தது. அவ்விதழுக்காக எழுதப்பட்ட முன்னுரையே மேலே உள்ள எனது கட்டுரை. மரிச்ஜாப்பி படுகொலை பற்றி மேலதிக தகவல்களை அறிந்து கொள்ள விரும்புவோர் ராஸ் மாலிக் அவர்களின் கட்டுரையை இணையத்தில் வாசிக்கலாம். தமிழ் பிரதி வேண்டுவோர் தலித் முரசு பிப்ரவரி 2011 இதழிலோ, கீற்று இணையதளத்திலோ வாசிக்கலாம்.

ஜெயராணி

சைவ வெறியும்
மாட்டுக்கறியும்

9

உலகம் முழுக்க உணவுமுறை என்பது ஒவ்வொரு நாட்டின், ஒவ்வொரு மனித இனக் குழுவின் பண்பாட்டு அடையாளமாகவே இருந்துவருகிறது.உணவுப்பண்பாடுஎன்பதுமதஅடிப்படையிலானதாக இல்லாமல் புவியியல் மற்றும் தட்பவெப்பம் சார்ந்ததாக இருப்பதால், எந்த நாடும் தன் மக்கள் இதைத்தான் தின்று தொலைக்க வேண்டுமென எதிர்பார்ப்பதில்லை; கட்டாயப்படுத்துவதில்லை. அவ்வாறு உட்கொள்ளுவது பாவச் செயல் என்றோ, குறிப்பிட்ட உணவை உண்ணுகிறவர்கள் தரம் தாழ்ந்தவர்கள் என்றோ விலக்கி வைக்கும் வழக்கம் எங்கும் இருப்பதாகத் தெரியவில்லை.

மேற்கத்திய, அரபு, ஆசிய, ஆப்பிரிக்க நாடுகள் என உலகின் எத்திசை திரும்பினாலும் அவரவரின் புவிச் சூழல் மற்றும் தட்பவெப்பத்திற்கு ஏற்ப உணவுமுறை அமைந்திருக்கிறது. மிக முக்கியமாக சைவ - அசைவ ஏற்றத்தாழ்வுகள் எங்குமில்லை. உணவு என்ற ஒற்றைச் சொல்லுக்குள் பிரிவுகளும் பிரிவினைகளும் இல்லை. மரக்கறியும் மாமிசமும் தனி மனிதரின் விருப்பத் தேர்வாக அமைந்து வயிற்றை நிரப்புகின்றனவே ஒழிய, அவை மதம் சார்ந்த பண்பாட்டு நிர்பந்தமாக ஆவதில்லை. அதனாலேயே உலக மனிதர்கள் எங்கு சென்றாலும், அவர்களுக்கு உணவு ஒரு பிரச்சனையாக இருப்பதில்லை.

முதல் நெருப்பை மூட்டி உணவை சமைத்துண்ணத் தொடங்கிய ஆதி மனிதனின் பட்டியலில், காய்களும் கிழங்குகளும் விலங்குகளும் சேர்ந்தே இருந்தன. வேட்டையாடித் தின்று தீர்த்த மரபணுக்களையே நாம் ஒவ்வொருவரும் சுமந்து கொண்டிருக்கிறோம். இதற்கு எந்த இனக்குழுவும் விதிவிலக்கல்ல. பூமி முழுவதும் வெவ்வேறு நில அமைப்புகளில் நிறைந்திருக்கும் எண்ணற்ற மனிதர்கள்,

உணவென்பதை பசிக்கும் ருசிக்குமான தீர்வாக மட்டுமே கருதும் நிலையில், இந்தியர்கள், மிகக் குறிப்பாக இந்துக்கள், அதிலும் குறிப்பாகப் பார்ப்பனர்கள் - தங்களின் ஆதிக்க உணர்வின் அடையாளமாக, பாகுபாட்டின் ஒரு கூறாக, சக மனிதரைத் தாழ்த்தி வைப்பதற்கானதோர் ஆயுதமாக, உணவைக் கையாண்டு வருகின்றனர்.

மதம், மொழி, இனம் சாதி என இந்துக்கள் எத்தனையோ வகையாகப் பிரிந்திருக்கின்றனர். உணவு ரீதியாகவும் அவர்கள் மூன்றாகப் பிரிந்திருக்கின்றனர் : சைவ இந்துக்கள், மாட்டுக்கறி மட்டும் உண்ணாத அசைவ இந்துக்கள், மாட்டுக்கறி உண்ணும் அசைவ "இந்து"க்கள். இதில் மாட்டுக்கறி உண்ணும் அசைவ "இந்து"க்களான தலித் மக்களுக்கு - அவர்களின் தொழில்கள், கலைகள், வாழ்விடங்கள் போன்றவை இழிவுபடுத்தப்பட்டு வெறுத்து ஒதுக்கி வைக்கப்பட்டதைப் போலவே உணவுப் பழக்கமும் தீண்டாமையின் குறியீடானது. மாட்டுக்கறி உண்ணுதல் என்பது, தலித் மக்கள் மீது திணிக்கப்பட்ட விஷயமில்லை; செத்த மாட்டை தின்ன வேண்டுமென்ற சாதிய விதிதான் அவர்கள் திணிக்கப்பட்ட கொடூரம். மாட்டுக்கறி உண்ணுதல் பிற நாட்டினரைப் போல சிந்து சமவெளி நாகரிக காலத்திற்கு முன்பே இந்தியர்களின் வாழ்வியலில் இயற்கையான ஒன்று. படிநிலைப்படுத்தப்பட்ட சாதிய ஒடுக்குமுறைகள் உருவானப் பின்னரும் கூட காலங்காலமாக தலித் மக்களின் விருப்ப உணவாகவும் அது இருந்து வருகிறது. மாறாக மாட்டை புனிதமாக்கி மாட்டுக்கறியை தீண்டத்தகாததாக்கிய பார்ப்பன சதியும் அச்சதியை ஏற்றுக் கொண்ட சூத்திரர்களின் புரட்டும்தான் செயற்கையாகத் திணிக்கப்பட்டவை.

பார்ப்பனர்களின் சைவ வெறிக்கு முன், சாதி இந்துக்களின் வெறுப்புணர்விற்கு முன், முஸ்லிம்கள் மற்றும் தலித் மக்கள் உண்ணும் மாட்டிறைச்சி - ஓர் உணவுக்கான அத்தனை தகுதிகளையும் இழந்து, போதைப் பொருளைப் போல ரகசியமாக உட்கொள்ளப்படும் அவல நிலைக்கு தள்ளப்பட்டிருக்கிறது. ஆட்டிறைச்சியும், கோழிக்கறியும் முக்கிய சாலைகளில் முகத்திற்கு நேராக விற்கப்படுவதைப் போல, மாட்டுக்கறி விற்கப்படுவதில்லை. மக்கள் புழக்கம் அதிகமுள்ள சாலைகளில் பிற கறிக்கடைகளைப் போல, மாட்டிறைச்சிக் கடைகளை திறந்து வைத்து விற்கும் துணிவு இங்கு எவருக்குமில்லை. தலித் மக்களும், முஸ்லிம்களும் வசிக்கும் சேரிப் பகுதிகளில் மட்டுமே அவை சுதந்திரமாக இயங்குகின்றன. உணவகங்களிலும் இதே நிலைதான். மாட்டுக்கறி உணவு கிடைக்கும் உயர்தர உணவகங்களை எங்கும் பார்க்க முடிவதில்லை. நடுத்தர அளவில் அங்கொன்றும்

இங்கொன்றுமாக இயங்குகின்றன. மற்றபடி சாக்கடை ஓடும், ஒளியற்ற ஒதுக்குப்புறங்களில் தள்ளுவண்டிகளில் நடத்தப்படும் இரவுக் கடைகளில்தான் மாட்டிறைச்சி உணவு விற்கப்படுகிறது. அதை வாங்கி உண்ணும் மக்கள் தங்கள் முகத்தைப் பிறர் பார்த்துவிடாதவாறு இருளில் பதுங்கியிருந்தபடியே அவசரமாக உண்டு முடிப்பர் அல்லது பொட்டலம் கட்டிக் கொண்டு செல்வர்.

மாட்டுக்கறி உண்பதன் மூலம் தன் சாதி வெளியே தெரிந்துவிடுமோ என்ற பதற்றமும் அச்சமும், வெளியிடத்தில் அதை உண்ணும் ஒவ்வொருவருக்குமே இருக்கத்தான் செய்கிறது. தனது விருப்ப உணவை உட்கொள்வதில் இப்படியொரு இழி நெருக்கடி வேறெந்த நாட்டிலாவது எவருக்காவது உண்டாகுமா என வியப்பாக இருக்கிறது. தலித் மக்கள் தங்களின் எல்லைக்குள் மிக சுதந்திரமாக உண்டு களிக்கும் மாட்டிறைச்சியை, பிற சமூகத்தினர் விரும்பினாலும் வெளிப்படையாக உண்ண முடியாது. அதை இந்து சமூகத்தின் ஆதிக்க மூளை ஒருபோதும் ஏற்றுக் கொள்வதில்லை. மாட்டிறைச்சியை உண்ணுவது, ஜாதி மாறி திருமணம் செய்து கொள்வதைப் போன்றதொரு சனாதனக் குற்றமாகவே கருதப்படுகிறது. ஏனெனில, மாட்டிறைச்சி என்பது வெறுமனே உணவல்ல; அது இந்துக்களின் அரசியல்! சாதிய அடுக்கை தக்க வைப்பதற்காகப் பன்னெடுங்காலமாக அவர்கள் கட்டமைத்து வைத்திருக்கும் சூழ்ச்சி!

மாட்டுக்கறியை சேரி மக்கள்தான் உண்பார்கள் அல்லது

தீண்டத்தகாத சமூகத்தில் பிறந்தால் மட்டுமே மாட்டுக்கறியைத் தின்னத் தோன்றும் என்ற மாயை இங்கு நிலை நாட்டப்பட்டிருக்கிறது. இந்த மாயையை ஆய்வு ரீதியாக முதன் முதலில் தகர்த்தவர் அம்பேத்கர். பகுத்தறிவு ரீதியாக உடைத்தெறிந்தவர் பெரியார். அம்பேத்கரையும் பெரியாரையும் அறிந்து கொள்ள விரும்பாத இந்து பொது சமூகம், மாட்டிறைச்சியை சிந்தனையிலும் எண்ணியிராத புனிதர்களாக தங்களை கருதிக் கொண்டிருக்கிறது. உண்மையில், மேற்கத்தியர்களையும், முஸ்லிம்களையும் போல அனைத்துப் பிரிவு இந்துக்களும் - பார்ப்பனர், பார்ப்பனரல்லாதவர்; தலித், தலித் அல்லாதவர் என்ற பாகுபாடுகளின்றி எல்லோருமே அசைவர்களாகவும் குறிப்பாக மாட்டிறைச்சி உண்ணுகின்றவர்களாகவுமே இந்திய துணைக் கண்டத்தில் இருந்து வந்திருக்கின்றனர். ஏனெனில், அதுவே இயற்கை! சைவர்களாகவே தோன்றிய மனித இனம் என உலகில் ஏதுமில்லை. அப்படியிருந்தால் அது இயற்கை முரண்! பார்ப்பனர்கள் சைவ இனம் தானே என்று கேட்கிறீர்களா? இல்லவே இல்லை. அப்படியாக நாம் நம்ப வைக்கப் பட்டிருக்கிறோம்.

மத போதனை, இறை நம்பிக்கை, ஆன்மிக வாழ்வியல் நெறிகள் போன்றவையே உயிர்களைக் கொல்லக்கூடாது என்ற அடிப்படையில் சைவத்தை வலியுறுத்துகின்றனவே தவிர, மனித இனம் அடிப்படையில் எல்லாவற்றையும் உண்டு களிக்கவே விரும்புகிறது. அவ்வகையில் இன்று பசுவை கோமாதாவாக வணங்கி, அசைவத்தை வெறுக்கும் பார்ப்பனர்களும், மாட்டிறைச்சி உண்பதை இழுக்காகக் கருதும் பிற சாதி இந்துக்களும், ஒரு காலத்தில் (பவுத்தத்தின் மத்திய காலம் வரையிலும்) மிக மகிழ்ச்சியாக அவற்றை உண்டு வந்தனர். பொதுச் சமூகத்தின் பொது புத்திக்கு எட்டாதவாறு இந்த உண்மைகள் வரலாற்றின் அடியாழத்தில் புதைக்கப்பட்டுவிட்டன.

மாட்டிறைச்சி உள்ளிட்ட அசைவ உணவு வகைகளை பார்ப்பனர்கள் உண்ணாமல் கைவிட - அவர்களின் வேத மதத்திற்கும், மதத்தின் பெயரால் இந்த மண்ணில் விதைக்கப்பட்ட நச்சுக் கருத்தியல்களுக்கும் பவுத்தத்தால் உண்டான நெருக்கடியே காரணம். இங்கு வந்து குடியேறிய நாடோடி ஆரியர்களுக்கு, கடவுளுக்கான காணிக்கையாக ஆயிரக்கணக்கான விலங்குகளை பலி கொடுப்பதும், அதற்கான சடங்குகளை செய்வதும், பலி கொடுத்த விலங்குகளை பாகம் பாகமாக பங்கிட்டு உண்ணுவதும் வழக்கமாகவே இருந்தது. உடலுழைப்பு செய்யத் தெரியாத ஆரியர்களின் முக்கியத் தொழிலாகவும் உணவீட்டும் முறையாகவும் - யாகச் சடங்குகளும் விலங்கு பலியும் இருந்ததற்கான சான்றுகள் வேதத்திலேயே காணக் கிடைப்பதை பல ஆய்வுகள் உறுதி

செய்திருக்கின்றன. வேதங்கள் மட்டுமல்லாமல் இந்து மத நூல்களான மநு தர்மம், உபநிடதங்கள், கிரஹசூத்திரம் என பலவற்றில் இதற்கான சான்றுகள் நிறைந்திருக்கின்றன.

அய்ம்பதிற்கும் மேற்பட்ட விலங்குகள் கடவுளுக்கு பலிகொடுக்க தகுதியானவை என வேதத்தில் பட்டியலிடப்பட்டிருக்கின்றன. இவற்றில் முக்கியமானவை காளையும் பசுவும். சடங்குகளின்றி கடவுளுக்கு காணிக்கையை செலுத்திவிட முடியுமா? பார்ப்பனர்களின்றி சடங்குகள்தான் சாத்தியமா? "பசு, கன்று, குதிரை மற்றும் எறுமையை உண்ணுவது இந்திரனின் வழக்கம்"" என்றும் (6/17/1) "பெண்ணின் மண விழாவில் காளையும், பசுவும் வெட்டப்படுகின்றன"" என்றும் குறிப்பிடுகிறது ரிக் வேதம்.

"மாமிசம் உண்பது பாவமில்லை; ஏனெனில் உண்பது உண்ணப்படுவது என இரண்டுமே பிரம்மனால் படைக்கப்பட்டிருக்கின்றன"" என்றும் "மதச் சடங்குகளை முறையாகச் செய்யும் ஒருவர், மாமிசத்தை உண்ணவில்லையெனில், இறப்பிற்கு பின்னர், தனது இருபத்தி ஒன்றாவது மறுபிறவியில் பலி விலங்காகப் பிறக்க நேரிடும்"" என்றும் மநுதர்மம் கூறுகிறது.

யாகம் என்ற பெயரில் ஒரே நேரத்தில் ஆயிரக்கணக்கான விலங்குகளை பலி கொடுத்து, அதைப் பங்கிட்டு ருசித்து உண்ட பார்ப்பனர்களுக்கு இறைச்சி உணவுகள் குமட்டலை உண்டாக்கித் தீண்டத்தகாதவையாக மாறியதன் காரணம் - பவுத்தத்தின் தீவிரமும் புத்தரின் அறிவுரைகளும்தான்! பார்ப்பனியம் வேரூன்றிய மண்ணில், பார்ப்பனியத்தின் ஆதிக்கத்தையும் மூடக் கருத்தியல்களையும் நிராகரித்தபடியே பவுத்தம் பரவத் தொடங்கியது. விவசாய உற்பத்தி ஒரு புரட்சியாக சமூகத்தில் மாற்றங்களை விதைத்துக் கொண்டிருந்த நேரத்தில், விலங்குகளை பலியிடும் வழக்கமும் கேள்விக்குள்ளாக்கப்பட்டது. காரணம், விவசாயப் பணிகளுக்கு இந்த விலங்குகள் உறுதுணையாக இருந்ததுதான். இந்தக் காலகட்டத்தில் பார்ப்பனர்களின் ஒரே அடையாளம் விலங்குகளின் உயிர்ப்பலி மட்டுமே.

அய்நூறு எருதுகள், அய்நூறு ஆண் கன்றுகள், அய்நூறு பெண் கன்றுகள், அய்நூறு ஆடுகள் என ஆயிரக் கணக்கான விலங்குகள் ஒரே நேரத்தில் வெட்டுக் களத்திற்கு இழுத்து வரும் நிகழ்வுகள் நடந்து கொண்டிருந்தன. தெய்வ காரியம் என்ற பெயரில் பார்ப்பனர்கள் இதை கொண்டாட்டமாகவே நிகழ்த்தி வந்தனர். இது போன்ற உயிர் பலிகள் ஒருபோதும் நற்பலன்களை தருவதில்லை என புத்தர் அறிவுறுத்தினார். விலங்குகளை தேவையில்லாமல் பலி

கொடுப்பதையும், துன்புறுத்துவதையும் எதிர்த்த புத்தரின் கருத்துகள் - புதிய பொருளாதாரப் புரட்சியான விவசாயத்திற்கு ஆதரவானதாக ஏற்கப்பட்டு, முக்கியத்துவத்தைப் பெற்றன.

எனில், புத்தர் சைவரா என்ற கேள்வியும், அவரின் அறிவுரைகளால்தான் பார்ப்பனர்கள் திருந்தினார்களா என்ற கேள்வியும் வரும். புத்தர் எப்போதும் சைவராக இருந்ததில்லை. பிச்சை எடுத்து உணவுண்ணும் தானும் மற்ற பிக்குகளும் மக்கள் என்ன உணவு கொடுக்கிறார்களோ அதை அப்படியே ஏற்று உண்ண வேண்டும் என்ற விதிமுறையை அவர் சங்கத்திற்கு வகுத்திருந்தார். அதனால் மாட்டிறைச்சி, பன்றிக்கறி என எந்த உணவு தானமாக வழங்கப்பட்டாலும் அவர் அவற்றை விருப்பு வெறுப்பின்றி உண்டார். உயிர்களைக் கொல்லக் கூடாது என்பது புத்தர் வகுத்த ஒழுக்கவிதிகளில் ஒன்று. இது எந்த உயிருக்கும் பொருந்தும். எனினும், உணவுத் தேவைக்காக அன்றி, மதச் சடங்குகளுக்காக எண்ணற்ற விலங்குகளை உயிர்த் தியாகம் என்ற பெயரில் பலி கொடுப்பதை அவர் எதிர்த்தார். புத்தர் வலியுறுத்திய அகிம்சையானது, இன்று பார்ப்பனர்கள் கடைப்பிடித்து வருவதைப் போன்று, காந்தி வலியுறுத்தியதைப் போன்று கண்மூடித்தனமானதல்ல. படைப்பு என்பதை மறுத்து இயற்கையின் உயிர் சுழற்சி விதியை அவர் ஆழ புரிந்திருந்தார். கண்ணுக்குத் தெரியாத, அறிவுக்கு எட்டாத விஷயங்களை கற்பித்து மக்களை சிறைப்படுத்துவதை விடவும், இயற்கை குறித்த உண்மைகளை எடுத்துரைத்து, மூட நம்பிக்கைகளில் மூழ்கியிருந்தவர்களை விடுவிக்க முயன்றார். இதனாலேயே பவுத்தம் பார்ப்பனியத்திற்கான நெருக்கடியாக மாறியது.

பவுத்தத்தின் பால் ஈர்க்கப்பட்டு, புத்தர் காட்டிய அறவழியில் நடந்ததாலேயே இன்றைய தலித் மக்கள் அன்று சாதிப் படிநிலைக்கு வெளியே நிறுத்தப்பட்டு நிராதரவான சேரிகளுக்குள் முடக்கப்பட்டனர். பார்ப்பனிய ஆதிக்கத்திற்கும் மூட கருத்தியல்களுக்கும் எதிராக - பவுத்தர்களாக - உறுதியாக நின்றவர்கள் அவர்களே! பவுத்தம் உண்டாக்கிய பண்பாட்டு நெருக்கடியை எதிர்கொண்டாக வேண்டி, தங்களுக்கு பழக்கப்பட்ட மூர்க்கத்தை பயன்படுத்தத் தொடங்கினர் பார்ப்பனர்கள். மன்னர்களை ஏவி பவுத்த துறவிகளை அடித்துத் துன்புறுத்திக் கொல்வதும், போதி மரம், புத்தர் சிலைகள், விகார்கள் உள்ளிட்ட பவுத்தக் குறியீடுகளை அழித்ததும் பிந்தைய வரலாறாக நடந்து முடிந்தன. பார்ப்பனர்களின் வன்முறையாலேயே பவுத்தம் இந்தியாவிலிருந்து அகற்றப்பட்டது. எனினும் பவுத்தத்தால் புகழிழந்த - விலங்குகள் உயிர்த் தியாகத்தை அதன் பின்னர் கையிலெடுக்க பார்ப்பனர்கள் துணியவில்லை. மாறாக, அவர்கள் இயற்கைக்கு எதிரான, அறிவுக்கு ஒவ்வாத வேறொரு மூடக் கருத்தியலை விதைக்கத் தொடங்கினர். அதுதான் பசுவை புனிதமாக்கி முன் வைத்த புதிய அரசியல்.

புத்தரைக் கடந்து சிந்திக்கவும், பவுத்தம் வளர்த்தெடுத்த பகுத்தறிவை சிதைக்கவும் வேண்டி பசுவை இந்து மதத்தின் புனித அடையாளமாக அறிவித்தனர். பசுவின் உடலில் பல தெய்வங்கள் குடி கொண்டிருப்பதாகக் கதையளந்தனர். கிருஷ்ணனை ஆயர் குலத்தில் பிறக்க வைத்து மாடு மேய்க்க வைத்தனர். நன்னாட்கள், விழாக்கள் என எது நடந்தாலும் அதைக் காரணமாக வைத்து ஆயிரக்கணக்கான விலங்குகளைக் கொன்று குவித்த அதே பார்ப்பனர்கள், பசுவுக்கு மரியாதை செய்து புதிய சடங்குகளை உருவாக்கினர். இதற்கு முக்கியமான இன்னொரு காரணம், விவசாயப் பொருளாதாரம் தழைக்கத் தொடங்கிய காலம் என்பதால், உழைக்கும் மக்கள் அனைவருக்குமே கால் நடைகள் மீது பெரிதளவிலான பற்று தோன்றியிருந்தது.

ஏர் பூட்டி உழுதல், கிணற்று நீர் இறைத்தல், போக்குவரத்து, சிறுநீர் மற்றும் சாணம் கொண்டு நிலத்திற்கு உரமேற்றுதல் என கால்நடைகள் விவசாயத்திற்கு பெரிதும் உதவின. இதனால் இயல்பாகவே கால்நடைகளை கண்மூடித்தனமாக பலி கொடுக்க ஒரு எதிர்ப்புணர்வு கிளம்பியிருந்தது. பின்னர் பார்ப்பனர்களுக்கு பிழைக்க என்னதான் வழி? எக்காலத்திலும் உடலுழைப்பு சார்ந்த பணிகளை அவர்கள் செய்ததில்லை. அதனாலேயே பசுவை தெய்வமாக்கி, புதிய சடங்குகளை உருவாக்கினர். பசுவை "கோமாதா" என்று அறிவித்து

வணங்கத் தொடங்கினர். தலை முதல் வால் வரை எல்லாவற்றையும் ருசித்து உண்டவர்கள் அதற்கு ஈடு செய்யும் விதமாக, பால் முதல் சிறுநீர் வரை அனைத்தையும் புனிதமானதாக அறிவித்தனர்.

தங்கள் தொழிலை வளப்படுத்தும் கால்நடைகளை கடவுளாகவே வணங்கும் மனநிலையில் இருந்த மக்கள், பார்ப்பனர்களின் சடங்குகளை ஏற்கத் தொடங்கியது ஒருபுறம். தாங்கள் கைவிட்ட பின்னர் மாட்டிறைச்சியை எவருமே உண்ணக் கூடாது என்ற ஆதிக்க மனப்பான்மையில் பசுவை வெட்டுவதையும் உண்ணுவதையும் பார்ப்பனர்கள் எதிர்க்கத் தொடங்கினர். மாடுகளை திடீரென புனிதப்படுத்தி அவற்றை உண்ணத் தடை விதித்த பார்ப்பனர்களுக்கு, (சூத்திரர்களை போலன்றி) அவற்றை உண்டு எதிர்ப்புத் தெரிவித்தப் பிரிவினர் அன்று பவுத்தத்தின் பகுத்தறிவிற்கு ஆதரவாக இருந்த இன்றைய தலித் மக்களே!

புத்தரின் அகிம்சை அறிவுறுத்தலிலும் உயிர்பலி எதிர்ப்பிலும் சமூக நலன்கள் அடங்கியிருந்தன. ஆனால், உயிர் பலி கொடுப்பதற்கும் சரி, பசுவை புனிதமாக்கி சைவத்திற்கு மாறியதற்கும் சரி, பார்ப்பனர்கள் சொன்ன காரணங்களில் மூடத்தனத்தை தவிர எந்த நியாயங்களும் இருக்கவில்லை. வெட்டுக் களத்தில் ஆயிரக்கணக்கான விலங்குகளை பலி கொடுத்து, அவற்றை தின்று தீர்த்த அதே பார்ப்பனர்கள், பசுவை புனிதமாக்கிய தங்களின் புதிய கொள்கை மாற்றத்திற்கு பின்னர், புத்தர் பசுவை வணங்கவில்லை என்றும் அவர் சைவரில்லை என்றும் பழி சுமத்தத் தொடங்கினர். "கோமாதா எங்கள் குல மாதா" என்று பார்ப்பனர்கள் கூவி அழைத்தும் தலித் மக்களும் பவுத்தத்தை பின்பற்றியவர்களும் மாட்டிறைச்சி உண்ணுவதைக் கைவிடவில்லை. இதன் காரணமாக இப்பிரிவினர் பட்ட துன்பங்களும் இழப்புகளும் ஏராளம். காரணம், வலுவாக வேரூன்றியிருந்த சாதிய அமைப்பு, தலித் மக்களை நிலங்களுக்குள் அனுமதிக்கவில்லை. சாதிய அடுக்கில் மேலிருந்தவர்கள் நிலங்களுக்கு உரிமையாளர்களாக விவசாயத்தை தன்வசப்படுத்திக் கொண்டனர்.

பொது வளங்கள் எதற்குள்ளும் அனுமதி மறுக்கப்பட்டு, தீண்டாமைச் சிறைக்குள் அடைக்கப்பட்டவர்களுக்கு பார்ப்பனர்களையும் அவர்களைப் பின்தொடர்ந்த சாதி இந்துக்களையும் போல கால்நடைகள் மீது பற்றுக்கொள்ள எந்த நியாயமும் இருக்கவில்லை. சாதி இந்துக்களுக்கு அடிமட்ட வேலைகளைச் செய்வதே தொழிலாக்கப்பட்டு, அதற்கு கூலி என எதுவும் வழங்கப்படாத நிலையில், உணவுக்காக கையேந்தி நிற்கும் அவலச் சூழலில், செத்த மாடுகளும் தீண்டத்தகாத மக்களுக்கு உணவாகின. இந்தப் பின்னணியில் பார்த்தால், மாட்டிறைச்சி

வெறுமனே கைவிட முடியாததொரு உணவுப் பழக்கமாகவே தீண்டத்தகாத மக்களிடம் நீடித்து வந்திருப்பது புரிபடும். மாடுகளுக்காகவோ, மாட்டிறைச்சி உண்ணும் விஷயத்திலோ அவர்களுக்கு எவ்விதமான முட்டாள்தனமான பற்றுணர்வுகளும் இருக்கவில்லை.

தங்களிடமிருந்து சுய மரியாதை உட்பட எல்லாவற்றையும் சுரண்டிக் கொண்ட பார்ப்பனியத்தின் அறைகூவலை மீறி, தீண்டத்தகாத மக்கள் மாட்டிறைச்சியைத் தொடர்ந்து உண்ணுவது பார்ப்பனியத்திற்கான ஒருவிதமான எதிர்ப்போ என்று கூட எண்ணத் தோன்றுகிறது. ஏனெனில், பார்ப்பனர்கள் மாதா என்றும் புனிதம் என்றும் அறிவித்த ஒன்றை வெட்டி உணவாக்குவது, வெறுமனே ஒரு பண்பாட்டுத் தொடர்ச்சியாக மட்டுமே நீடித்து வந்திருக்க முடியாது. இந்திய விவசாய முறையின் வெற்றிக்கு முக்கிய காரணம் கால்நடைகள்தான் என பல சர்வதேச ஆய்வுகள் கண்டறிந்துள்ளன. கால்நடைகளைப் பராமரிக்கும் இந்த விவசாய முறையை இந்து வாழ்வியலாகவே அவை முன் மொழிகின்றன. உண்மையில் அது பவுத்த வாழ்வியல் முறை. புத்தரே கால்நடை பராமரிப்பைத் தொடங்கி வைத்த முதல் மனிதர் என்ற உண்மை முற்றிலுமாக மறைக்கப்பட்டுவிட்டது.

பார்ப்பனர்களுக்கு இப்படியொரு வரலாறு இருக்கிறது சரி. இதர சாதி இந்துக்கள் ஏன் மாட்டிறைச்சியை வெறுக்கிறார்கள்? இதற்கு அம்பேத்கர் சொல்லும் விளக்கமே பொருத்தமானது. தங்களைவிட உயர்ந்தவர்களை - தாழ்ந்தவர்கள் பின்பற்றுவதன் மூலமே சமூகத்திற்குள் பண்பாடு பரவுகிறது. அதன்படி பார்ப்பனர்களைப்

ஜெயராணி

போலவே நடந்து கொள்ளும் ஆவல் கொண்டு, பசுவை வணங்கத் தொடங்கி, மாட்டிறைச்சி உண்ணுவதை அவர்கள் கைவிட்டனர். எனினும், பார்ப்பனர்கள் தங்களைப் போல மாற எவரையும் அனுமதிப்பதில்லை என்பதால், சாதி இந்துக்கள் மாட்டிறைச்சி உண்ணாத அசைவர்களாகவே நின்று விட்டனர். தலித்துகளிலும் பள்ளர்கள், பசுவை வணங்கி மாட்டிறைச்சியை வெறுக்கின்றனர். மாட்டிறைச்சி உண்ணும் பறையர்கள் மீதும் அருந்ததியர்கள் மீதம் பள்ளர்கள் செலுத்தும் உட்சாதி தீண்டாமையானது, சாதி இந்துக்களிடமிருந்து அவர்கள் கற்றதுதான். இப்படியாக பார்ப்பனரைத் தொடர்ந்து சாதி இந்துக்களும், பள்ளர்களும் மாட்டிறைச்சி உண்ணுவதைக் குற்றச் செயலாக்கிவிட்டனர்.

மாட்டிறைச்சி குறித்து இந்துத்துவவாதிகள் நிலைநாட்டும் இன்னொரு வரலாற்றுத் திரிபு - "இந்தியாவில் தீண்டத்தகாத மக்கள் மட்டுமே மாட்டிறைச்சி உண்ணுகிறார்கள். இந்த தீய பழக்கம் முஸ்லிம்களின் படையெடுப்பிற்கு பின்னரே நிகழ்ந்தது" என்பதுதான். இஸ்லாமியப் படையெடுப்பு நிகழ்ந்து 700 ஆண்டுகள்தான் ஆகின்றன. உண்மையில், வரலாற்றுக் குறிப்புகளின்படி, முகலாயப் பேரரசரான பாபர், மகனுக்கு எழுதிய உயிலில், பெரும்பான்மை மக்களின் நம்பிக்கைக்கு மதிப்பளிக்கும் வகையில் பசுவை மதிக்கவும், பசுவதையைத் தவிர்க்கவும் கேட்டுக் கொண்டிருக்கிறார். பாபர் மட்டுமல்ல அக்பர், ஷாஜஹான், அவுரங்கசீப், அஹமது ஷா உள்ளிட்ட பல முகலாய மன்னர்கள் பசுவைக் கொல்லத் தடை விதித்திருக்கிறார்கள்.

முகலாய மன்னர்களின் இந்த பெருந்தன்மை உட்பட முஸ்லிம்கள் பற்றிய பல வரலாற்று உண்மைகள், இந்துத்துவவாதிகளால் முற்றிலுமாக திரிக்கப்பட்டு வருகின்றன. டெல்லி பல்கலைக் கழகத்தில் பணிபுரியும் வரலாற்று அறிஞர் டி.என். ஜா. எழுதிய, "புனிதப் பசு: இந்திய உணவுப் பண்பாட்டில் மாட்டிறைச்சி" என்ற நூல், மாட்டிறைச்சியின் வரலாற்று உண்மைகளையும், இந்துத்துவவாதிகள் அதை வைத்து நடத்தும் மத அரசியலையும் தெளிவுபடுத்துகிறது.

வேதங்களையும் மநுதர்மத்தையும் யார் படிக்கப் போகிறார்கள்? அப்படியே படித்தாலும் அது பொது சமூகத்தின் அறிவுக் கண்ணை ஒருபோதும் திறக்கப் போவதில்லை. பகுத்தறிவை விடவும் பன்னெடுங்காலமாக விதைக்கப்பட்டிருக்கும் மூடக் கருத்தியல்கள் வீரியமிக்கவை என்பதாலேயே இந்துத்துவவாதிகள் தொடர்ந்து மாட்டிறைச்சியை முன் வைத்து, அவ்வப்போது அரசியல் செய்து வருகின்றனர். சுதந்திரத்திற்குப் பிந்தைய ஆண்டுகளில் இந்த அரசியல்

மிகத் தீவிரமாக நடைபெற்றது. 1966 ஆம் ஆண்டு இந்து அமைப்புகள் பசுவதைத் தடையை வலியுறுத்திப் போராட்டம் செய்தன. சங்கராச்சாரி இதற்காக உண்ணா நிலைப் போராட்டம் நடத்தினார். அப்போதைய பிரதமரான இந்திரா காந்தி, இந்த கோரிக்கையை ஏற்கவில்லை. ஊர்வலத்தைத் தடுக்க நடந்த துப்பாக்கிச் சூட்டில் பல "சாது"க்கள் உயிரிழந்தனர்.

இந்துத்துவவாதிகளின் பசு வதைத் தடைக்கு பொதுமக்களின் ஆதரவு எப்போதுமே கிடைக்கவில்லை. காரணம், கேரளம், மேற்கு வங்காளம் மற்றும் ஏழு வடகிழக்கு மாநிலங்கள் தவிர்த்து பிற மாநிலங்களில் பசுவைக் கொல்லத் தடை இருக்கிறது. கொல்வதற்காக பசுவை கடத்துவது குற்றமெனினும், இந்த மாநிலங்களுக்கு தொடர்ந்து பசுக்கள் அனுப்பப்படுகின்றன. எனினும் தார்மீக ரீதியாக ஒவ்வொரு இந்துவிடமும் பசுவதைக்கு எதிரான ஓர் உளவியல் விதைக்கப்பட்டிருக்கிறது. இந்த உளவியலின் வேர் எங்கு சென்று முடிகிறதெனில், மாட்டிறைச்சியை உண்ணும் முஸ்லிம்கள் மற்றும் தலித் மக்கள் மீதான வெறுப்புணர்வாக சென்று சேர்கிறது.

இந்தியாவில் நடந்த பல மதக் கலவரங்களுக்கு மூல காரணமாக பசு இருந்திருக்கிறது. முஸ்லிம்களையும் தலித்துகளையும் இக்கலவரங்களில் பசுவின் புனிதத்தை காப்பதற்காக பலியெடுக்கின்றனர் இந்துத்துவவாதிகள். ஏழு ஆண்டுகளுக்கு முன்பு அரியானா மாநிலம், ஜஜ்ஜார் மாவட்டம் துலியானா கிராமத்தில் தேவேந்திரா, வீரேந்திரா, தயாசந்த் டோட்டாராம் மற்றும் ராஜூ ஆகிய அய்ந்து தலித் இளைஞர்கள் இந்துத்துவவாதிகளால் கொலை செய்யப்பட்டனர். அவர்கள் செய்த குற்றம் செத்த மாட்டின் தோலை உரித்தது. கர்கோன் மாவட்டம் பட்ஷாபூரைச் சேர்ந்த தேவேந்திரா தோல் வியாபாரம் செய்பவர். 40 கிராமங்களில் இறந்த விலங்குகளின் தோலை உரித்து விற்க, ஊரக வளர்ச்சி அலுவலகத்தில் 35 ஆயிரம் ரூபாய் செலுத்தி ஏலம் எடுத்திருந்தார். கைலாஷ் என்னும் தோல் வியாபாரிக்காக 40 ஆயிரம் ரூபாய் பெறுமானமுள்ள தோல்களை வாகனத்தில் ஏற்றிக் கொண்டு, மேலும் நான்கு இளைஞர்களோடு துலியானா நோக்கி கிளம்பினார். செத்த மாடு ஒன்றை வாங்கிக் கொண்டு, கைலாசும் இவர்களோடு வந்திருந்தார்.

துலியானா காவல் நிலையத்திறகு அருகில் வாகனம் பழுதடைந்து நின்றுவிட, வண்டியிலிருந்த செத்த மாட்டை எடுத்து தோல் உரிக்கத் தொடங்கினர் அய்வரும். அவ்விடத்திற்கு வந்த காவலர்கள் பசுவதைத் தடைச் சட்டத்தைப் பற்றி சொல்லி லஞ்சம் கேட்க, அதற்கு மறுக்கவே எல்லோரையும் இழுத்துச் சென்று சிறையில் அடைத்து விட்டனர். தோல் உரிக்கப்பட்டு தெருவில் கிடந்த

மாட்டைப் பார்த்து, அந்த வழியே சென்ற வி.எச்.பி. மற்றும் பஜ்ரங்தள் வெறியர்கள் பசு உயிரோடு வதைக்கப்பட்டுக் கொல்லப்பட்டிருப்பதாக கதை கட்டி ஒரு பதற்றத்தைத் தோற்றவித்தனர். அவ்வளவுதான். சாதி இந்துக்களும் இந்துத்துவவாதிகளும் காவல் நிலையத்தை முற்றுகையிட்டு, பசுவை வதைத்த குற்றவாளிகளை தங்களிடம் ஒப்படைக்குமாறு கூச்சல் போட்டனர். ஏற்கனவே காவலர்களிடம் அடி வாங்கி காயமடைந்திருந்த தலித் இளைஞர்களை, வேத சாஸ்திரங்களின்படி கொல்ல வேண்டுமென கூச்சல் போட்டபடி இந்த வெறியர்கள் காவல் நிலையத்தின் மீது கல்லெறிந்து தாக்குதல் நடத்தினர். அறுபதிற்கும் மேற்பட்ட காவலர்கள், 3 மாவட்ட நீதிபதிகள், மாவட்ட துணைக் கண்காணிப்பாளர் என எல்லோரும் பதற்றப் பகுதிக்கு வந்திருந்தனர்

வெறியேற ஏற அடக்க மாட்டாமல் காவல் நிலையத்திற்குள் அத்துமீறி நுழைந்து, அய்வரையும் தெருவிற்கு இழுத்து வந்து, வேட்டையாடித் தீர்த்தது இந்துவெறி கும்பல். சில நிமிடங்கள் தான்... தேவேந்திராவின் சிதைந்த தலைக்கருகில் பாராங்கல் கிடந்தது. அவரது தம்பி வீரேந்திராவின் உடல் வெட்டுக் காயங்களுடன் எரிக்கப்பட்டிருந்தது. மற்ற மூவரும் கல்லடியாலேயே சிதைக்கப்பட்டிருந்தனர். செத்த மாட்டின் தோலை உரித்ததற்காக மனிதர்களை உயிரோடு வேட்டையாடிக் கொல்லும் வெறியை என்னவாக இனங்காண்பது? பசுவதைத் தடைச் சட்டம் நடைமுறைக்கு வந்து மாடுகளை வெட்டவும், மாட்டிறைச்சியை உண்ணவும் தடை வருமானால், இந்நாட்டில் என்ன மாதிரியான கொடூரங்கள் நடந்தேறும் என்பதற்கு இதுவொரு எடுத்துக்காட்டு. தவிரவும், மாட்டுத் தலையை கோயில்களிலும், இந்துத்துவா அலுவலகங்களிலும் தாங்களே வீசிவிட்டு, அதையே காரணமாக வைத்து, முஸ்லிம்கள் மீது தாக்குதல் தொடுப்பதும், அவர்களை சிறைக்கு அனுப்புவதும் இந்து வெறியர்களின் கொள்கைச் செயல்பாடாக தொடர்ந்து நடக்கிறது. தங்களின் வெறுப்புணர்விற்கு மதச் சாயமும் புனித அரிதாரமும் பூசிக் கொண்டு, தலித்துகளையும் சிறுபான்மையினரையும் அழித்தொழிக்கத் துடிக்கும் இந்து வெறியர்களுக்கு ஒரு கூரிய ஆயுதமாக இருக்கிறது பசு.

பாபா ராம்தேவ் போன்றவர்கள், இந்த நாட்டில் அசைவ விலங்குகளான புலிகளைப் பாதுகாக்க சட்டம் இருக்கிறது. ஆனால் சைவ விலங்கான பசுவைப் பாதுகாக்க வழியில்லை என்று புலம்புவதோடு, தொடர்ந்து பசுவதைக்கான தடையை வலியுறுத்தி வருகிறார். இந்துத்துவவாதிகள் கற்பனை செய்து கொண்டுள்ளதைப்

போல, உண்மையில் பசுவிற்கு அத்தனை பெரிய தட்டுப்பாடு ஒன்றும் வந்துவிடவில்லை. அதன் விருத்தியை நம்மால் அதிகரித்துவிட முடியும். உயிர் சுழற்சியின் உச்ச விலங்கான புலி இல்லையென்றால், சைவ விலங்குகள் அதிகரித்து காடுகளை தின்றே அழித்துவிடக் கூடும். அதன் பின்னர் காடுகளும் இருக்காது, விலங்குகளும் இருக்காது, மனிதர்களும் வாழ முடியாது.

விவசாயத்திற்கு கால்நடைப் பராமரிப்பு அவசியம் என்பதை எவரும் மறுக்கவில்லை. ஆனால், உணவுக்காக வெட்டப்படும் மாடுகளின் எண்ணிக்கையை ஒப்பிடும்போது, மேட்டுக்குடிகளின் ஆடைகளுக்காகவும் அலங்காரத்திற்காகவும், ஏற்றுமதிக்காகவும் உரிக்கப்படும் மாடுகளின் எண்ணிக்கை பன்மடங்கு அதிகம். இந்தியாவில் மிகப் பெரிய தோல் தொழிற்சாலைகளை நடத்துகிறவர்களும், தோலாடைகளை உடுத்துகிறவர்களும் நிச்சயம் மாட்டிறைச்சி உண்ணும் மக்களில்லை. பசுமைப் புரட்சியும், புதிய பொருளாதாரக் கொள்கைளும் நிலத்தைப் பாழ்படுத்திவிட்டன. உயிர்ப்பற்ற நிலங்களாலேயே உண்மையில் கால்நடைகள் அழிந்தனவே தவிர, முஸ்லிம்களாலும் தலித்துகளாலும் அல்ல.

இந்தியாவின் சொற்ப மக்களைத் தவிர, பலரும் மாட்டிறைச்சியை உண்ணுகிறார்கள். பல மேட்டுக்குடி இந்தியர்கள் இந்தியாவுக்கு வெளியே மாட்டிறைச்சியை உண்ணுகிறார்கள். உலகம் முழுக்கவே மாட்டிறைச்சி ஒரு முக்கிய உணவாக இருந்து வருகிறது. இந்நிலையில் இந்த சொற்ப இந்துக்களுக்காக, பசுக்கள் மீதான அவர்களின் பற்றுணர்ச்சிக்காக உலகமே அதை கைவிட வேண்டுமென

எதிர்பார்ப்பது, ஜனநாயகத்திற்கு எதிரானக் கருத்தியலின்றி வேறில்லை. பிடிக்காத ஒரு உணவை தின்றுதான் ஆக வேண்டுமென என வலியுறுத்தி சட்டம் இயற்றுவது எவ்வளவு அறிவின்மையோ, அதைப் போலத்தான் பிடித்த ஒரு உணவை உண்ணக் கூடாது என தடை விதிப்பதும். உணவுத் தேர்வு என்பது தனி மனித சுதந்திரத்தின் அடிப்படையில் அமைய வேண்டுமே ஒழிய, சட்டத்தின் வலியுறுத்தலாக அமைவது நிச்சயம் உரிமை மீறலே.

மாட்டிறைச்சி உண்ணுவதால் எந்த உடல்நலக் கேடும் உண்டாவதில்லை. மாட்டிறைச்சி உண்ணுவதால் தீராத நோய்க்கு ஆட்பட்டு எவரும் செத்து மடியவில்லை. அப்படியிருக்கும்போது இந்துத்துவவாதிகள் தங்களின் தனிப்பட்ட கருத்தையும் பற்றுணர்ச்சியையும் இந்தியாவின் பல்வகை மக்களுடையதாக உலகத்திற்கு காட்டுவது கண்டிக்கத்தக்கது. கடந்த ஆண்டு நடைபெற்ற காமன்வெல்த் போட்டிகளின்போதுகூட, மாட்டிறைச்சியை உணவுப் பட்டியலில் சேர்க்கக் கூடாது என டெல்லி மாநகராட்சித் தீர்மானம் நிறைவேற்றியது. பா.ஜ.க.வின் ராஜ்நாத் சிங், "மாநகராட்சியின் முடிவு முக்கியத்துவம் வாய்ந்தது. ஏனெனில், டெல்லியின் பெரும்பான்மை மக்களின் பண்பாடு மற்றும் மதப் பற்றுணர்ச்சியை அது மதிக்கிறது. அது மட்டுமின்றி ஒட்டுமொத்த நாட்டின் குரலாக அது ஒலிக்கிறது" என குறிப்பிட்டார். மாட்டிறைச்சி உண்ணாத பார்ப்பனர்களும் சாதி இந்துக்களும் மட்டும்தான் இந்தியாவா என்ன?

இந்தியாவின் வடகிழக்கு மாநிலத்தவர்களும் சீனர்களும் புழு பூச்சிகளையும், பாம்பு, தவளைகளையும் உண்கிறார்கள். இவையும்தான் விவசாயத்திற்கும் சுற்றுச்சூழலுக்கும் உதவுகின்றன. அதனால் உண்ணக்கூடாது என தடை கொண்டு வருவது சரியாகுமா? புழு பூச்சிகளை தின்பதை அதற்கு பழக்கப்படாத மக்களால் நினைத்துப் பார்க்கவும் முடிவதில்லை. அதற்காக அதை உணவாகக் கொண்டவர்களை தரம் தாழ்ந்தவர்களாகக் கருதுவது தகுமா? மதப் பற்றுணர்ச்சிகளை விடவும் தனி மனித உரிமைகளும், ஜனநாயகமுமே மனித வாழ்வின் நெறிகளாக வேண்டும். மாட்டிறைச்சி மட்டுமல்ல, எந்த உணவையும் உட்கொள்ளும் அல்லது நிராகரிக்கும் உரிமை அவரவருடையதாகவே இருக்க வேண்டும். இல்லையெனில், அதுவொரு வதையாகவே மாறிவிடும்.

தலித்துகளை அடிமைகளாகவும், முஸ்லிம்களை அழிக்கப்பட வேண்டியவர்களாகவும் கருதும் சாதி இந்துக்களின் ஆதிக்க மனோபாவம், அவர்களின் எல்லா உரிமைகளையும், நலன்களையும், கொண்டாட்டங்களையும் பறித்துவிட எப்போதும் துடித்துக் கொண்டிருக்கிறது. பசு குறித்த பிரச்சாரம் இத்தனை தீவிரமாக

இருந்தும் இந்துத்துவவாதிகளால் மாட்டிறைச்சி உண்ணுவதைத் தடுக்க முடியவில்லை. அதனாலேயே ஒரு சட்டத்தை இயற்றி அதை குற்றச் செயலாக நிலைநாட்ட விரும்புகிறார்கள். சட்டம் இயற்றப்பட்ட பின்னர் அதைக் காரணமாக வைத்தே முஸ்லிம்களையும் தலித்துகளையும் கிறித்துவர்களையும் தாக்கலாம் இல்லையா? மாட்டிறைச்சி உண்ணுவதற்கு எதிரான இந்துத்துவவாதிகளின் நெருக்கடி அதிகரித்து வருகிற நிலையில், குற்றவுணர்ச்சியோடு மறைந்திருந்து உண்ணும் பெரும்பான்மை சமூகம், அதைவொரு சமூக நிகழ்வாகக் (பெரியார் செய்ததைப் போல) கொண்டாடப் பழக வேண்டும். பசுவை பார்ப்பனர்கள் ஆதிக்கத்தின் குறியீடாக வைத்திருக்கும்போது, அதை உண்ணுவதை தங்களுடைய விடுதலையின் குறியீடாக, விட்டுக் கொடுக்க முடியாத உரிமையாகப் பாதுகாக்க வேண்டும்.

(தலித் முரசு - ஏப்ரல் 2011)

கொலையைக் கொண்டாடும்
அகிம்சை நாடு!

10

பேரறிவாளன், சாந்தன் மற்றும் முருகனின் தூக்குத் தண்டனைக்கு எதிரான தமிழகத்தின் தன்னெழுச்சி, தொடர்ச்சியாக மரண தண்டனைக்கு எதிராக செயல்பட்டு வரும் மனித உரிமை ஆர்வலர்களுக்கு மகிழ்ச்சியைவிட வியப்பை அளித்திருக்கக் கூடும். மூவரின் கருணை மனுக்கள் நிராகரிக்கப்பட்டு, செப்டம்பர் 9 தீர்ப்பு நாளாக நிர்ணயிக்கப்பட்ட கணத்தில், ஆழிப் பேரலையைப் போல எங்கிருந்து கிளம்பியது இத்தனை பெரிய கிளர்ச்சி? பல்வேறு அமைப்புகள் மற்றும் கட்சிகளின் பொதுக்கூட்டங்கள், ஆர்ப்பாட்டங்கள், வேலூர் சிறை நோக்கி பைக் பேரணி, மூன்று பெண்களின் உண்ணாநிலைப் போராட்டம், இறுதியாக செங்கொடியின் ஏற்பதற்கியலாத கொடிய மரணம் இவை அனைத்திற்கும் தார்மீக உணர்வோடு திரண்டு வந்த தனிநபர்களின் பங்கேற்பு என - கண்கூடான, வீரியமிக்க எழுச்சி நிகழ்ந்திருக்கிறது.

ஆனால், இந்த எழுச்சியானது எந்தப் புள்ளியில் சாத்தியப்பட்டிருக்கிறது? மரண தண்டனை ஒழிப்பின் உண்மையான கூறுகளை உணர்ந்து, அதை முற்றிலுமாக ஒழிக்கிற வரை அடங்காமல் அது கொதித்துக் கொண்டே இருக்குமா? அது மட்டுமின்றி, தொடர்ச்சியான மனித உரிமை மீறல்களுக்கு எதிராக ஒவ்வொரு முறையும் இதே போல திரண்டு வருமா என்பதைப் போன்ற ஆழமான கேள்விகளை எழுப்பியிருக்கிறது.

இறுக மூடிய சிறைக் கம்பிகளுக்குப் பின்னால் 21 ஆண்டுகளை கழித்திருக்கின்றனர் மூவரும். கொடூரமான விசாரணை முறை,

ஜெயராணி

அதிகாரத்திற்கு சாதகமான வாக்குமூலங்களுக்காகவும், பொய்யை மறுத்துப் பேசாமலிருக்கவும் அனுபவித்த உடல் மற்றும் உளவியல் ரீதியான வதைகள், தூக்கு தண்டனை என தீர்ப்பெழுதி, பேனாமுனையை வளைக்கும்வரை தொடர்ந்த துன்புறுத்தல்கள், வாழ்வதற்கான பேராவலைச் சுமந்தபடி மரணத்தின் நிழலில் யுகத்தை கடக்கிற அயர்ச்சியோடு - தனிமைச் சிறையில் நொடிகளைக் கடந்த கொடுங்காலத்தில் இவர்களின் இளமை தொலைந்து, புதிதாக ஒரு தலைமுறையே தோன்றிவிட்டது.

இந்த தலைமுறையைச் சேர்ந்தவர்தான் செங்கொடி. ராஜிவ் கொல்லப்பட்டபோது அல்லது யாருக்காக அவருடைய உயிரை மாய்த்துக் கொண்டாரோ அவர்கள் கைது செய்யப்பட்டபோதுதான் செங்கொடி பிறந்திருப்பார். சமூகப் பிரச்சனைகளுக்காக நேர்மையாகவும் துணிவுடனும் போராடி வந்த செங்கொடி, இங்கு பரவிக் கிடக்கும் அநீதிகளின் வேர் எதுவென்பதை அறிந்திருந்தாரா என்று தெரியவில்லை. நிகழ்வுகளுக்கு மட்டுமே எதிர்வினையாற்றும் நமது அமைப்பு முறையில், எல்லாவற்றிற்கும் மூலமாக இருக்கும் பிரச்சனைகள் பெரும்பாலும் கண்டுகொள்ளப்படுவதில்லை. சமூகத்தின் ஆதிக்க கட்டமைப்பை கேள்விக்குள்ளாக்கிய, ஆட்டங்காண வைத்த எத்தனையோ தலைவர்கள் இருந்தும், போராளி குணம் கொண்ட செங்கொடி தனக்கு முன்னுதாரணமாகக் கொண்டது முத்துக்குமாரை எனில், என்ன மாதிரியான சமூகப் புரிதலை நாம் வளர்த்துக் கொண்டிருக்கிறோம்?

கொலைக்கு கொலையே தண்டனையாகாது என்ற முழக்கத்தின் நியாயங்கள் சரியாகப் பரிமாறப்பட்டிருக்குமானால், மரண தண்டனையை ஒழிக்க மரணத்தையே ஆயுதமாக்கும் அவலம் இங்கு நிகழ்ந்திருக்காது. கிளர்ச்சியின் குறியீடாகவும் தியாகத்தின் அடையாளமாகவும் போற்றப்படும் முத்துக்குமார் உள்ளிட்ட 16 பேரின் இனப்படுகொலைக்கு எதிரான தற்கொலை, செங்கொடி போன்ற சமூகப் போராளிக்கு தவறான தூண்டுகோலாகி விட்டது. மரண தண்டனை உள்ளிட்ட அனைத்து உரிமை மீறல்களையும் சமூக அவலங்களை யும் எதிர்த்துப் போராடும் வலு கொண்ட பிள்ளைகளை அதீதத்தின் எல்லையில் தனிமையில் நிறுத்தி கையறு நிலையில் சாக விட்டுக் கொண்டிருக்கிறோம். எதை நோக்கிப் போராட வேண்டும், எம்முறையில் போராட வேண்டும், எதைத் தகர்த்தால் எல்லா அநீதிகளும் முடிவுக்கு வரும் என்ற பாடத்தை கற்காததால், நிகழ்வுகளின் தீவிரங்களைத் தாங்க மாட்டாமல்

ஒவ்வொருவராய் பொசுங்கிக் கொண்டிருக்கிறார்கள்.

தூக்கு தண்டனையை நிறுத்தி வைத்த நீதிமன்றத்தின் இடைக்காலத் தடையையும், சட்டமன்ற தீர்மானத்தையும் செங்கொடியின் தியாகத்துக்கு கிடைத்த வெற்றி என குறிப்பிடுகிறவர்கள் முத்துக்குமார், செங்கொடியைப் போல சமூகக் கோபத்தை உள்ளடக்கி வைத்திருக்கும் எண்ணற்ற இளைஞர்களின் நிலையை கருதியேனும் அப்படி சொல்வதை நிறுத்துங்கள். கொதிநிலையின் உச்சப் புள்ளியிலும் இயலாமையின் வெடிப்பிலும்தான் செங்கொடி தீயிட்டுக் கொண்டாரெனில், அந்த உணர்ச்சிப் பிழம்பின் வெவ்வேறு அளவுகோலில்தான் மரண தண்டனை மீதான வெறுப்பை இச்சமூகம் பகிர்ந்து கொள்கிறதென்றால், இந்த தன்னெழுச்சியின் தற்காலிகம் குறித்து நாம் கவலை கொள்ள வேண்டும்.

மூவரின் தூக்கு தண்டனை எதிர்ப்பைப் பொருத்த வரையிலும் நடந்த கிளர்ச்சிகளெல்லாம் கவன ஈர்ப்பு தானே ஒழிய, சட்டம்தான் தூக்கு தண்டனையை ரத்து செய்ய முடியும். உணர்ச்சிகளை ஓரம் வைத்துவிட்டு, இவ்வழக்கின் சூழ்ச்சிகளை உடைக்கப் போராடுவோருக்கு இறுதி வரையிலும் தார்மீக ரீதியாக துணை நிற்க வேண்டியதுதான் நம் முதற் கடமை. முடிவான கடமை எதுவெனில், மரண தண்டனையை முற்றிலுமாக ஒழிக்கும் வரை ஓயாமல் இருப்பது.

2007இல் அய்க்கிய நாடுகள் பொதுச் சபை உருவாக்கிய மரண தண்டனைக்கு எதிரான தீர்மானத்தில் 104 நாடுகள் கையெழுத்திட்டன. தீர்மானத்தை ஏற்க மறுத்த 54 நாடுகளில் இந்தியாவும் ஒன்று. அகிம்சை நாடு என்ற பட்டத்தைப் பெற்ற இந்தியா, மரண தண்டனையை நடைமுறையில் வைத்திருக்க, இரண்டு முக்கியக் காரணங்களை குறிப்பிடலாம். ஒன்று, அதன் முன்னோடிகளான அமெரிக்காவும் சீனாவும் இன்னும் நீதிக் கொலையை நடைமுறையில் வைத்திருப்பது. இரண்டாவது, இங்கு வேரூன்றி நிற்கும் மத ஆதிக்கம் மற்றும் சாதிய ஏற்றத்தாழ்வுகள்.

உலகிலேயே அதிகளவு மனித உயிர்களை கொண்ட சீனாவுக்கு அவ்வுயிர்களின் மதிப்பு துச்சமானதாகவே இருக்கிறது. மரண தண்டனையை வழக்கத்தில் வைத்திருக்கும் பிற நாடுகள் கொடூரமான கொலை மற்றும் தேசத் துரோகம் போன்ற அரிதிலும் அரிதான குற்றங்களுக்கு மட்டுமே மரண தண்டனை வழங்குகையில், பொதுவுடைமை நாடான சீனா மட்டும் திருட்டு, வரி ஏய்ப்பு, ஊழல்

போன்ற பொருளாதார முறைகேடுகள் உள்ளடக்கிய 55 வகையான குற்றங்களுக்கு மரண தண்டனையை விதிக்கிறது. உயிரை விடவும் பணத்திற்கே மதிப்பதிகம் என்பதால், அங்கு ஆண்டுதோறும் மூவாயிரத்திற்கும் மேற்பட்டோர் அரசால் கொலை செய்யப்படுகிறார்கள். அரசியல் மற்றும் சமூகப் பின்னணி இதில் பெரும்பங்கு வகிப்பதை நாம் கவனித்தாக வேண்டும். அதைப் போலவே அமெரிக்காவிலும் மரண தண்டனை விதிக்கப்பட்டவர்கள், பெரும்பாலும் ஆப்பிரிக்க - அமெரிக்கர்கள்தான் என்கிறது அம்னஸ்டி. உலகம் முழுக்கவே நீதி அமைப்பு அதிகாரம் படைத்தவர்களின் ஆயுதமாக இருந்து அடிமைகளாகப் பிறக்க நேர்ந்தவர்களின் உயிரை சட்டத்தாலும் எடுத்துக் கொண்டிருக்கிறது.

இப்பின்னணியில்தான் சாதி ஒடுக்குமுறையும் மத ஆதிக்கமும் நிறைந்த இந்தியாவின் மரண தண்டனை மோகத்தை ஒருவர் புரிந்து கொள்ள வேண்டியிருக்கிறது. பார்ப்பனர்களை தண்டனைக்கு அப்பாற்பட்டவர்களாகக் குறிக்கிறது, இந்து சனாதன தர்மம். தனிநபர் வாழ்விலும் சமூக இயங்குதலிலும் மதக் கருத்தியல்கள் தீவிரமாகக் கடைப் பிடிக்கப்படும் இந்நாட்டில், தண்டனை விதிக்கப்படுவோர் யாராக இருப்பார்கள் என்பதை சொல்லித் தெரிய வேண்டியதில்லை. 64 ஆண்டுகால சுதந்திர இந்தியாவில் காவல் துறையால் தன்னிச்சையாக கைது செய்யப்பட்டு, துன்புறுத்தலுக்கு உள்ளாகி, நீதியமைப்பால் விசாரணையே இன்றி தண்டனை பெற்று சிறையில் பன்னெடுங்காலமாக துன்பத்தில் உழல்வோருக்கு கணக்கில்லை.

இவர்களில் பெரும்பாலானோர் முஸ்லிம்களும் தலித்துகளுமாகத்தான் இருக்க முடியும். ஒடுக்கப்பட்ட மற்றும் சிறுபான்மையின மக்களுக்கு எதிரான இந்திய நீதியமைப்பின் பாரபட்சம் குறித்துப் பெருமளவில் ஆய்வுகள் மேற்கொள்ளப்படவில்லை எனினும், விசாரணையே இன்றி சிறையில் தவிக்கும் முஸ்லிம்கள் பற்றி சச்சார் குழு ஆய்வறிக்கையில் குறிப்பிடப்பட்டிருக்கும் தகவல்களை இதற்கு எடுத்துக்காட்டாகக் கொள்ளலாம்.

இந்து சனாதன உளவியல் ஆட்சியதிகாரத்தில் இருக்கும்போது, அரசமைப்புச் சட்டத்தின் நியாயங்கள் அதற்கு வளைந்து கொடுத்தே செயல்பட்டாக வேண்டிய நிலையில், வெளிப்படைத்தன்மை அற்ற, கேள்வி கேட்க முடியாத நீதியமைப்பின் சர்வாதிகாரம் மிக எளிதாக

சாதி, மத ரீதியாக ஒடுக்கப்பட்டவர்களை பலி கொள்கிறது. சுதந்திர இந்தியாவில் இதுவரை மரண தண்டனை விதிக்கப்பட்டவர்கள் எத்தனை பேர், அவர்களின் சமூகப் பின்னணி, குற்ற விவரங்கள் போன்றவை ஆய்வுக்குட்படுத்தப்படும்போது இந்த உண்மைகள் பட்டவர்த்தனமாகும். சட்டத்தின் உறையில் ஒளிந்திருக்கும் ஆதிக்கத்தின் ஆயுதமே மரண தண்டனை. நின்று நிதானமாகவும் தேடித் தேடியும் அது கொல்வது ஒடுக்கப்பட்ட மக்களைத்தான் எனும்போது, திட்டமிட்ட இக்கொலையை தடுத்து நிறுத்த, இத்தனை ஆண்டு காலமும் வலுவான எதைச் செய்தோம் நாம்?

மரண தண்டனை எதிர்ப்பு என்பது ஆழமான சமூகப் புரிதலிலும், அழுத்தம் மிகுந்த மனித நேயத்திலும், உரிமைகள் மீது கொண்ட நம்பிக்கையிலிருந்தும் எழுந்து வர வேண்டும். பகுத்தறிவு முதிர்ச்சியின் விளைச்சலாக அன்றி வெறுமனே சாதி, மத, இன, மொழி உணர்வின் வெளிப்பாடாக மட்டுமே அது பீறிட்டு வருமானால், இது போன்ற போராட்டங்கள் நோக்கங்களை குலைத்து நமத்து விடும் வாய்ப்பே அதிகம். ராஜிவ் கொலை வழக்கில் தொடக்கம் முதலே இருந்து வரும் முரண்களும், நெடிய விசாரணையில் இன்று வரை அடைக்க முடியாத ஓட்டைகளும், பேரறிவாளன், சாந்தன், முருகன் மூவரும் ஏற்கனவே அனுபவித்துவிட்ட அதிகபட்ச தண்டனையுமாக இதில் குவிந்து கிடக்கும் அநீதிகளும் மீறல்களும் கண்கூடானவை. முன்னாள் பாரதப் பிரதமரையே கொன்றவர்கள் என்னும் வறட்டுத்தனமான தேசப் பற்றை ஒதுக்கி வைத்துவிட்டுப் பார்த்தால், பிறழ்வில்லாத சிந்தை கொண்ட எவருமே இதன் நியாயங்களைப் புரிந்து கொள்ளக்கூடும்.

ஆனாலும், ஆதிக்க வர்க்கமும் அவர்களின் கைகளில் இருக்கும் அரசதிகாரமும், அவர்களுக்கான ஊடகங்களும் இந்நாட்டின் கடைநிலை மனிதர்களுக்கும், அநீதியை எதிர்க்கின்றவர்களுக்கும் வலுவான பாடத்தைப் புகட்ட விரும்புகின்றன. இத்தனை ஆண்டுகளில் சாட்சிகள் பிறழ்ந்துவிட்டன. விசாரிக்கப்பட வேண்டியவர்கள் சட்ட வளையத்திற்குள் வரவேயில்லை. வாக்குமூலங்கள் வற்புறுத்தி, வன்முறையால் வாங்கப்பட்டவை என தெரிந்துவிட்டது. விசாரணை அதிகாரிகளும் நீதிபதிகளும் ஓய்வு பெற்ற நிலையில் தவறுகளை சுட்டிக்காட்டி மரண தண்டனை கூடாது என வலியுறுத்தி வருகின்றனர். சோனியா காந்தி கூட, மரண தண்டனையில் உடன்பாடில்லை என கூறிவிட்டார். என்றாலும் கருணை மனுக்கள் நிராகரிக்கப்படுகின்றன. இந்நாட்டின் நீதி

அமைப்பும் அரசதிகாரமும் நீதியைப் புறந்தள்ளி, மேலடுக்கில் இருப்பவர்களின் கூட்டு மனநிலைக்கு நியாயம் செய்யவே விழையும் எனில், எட்டு வோல்ட் பேட்டரி வாங்கப் போய் நீங்களும் நானும் நாளையே கூட தூக்குக் கொட்டடியில் நிறுத்தப்படலாம். அதற்கான எல்லா அநீதி சூழல்களும் இங்கே நிறைந்திருக்கின்றன.

உலகம் முழுவதும் குற்றத்தில் சிக்க வைக்கப்படுவதும், சரியான வழக்குரைஞர்களின்றி தன் தரப்பு நியாயத்தை எடுத்துரைக்க முடியாமல் போவதும், முடிவாக மரண தண்டனை என்னும் சூழ்ச்சிக்கு பலியாவதும் யாராக இருக்கிறார்களெனில் - சமூக, பொருளாதார, அரசியல் ரீதியாக ஒடுக்கப்பட்டவர்களே என்கிறது அம்னஸ்டி. அமெரிக்கா உள்ளிட்ட பல்வேறு நாடுகளில், சமூக ஏற்றத் தாழ்வுகள் தண்டனைகளில் பிரதிபலிப்பதாக ஆய்வுகள் குறிப்பிடுகின்றன. எனும்போது, சாதி, மத, இன, மொழி வர்க்க, பாலின ரீதியான எல்லா விதமான ஏற்றத் தாழ்வுகளையும் உள்ளடக்கிய இந்தியா போன்றதொரு நாட்டில் பரவிக் கிடக்கும் பாகுபாடுகள், நிச்சயம் அதன் நீதியமைப்பிலும் பிரதிபலிக்கவே செய்யும்.

இந்நாட்டின் அத்தனை வகையான உரிமை மீறல்களுக்கும் யார் பலியாகிறார்களோ அவர்கள்தான் மரண தண்டனை எனும் அரசதிகாரக் கொடுஞ்செயலுக்கும் பலியாகிறார்கள். பெரும்பாலும் குற்றவாளியின் மதமும் சாதியுமே தண்டனைகளை தீர்மானிக்கின்றன. இதற்கு முரணாக, குற்றங்களின் தீவிரத்தை மட்டுமே கணக்கில் எடுத்துக் கொள்கிறது பொதுச் சமூகம். "கொலை, வல்லுறவு, தீவிரவாதம் போன்ற குற்றங்களைப் புரிவோரை தூக்கில் போடலாம்" என்ற உளவியல், சமூகத்தின் பொதுவான சிந்தனையாக இருக்கிறது. இன்று பேரறிவாளன், முருகன், சாந்தன் ஆகிய மூவரின் தூக்கு தண்டனையை ரத்து செய்யச் சொல்லி திடீரென முழங்கும் பொது சமூகத்திற்கு, இந்த வழக்கின் சூழ்ச்சிகளைப் புரிந்து விழித்தெழ 21 ஆண்டுகள் தேவைப்பட்டிருக்கின்றன எனும் போது, இதே நியாயத்தை மரண தண்டனை வழங்கப்பட்ட பிற வழக்குகளுக்கும் நாம் பொருத்திப் பார்க்கலாம் தானே?

நாடாளுமன்றத் தாக்குதல் வழக்கில் தூக்கு தண்டனை பெற்ற அப்சல் குரு, இந்திய ராணுவத்தினரால் தாம் சூழ்ச்சியில் சிக்க வைக்கப்பட்டதாகக் கூறுவதை நம்ப பொதுச் சமூகம் தயாராக இல்லை. மும்பை குண்டு வெடிப்பை நிகழ்த்தியதாக தூக்கு

விதிக்கப்பட்ட அஜ்மல் கசாப்பின் மீது பரவிக் கிடக்கும் வெறுப்புணர்வு, உணர்ச்சிவசப்பட்ட கூட்டுமனநிலைக்கான சான்று. காவல் துறை, ராணுவம், நீதிமன்றம், ஊடகம் போன்ற உயர் அதிகார மய்யங்கள் யாரை குற்றவாளி என கை காட்டினாலும், அவர்களுக்கெதிரான மனநிலையை பொதுச் சமூகம் வளர்த்துக் கொள்கிறது. குறிப்பாக, தீவிரவாதம், கலவரம் போன்ற வன்முறை நிகழ்வுகளில் கைது செய்யப்படும் முஸ்லிம்கள் மற்றும் தலித் மக்கள் மீது ஏற்கனவே வேரூன்றிக் கிடக்கும் வெறுப்புணர்வும் சேர்ந்து கொள்ள, தூக்கிலிட்டுக் கொல்ல வேண்டியதற்கான "நியாயங்கள்" வலுப்பெற்று விடுகின்றன.

மரண தண்டனையை ஒழித்து கையெழுத்திட்ட உலக நாடுகள், வெகு மக்களின் உணர்வுக்கு எதிராகவே அதை செயல்படுத்த வேண்டியிருந்தது. மரண தண்டனை இல்லையென்றால் குற்றங்கள் பெருகும். குற்றம் புரிந்தவர்கள் மீண்டும் அதே குற்றத்தைப் புரிய வாய்ப்பு உண்டாகும். பாதுகாப்பில்லாத நிலை உருவாகும் என்பது போன்ற மூட நம்பிக்கைகளே மரண தண்டனை ஒழிப்பை மக்கள் எதிர்க்கக் காரணம். இதற்கு அறிவியல்பூர்வமான ஆதாரங்கள் இல்லை. இதற்கு மாறாக, மரண தண்டனையை ஒழித்த பல நாடுகளில் குற்றங்களின் எண்ணிக்கை குறைந்திருப்பதாக ஆய்வுகள் குறிப்பிடுகின்றன.

சிறுமியை பலாத்காரம் செய்து கொன்ற குற்றத்திற்காக 2004 ஆம் ஆண்டு தூக்கிலிடப்பட்டார் தனஞ்செய் சாட்டர்ஜி. இந்த

தண்டனையால், சமூகத்தில் ஏதாவது மாற்றம் நிகழ்ந்திருக்கிறதா என்ன? சிறுமிகள் மீதான பாலியல் அத்துமீறல்கள் அன்றாட நிகழ்வாகத் தொடர்கின்றன. சிவப்பு விளக்கு பகுதிகளுக்கு கடத்தப்படும் குழந்தைகளின் எண்ணிக்கைக்கு கணக்கில்லை. வேலைக்காக மாநிலம் கடந்து போகும் சிறுமிகள் வீடு திரும்பாத எத்தனையோ கதைகள் இங்கு நிறைந்து கிடக்கின்றன. அரசமைப்பின் உறுதுணையுடன் நடந்தேறும் சமூக அவலத்திற்கு, தனஞ்சய் சாட்டர்ஜி மட்டும் ஏன் கொல்லப்பட வேண்டும்?

தூக்கிலிடப்பட்டு கொலை செய்யப்படும் போது தனஞ்சய் பக்குவப்பட்ட மனிதராக இருந்தார். ஆனால், தனஞ்செய்க்கும் தமிழ்ச் சமூகத்திற்கும் என்ன தொடர்பு? ஆனாலும் அவர் தூக்கிலிடப்பட வேண்டுமென பொது புத்தி கதறுகிறது. சட்டத்தின் பார்வையில் அவர் கொடூர குற்றவாளி. இன்று நாம் யாரை (பேரறிவாளன், முருகன், சாந்தன்) ஆதரிக்கிறோமோ, அவர்களும் அதே "பார்வையில்" கொலைக்களத்தில் நிறுத்தப்பட்டிருக்கிறார்கள். ஆக, மரண தண்டனையை ஒழிக்கும் வரை, இதுவொரு முடியாத துயர விளையாட்டாக தொடரத்தான் போகிறது.

இந்திய நீதியமைப்பு என்பது, அதன் ராணுவத்தைப் போலவே மர்மமும் ரகசியமும் சூழ்ந்ததாகவும் வெளிப்படைத் தன்மையற்றதாகவும் இருக்கிறது. சுதந்திரத்திற்கு பிந்தைய அரசியலமைப்பில் வெறும் 52 பேருக்குதான் மரண தண்டனை நிறைவேற்றப்பட்டதாகக் தெரிவிக்கிறது அரசின் அதிகாரப்பூர்வத் தகவல். சட்டக் கமிஷனின் ஆய்வறிக்கையின் படி, 1953 - 1963 வரையிலான பத்தாண்டுகளில் மட்டும் 1422 பேர் தூக்கிலிடப்பட்டதாகக் குறிப்பிடப்பட்டிருப்பதை, மக்கள் சிவில் உரிமைக் கழகம் அம்பலப்படுத்தியிருக்கிறது. பத்தாண்டுக்கு ஆயிரம் பேர் என வைத்து கொண்டாலும் அடுத்த நாற்பதாண்டுகளில் நான்காயிரம் பேராவது தூக்கிலிடப்பட்டிருக்க வேண்டும் என வாதிடுகின்றனர் மனித உரிமையாளர்கள். 1947 தொடங்கி இன்று வரையில் நிறைவேற்றப்பட்ட மரண தண்டனைகள் குறித்தும், அவற்றின் வழக்கு விவரங்களும் ரகசியமாகப் பாதுகாக்கப்படுகின்றன.

ஒடுக்கப்பட்டோரும் சிறுபான்மையினரும் பொய்வழக்குகளில் நாள்தோறும் பிணைக்கப்படும் அவலச் சூழலில், மரண தண்டனை குறித்து மறைக்கப்படும் உண்மைகள் பல கேள்விகளை எழுப்புகின்றன. மனித நீதி என்பது குறையுள்ளதாக அமைந்த சமூகத்தில்,

நிரபராதிகளும் தன் தரப்பு நியாயங்களை எடுத்துரைக்க முடியாதவர்களுமே தண்டிக்கப்படும் வாய்ப்பு அதிகம் என்பதால், குற்றவாளிகள் தப்பினாலும் நிரபராதி தண்டிக்கப்படக் கூடாது என்ற சட்ட நீதியின் அடிப்படையில் மட்டுமல்ல, குற்றவாளிகளுக்கு திருந்தி வாழும் மறு வாழ்விற்கு வாய்ப்பளிக்க வேண்டும் என்ற மனித உரிமை நோக்கில் பாகுபாடுகளோ தயக்க வுணர்வோ இன்றி மரண தண்டனை ஒழிப்புப் போராட்டத்தை நாம் முன்னெடுக்க வேண்டும்.

ஆனால் இங்கு எத்தனை பேருக்கு இது குறித்த புரிதல் விதைக்கப்பட்டிருக்கிறது? தூக்கு தண்டனையை ரத்து செய்யச் சொல்லி நிகழ்ந்த போராட்டங்களில் முழங்கியவர்கள் பேரறிவாளன், முருகன், சாந்தன் ஆகியோரையும் அவர்களுக்காக உயிரை விட்ட செங்கொடியையும் "எங்கள் ரத்தமே" என்று குறிப்பிட்டனர். தமிழர்களுக்கு எதிராக முடுக்கிவிடப்பட்ட அநீதியாகவே இந்த மரண தண்டனையை பலரும் எதிர்கொள்கிறார்கள். ஒடுக்கப்பட்டோர் மீதான உரிமை மீறல் என்பது நிரந்தரமாகிவிட்ட சமூகத்தில், இப்படியான பரபரப்பு நிகழ்வுகளுக்கு மட்டுமே எதிர்வினையாற்றிக் கொண்டிருப்போமானால், நமது போராட்டம் முடிவுறப் போவதே இல்லை. உணர்ச்சிவசப்படும் நிலையைக் கடந்து மரண தண்டனையின் அரசியல் குறித்து மக்களுக்கு விழிப்புணர்வை ஏற்படுத்த நாம் தவறிக் கொண்டே இருக்கிறோம்.

கொலைக் களத்திற்கு அழைத்துச் செல்ல நாள் குறிக்கப்பட்ட இந்த நேரத்திலும் உயிர் வாழ்தலுக்கான ஒரு மனிதனின் அடிப்படை உரிமைக்கான முழக்கத்தை, கோரிக்கையை தமிழ் உணர்வின் அறைகூவலாக மட்டுமே மாற்றுவது சரியாகாது. அநீதிகள் ஒன்றோடு ஒன்று கைகோத்தும் பிணைந்தும் நிற்கையில், அதற்கெதிராகப் போராடுவோர் கருத்தியல்களால் பிரிந்தே நிற்கின்றனர். இச்சமூகம் ஒன்றிணைய வேண்டியது மனித அடையாளத்தோடு மட்டும்தானே தவிர சாதி, மத, இன, வர்க்க, மொழி, பாலின ரீதியாக அல்ல. ஒவ்வொருவரும் தன் புற அடையாளங்களைத் துறந்து மனிதனாக உணரும்போதுதான் சக மனிதன் மீது நிகழ்த்தப்படும் மீறல்களின் வன்மத்தைப் புரிந்து கொள்ள முடியும். மரண தண்டனைக்கு எதிரான முழக்கம் என்பது இதிலிருந்துதான் எழுகிறது.

இந்த உண்மையை தன் மக்களுக்கு புரிய வைக்கும் இயக்கங்கள் இங்கில்லை. மனிதராக இருப்பதையே ஒரே அடையாளமாகக்

கொண்டு, பாகுபாடுகளின்றி மக்களைத் திரட்டும் வலிமைமிக்க தலைமையும் இங்கில்லை. ஜனநாயகத்தின் அத்தனை தூண்களும் ஆதிக்கத்தால் அரிக்கப்பட்டு சரிந்து கிடக்கின்றன. இந்நிலையில் அறிவுத் தளத்தில் மட்டுமே விவாதிக்கப்பட்டு வரும் மரண தண்டனை ஒழிப்பிற்கான நியாயங்கள் மக்களை சென்றடைய வழியே இல்லாமல் இருக்கிறது.

13 நாட்கள் தொடர்ந்து ஓட்டப்பட்ட அண்ணா ஹசாரே ஆதரவு "ஷோ"க்கள் முடிந்ததும் நிதானமாகவும் அதே வேளை காட்டமாகவும் ஆங்கில ஊடகங்கள் தூக்கு தண்டனை எதிர்ப்பு களத்திற்கு பார்வையைத் திருப்பின. மூவரின் தண்டனையை எட்டு வாரங்களுக்கு தள்ளி வைத்த நீதிமன்ற தீர்ப்பு கொண்டாட்டத் தருணமாக மாறியிருப்பதைப் பொருட்படுத்தாமல் நீதி மேலும் தாமதிக்கப்படுவதாக அவை புலம்பின. இன்னொரு பக்கம் தமிழ் ஊடகங்கள், கிளர்ந்தெழுந்த உணர்ச்சிவசத்திற்கு தீனி போடவும், அதை வைத்தே விற்பனையைப் பெருக்கவும் முனைந்தனவே ஒழிய அறிவார்ந்த நிலையில் மக்களை வழிநடத்தவே இல்லை. 26 பேருக்கும் தூக்கு தண்டனை வழங்கப்பட்டபோது, "லீவர் சத்தம் காதில் கேட்க" காத்திருந்த ஊடகங்கள், எப்போதும் சராசரியான கூட்டு மனநிலையின் பிரதிபலிப்பாகவே இயங்குகின்றன.

ஒடுக்குமுறைகளுக்கு அப்பாற்பட்டும் தனிப்பட்ட விருப்பு வெறுப்புகளை கடந்தும் மனித உயிர் மேல் பற்று கொள்ளும், அதன் வாழும் உரிமைக்கான உத்திரவாதத்தை அளிக்கும் உயர் நிலையே மரண தண்டனை ஒழிப்பின் அடிநாதம். பாகுபாடுகளுக்கு சாத்தியமிருக்கிற எல்லா கூறுகளாலும் பிரிந்து கிடக்கும் இந்திய மக்களை "மனித உரிமை" என ஒற்றைக் குரலில் முழங்க வைப்பது எளிதல்ல. ஆனால், இன்றைய பெருந்தேவை அதுதான். வாழ்வின் நெருக்கடிகளும் அழுத்தங்களும் யாரை வேண்டுமானாலும் உணர்ச்சிவசப்படச் செய்யலாம். பகுத்தறிய முடியாத மனிதக் கூட்டம் உணர்ச்சிகளிடம் தோற்று குற்றங்கள் புரிகிறது. மரண தண்டனை எதிர்ப்பு என்பது ஒரு சதவிகிதம்கூட குற்றங்களுக்கான ஆதரவாகாது.

குற்றமிழைத்தவரைக் கொல்வது ஒருபோதும் பாதிக்கப்பட்ட வருக்கான நீதியாகாது. வெறுமனே அது பழிவாங்கும் செயல். உணர்ச்சி மீறலில் ஒருவர் நிகழ்த்திய குற்றத்திற்கு திட்டமிட்ட கொலை எப்படி தண்டனையாக முடியும்? நமது நீதியமைப்பு சரியாக

இயங்குமானால், தண்டனை காலத்தில், பக்குவப்பட்ட மனிதராக குற்றவாளிகளை மாற்றி மீண்டும் உலகோடு இணைத்துவிட வேண்டும். திருந்துவதற்கும் மறுவாழ்விற்குமான வாய்ப்பை நல்குவது உயர்ந்த மனித மாண்பு. அந்த வாய்ப்பைப் பெற எல்லோருக்குமே உரிமை இருக்கிறது. பேரறிவாளன், முருகன், சாந்தனுக்காகத் தொடங்கிய உரிமைக் குரல், மரண தண்டனையை முற்றிலுமாக இந்தியா ஒழிக்கிற வரை ஓயக் கூடாது.

(தலித் முரசு - ஆகஸ்ட் 2011)

""தலித்துகள் மீதான வெறுப்புணர்வை கொலைகள் மூலம் நிரூபிக்கின்றனர்"
- சிம்சன்

11

சிம்சன் - ஒடுக்கப்பட்டோர் விடுதலை முன்னணியின் மாநில அமைப்பாளர். இவர், சி.பி.அய். (எம்.எல்.) கட்சியில் இருந்து இருபதாண்டு காலம் தலைமறைவு வாழ்க்கை வாழ்ந்தவர். 1990-களில் சிறுவாச்சி, தேவகோட்டை பகுதிகளில் நிலப்பிரபுத்துவத்தை எதிர்த்து பல போராட்டங்களை நடத்தியவர். சிறுவாச்சி கோயில் நுழைவுப் போராட்டம், இரண்டாவது வைக்கம் போராட்டம் எனப் பெயர் பெற்றது. இப்போராட்டச் சூழலில் நிகழ்ந்த ஒரு கொலை வழக்கில், அய்ந்தரை ஆண்டு காலம் சிறைத் தண்டனை அனுபவித்தவர். இவ்வழக்கின் முதல் குற்றவாளி நக்சல்பாரி மாடக்கோட்டை சுப்பு (இவர் 1994 ஆம் ஆண்டு கூலிக் கொலையாளியால் கொலை செய்யப்பட்டார்). பொதுவுடைமைக் கட்சியில் இருந்து கொண்டு சாதி ஒழிப்பிற்காகத் தொடர்ந்து பணியாற்றி வந்த சிம்சன், சாதியை ஒரு பிரச்சனையாகக் கருதாத அக்கட்சியோடு முரண்பட்டு 2006 இல் வெளியேறினார்.

சிம்சனின் தந்தை அடைக்கலராஜ், இம்மானுவேல் சேகரனின் சம காலத்தவர்; அவரோடு இணைந்து செயல்பட்டவர். ஒவ்வொரு ஆண்டும் தியாகி இம்மானுவேல் குரு பூசையில் பங்கேற்கும் வழக்கம் கொண்ட சிம்சன், இம்முறை நடைபெற்ற காவல் துறை அத்துமீறலின் நேரடி சாட்சியாகக் களத்தில் இருந்தார். தனது நெடிய களப்பணி அனுபவங்களிலிருந்தும், ஆழ்ந்த அரசியல் புரிதலிலிருந்தும் பரமக்குடி படுகொலைகளை முன்வைத்து விவாதிக்கிறார்.

ஒவ்வொரு ஆண்டும் குருபூசையில் பங்கேற்பவர் என்கிற அளவில் உங்கள் அனுபவத்தை சொல்லுங்கள்.

என்னுடைய சொந்த ஊர் காரைக்குடி. ஆனால், ஆண்டுதோறும் குருபூசையில் கலந்து கொள்ளச் செல்வேன். ஒவ்வொரு ஆண்டும் இன்று நடந்திருப்பதைப் போன்ற படுகொலையோ, கலவரமோ நடக்கும் என்ற அச்சம் எனக்கிருந்தது. எனக்கு மட்டுமல்ல, அங்குள்ள மக்களுக்கும் இருந்தது. குறிப்பாக, 2007 ஆம் ஆண்டு கொண்டாடப்பட்ட தேவர் நூற்றாண்டு விழாவிற்குப் பின்னர் இந்த அச்சம் தீவிரமடைந்தது. காரணம், 2007 இம்மானுவேல் சேகரனின் பொன்விழா ஆண்டு என்பதால், முதுகுளத்தூரை அரசியல் ரீதியான எழுச்சி மய்யம் கொண்ட காலகட்டமாகக் குறிப்பிடலாம். 2005 ஆம் ஆண்டு தேவேந்திர குல சங்கத்தினர் எடுத்த முயற்சியின் காரணமாக ஆயிரக்கணக்கானோர் பரமக்குடியில் குவிந்தனர். இது, அப்பகுதியை சேர்ந்த சாதி இந்துக்களுக்கு கடும் எரிச்சலையும் கோபத்தையும் உண்டாக்கியது. எப்படியேனும் இந்த எழுச்சியை அடக்கிவிட அவர்கள் திட்டமிட்டனர்.

"திட்டமிட்டனர்" என்ற வார்த்தையை குறிப்பிடுவதற்கான காரணங்கள் இருக்கின்றனவா?

நிச்சயமாக! இம்மானுவேல் சேகரனின் பொன்விழா ஆண்டிற்கு பிறகான ஒவ்வொரு ஆண்டும், முதுகுளத்தூர் பகுதியில் குருபூசைக்கு சில நாட்களுக்கோ, சில மாதங்களுக்கோ முன்பு தொடர்ச்சியாக நடைபெற்ற படுகொலைகள்தான் இதற்கான ஆதாரம். 2008 ஆம் ஆண்டு வீரம்பலை சேர்ந்த குட்டி என்ற வின்சென்ட் படுகொலை செய்யப்பட்டார். அதற்கு அடுத்த ஆண்டு அவருடைய மைத்துனர் சாதி இந்துக்களால் வெட்டி சாய்க்கப்பட்டார். 2010இல் கொந்தகையைச் சேர்ந்த அரிகிருஷ்ணனும், 2011இல் சிறுவன் பழனிக்குமாரும் கொல்லப்பட்டனர். இந்த கொலைகளில், சுவற்றில் முத்துராமலிங்கத் தேவரை பற்றி தவறாக எழுதியதாக சிறுவன் பழனிக்குமார் கொலையானது மட்டுமே பரபரப்பாகப் பேசப்பட்டது. அதற்கு காரணம், பரமக்குடி படுகொலை நிகழ்வு. காவல் துறையின் அத்துமீறலால் துப்பாக்கிச் சூட்டிற்கு இத்தனை பேர் பலியாகாமல் போயிருந்தால், மற்றவற்றை போலவே பழனிக்குமாரின் கொலையும் கவனத்தை ஈர்க்கத் தகுதியற்ற சாதாரண குற்றச் செய்தியாகக் கடந்து போயிருக்கும். குரு பூசையை முன்னிட்டே மறவர்கள் இந்த கொலைகளைச் செய்தனர். கலவரம் நடந்தால், இம்மானுவேல் சேகரன் குரு பூசையை அரசு தடை செய்யலாம்; அல்லது தலித் மக்கள் மேல் "கலவரக்காரர்கள்" என்ற பழி விழலாம் என்பதே அவர்களின் எதிர்பார்ப்பு. தேவருக்கு இணையாக தலித் மக்கள்

இம்மானுவேல் சேகரனுக்கு விழா எடுப்பதை அவர்கள் வெறுக்கின்றனர். அந்த வெறுப்புணர்வைதான் கொலைகள் மூலம் அவர்கள் நிரூபிக்கின்றனர்.

தேவர் நூற்றாண்டு விழா நடத்தக் கூடாது என 2007இல் வழக்குப் போட்டீர்கள் அல்லவா? அதன் நோக்கம் என்ன?

தேவர் குருபூசை என்பது வெறுமனே காந்தி ஜெயந்தியை போன்ற தேசத் தலைவரின் கொண்டாட்ட நிகழ்வல்ல. தலித் மக்கள் மீதான வெறுப்புணர்வை பிரகடனப்படுத்துவதற்கும், தங்களின் சாதி ஆதிக்கத்தைப் பறைசாற்றுவதற்குமான தருணமாகவே தேவர் பூசை நடத்தப்படுகிறது. ஒவ்வொரு ஆண்டும் குரு பூசை நடத்தப்படும் விதமே இதற்கு சாட்சி. தமிழகம் முழுவதும் உள்ள தேவர் சமூகத்தினர், அந்நாளில் ஓர் ஆதிக்கக் கிளர்ச்சியை பரப்புகிறார்கள். இந்நிலையில் தேவர் நூற்றாண்டு விழா, பெரும் கலவரச் சூழலை உண்டாக்கும் என்பதாலேயே அதற்கு தடை கோரி வழக்குத் தொடர்ந்தேன். ஆனால், தேவர் குரு பூசையை அரசு விழா என்றும், அரசின் கொள்கையை தடை செய்ய முடியாது என்றும் சொல்லி வழக்கு தள்ளுபடி செய்யப்பட்டது. அரசின் எந்தக் கொள்கையும் மாற்றக் கூடாதது அல்ல. வீரன் சுந்தரலிங்கம் பெயர் வைத்ததும் உண்டான எதிர்ப்பைத் தொடர்ந்து, தமிழக அரசின் போக்குவரத்துக் கழகங்களுக்கு தலைவர்களின் பெயர் சூட்டுவது நிறுத்தப்பட்டது. இது போல, அரசின் கொள்கைகள் எதுவும் மக்கள் நலனுக்காக மாற்றப்படக் கூடியவையே. குறிப்பாக, அமைதிச் சூழலை குலைக்கும் எனத் தெரிந்தால், அதைத் தடுத்து நிறுத்த வேண்டியது அரசின் கடமை அல்லவா?

பரமக்குடிக்கு அருகே அமைந்திருக்கும் கீழக்கன்னிச்சேரியை சேர்ந்த தலித் மக்களுக்கும், கீழத்தூவலை சேர்ந்த மறவர்களுக்குமிடையே 1957இல் போடப்பட்ட ஒப்பந்தம் ஒன்று இன்றும் நடைமுறையில் உள்ளது. இம்மானுவேல் சேகரனைக் கொலை செய்தவர்கள் கீழத்தூவலைச் சேர்ந்தவர்கள் என்பதால், கீழக்கன்னிச்சேரி தலித் மக்களுக்கு அவர்கள் மீது கோபம் அதிகம். இம்மானுவேல் சேகரன் கொலையை தொடர்ந்து நடந்த கலவரத்தின்போது - அரசு சார்பில் இந்த இரண்டு கிராமங்களுக்குமிடையில் போடப்பட்ட ஒப்பந்தத்தின்படி, ஒருவர் மற்றவரின் சாலையை பயன்படுத்தக் கூடாது. அதாவது, கீழக்கன்னிச்சேரி தலித் மக்கள் பரமக்குடிக்கு வர வேண்டுமானால், கீழத்தூவலைத் தாண்டி 15 கிலோ மீட்டர்

பயணம் செய்தாலே போதும். ஆனால், 70 கிலோ மீட்டர் தொலைவு சுற்றி செல்லூர் வழியாகவே இன்றும் பரமக்குடி வருகிறார்கள். அதே போல கீழத்தூவல் சாதி இந்துக்கள், கமுதிக்கு வர வேண்டுமானால் கீழக்கன்னிச்சேரி வழியை தவிர்த்து சுற்றித்தான் வர வேண்டும்.

ஏறக்குறைய அய்ம்பது ஆண்டுகளாக நடைமுறையில் இருக்கும் இந்த ஒப்பந்தத்தை தேவர் நூற்றாண்டு விழாவின்போது பி.டி. குமார் மீறினார். இதனால் ஆத்திரமுற்ற தலித் மக்கள், பி.டி. குமாருடன் வந்த தமிழ்நாடு காங்கிரஸ் கமிட்டியின் அப்போதைய தலைவரான கிருஷ்ணசாமியை ஈட்டியால் குத்தினார்கள். கிருஷ்ணசாமி அல்லாமல் தேவர் சமூகத்தை சேர்ந்த வேறு யார் வந்திருந்தாலும், அன்று பெரும் கலவரமே வெடித்திருக்கும். குறிப்பிட்ட இந்த இரண்டு கிராமங்களுக்கிடையே இருக்கும் பகையை முடிவுக்குக் கொண்டு வர, இதுவரையிலும் அரசு எந்த முயற்சியும் எடுக்கவில்லை. அய்ம்பதாண்டு கால வெறுப்புணர்வு, தலைமுறைகள் கடந்தும் வளர்த்தெடுக்கப்படுகிறது. ஆனால், இந்த வெறுப்புணர்வை விதைத்தவருக்கு விழா எடுப்பதை கொள்கையாக வைத்திருக்கிறது அரசு.

சிறுவன் பழனிக்குமார் கொலை செய்யப்பட்டதும், இப்படியொரு வன்முறை நடப்பதற்கான சூழல் தென்பட்டதா?

இம்மானுவேல் சேகரன் அவர்களின் வெண்கலச் சிலை திறப்பு விழாவில் கலந்து கொள்ள காலை எட்டரை மணிக்கு பரமக்குடியை அடைந்தேன். தியாகி இம்மானுவேல் பேரவையின் தலைவர் சந்திரபோஸ் தலைமையில், சுப. அண்ணாமலை அவர்கள் சிலையைத் திறந்து வைத்தார். நிகழ்ச்சி முடிந்ததும், 11.30 மணிக்கு எனது மைத்துனரின் வீட்டிற்கு உணவருந்தக் கிளம்பினேன். ஜான் பாண்டியனை கைது செய்துவிட்டதாக, அய்ந்து முக்கு சாலையில் அப்போது பதற்றம் கிளம்பியது. 50லிருந்து 100 பேர், பெரும்பாலும் இளைஞர்கள் அமர்வதும் எழுந்து நிற்பதுமாக இருந்தார்கள். ஏற்கனவே அவ்விடத்தில் சுமார் 200 போலிசார் குவிக்கப்பட்டிருந்தனர். ஜான் பாண்டியனை விடுவிக்கக் கோரி அவர்கள் மறியல் செய்தனர். சிறிது நேரத்திற்கெல்லாம் நூற்றுக்கணக்கான மக்கள் கூடிவிட்டனர்.

பரமக்குடியின் மேற்கு பகுதியில், இளையான்குடி சாலையில் முதுகுளத்தூரை நோக்கி காவல் துறை வாகனம் நிறுத்தி வைக்கப்பட்டிருந்ததை நான் பார்த்தேன். அந்த சமயத்தில்தான் கூட்டத்தில் கல் விழுந்தது. அதை யார் எறிந்தார்கள் என யாருக்கும்

தெரியாது. சின்ன சலசலப்புதான், சரியாகிவிடும் என்றுதான் அப்போது நினைத்தேன். என்னை அழைத்துச் செல்ல வந்தவர், முதுகுளத்தூர் சாலையில் உள்ள ரயில்வே கேட் அருகில் என்னை இறக்கி விட்டார். அப்போதுதான் துப்பாக்கியால் சுடும் சத்தம் கேட்டது. அய்ந்து முக்கு சந்தில் திரண்டிருந்த மக்கள் முதுகுளத்தூர் சாலையில் ஓடி வந்தனர். 12.45 மணிக்கு தொடங்கி 5 மணி வரையில் துப்பாக்கிச் சூடு சத்தம் கேட்டுக் கொண்டே இருந்தது. அப்பகுதியின் எல்லா திசைகளிலும், எல்லா தெருக் களிலும் காவலர்கள் குவிந்திருந்தனர்.

ஜான் பாண்டியன் கைது செய்தி கேட்டு மக்கள் பதற்றமடையத் தொடங்கியதும், சந்திரபோஸ் அவர்கள் டி.ஐ.ஜி.யை சந்தித்து, விழா சிறப்பாக நடக்க உதவி செய்யுங்கள் என்று கோரினார். அதற்கு டி.ஐ.ஜி., நீங்கள்தான் கூட்டத்தை கட்டுப்படுத்த வேண்டும் என்றார். ஜான் பாண்டியன் கைதுதான் மக்களின் பதற்றத்திற்கு காரணம் என்று சொல்லி அவரை உடனே விடுவிக்குமாறு கேட்டார். "அதற்கு வாய்ப்பில்லை, நீங்கள் கிளம்புங்கள், நான் பார்த்துக் கொள்கிறேன்" என்று கூறி டி.ஐ.ஜி. கிளம்பிவிட்டார். இதற்கிடையில்தான் மூவர் துப்பாக்கிச் சூட்டில் பலியானதாக தகவல் வந்தது. அவர்கள் யாரென தெரியாத நிலையில், பதற்றம் கூடிக் கொண்டே போனது.

காவல் துறையின் திட்டமிட்ட படுகொலை இது என்பதை உறுதி செய்யும் ஆதாரங்கள் ஏதேனும் கிடைத்தனவா?

நிச்சயமாக, இது திட்டமிட்டப் படுகொலைதான். தலித் மக்களுக்கு எதிரானவர் என பெயர் பெற்ற காவல் துறை கண்காணிப்பாளரான செந்தில் வேலன், ஒரே ஒரு நாள் பணியில் பரமக்குடிக்கு வந்தார். குருபூசைக்கு சில நாட்களுக்கு முன்பு நடைபெறும் அமைதிக் கூட்டத்தில் மூன்று மாவட்ட டி.ஐ.ஜி.களும், மக்கள் பிரதிநிதிகளும் கலந்து கொள்வார்கள். அந்த கூட்டத்தில் எஸ்.பி. செந்தில் வேலன் கலந்து கொள்ளவில்லை. அமைதிக் கூட்டத்தில் கலந்து கொள்ளாத ஒருவரை, குருபூசைக்கு சிறப்பு அதிகாரியாக எப்படி நியமிக்கலாம்? இதில் உள்ள நோக்கம் வெளிப்படையானதே.

மக்களைவிட போலிசாரின் எண்ணிக்கை அதிகமிருந்தது. குவிக்கப்பட்டிருந்த காவல் துறையினர் குருபூசைக்கு வரும் மக்களை பரிசோதித்தே அனுப்பிக் கொண்டிருந்த நிலையில், கற்களையோ, தடிகளையோ யாரும் எடுத்து வந்திருக்க முடியாது. பதற்றத்தை உண்டாக்கவே ஜான் பாண்டியனை கைது செய்தனர். அத்துமீறலில்

ஈடுபட்டார்கள் என்பதை நிரூபிக்கவே கல் வீசப்பட்டது. கல் வீசி காவலர்களை தாக்கினார்கள் என்ற சாக்கை உருவாக்கி, துப்பாக்கிச் சூட்டை நடத்தி முடித்தார்கள். இந்த துப்பாக்கிச் சூடு யாரை திருப்திப்படுத்த என்பதற்கான காரணமும் வெளிப்படையானதே!

கீழக் கொடுமளூரைச் சேர்ந்த தீர்ப்புக் கனி மற்றும் முத்துக்குமார் உள்ளிட்ட அய்ந்து இளைஞர்களை காவல் துறையினர் அடித்து, வேனில் ஏற்றிச் சென்றதை பலரும் பார்த்திருக்கிறார்கள். இது நடந்தது நான்கு மணியளவில். அய்ந்து முக்கு சாலையில் நிறுத்தி வைக்கப்பட்ட தனது பைக்கை எடுக்க வந்தவர் தீர்ப்புக் கனி. அவரையும் முத்துக்குமாரையும் காவலர்கள் கூட்டிச் சென்று முதுகுளத்தூர் பாலமருகே சுட்டுக் கொன்றனர் என கிராம மக்கள் தெரிவித்தனர். துப்பாக்கிச் சூட்டில் உயிரிழப்பவர்களை இளையான்குடி மருத்துவமனைக்கு அழைத்துச் செல்லும் வகையில், காவல் துறை வாகனம் காலையிலேயே அந்த சாலையில் நிறுத்தி வைக்கப்பட்டிருந்தது. அதன்படியே குண்டடி பட்டவர்களை மதுரைக்கோ, ராமநாதபுரத்திற்கோ கொண்டு செல்லாமல் இளையான்குடிக்கு கொண்டு சென்றனர்.

மாலை ஆறு மணியளவில் பரமக்குடி காவல் நிலையத்திற்கு அருகே உள்ள விலக்கில் 25 இளைஞர்கள் மறியலில் ஈடுபட்டனர். உள்ளூர் இன்ஸ்பெக்டரான கஜேந்திரன், கூட்டத்தை கலைக்காமல், எடுத்தவுடனே துப்பாக்கியால் சுடத் தொடங்கினார். இதில் பதினோறாம் வகுப்பு மாணவர் உயிரிழந்தார். காலையில் இருந்து 200 - 300 பேர் அட்டூழியம் செய்ததாகவும் அதனாலேயே துப்பாக்கிச் சூடு நடத்தியதாகவும் இன்ஸ்பெக்டர் கூறினார். ஆனால், கிராம மக்கள் போலிசாரே மறியல் இடத்தில் கற்களை அடுக்கி புகைப்படம் எடுத்ததாகத் தெரிவித்தனர். இப்படியாக பல சந்தேகங்களையும் ஆதாரங்களையும் அடுக்கிக் கொண்டே போகலாம்.

கடந்த ஆட்சியில் அமைதியாக நடந்த இம்மானுவேல் சேகரனின் குருபூசை, அ.தி.மு.க. பொறுப்பேற்றதும் சீர்குலைந்தது ஏன்?

அ.தி.மு.க. ஆட்சி என்பது தேவர் சாதியினரின் ஆட்சிதான். இம்மானுவேல் சேகரனின் நினைவு நாளை அரசு விழாவாக அறிவிக்கும் கோரிக்கை வலுப்பெற்று வருகிறது. 2007க்கு முன்பு வரையிலும் குருபூசை ஒரு சாதாரண நிகழ்வாகவே இருந்தது. முளைப்பாரி எடுப்பது, காவடி தூக்குவது போன்ற விசயங்கள்

பொன்விழா ஆண்டில்தான் தொடங்கின. இதை சாதி இந்துக்களால் தாங்கிக் கொள்ள முடியவில்லை. இந்நிலையில் அரசு விழாவாகவும் அறிவிக்கப்பட்டால், சம உரிமை கிடைத்துவிடும் என்பதாலேயே எப்படியேனும் குருபூசையை சீர்குலைக்க, சாதி இந்துக்கள் காத்திருந்தனர். வின்சென்ட் கொலைக்கு பழி வாங்கும் விதமாக, சாதி இந்து ஒருவரை தலித் மக்கள் கொலை செய்தபோது, "எங்கள் ஆட்சி வரும், அப்போது கவனித்துக் கொள்கிறோம்" என வெளிப்படையாகவே கூறினார்கள். தேவர் குருபூசைக்கு போட்டியாகவே இம்மானுவேல் சேகரனின் குருபூசை நடத்தப்படுவதாக சிலர் குற்றம் சாட்டுகின்றனர். இது வெறுமனே போட்டியல்ல; சம உரிமைப் போராட்டம். ஒடுக்கப்படுவோர் பக்கமிருந்துதான் இதை நாம் அணுக வேண்டும். ஆனால், அரசு ஒடுக்குவோரின் பக்கம் நின்று கொண்டு அதிகார வன்முறையால் சாதியத்தை நிறுவுகிறது.

ஜான் பாண்டியன் கைதானதும் இளைஞர்கள் பெரும் பதற்றமடைந்ததை நீங்கள் பார்த்ததாகக் கூறினீர்கள். இந்த இளைஞர்களின் எழுச்சியை, சாதி ஒழிப்பிற்கு என சரியாகப் பயன்படுத்திக் கொள்ளும் வழிமுறை எதுவும் இல்லையா?

போராட்டக் குணம் இந்த மக்களின் மண்ணோடு மண்ணாக, ரத்தத்தோடு ரத்தமாகக் கலந்திருக்கிறது. அதற்கான வலுவான வரலாற்றை அவர்கள் சுமந்திருக்கிறார்கள். ஆனால், இந்த போர்க் குணத்தை வழிநடத்தும் இயக்கங்கள் அங்கே வேரூன்றவில்லை. இளையான்குடி வரைக்கும் சி.பி.எம்., சி.பி.அய். வந்தன. இந்த மக்களின் தலையாயப் பிரச்சனை சாதிய முரண்பாடுதான். கிளர்ந்து நிற்கும் இந்த மக்களை கையாள முடியாமல் பல அமைப்புகள் தோல்வியுற்றன. வீரம் செறிந்த போராளிகள் என்பதையே பள்ளர்கள் தங்களின் அடையாளமாகக் கொண்டிருக்கிறார்கள். ஆனால் எதற்காக, யாருக்காகப் போராட வேண்டும் என்ற வழிகாட்டுதல் அவர்களுக்கு கிடைக்கவில்லை. ஜாதி ரீதியாக தான் மேலானவன் என்பதை சண்டையில்தான் நிரூபிக்க முடியும் என அவர்கள் நம்புகின்றனர். சாதி இந்துக்களோடு சரிக்கு சரி மோதி நின்றாலும், நிலமற்றவர்களாகவும் கூலிக்கு உழைக்கிறவர்களாகவுமே அவர்கள் இருக்கின்றனர். கல்வியறிவு பெற்றவர்களின் எண்ணிக்கை மிகவும் குறைவு.

ஜெயராணி

சிறுவன் பழனிக்குமாரின் மண்டல மாணிக்கம் பஞ்சாயத்தில் ஏழு கிராமங்கள் இருக்கின்றன. அதில் ஒன்றில் மட்டுமே பள்ளர்கள், சுமார் 700 குடும்பங்கள் உள்ளன. அனைவருமே நிலமற்றவர்கள். குத்தகைக்கு நிலமெடுத்து வாரச் சாகுபடி செய்கிறார்கள். யார் எதிரியோ அவர்களிடமே கூலி வேலை பார்த்தாக வேண்டிய கட்டாயம். இந்த படுகொலைகளுக்கு பின்னர் யாரும் வேலைக்கு போக முடியவில்லை. நான்கு அருந்ததியர் குடும்பங்கள் இருக்கின்றன. தனித் தொகுதி என்பதால், சாதி இந்துக்கள் இதில் ஒரு குடும்பத்தை தேர்தலில் நிறுத்தி வெற்றி பெற வைத்தனர். துணைத் தலைவராக சாதி இந்து ஒருவர் பொறுப்பில் இருக்கிறார். மண்டல மாணிக்கத்தில் உள்ள உயர் நிலைப்பள்ளியில் நடைமுறையில் உள்ள சாதிய அடக்குமுறைகளை தாங்க மாட்டாமல், 70 குழந்தைகளை ஆனைக் குளத்திற்கு படிக்க அனுப்புகிறார்கள்.

சாலை வசதி கேட்டு 30 ஆண்டுகளாகப் போராடுகின்றனர். சாலை அமைக்க வேண்டிய இடம் சாதி இந்துக்களுக்கு சொந்தம் என்பதால், நிதி ஒதுக்கப்பட்டும் சாலை அமைக்கப்படவில்லை. வாழ்வியல் உரிமைகள் அனைத்தும் புறக்கணிக்கப்பட்டு வாழ்கிறவர்களின் கோபம் மிக இயல்பானது. யாருக்கும் தாழ்ந்தவர்களில்லை என்று நிரூபிக்க வேண்டியது ஒன்றே அவர்களது லட்சியம். அதற்காக அவர்கள் சாகவும் தயார். சாதி இந்துக்களுக்கு எதிரான இந்த கோபத்தை சாதிய கட்டமைப்பிற்கு எதிரானதாக திசை திருப்ப வேண்டியது அவசியம். இதுவரையிலும் அதற்கான முயற்சிகள் எடுக்கப்படவில்லை. சிறிதளவு நடந்த முயற்சிகளும் தோல்வியுற்றன.

எங்களது களப் பணியின்போது, சாதி இந்துக்களில் சிலர் குறிப்பாக பெண்கள், "இந்த கொடுமையை எப்படி தாங்கிக் கொள்கிறீர்கள்" என படுகொலை குறித்து வருத்தப்பட்டனர். இதை ஏன் சொல்கிறேன் என்றால், யாரோ ஒரு சிலரின் ஆதாயத்திற்காகத்தான் அத்துமீறல்கள் தூண்டப்பட்டு படுகொலைகள் நிகழ்த்தப்படுகின்றன. சாதிஇந்துக்களோடுஇருக்கும்முரண்பாட்டையும்வெறுப்புணர்வையும் அழிக்கும்போது, சாதி ஒழிப்பை நோக்கி இந்த எழுச்சி கூர் தீட்டப்படும்.

தியாகி இம்மானுவேல் சேகரன் தொடங்கி வைத்த உரிமைக் குரல் வலுவாக ஒலிக்கிறது. ஆனால், தலித் விடுதலை என்னும் கூரையின் கீழ் இவர்களை நிறுத்த முடியவில்லையே!

இம்மானுவேல் அவர்கள் நடத்திய தீண்டாமைக்கு எதிரான மற்றும் உரிமைப் போராட்டங்கள் வரலாற்றுச் சிறப்பு மிக்கவை. இந்த போராட்டங்களில் ஓர் ஒழுங்குமுறை இருந்தது. ஒடுக்கப்பட்டோர் இயக்கத்திற்கு ஊருக்கு ஊர் கிளை அமைப்பு இருந்தது. பள்ளர்கள் என்பதை விடவும் ஒடுக்கப்பட்டோர் என்ற குடையின் கீழ் மக்களின் உரிமைகளை மீட்டெடுக்கவே இம்மானுவேல் போராடினார். ஆனால், அவருக்கு பின்னர் அந்த மக்களை வழிநடத்த தலைவர்களில்லை. அரசும், ஆதிக்கவாதிகளும் இணைந்து ஓர் அமைப்பை அழிக்கும்போது, அடுத்த தலைமை உருவாகாதவாறே அதை செய்வார்கள். இம்மானுவேல் சேகரனுக்குப் பின் அப்படியொரு தலைமை அங்கு உருவாகவே இல்லை.

1950களில் மறவர் - நாடார் பிரச்சனைதான் உச்சத்தில் இருந்தது. இம்மானுவேல் அவர்கள் சிறை நிரப்பும் போராட்டங்களை நடத்துகிறார். முத்துராமலிங்க தேவர் பார்வர்டு ப்ளாக்கில் இணைந்து, இரண்டு எம்.பி. சீட்களை பெற்று போட்டியிடுகிறார். இந்த தேர்தலில் வெற்றி பெற்றதும் தனக்கு வாக்களிக்காத தலித் மக்கள் மீது தாக்குதல் நடத்துகிறார். இதற்கான அமைதிக் கூட்டத்தில் கலந்து கொள்ள தேவர் வந்தபோது, எல்லோரும எழுந்து நிற்க, இம்மானுவேல் அவர்கள் மட்டும் அமர்ந்திருந்தார். அதைத் தாங்க முடியாமல்தான் சாதி இந்துக்கள் அவரை கொலை செய்தனர். அதைத் தொடர்ந்து நடந்த கலவரத்தில் தலித் மக்கள் கடுமையாகப் பாதிக்கப்பட்டனர். உள்ளுக்குள் கோபம் கனன்று கொண்டிருந்தாலும், அவர்கள் ஓர் இயக்கமாகத் திரளவில்லை.

தமிழ்த் தேசிய அமைப்புகளும், கம்யூனிஸ்ட் கட்சிகளும் சாதியை கண்டுகொள்ளாததன் மூலம் தலித் மக்களுக்கு தொடர்ந்து துரோகம் இழைக்கின்றன. "தீண்டாமை ஒழிப்பு முன்னணி" என்ற பெயரில் தீண்டாமையை ஒழிக்க மட்டுமே அவை முயல்கின்றன. பரமக்குடி பச்சேரி கிராமத்தில் 80 விழுக்காடு தலித்துகளுக்கு நிலமில்லை. தலித் மக்களின் நில உரிமைக்காக இந்த கட்சிகள் போராடுவதில்லை. நில உரிமை என்ற அதிகாரமே சுயமரியாதையை பெற்றுத் தரும் எனும் போது, அதற்காக இவை களமிறங்குவதில்லை. அரசியல் ரீதியாக பயிற்றுவிக்கப்பட வேண்டியதுதான் இதற்கான ஒரே தீர்வு. அம்பேத்கர் அவர்கள் வலியுறுத்துவதைப் போல, உள்ளாட்சி அதிகாரத்தை ஒடுக்கப்பட்டவர்களிடம் ஒப்படைக்க வேண்டும். பரமக்குடி, முதுகுளத்தூர் பகுதியில் காவல் துறையில் பெருமளவில் சாதி இந்துக்களே நிறைந்திருக்கின்றனர். ஒடுக்கப்பட்ட மக்களை இது எப்போதும் அச்சத்தில் வைத்திருக்கிறது. தலித் மக்களுக்கு சம அளவிலான பிரதிநிதித்துவம் இருக்குமானால், இந்நிலை மாறும்.

இம்மக்களை அரசியல் ரீதியாக ஒருங்கிணைக்க நடந்த முயற்சிகள் ஏன் தோல்வி அடைந்தன?

தலித் கட்சி மற்றும் இயக்கங்களின் தமிழ்த் தேசிய அணுகுமுறை மக்களுக்கு பிடிப்பை உண்டாக்கவில்லை என்பதுதான் உண்மை. இம்மானுவேல் பேரவை, புதிய தமிழகம் கட்சிகள் வேரூன்ற முடியாமல் போனது அதனாலேயே. 1988இல் இம்மானுவேல் பேரவை சார்பில் நடந்த ஊர்வலத்தில் முப்பதாயிரம் பேர் குவிந்தனர். இம்மானுவேல் சேகரன் அவர்கள் படுகொலைக்குப் பின்னர் மக்கள் திரண்ட பெரும் நிகழ்வு இது! 1991இல் இந்நினைவிடத்தை சுத்தப்படுத்தி மாநாடு நடத்துகிறார் புதிய தமிழகம் கிருஷ்ணசாமி. இம்மானுவேல் சேகரனை மீட்டெடுத்ததாக கிருஷ்ணசாமி சொல்லிக் கொண்டாலும், மாஞ்சோலை போராட்டத்தின் கசப்புகள் பெரும் பின்னடைவை ஏற்படுத்தின. ஜான் பாண்டியன் பெரும் தாக்கத்தை உண்டாக்கினார். மக்களின் போராட்டக் குணத்தை மேலெழச் செய்ததில் அவருக்கு பெரும் பங்கு உண்டு என்றாலும், தி.மு.க.வும், அ.தி.மு.க.வும் அவரை மாறி மாறி சீரழித்தன; சீரழிக்கின்றன.

சிலர் "மள்ளர்" என்ற பெயரில் மக்களைத் திரட்ட முயல்கின்றனர். மள்ளர் என்றால், சங்க காலப் பெயர் என்றும் ஆண்ட பரம்பரை என்றும் அதற்கு அர்த்தம் கூறுகிறார்கள். மள்ளர்கள் தங்களுக்கு

இடஒதுக்கீடு வேண்டாம் என்கிறார்கள். ஆண்ட பரம்பரைக்கு எதற்கு இடஒதுக்கீடு என்பது அவர்கள் வாதம். இதுதான் பிரச்சனை. பாருங்கள், என்ன மாதிரியான சமூக அறிவோடு இந்த இயக்கங்கள் மக்களை வழிநடத்துகின்றன? ஆண்ட பரம்பரை என்றால், ஆறு பேரை ஏன் படுகொலை செய்கிறது அரசு? இப்படித்தான் மக்களின் உணர்வுகளை தவறாகக் கிளறிவிட்டு, அரசியல் செய்கிறார்கள்.

இம்மானுவேல் அவர்கள் தேவேந்திர குல சங்கத்தை அமைத்திருந்தாலும் ஒடுக்கப்பட்டோர் இயக்கத்தின் கீழ் - பள்ளர்களை மட்டுமல்லாது, ஒடுக்கப்பட்ட எல்லோரையும் ஒன்றிணைக்கவே விரும்பினார். இம்மானுவேல் பேரவையின் சந்திரபோஸ் அந்த முயற்சியை எடுத்தபோது, "இம்மானுவேல்" என்ற பெயர் அதற்கு தடையாக அமைந்தது. தலித் கட்சிகள் தோல்வியுற்ற இந்த இடத்தை தி.மு.க.வும் அ.தி.மு.க.வும் அரசியல் நேரத்தில் பயன்படுத்தி வருகின்றன. சாதி இந்துக்கள் அதிகாரத்தால் ஒன்றிணைந்து தவிர்க்க முடியாத வாக்கு வங்கியாக நிற்கும்போது, இன்றும் சாராயத்திற்கு ஓட்டுப் போடுகிறவர்களாக தலித் மக்கள் இருக்கிறார்கள் என்பது வேதனைக்குரியது.

இம்மானுவேல் அவர்களின் குருபூசையை அரசு விழாவாக அறிவித்தால், அது தலித் மக்களின் கோபத்தை ஆற்றுப்படுத்தி, பிரச்சனைக்கு முற்றுப்புள்ளி வைக்கும் என நம்புகிறீர்களா?

நான் ஏற்கனவே குறிப்பிட்டதைப் போல இது போட்டியல்ல. சம உரிமைப் போராட்டம். தேவரை தேசியத் தலைவராகவும், இம்மானுவேலை சாதியத் தலைவராகவும் பார்ப்பது, சாதிய உளவியலின் உச்சம். இம்மானுவேல் சேகரன் அவர்கள் சுதந்திரப் போராட்டத்தில் பங்கேற்றவர். மத்திய அரசு தேவரைப் போலவே இம்மானுவேல் அவர்களுக்கும் அஞ்சல் தலை வெளியிட்டிருக்கிறது. தேவரை தேசியத் தலைவராக திட்டமிட்டு உருவாக்கினார்கள். இத்தனைக்கும் அவர் காங்கிரசுக்கு எதிராக செயல்பட்டவர். மக்கள் கேட்கும் அளவிற்கு விட்டிருக்காமல், ஒடுக்கப்பட்டோர் பக்கம் நின்று இம்மானுவேல் குருபூசையை அரசு விழாவாக அரசே அறிவித்திருக்க வேண்டும். சாதி இந்துக்கள் கேட்காமல் கொடுத்ததை, தலித் மக்கள் கேட்டும் கொடுக்கவில்லை. சார்பு நிலை கொண்ட அரசுகள்தான் நம்மை ஆள்கின்றன என்பதற்கு இதுவே போதும். அரசின் வன்முறை மக்களால் எதிர்கொள்ள முடியாதது. ஒவ்வொரு முறையும் சாதி இந்துக்களின் பக்கம் நின்று, ஒடுக்கப்பட்ட மக்களை

ஜெயராணி

பலிகொள்வதையே எல்லா அரசும் செய்கின்றன. இந்நிலையில் அரசு விழாவை அறிவித்துவிட்டால், தலித் மக்களை அது ஆற்றுப்படுத்துமே ஒழிய, அதற்குப் பிறகு சண்டை முடிவுறுமா என்றால் அதுதான் இல்லை. சாதியை ஒழிக்கின்ற வரை எதிர்வினையாற்றுதல்கள் தொடரும்.

தியாகி இம்மானுவேல் சேகரன் அவர்களை கொண்டாடுவோர், அம்பேத்கரின் சாதி ஒழிப்பு மீது நம்பிக்கை கொண்டிருக்கிறார்களா?

உண்மையை சொல்ல வேண்டுமானால், பள்ளர்களுக்கு அம்பேத்கர் யார் என்பதே தெரியாது. அவரை சீர்திருத்தவாதி என்றளவிலேயே அவர்கள் புரிந்து வைத்திருக்கின்றனர். அது மட்டுமின்றி, அம்பேத்கர் அவர்கள் பிறந்த மகர் சமூகம், இங்குள்ள பறையர்களுக்கு இணையானது என்ற தவறான எண்ணமும் அவர்களுக்கு இருக்கிறது. அதனாலேயே பறையர்கள் அம்பேத்கரை உயர்த்திப் பிடிப்பதாக அவர்கள் நம்புகின்றனர். இப்படித்தான் தலித் மக்கள் சிதறுண்டு கிடக்கிறார்கள். நம் உரிமைகளுக்காகப் போராடிய தலைவர்களோடும் நாம் முரண்பட்டு நிற்கிறோம்.

தலித் அரசியலின் எழுச்சியோடு அருந்ததியரும் பறையரும் ஓர் எழுச்சியை கண்டிருக்கிறார்கள் என்பது உண்மை. ஆனால், பள்ளர்கள் பின் தங்கியுள்ளனர். இதற்கு காரணம் அவர்களுடைய போர்க் குணம். அதுவும்கூட சாதியால் வந்ததே! சாதி இந்துக்களுக்கு பதில் சொல்வதில்தான் அவர்கள் குறியாக இருக்கின்றனர். சாதியை

ஒழிப்பது பற்றி அவர்கள் அறிந்திருக்கவில்லை. சாதி இந்துக்களுக்கு எவ்வகையிலும் சளைத்தவர்கள் அல்லர் என்று நிரூபிப்பது ஒன்றே அவர்கள் நோக்கம். அதனாலேயே பழி வாங்கும் படலம் தொடர்கிறது. ஆதிக்கவாதிகளோடு கூட்டு சேர்ந்திருக்கும் அரசதிகாரத்தில், வன்முறையால் உண்டாகும் இழப்புகள் அனைத்தும் தங்களுக்குதான் என்பதை தலித் மக்கள் குறிப்பாகப் பள்ளர்கள் உணர வேண்டும். தலித் அரசியலில் பங்கு கொள்ளாமல், பறையர் மற்றும் அருந்ததியரை ஒப்பிடும்போது, கலை இலக்கியங்களிலும் அவர்கள் பின் தங்கியுள்ளனர். இந்நிலை நிச்சயமாக மாற்றப்பட வேண்டும்.

தலித் அரசியலை எழ விடாமல் செய்ததில் தமிழ்த் தேசியவாதிகளுக்கு பெரும் பங்கு இருக்கிறது. சாதிக்கு தமிழ் வடிவம் கொடுக்க அவர்கள் முயல்கின்றனர். சாதி இந்நாட்டின் பிரச்சனை, அது தேசியப் பிரச்சனை. மூவரின் உயிர் காக்க ஒட்டுமொத்த தமிழகமும் எழுச்சி கண்டது எனில், அது வெறுமனே தமிழ் வேட்கை அல்ல. மனிதாபிமான வேட்கை. சாதிக்கு எதிராக செயலாற்றவும் அதே மனிதாபிமான வேட்கைதான் தேவைப்படுகிறது.

மானுடத் தத்துவத்தை வலியுறுத்திய அம்பேத்கரையும் மார்க்சையும் இவர்கள் முன்னிறுத்தவே இல்லை. மண்ணுக்கேற்ற அரசியல்தான் வெற்றி பெறும். தலித் தலைவர்களும் பிற அமைப்புகளும் இணைந்து அய்க்கிய முன்னணி போன்ற ஒன்றை உருவாக்கி, சாதி ஒழிப்பை மய்யக் கொள்கையாக முன் வைக்க வேண்டும். தலித் மக்களின் உடனடித் தேவை வலுவான அரசியல் களம்! ஒடுக்கப்பட்டோர் விடுதலை முன்னணி மூலம் அதற்கான முயற்சிகளை நாங்கள் செய்து வருகிறோம். பெரும் சவாலான விசயம் என்றாலும், இனியும் தாமதப்படுத்தக் கூடாது என்பதை இப்படுகொலைகள் நமக்கு உணர்த்துகின்றன.

(தலித் முரசு – செப்டம்பர் 2011)

ஆதிக்கத்தை நேசிக்கும்
அடிமைப்படுத்தப்பட்ட சமூகம்

12

பரமக்குடி படுகொலையை முன்வைத்து சர்ச்சையொன்று கிளம்பியிருக்கிறது. ஒவ்வொரு முறையும் தலித் மக்களுக்கு எதிரான வன்முறைகள் கட்டவிழ்க்கப்படும் போதெல்லாம் - இந்த சர்ச்சை கை கால்கள் முளைத்துக் கொண்டு அலைவது வழக்கம். குறிப்பாக, பட்டியல் சாதியினரில் ஒரு பிரிவினரான பள்ளர்கள், தங்களை தலித் என்று விளிப்போரை கடுமையாக சாடுவதோடு, தாங்கள் தலித்துகளே அல்லர் என்பதை நிறுவும் பொருட்டு - புதிய புதிய விளக்கங்களையும் வரலாற்றுக் கதைகளையும் கூறுகின்றனர்.

பள்ளர்கள் தாங்கள் மட்டுமே மருத நிலத்தை ஆண்ட வேளாண் குடிமக்களான மள்ளர்கள் என்றும், மூவேந்தர்களான சேர, சோழ, பாண்டிய மன்னர்கள் மள்ளர்களே என்றும் கூறிக் கொள்கின்றனர். எந்த அடிப்படையும் ஆதாரமுமற்ற இத்தகு கட்டுக்கதைகள், இச்சாதிய சமூகத்தில் ஆற்றவிருக்கும் பங்கு, நிலைத்து நின்றுவிட்ட இந்துமத சூழ்ச்சிகளுக்கும் நீடித்து வரும் பார்ப்பன ஆதிக்கத்திற்கும் துரும்பளவு கூட எதிர்வினையாற்றப் போவதில்லை. மாறாக, இச்சாதியக் கட்டமைப்பின் கெட்டித் தன்மைக்கு மேலும் வலுவேற்றும் வேலையையே அது ஆற்றும்.

உலகம் முழுவதிலும் குறிப்பாக இந்தியாவில் மொழி மற்றும் பண்பாட்டுப் பாகுபாடின்றி, இம்மண்ணின் தொல்குடிகள் அனைவருக்குமே செருக்கோடு பகிர்ந்து கொள்ளக் கூடிய வரலாறு நிச்சயம் உண்டு. அதைப் போலத்தான் வேளாண் தொழில் செய்து வந்த பள்ளர்கள் குறித்த குறிப்புகள், மள்ளர்கள் என்ற பெயரில்

சங்க இலக்கியங்களில் இடம் பெற்றுள்ளன. உணவு உற்பத்தி எக்காலத்திலும் முதன்மைத் தொழிலாக இருக்கும்போது, நதிக்கரையோர நிலங்களை வைத்துக் கொண்டு விவசாயம் செய்தவர்களே முதன்மை பெற்ற சமூகமாக இருந்ததில் வியப்பேதுமில்லை. இது, அவர்களின் புவியியல் சார்ந்த வாழ்வியல். இதே போன்ற புவியியல் சார்ந்த வாழ்வியல் ஒவ்வொரு நில மக்களுக்கும் இருந்தது.

இதில் எதுவொன்றையும் உயர்வானதாகவோ, மற்றொன்றை தாழ்வானதாகவோ கருத நியாயமில்லை. வேளாண் தொழிலில் ஈடுபட்டிருந்தவர்களைத் தவிர, பிற தொழில் செய்கிற மக்களும் அக்காலத்தில் வாழ்ந்தனர். அவர்களின் உழைப்பை அக்கால மள்ளர்கள் பெறவே செய்தனர். எத்தொழில் செய்த மக்களும் சுயமரியாதையோடும் சம தகுதியோடுமே வாழ்ந்திருக்கிறார்கள். இந்நிலையில், வேளாண் தொழில் மட்டுமே புனிதமானது என்ற கருத்தியலை பள்ளர்களும் முன் வைக்கக் காரணம், பிற தலித் பிரிவினரைப் போல மலமள்ளுவது, பறையடிப்பது போன்ற இழிதொழில்களைத் தாங்கள் செய்யவில்லை என நிறுவுவதற்காகவே!

இம்மண்ணில் ஜாதி வேரூன்றி, இரண்டாயிரம் ஆண்டுகள் ஆகிவிட்டன. பிரம்மனின் உடலில் எங்கெங்கிருந்து யார் யார் தோன்றினார்கள் என்ற வர்ணாசிரம வரையறையும் அதற்கு முன்பே தோன்றிவிட்டது. இந்து மதக் கட்டமைப்பின் ஆதிக்க வரலாற்றைப் புறந்தள்ளாமல், சேர, சோழ, பாண்டிய மன்னர்கள் மள்ளர்களே எனக் குறிப்பிடுகின்றனர் பள்ளர்கள். வரலாற்று ரீதியாக நிரூபிக்கப்படாத விஷயங்களை, தங்களின் வசதிக்கேற்ப வளைத்துக் கொள்வது ஆதிக்கவாதிகளின் செயல். பள்ளர்களும் ஏன் அம்முயற்சியில் ஈடுபடுகிறார்களெனில், தங்களின் அடிமை அடையாளத்தை மட்டும் எப்படியேனும் அறுத்தெறிந்துவிட வேண்டும் என்பதுதான் அவர்களின் குறிக்கோள். அதனாலேயே ஆண்ட பரம்பரை என்றும், சேர, சோழ, பாண்டிய மன்னர்களின் குலம் என்றும், போர்வீரர்களாகவும், விவசாயிகளாகவும் தங்களை அடையாளப்படுத்திக் கொள்கின்றனர்.

ஜாதி உருவாகி இரண்டாயிரம் ஆண்டுகளாகிவிட்டன. ராஜராஜசோழனின் ஆயிரமாண்டு சதய விழா கடந்த ஆண்டு கொண்டாடப்பட்டது. இம்மன்னர்களும் அவர்கள் ஆட்சியின் கீழிருந்த மக்களும் மட்டும் எப்படி சாதி என்ற கட்டமைப்பிற்கு

வெளியே இயங்கியிருக்க முடியும்? நாடுகளை வளைத்துப் பேரரசரான பின்னரும் கூட சிவாஜியால், தன் விருப்பப்படி சத்ரியனாக முடியவில்லை. ஒரு சூத்திரர் சத்திரியராக முடியாதபோது, பஞ்சமர்கள் மட்டும் சத்திரியர்களாகி ஆட்சி செய்வதற்கான சாத்தியங்கள் ஏது? இந்த நாகரிக காலத்திலும் நவீனங்களை விழுங்கிக் கொண்டு, ஜாதி வளர்வதால்தான் - இன்று வரையிலும் கூட, எம்மாநிலத்தின் ஆட்சிப் பொறுப்பிலும் தலித் மக்களால் அமர முடியவில்லை. சுதந்திர இந்தியாவில் வெகு சில விதிவிலக்குகள் உண்டு.

அரசமைப்புச் சட்டம் தீண்டத்தகாத மக்களுக்கு வைத்திருக்கும் வரையறைக்குள் தாங்கள் வரவில்லை என பள்ளர்களுக்கான சில தலைவர்களும் அமைப்புகளும் வாதிடுகின்றனர். தென்மாவட்டங்களில் உள்ள ஜாதிய பாகுபாடுகளும் தீண்டாமை வடிவங்களும் வெறும் பொய்களால் மறைக்கப்படக்கூடியவை அல்ல. அப்பகுதியில் அதிக எண்ணிக்கையில் தலித்துகளாக இருக்கும் பள்ளர்கள், தொடர்ச்சியான வன்கொடுமைகளுக்கும் தீண்டாமைக்கும் இழிவுகளுக்கும் ஆளாகியே வருகின்றனர் என்பது கண்கூடு.

இரட்டை டம்ளர் முறை, ஊர் தெருக்களுக்குள் அனுமதி மறுப்பு, கோயில்களுக்குள் செல்லத் தடை, அரச வன்முறை என தீண்டாமைக் கொடுமைகள் எப்போதும் உச்ச நிலையிலேயே இருக்கின்றன. பள்ளர்களையும் சாதி இந்துக்களையும் உள்ளடக்கிய எந்த ஊரையும் இதற்கு எடுத்துக்காட்டாகச் சொல்ல முடியும். சேரியில் நாங்கள் வாழவில்லை என்றும், தீண்டாமை என்ற ஒன்றே தங்களுக்குக் கிடையாது என்றும் உண்மைகளை மறைத்துவிட்டுப் பேசுபவர்கள், உத்தப்புரத்தில் ஊரை இரண்டாகப் பிரித்து எழுப்பப்பட்ட சுவருக்கு அர்த்தமென்ன என்பதை விளக்க வேண்டும். அம்மக்கள் காலங்காலமாக அனுபவித்து வரும் கொடிய பாகுபாடுகள் அவர்களுடைய போர்க்குணத்தினால் உண்டான விளைவல்ல; அவர்கள் சார்ந்த சாதிக்காக விதைக்கப்பட்ட அநீதி.

அண்மையில், ஊர் கோயிலுக்குள் நுழைந்த பள்ளர்களுக்கு கிடைத்த சமநீதியை பொறுக்கமாட்டாமல் வாயிலும் வயிற்றிலும் அடித்துக் கொண்டு, கதறியழுத உத்தப்புர சாதி இந்துக்களிடம் நாம் கண்ட வெறுப்புணர்வு - வெறுமனே போட்டியாளர்கள் என்பதால் வந்ததல்ல. மள்ளர்களாக தங்களை முன்னிறுத்துகிறவர்கள் - முக்குலத்தோருக்கும் தங்களுக்குமான வெறுப்புணர்வை -

ஜெயராணி

209

சமமானவர்களுக்கிடையிலான சண்டை என்பதாகக் குறைத்துக் காட்ட முனைகிறார்கள். பொது மக்களை விடுங்கள், அண்மையில், பள்ளர் சமூகத்தைச் சேர்ந்த உயர் நீதிமன்ற நீதிபதி கர்ணன், பிற சமூக நீதிபதிகளால் தான் தீண்டாமைக் கொடுமைக்கு ஆளாவதாகக் குறிப்பிட்டாரே அதையும் மறுதலிப்பார்களா? தங்கள் மீதான தீண்டாமையை மக்கள் வெளிப்படையாக ஒப்புக் கொண்டு, அதற்கெதிராகப் போராடவும் உயிரை விடவும் கூட தயாராக இருக்கும்போது, அதை மூடி மறைக்க இவர்கள் யார்?

"ஆண்ட பரம்பரை" என்ற சொற்களின் மூலம் கிளர்ச்சியூட்டுவது ஒன்றையே மள்ளர் அமைப்புகள் தங்களின் அரசியல் பாதையாக வைத்திருக்கின்றன. "அடிமையிடம் நீ அடிமை எனச் சொல், அவன் கிளர்ந்தெழுவான்"" என்றார் அம்பேத்கர். தாங்கள் அடிமைப்படுத்தப்பட்டிருக்கிறோம் என்பதை உணராமல், எல்லாம் விதி என வாழ்கிறவர்களிடம் ஆண்ட பரம்பரை என சொன்னால், எப்படியொரு கண்மூடித்தனமான கிளர்ச்சி உண்டாகுமோ, அதுதான் பள்ளர்களை எப்பொழுதும் ஆட்டுவிக்கிறது. தன் மீது சுமத்தப்பட்ட அடிமைத்தனத்திற்கு எதிராகப் போராடாமல், சாதியக் கட்டமைப்பின் வன்முறைக்கு பதில் சொல்லாமல், தங்களது ஆதிக்கத்தை நிறுவுவதற்கான வாய்ப்புகளைத் தேடுகின்றனர். அடித்தால் திருப்பி அடிக்க வேண்டும் என சொல்லித் தரும் தலைவர்களின் வழி நடத்தலில், நாம் அடிமைகள் அல்லர், ஆதிக்கவாதிகள் என முறுக்கிக் கொண்டு எழுகிறார்கள். ஆண்ட பரம்பரை என்ற வாதத்திற்கு வலு சேர்க்கவே மள்ளரியத்தை துணைக்கழைக்கின்றனர்.

மன்னராட்சியின் சர்வாதிகாரங்கள் நிராகரிக்கப்படும் மக்களாட்சிக் காலத்தில், அடிமைத்தனத்திற்கு எதிராகப் போராட வேண்டிய மக்களுக்கு சர்வாதிகார உணர்வை ஊட்ட சில அமைப்புகள் தொடர்ந்து முயல்கின்றன. மன்னர்கள் பார்ப்பனர்களுக்கு அடிவருடிகளாக இருந்து, ஜாதியை காப்பாற்ற எடுத்த முயற்சிகளை சமூக வரலாறுகளும் ஆய்வுகளும் வலுவாக முன் வைக்கின்றன. பல தார மோகம், பெண்களை பாலியல் தொழிலில் தள்ளியது, சிரச் சேதம் உள்ளிட்ட மனித உரிமை மீறல்களை அரங்கேற்றியது என ராஜ ராஜ சோழன் உள்ளிட்ட மன்னர்களின் சர்வாதிகார அத்துமீறல்கள் நாமறிந்ததே! மன்னர்களின் உண்மை வரலாறு, மனித உரிமை மீறல்களின் ஒட்டுமொத்தப்

பதிவாகவே இருக்கிறது எனும்போது, மள்ளர் அமைப்புகள் எப்படி அவர்களோடு தம்மை தொடர்புபடுத்தி பெருமை பாராட்டுகின்றன?!

மள்ளர் அமைப்புகள் சில, தங்களின் பண்டைய செல்வாக்கையும் பெயரளவிலான ராஜ குலப் பின்னணியையும் துருப்பாக வைத்துக் கொண்டு, இச்சாதிய சமூகத்திடம் முன் வைக்கும் கோரிக்கைகள் சுயநலமிக்கவை. "அரசமைப்புச் சட்டம் வரையறுக்கும் தீண்டத்தகாத மக்களுக்கான வரையறைக்குள் தாங்கள் இல்லை; அதனால் பட்டியல் சாதியிலிருந்து விடுவிக்க வேண்டும்" என்கிறார்கள். நல்லது. பட்டியல் சாதியிலிருந்து வெளியேற விழையும் பள்ளர்களின் இந்த விருப்பமானது, இந்து மதத்தின் சாதியக் கட்டமைப்பைத் தகர்க்கும் முயற்சியா என்றால், அதுதான் இல்லை. இந்து மதத்தை விட்டு வெளியேறும் முயற்சியா என்றால், அதுவும் இல்லை.

இந்தியாவில் சாதியை முற்றாக அழித்தொழிக்க விரும்புகிறவர்கள், அம்பேத்கர் முன்வைத்த மதமாற்றம் ஒன்றையே ஆயுதமாகக் கையிலெடுக்கின்றனர். இதற்கு மாறாக, இந்து மதத்தில் இருந்து வெளியேற விரும்பாத மள்ளர் அமைப்புகள், தங்களை பிற்படுத்தப்பட்டோர் பட்டியலில் சேர்க்க வேண்டுமென வலியுறுத்துகின்றனர். இந்து மதத்தைத் துறந்து கிறித்துவம், இஸ்லாம் போன்ற மதங்களைத் தழுவினால் - மிக எளிதாகவே பிற்படுத்தப்பட்டோர் பட்டியலில் இணைந்துவிடமுடியும். ஆனால், இதைச் செய்ய மறுத்து, "இந்து பிற்படுத்தப்பட்டோர்" பட்டியலில் சூத்திரர்களாக இடம் பிடிக்கவே துடிக்கின்றனர்!

பட்டியல் சாதிப் பிரிவில் இருப்பதால், சாதி இழிவு யாரையும் ஆட்கொள்ளவில்லை. பிறப்பால் சாதி இழிவுக் கரையை சுமத்தப்பட்டதாலேயே பிற தலித்துகளை போல பட்டியல் சாதிப் பிரிவில் பள்ளர்கள் வர நேர்ந்தது. பட்டியலில் இருப்பதுதான் பிரச்சனை என்றால், 78 சாதிகளும் கூட வெளியேறி விடலாமே! தன் ஆயுட்காலத்தை முழுவதுமாக அர்ப்பணித்து அம்பேத்கர் அவர்கள் எழுதிய சமூக வரலாற்றையும், அரசமைப்புச் சட்டத்தையும் இடது கையால் நிராகரிக்கிறவர்களில் பெரும்பாலானோர், இட ஒதுக்கீட்டின் பயனை அனுபவித்து வளர்ந்தவர்களாகவே இருக்கின்றனர்! கல்வி, வேலைவாய்ப்பு, மற்றும் சட்டமன்ற, நாடாளுமன்றப் பிரதிநிதித்துவத்தைப் பெற்றுவிட்ட பின்னர், இன்று சாதிச் சான்றிதழ்களில் எஸ்.சி.யை, பி.சி.யாக்கப் போராடுகின்றனர்.

இன்றளவும் சாதிய ஒடுக்குமுறைகளுக்கு ஆளாகி, சமூக நீதி என்பது முற்றிலுமாக மறுக்கப்பட்டு அடிப்படைக் கல்வி கூட கிட்டாதவர்களைப் பற்றி இவர்களுக்கு துளியும் அக்கறையில்லை. ஆறு பேர் படுகொலை செய்யப்பட்ட பரமக்குடியில் கூட, பெரும்பான்மை பள்ளர்கள் விவசாயக் கூலிகளாகவே வேலை செய்கின்றனர். அவர்களுக்கு நியாயமாகக் கிடைக்க வேண்டிய பிரதிநிதித்துவத்தைப் பிடுங்கியெறிய இவர்களுக்கென்ன உரிமை இருக்கிறது? சாதிச் சான்றிதழ் என ஒன்று (ஒரு நூற்றாண்டுக்கு முன்னால் எந்த சான்றிதழ் இருந்தது? எந்தப் பட்டியல் இருந்தது?) இருப்பதன் பயன் தெரியாமலேயே எத்தனை மக்கள் தங்கள் வாழ்நாட்களை கடந்து போகிறார்கள்? இவர்களுக்கு தெரிந்ததெல்லாம் சாதியின் பெயரால் நிகழும் ஒடுக்குமுறைகளும் அத்துமீறல்களும் சுரண்டல்களும் மட்டுமே! எஸ்.சி. – பி.சி.யானால் என்ன நடந்துவிடும் என்பதைக் கூட அவர்கள் அறிந்திருக்கப் போவதில்லை.

பள்ளர்களை தலித் என்றோ, ஆதி திராவிடர் என்றோ அழைக்கக் கூடாதென தொடர்ச்சியாக மள்ளர் அமைப்புகள் மிரட்டல் விடுக்கின்றன. மண்ணின் மக்கள்/ "நொறுக்கப்பட்டவர்கள்" என்ற அர்த்தத்தை உள்ளடக்கிய தலித் என்ற சொல்லின் மீது, இவர்களுக்கு அப்படியென்ன வெறுப்பு? ஊடகங்களிலும் உலகளவிலும் தலித் என்பது, சாதி ரீதியாக ஒடுக்கப்பட்டோர் தங்கள் மீதான ஒடுக்குமுறைக்கு எதிராகப் போராடுவதன் குறியீடாக மாறியிருக்கின்ற நிலையில், பள்ளர்கள் மட்டும் அதிலிருந்து தங்களை துண்டித்துக் கொள்ள நினைப்பதன் நோக்கம் என்ன? உண்மையில் இவர்கள் பிற பட்டியல் சாதியினரை விட தங்களை உயர்ந்தவர்களாகக்

கருதுவதால், அவர்களோடு தங்களை அடையாளப்படுத்திக் கொள்ள விரும்பவில்லை.

தங்கள் மீது இழிவைத் திணிக்கும் சாதி இந்துக்களை எதிர்க்கும் அதே வேளையில், பறையரையும் சக்கிலியரையும் கீழானவர்களாகக் கருதும் மனநிலைதான் பள்ளர்களிடம் ஓங்கி நிற்கிறது. சாதி இந்துக்களைப் போலவே எல்லாவிதமான தீண்டாமையையும் பறையர் மற்றும் சக்கிலியர் மீது பள்ளர்கள் செலுத்துகின்றனர். பிற்படுத்தப்பட்டோராகிவிட்டால், சாதி இந்துக்களோடு சமத்துவம் கிடைப்பது ஒரு பலனெனில், தலித்துகளை இன்னும் வீரியத்தோடு ஒடுக்க முடியும் என்பது மற்றொரு பலன்.

மள்ளர் - மள்ளர் அல்லாதோர் என்று சமூகத்தை செங்குத்தாகப் பிரித்துப் பார்க்கவே மள்ளர் அமைப்புகள் தீவிரம் காட்டுகின்றன. நாம்தான் ஆண்ட பரம்பரை, நாம்தான் வேளாண் குடி, நாம்தான் மன்னர்கள், நாம்தான் தமிழர்கள் என்ற முழக்கத்தின் மூலம் - மற்றவர்களை வந்தேறிகளாகவும், அடிமைச் சமூகமாகவும் சித்தரிக்க முயல்கின்றன. பார்ப்பனியத்தைப் போலவே இது ஒட்டுமொத்தமான ஆதிக்க உளவியலன்றி வேறென்ன?

எதற்கும் கட்டுப்படாதவர்களாகவும், பெருந்துணிச்சல் காரர்களாகவும் சாதியக் கட்டமைப்பை மிஞ்சியவர்களாகவும் தங்களை முன்னிறுத்திக் கொள்கிறவர்களால், தம்மை அடக்கி ஒடுக்கி அடிமைப்படுத்திய இந்து மதத்தையும், அது உருவாக்கிய சாதியையும் ஒருபோதும் துறக்க முடிவதில்லை. பள்ளர்கள் சாதி வேண்டாமெனச் சொல்லவில்லை; அடிமைச் சாதி வேண்டாம் என்கிறார்கள். சிவன், இந்திரன், விஷ்ணு ஆகியோரை முன்னோர்களாக வணங்குகின்றனர். சிவனுக்கு கோயிலை கட்டியதாலேயே ராஜராஜ சோழனை மள்ளர் எனக் கொண்டாடுகின்றனர். வேந்தன் என்பது இந்திரனையும் மன்னனையும் குறிக்கிறது என்பதால், தேவேந்திர குலம் என தங்களை அடையாளப்படுத்தவும் துணிகின்றனர். ஆனால், இவையெல்லாம் ஒருபோதும் அவர்களின் பிறப்பின் அடிப்படையிலான சாதி இழிவைப் போக்கப் போவதில்லை.

தென் மாவட்டங்களில் குறிப்பாக ராமநாதபுரத்தில் தொடர்ச்சியாக நடைபெற்றுவரும் சாதிய அத்துமீறல்களுக்கும், அரச பயங்கரவாதத்திற்கும் கடந்த அய்ந்தாண்டுகளில் பள்ளர்கள் எதிர்கொண்ட உயிர், உடைமை, உரிமை இழப்புகளைத் தடுக்கவோ அதற்கு ஈடு செய்யவோ ஆளில்லை. ஆறு பேரை பலிகொண்ட

பரமக்குடி அரச பயங்கரவாதத்திற்கு கூட, பாதிக்கப்பட்டவர்களுக்காக சட்ட ரீதியான, தார்மீக ரீதியான உதவிகளை செய்ய முன் வராமல், செய்கிறவர்களையும் விரட்டியடிக்கும் செயலில் ஈடுபடுகின்றனர். "பெயருக்கு" அரசியல் செய்வோர், சாதிவெறியின் அன்றாட அழுத்தங்களால் கொதி நிலையில் இருக்கும் மக்களின் உணர்வுகள் போர்க் குணமென்ற பெயரில் களத்தில் உயிர்பலி கொடுக்கவே பயன்படுகிறது. மாறாக, அவர்களை நெறிப்படுத்தவோ, வாழ்வியல் தரத்தை உயர்த்தவோ, பகுத்தறிவூட்டவோ, ஏன் அரசியல்படுத்தவோ கூட முன்வரவில்லை.

தலித் மக்கள் யாராக இருந்தனர் என்பது முக்கியமில்லை; யாராக இருக்கிறார்கள் என்பதும், யாராக இருக்கப் போகிறார்கள் என்பதுவுமே முக்கியம். பாட்டனுக்கு பாட்டன் மன்னனாகக் கூட இருந்திருக்கலாம். ஆனால், இடையில் பின்னப்பட்ட சூழ்ச்சியில் தலைமுறைகள் அடிமைகளாகிவிட்டன. அடிமைத்தனத்தின் வலி என்னவென இப்போது நன்றாகத் தெரியும். ஆதிக்கத்தை பிறப்புரிமையாகக் கருதி அதைக் கோருவதா? இல்லை, அடிமைத்தனத்தை பிறவி இழிவாகக் கருதி, அதை எதிர்த்து சமத்துவத்திற்காகப் போராடுவதா? புத்தரும் அம்பேத்கரும் பெரியாரும் இரண்டாம் கேள்வியோடு நின்றார்கள். இன்றைய தலித் அமைப்புகள் முதல் கேள்வியோடு நிற்கின்றன.

பிரித்தாளும் பார்ப்பனிய சூழ்ச்சி, மக்களை சாதிகளாகத் துண்டாடியது. மொழி வாரியாக மாநிலங்கள் பிரிக்கப்பட்டிருந்தாலும் பல்வேறு சாதிகளாக சமூகங்கள் சிதறுண்டு கிடக்கின்றன. எட்ட முடியாத உயரத்தில் அமர்ந்து கொண்ட பார்ப்பனர்கள், சாதிய அடுக்கை நுணுக்கமாகக் கட்டமைத்ததில் நமக்கு கீழ் நான்கு பேர் இருப்பதில் மகிழ்ச்சியடைந்து கொண்டோம். தலைக்கு மேலே எத்தனை பேர் இருந்தாலும் சரி, காலுக்குக் கீழே யாராவது இருந்தாக வேண்டும். சாதியச் சுழலுக்குள் சிக்கி உழலும் ஒவ்வொரு இந்தியரின் / இந்துவின் உளவியலும் இப்படித்தான் இருக்கிறது.

பிற்படுத்தப்பட்டோர் தலித்துகளை ஒடுக்குவதும், தலித் மக்கள் அதற்கு எதிர்வினையாற்றுவதுமாக அல்லது தலித்துகளே தலித்துகளோடு மல்லுக்கட்டுவதுமாக - இந்த சண்டை கீழேயே நடந்து கொண்டிருக்க, இந்நாட்டின் வளங்கள், துறைகள், அதிகாரங்கள் என உயர்நிலையில் உள்ள எல்லாவற்றையும் ஒரு சிறு குழு அனுபவித்துக் கொண்டிருப்பது பற்றியோ, அதில் தங்களுக்கான

நியாயமான பங்கை கோருகிறவர்களை திரண்டு வந்து, அக்குழு தாக்குவது குறித்தோ நமக்கு அக்கறையில்லை. உண்மையான வந்தேறிகளும் கொள்ளைக்காரர்களுமான அவர்களை சுதந்திரமாக உலவவிட்டு, நசுங்கி ஒடுங்கிக் கிடப்பவர்கள் தங்களுக்குள்ளாகவே சண்டையிட்டுக் கொண்டிருக்கின்றனர்.

பிரித்தாள்வது பார்ப்பனியத்தின் சூத்திரமெனில், அதற்கெதிராக ஒன்றிணைவது ஒன்றே ஒடுக்கப்பட்ட சமூகங்களுக்கான திறவுகோலாக அமைய முடியும். அம்பேத்கரும் பெரியாரும் இதையே வலியுறுத்தினர். தலித் மக்களை திரட்டும் தலைமைகள் ஆதாரமற்ற வரலாற்றுக் கதைகளைச் சொல்லி, தன் மக்களை மேலும் தனிமைப்படுத்தும் செயலையே செய்கின்றனர். பள்ளர்களிடம் மட்டுமல்ல; பறையர், சக்கிலியர், புதிரை வண்ணார் என எல்லோரையுமே இந்நோய் பீடித்திருக்கிறது. இந்து மத சூழ்ச்சியை தகர்த்தெறியவும் சாதியக் கட்டமைப்பை உடைக்கவும் இவர்களிடம் எந்த செயல் திட்டங்களும் இல்லை. மாறாக, ஆளாளுக்கு ஒரு ஆண்ட பரம்பரை சாதிய அடையாளத்தை உருவாக்கி, அதை வைத்து அரசியல் செய்யவே முனைகின்றனர்.

ஜெயராணி

இந்தியா முழுவதிலுமுள்ள ஒடுக்கப்பட்ட மக்களின் மொழியும் பண்பாடுகளும் வெவ்வேறானதாக இருந்தாலும், அவர்களின் வலியும் வேதனையும் கொண்டாட்டங்களும் இழப்புகளும் ஒன்றுதான். அதை உணரும் சுரணையற்றதாக ஒடுக்கப்பட்ட சமூகம் சுணங்கிக் கிடக்கிறது. வடகோடியில் வாழும் தலித்தும் தென் எல்லையில் வாழும் தலித்தும் சம அளவிலான சவால்களையே சாதி ரீதியாக எதிர்கொள்கின்றனர். எனும்போது, அவர்கள் கருத்தியல் ஓர்மையுடன் இணைவதைத் தவிர, சாதியொழிப்பு வேறெப்படி சாத்தியப்பட முடியும்?

ஆனால், சாதி ரீதியான அடக்குமுறையில் துவளும் தலித்துகளுக்கு ஆதிக்க வெறியை ஊட்டும் வேலைகள்தான் பெரும்பாலும் இங்கே நடந்து கொண்டிருக்கின்றன. தன்னிலை உணர்ந்து சுய மரியாதையையும் உரிமைகளையும் பெறப் போராடுவது என்பது வேறு; ஆதிக்கசாதிகளுக்கு இணையாக தன்னையும் ஆதிக்கவாதியாக ஆக்கிக் கொள்வது என்பது வேறு! இந்த வேறுபாட்டை நிச்சயம் ஒடுக்கப்பட்ட மக்கள் புரிந்து கொள்ள வேண்டும். இந்த புரிதல் உண்டாவதற்கு, ஒடுக்கப்பட்ட ஒருவர், தான் ஒடுக்கப்பட்டுதான் இருக்கிறோம் என்பதை முதலில் உணர வேண்டும்.

உட் சாதி என்பது, பார்ப்பனியத்தின் உயர் சதி. இந்த உண்மை புரியாமல், ஒடுக்கப்பட்ட சமூகங்களுக்கு இடையிலான மோதலானது, எதிரி யார் என்ற தெளிவில்லாமலேயே நடந்து கொண்டிருக்கிறது. எதிரியை இணங்காணாத இந்த சண்டை, காற்றுடன் மல்லுக்கட்டுவதற்கு சமம். சாதி ஆதிக்கத்தை தங்கள் செருக்கெனக் கொண்டாடும் முக்குலத்தோருக்கு இணையாக தேவேந்திரர் குலமென தங்களைச் சொல்கிறவர்கள், பறையர்களையும் சக்கிலியரையும் இணையற்றவர்களாகக் கருதுகின்றனர். ஒருவரோடு ஒருவர் கைகோர்க்க விரும்பாத இவர்கள், தாங்கள் ஒன்றிணைய வேண்டியதன் கட்டாயத்தை உணராமல் - பகைமையையும் வெறுப்புணர்வையும் ஆழப்படுத்தி, தங்களை தனிமைப்படுத்திக்கொள்ளத் துடிக்கின்றனர்.

தன்னை அடித்தவர்களை அடிக்க கரங்களை வலுவேற்றுவது, வெட்டியவர்களை வெட்ட ஆயுதங்களை கூர் தீட்டுவது என நபர்களுக்கும் நிகழ்வுகளுக்கும் மட்டுமே பதில் சொல்லத் துடிப்பவர்கள், படிநிலைப்படுத்தப்பட்ட இந்த சாதிய கட்டமைப்புதான் தங்களை இந்நிலைக்கு ஆளாக்கியது என்பதை

புரிந்து கொள்ளவோ, ஏற்கவோ மறுப்பது வேதனைக்குரியது. அதனாலேயே இக்கட்டமைப்பைத் தகர்த்தெறிய முனையாமல், அதை திருத்தியமைக்க வேண்டுமென கோருகின்றனர். ஆனால், உண்மை என்னவெனில், சாதியப் படிநிலைகளை ஒரு போதும் மாற்றியமைக்க முடியாது. தன் மீது திணிக்கப்பட்ட இழிவை துடைத்தெறிய வேண்டுமெனில், சாதியை தகர்ப்பதைத் தவிர, ஒடுக்கப்பட்ட சமூகங்களுக்கு வேறு மாற்றோ, தேர்வோ இல்லை. சாதியை தகர்ப்பதென்பது அந்த கட்டமைப்பை விட்டு வெளியேறுவதுதான் என்பதை பவுத்தம் தழுவி அம்பேத்கர் நிரூபித்தார். ஆகப் பெருஞ்செயலான அது, ஒடுக்கப்பட்ட சமூகங்கள் ஒன்றிணையும் போது மட்டுமே நடக்கும். அதனால், "உங்களை எல்லாம் விட உயர்ந்தோர் நாங்கள்" என்ற முழக்கத்தை மாற்றி, நாமெல்லோரும் சமம் என சொல்லத் தொடங்குதலே மாற்றத்தின் முதல் படி. சாதிக்கான சண்டையை சாதிக்கு எதிரான சண்டையாக மாற்றும் போது உட்சாதி முரண்களும் தலித்- பிற்படுத்தப்பட்டோர் பகைமைகளும் மறையும். யார் உண்மையான எதிரி என்பது புரிபடும். அப்போது உண்டாகும் திரட்சி, சாதியத்திற்கெதிரான பெரும் புரட்சியாக நிச்சயம் மாறும்.

(தலித் முரசு - அக்டோபர் 2011)

கூடங்குளம்: தமிழகத்தைக் காக்கும் மக்கள் போராட்டம்!

13

"அணு உலை இருந்தா நாங்க வாழ முடியாது. இனி எங்களுக்கு அடுத்தால வர்ற சந்ததியெல்லாம் கைகாலு ஊனப்பட்டு செத்துப் போகணும். அணு உலை இல்லாம வாழ்றதுக்கு எங்களுக்கு ஒரு வாழ்க்கை வேணும். இந்த கடலுக்குள்ள நாங்க எப்ப வேணாலும் போய் சம்பாதிக்கலாம். இது யாரோட சொந்தக் கடலும் இல்ல; எங்களோட சொந்தக் கடலும் இல்ல. இத யாரும் கட்டவும் இல்ல. யாரும் தண்ணி ஊத்தவும் இல்ல. அணு உலையை மூடுறதுதான் எங்க ஒரே கோரிக்கை. அணு உலையை மூடினா போராட்டத்தை உடனே கைவிடத் தயாரா இருக்கோம்...""

– "யு ட்யூப்"பில் காணக்கிடைக்கும் கூடங்குளத்திலுள்ள சிறுமியின் போர்க் குரல் இது!

சாதி, மத, பாலினப் பாகுபாடுகளற்ற மக்கள் திரட்சி எத்தகையதாய் இருக்கும் என்பதற்கும்; அநீதிக்கும் சுரண்டல்களுக்கும் எதிரான மக்கள் போராட்டம் எப்படி இருக்க வேண்டும் என்பதற்கும் வரலாற்றுக் கதைகளாய் இல்லாமல் வாழும் உதாரணமாகத் திகழ்கின்றனர் கூடங்குளம் அணுமின் நிலைய எதிர்ப்புப் போராட்டக்காரர்கள். மக்களின் வாழ்வுரிமைப் போராட்டங்களை தேச நலனுக்கு எதிரான தீவிரவாதச் செயலாக இட்டுக்கட்ட முயலும் இந்திய அரசின் சூழ்ச்சியையும், தங்களின் பகட்டு வாழ்விற்காக அடித்தட்டு மக்களின் உயிரையும் வாழ்வாதாரங்களையும் காவு வாங்க எந்நேரமும் துணிந்திருக்கும் முதலாளித்துவ சமூகத்தின் கயமையையும் புரிந்து கொள்ள எண்ணற்ற எடுத்துக்காட்டுகளைப் பட்டியலிட முடியும்.

காஷ்மீர் மக்களின் சுய நிர்ணய உரிமைப் போராட்டம், ராணுவச் சட்டத்தை திரும்பப் பெறக் கோரும் வடகிழக்கு மாநிலங்களின் கிளர்ச்சி, தெலுங்கானா மக்களின் தனி மாநிலப் போராட்டம், நர்மதா அணைக்கெதிரான கிராம மக்களின் திரட்சி, பன்னாட்டு நிறுவனங்களிடமிருந்து வனத்தைக் காப்பாற்ற ஆயுதமேந்திய தண்டகாரண்ய பழங்குடிகளின் கோபம், டாடா நானோ கார் தயாரிப்பு நிறுவனத்திற்கு விவசாய நிலங்களை தாரை வார்த்த மேற்கு வங்க அரசுக்கு எதிராக நந்திகிராம் மக்கள் நிகழ்த்திய போர், நிலத்தடி நீரை உறிஞ்சியெடுத்த "கோக்" நிறுவனத்தை விரட்டியடித்த கேரள கோச்சிமடா மக்களின் உறுதி, மேற்கு வங்கத்திலும் கேரளாவிலும் அணு மின் நிலையங்களை விரட்டியடித்த அம்மாநில மக்களின் வேகம் என ஆளும் வர்க்கத்திற்குப் பேரடி கொடுத்த அடித்தட்டு மக்களின் எத்தனையோ போராட்டங்கள் சுதந்திர இந்தியாவின் வரலாற்றை நிறைத்திருக்கின்றன; நிரப்பிக் கொண்டிருக்கின்றன.

அரசதிகாரம் மற்றும் ஆதிக்கத்திற்கெதிரான அடித்தட்டு மக்களின் இப்போராட்டங்கள் ஒவ்வொன்றும் குறிப்பிடத்தகுந்தவை, ஒன்றோடொன்று ஒப்பிட முடியாதவை என்றபோதும் இவை அனைத்திலுமிருந்து வேறுபட்டு, சுதந்திர இந்தியாவின் மிக முக்கியமான இயக்கமாக உருவெடுத்திருக்கிறது கூடங்குளம் அணுமின் நிலைய எதிர்ப்புப் போராட்டம். பாகுபாடுகளற்று மக்களை ஒன்றிணைத்து அரசதிகாரத்தின் ரகசியங்களை கட்டுடைத்து கேள்வி கேட்கும் துணிவை அவர்களுக்கு வழங்கி, ஜனநாயகத்தை நிலைநாட்டும் ஓர் இயக்கம் இந்நாட்டின் 64 ஆண்டுகாலத் தேவையாக இருந்து வருகிறது. அணுசக்திக்கு எதிரான மக்கள் இயக்கம் அத்தேவையை மெல்ல மெல்ல ஈடேற்றுகிறது என்று சொல்வதற்கான வலுவான காரணங்களை நாம் பட்டியலிட முடியும். ஒரு சமூக இயக்கம் எப்படி இயங்க வேண்டுமென்பதற்கும், ஒரு குறிப்பிட்ட பிரச்சனையை மய்யப்படுத்தி அவ்வியக்கம் செயல்பட்டாலும் எத்தகையை சமூக மாற்றங்களை அது விதைக்க வேண்டுமென்பதற்கும் கூடங்குளம் போராட்டம் ஓர் எடுத்துக்காட்டு என்றால் அது மிகையல்ல.

மருத்துவ மாணவர்களின் இட ஒதுக்கீட்டிற்கு எதிரான வெறியாட்டங்கள், அன்னா அசாரேவின் ஊழல் எதிர்ப்பு பட்டினிப் போராட்டங்கள் போன்ற ஆதிக்கவாதிகளின் அபத்த நாடகங்களை எல்லாம் இன்னொரு சுதந்திரப் போராக சித்தரிக்கும் பார்ப்பன ஊடகங்கள், அணுமின் நிலையத்தை மூட வலியுறுத்தி, கூடங்குளம்

பகுதி மக்கள் கடந்த ஆறு மாத காலமாக நடத்தி வரும் எழுச்சிமிக்கப் போராட்டத்தை அந்நிய சதியென்றும் அறியாமை பிதற்றல் என்றும் சொல்லி அடக்க முயல்கின்றன. வேற்றுமைகளைக் கடந்த ஒற்றுமையுணர்வாலும், ஈடற்ற மன உறுதியாலும் மிக முக்கியமாக தங்களை சூழ்ந்திருக்கும் பிரச்சனை குறித்த ஆழ்ந்த அறிவாலும் அந்த அவதூறுகளையெல்லாம் புறந்தள்ளி மாறாத தீர்க்கத்தோடும் போராட்டக் களத்தில் நிற்கிறார்கள் கூடங்குளம் மக்கள். இதுவே அவர்களது அடித்தளம்.

இந்திய அரசு, இந்திய அணுசக்தித் துறை மற்றும் பார்ப்பன ஊடகங்கள் என இவை மூன்றும் அணு மின்சாரத்தை தேசியத்தின் குறியீடாகவும், அதை எதிர்ப்பவர்களை பயங்கரவாதிகளாகவும் சித்தரித்து வருகின்றன. நாட்டின் வளர்ச்சியும் பாதுகாப்பும் அணு ஆயுதங்களாலேயே சாத்தியப்படும் என்ற பொய்யை நிலைநாட்டி கோடிகளை அதில் கொட்டிக் கொள்ளையடிக்கின்றன. அமெரிக்காவுடன் ரகசிய ஒப்பந்தம் கையெழுத்தான செய்திகள் வெளியாகும் போது, அது என்னவென்று தெரிந்து கொள்ளவோ, கேள்வி கேட்கவோ எவரும் துணிவதில்லை. எத்தனையோ ரகசிய ஒப்பந்தங்கள் பல கோடி ரூபாயை சுருட்டிய, பல கோடி மக்களின் வாழ்வை பலிகொண்ட ரகசியங்களாக கோப்புகளில் உறங்க, அவை என்னவென்று அறிந்து கொள்ள ஊடகங்கள் கூட முயன்றதில்லை.

2008 ஆம் ஆண்டு இந்திய அரசு கூடங்குளம் அணுமின் நிலையம் தொடர்பாக ரஷ்யாவுடன் செய்து கொண்ட ரகசிய ஒப்பந்தத்தின்

கூறுகளைப் போராட்டக் களத்தில் நின்று முதன் முதலாக உரக்கக் கேட்டது அணுசக்திக்கு எதிரான மக்கள் இயக்கம். இது, நாட்டின் பாதுகாப்பு தொடர்பான கேள்வி என இந்திய அரசு மறுத்த நிலையில், அந்த ஒப்பந்தத்தின் 13 ஆவது பிரிவு, "கூடங்குளம் அணுமின் நிலையத்தில் ஏதேனும் விபத்து நேர்ந்தால் சம்பந்தப்பட்ட ரஷ்ய நிறுவனம் எவ்வகையிலும் பொறுப்பேற்று இழப்பீடு தராது" என்ற உண்மையை வெளிச்சத்திற்கு கொண்டு வந்தது அணுசக்திக்கு எதிரான மக்கள் இயக்கம். ரஷ்ய நிறுவனத்திற்கு பதிலாக இந்திய அரசு இழப்பீடு கொடுக்கும் என விஞ்ஞானிகள் சப்பைக் கட்டு கட்டிய போது, எங்கள் வரிப்பணத்தில் எங்களுக்கே இழப்பீடா? உயிர்க் கொல்லி அணு உலைகளை கொண்டு வந்து வைக்கும் ரஷ்ய நிறுவனம் அந்த பொறுப்பைக் கூட ஏற்காதா? என கேள்விகளால் உலுக்கினர் கூடங்குளம் மக்கள்.

இதுதான் ஒரு சமூக இயக்கத்தின் பலமாக இருக்க முடியும். எதற்காகப் போராடுகிறோமோ அது குறித்து முழுமையாக மக்களுக்கு புரிதலை உண்டாக்க வேண்டியதும், பிரச்சனையின் அடி முதல் நுனி வரை கற்பிக்க வேண்டியதும் ஒவ்வொரு சமூக இயக்கத்தின் கடமையாகும். சாதி ஆதிக்கத்தை எதிர்ப்பவர்கள் இந்து மதத்தை எதிர்ப்பதில்லை; மதங்களே பாலினப் பாகுபாட்டின் ஆணிவேர் என்பதை பெண்கள் அமைப்புகள் கற்பிப்பதில்லை." சாதியால் பிரிந்து கிடக்கும் மக்களை மொழியால் ஒன்றிணைக்க முடியாது என்பது தமிழ்த் தேசியவாதிகளுக்குப் புரிவதில்லை; சாதியை தகர்த்தப் பின்னர்தான் வர்க்கப் போராட்டங்கள் அர்த்தப்படும் என பொதுவுடைமைவாதிகள் ஏற்பதில்லை. எனவேதான் இங்கே எல்லா வகையான ஒடுக்குமுறைகளும் பெருகிக் கொண்டே போகின்றன.

அணுசக்திக்கு எதிரான மக்கள் இயக்கத்தின் ஒருங்கிணைப்பாளர்களான சுப. உதயகுமாரும், புஷ்பராயனும் மக்களை தங்களின் பிரதியாகவும் எண்ணற்றோரை தலைமைப் பண்புமிக்கவர்களாகவும் வார்த்தெடுத்திருக்கின்றனர். ஒரு வேளை இவர்கள் கைது செய்யப்பட்டால், இப்போராட்டத்தை வழி நடத்துவதற்கான இரண்டாம் மூன்றாம் கட்டத் தலைவர்கள் தயார் நிலையில் இருக்கின்றனர். இத்தனைத் தீர்க்கமும் தொலைநோக்குப் பார்வையும் கொண்ட சமூக இயக்கத்தை, இயக்க அரசியலின் முன்னோடிகள் கூட சாதிக்கவில்லை. மக்கள் பணியாற்ற களத்திற்கு வரும் இயக்கங்கள் அரசியலையே தங்களின் எதிர்காலமாக வரித்துக்

கொள்வதால், சமூக இயக்கங்களால் சமூக மாற்றங்கள் நிகழ வாய்ப்பற்றுப் போய்விட்டது.

"ஒன்றுமறியாத மக்களிடம் அணுஉலை வெடிக்கும் என்ற அச்சத்தைக் கிளப்பி மக்களைத் தூண்டிவிடுகிறார்" என மத்திய அமைச்சர் நாராயணசாமியும் அணுமின் நிலைய விஞ்ஞானிகளும் வைக்கும் குற்றச்சாட்டை சுப.உதயகுமார் வன்மையாகக் கண்டிருக்கிறார். மக்களை ஒன்றுமறியாதவர்களாக சித்தரிப்பதை அவர் எதிர்க்கிறார். அணு விஞ்ஞானிகளை கேள்வி கேட்கும் அளவிற்கு அறிவோடும் துணிவோடும் மக்கள் இருக்கிறார்கள் எனில், அதற்குக் காரணம் இவ்வியக்கமும் அதன் தலைமையும்! வெளிப்படைத்தன்மை, கல்வி மற்றும் பங்கேற்பு இவை மூன்றுமே இவ்வியக்கத்தின் முதுகெலும்பு.

இடிந்தகரையில் இருக்கும் பட்டினிப் போராட்டப் பந்தலில் மக்கள் வெறுமனே உறங்கிக் கிடப்பதில்லை. மாறாக, அணு மின் எதிர்ப்பு விஞ்ஞானிகளும், போராளிகளும் அறிவியல் ரீதியான உண்மைகளை மக்களுக்கு நாள்தோறும் விளக்கி வருகின்றனர். எழுச்சிப்பாடல்கள், உரைகள், குழந்தைகளின் மழலைப் பாடல்கள் என களைகட்டி நிற்கிறது பந்தல். கடந்த டிசம்பர் 6 மதநல்லிணக்க நாளாகக் கொண்டாடப்பட்டது. அம்பேத்கர் நினைவு நாள் என்பதால் சாதி எதிர்ப்பு உரைகள் நிகழ்த்தப்பட்டன. குழந்தைகளை தூளிகளில் தூங்கச் செய்து பீடி சுற்றுகின்றனர் பெண்கள். கைகள் பீடி சுற்ற, செவிகள் உரையாளர்களின் கருத்துகளை உள்வாங்குகின்றன.

ஜெயராணி

பேரணி, ஊர்வலம் என்றால் யாரும் அழைக்காமலேயே குறைந்தபட்சம் பத்தாயிரம் பேர் திரள்கின்றனர். இதில் 80 சதவிகிதம் பேர் பெண்கள். பீடி சுற்றி கிடைக்கிற பணத்தில் ஒரு பங்கை போராட்டத்திற்கு கொடுக்கின்றனர்.

கூடங்குளம் அணுமின் நிலைய எதிர்ப்பு இயக்கத்திற்கு பெண்கள்தான் ஆணிவேர். குடும்பங்களில் ஆண்களை மீறி கருத்து சொல்லியோ, பொதுப் பிரச்சனைகளில் பங்கேற்றோ பழக்கமற்ற கூடங்குளம் பகுதி பெண்கள் இன்று எத்தனை நாள் பட்டினி கிடக்க வேண்டியிருந்தாலும் தயாராக இருக்கிறார்கள். எவ்வளவு தூரம் நடக்க வேண்டுமென்றாலும் எழுந்து முன் நிற்கிறார்கள். செப்டம்பர் மாதத்தில் 12 நாள் தொடர் பட்டினிப் போராட்டத்தில் அதிகளவில் பந்தலை நிறைத்தவர்கள் பெண்களே! புகுஷிமா விபத்தைத் தொடர்ந்து மக்கள் மத்தியில் பரவிய அச்சத்தை சுயநலத்திற்காகவோ அரசியலுக்காகவோ பயன்படுத்திக் கொள்ளாமல், அணுமின் நிலையங்களால் உண்டாகக் கூடிய ஆபத்துகள் குறித்து கற்பிக்கக் கிடைத்த வாய்ப்பை மிக நேர்மையாகப் பயன்படுத்தத் தொடங்கினர் சுப. உதயகுமாரும் புஷ்பராயனும்.

வாழ்வாதாரத்தையும் உயிரையும் தலைமுறைகளையும் காக்க வேண்டுமென்ற பெண்களின் துடிப்பை கூர்தீட்டியதில் இவர்களின் பங்கு அளப்பரியது. ""முன்பெல்லாம் அணு உலைகளின் ஆபத்து குறித்துப் பேசினால் ஆண்கள் அடிக்க வருவார்கள். பெண்கள் வேடிக்கை பார்ப்பார்கள். இப்போது பெண்கள் மத்தியில் அய்ம்பதிற்கும் மேற்பட்ட சிறந்த பேச்சாளர்கள் உருவாகிவிட்டனர்"" என்கிறார் புஷ்பராயன். உள்ளாட்சி நிர்வாகம் பெண்களுக்கு வசப்பட்டது என்ற உண்மையைப் புரிந்து கொண்டு இப்போராட்டத்தை எடுத்துச் செல்லும் நிர்வாக ஆளுமையை பெண்களிடம் ஒப்படைத்தது இவ்வியக்கத்தின் பெரும் பலமாக அமைந்துவிட்டது.

தமிழக அரசின் தீர்மானத்தை மீறி அணுமின் நிலையத்திற்குள் நுழைய முற்பட்ட தொழிலாளர்களை முற்றுகைப் போராட்டம் நடத்தி தடுத்து நிறுத்தினர் பெண்கள். போராட்டப் பந்தலில் இரவு பொழுதில் காவல் காக்கிறார்கள். பெண்களின் மன உறுதி, உடல் உறுதி மற்றும் அறிவின் வீச்சை ஆண்கள் புரிந்து கொண்டு விட்டனர். காலை 9 மணி தொடங்கி மாலை அய்ந்து மணி வரை போராட்டப் பந்தலில் இருக்கும் பெண்களுக்கு ஆதரவாக வீட்டு வேலைகளில்

பங்கேற்கின்றனர் ஆண்கள். குடித் தகராறுகளும் குடும்பச் சண்டைகளும் வெகுவாகக் குறைந்துவிட்டதை உறுதி செய்கிறார், அணுசக்திக்கு எதிரான மக்கள் இயக்கத்தின் உறுப்பினரான நாகர்கோயிலைச் சேர்ந்த லிட்வின்.

கடந்த நவம்பர் மாதம் பத்திரிகையாளர்களை சந்திப்பதற்காக எட்டு பெண்கள் தனியாக சென்னை வந்தனர். அவர்களை காவல்துறை கைது செய்து சில மணி நேரத்தில் விடுவித்தது. மறுநாள் நடைபெற்ற பத்திரிகையாளர் சந்திப்பில் கேட்கப்பட்ட கேள்விகளுக்கு இப்பெண்கள் பதிலளித்த விதம் பிரச்சனை குறித்த அவர்களது ஆழ்ந்த புரிதலையும் ஈடுபாட்டையும் வெளிப்படுத்தியது.

""உலகம் முழுக்க 400 அணுமின் நிலையங்கள் இருக்கின்றன. ஆனால், உலகத் தேவையில் வெறும் 7சதவிகித மின் தேவையைத்தான் அவை நிறைவு செய்கின்றன. இந்தியாவில் வெறும் 1.5 சதவிகித மின்சாரத்தைதான் அணு உலைகள் கொடுக்கின்றன. இந்த சொற்ப மின்சாரத்திற்காக மக்கள் உயிரை ஏன் பணயம் வைக்க வேண்டும்? காற்றாலை, சூரிய ஒளி, சமையல் கழிவு போன்ற எத்தனையோ மாற்று வழிகளில் மின்சாரம் தயாரிக்க முடிகிறபோது அணு உலைகள் எதற்கு? அங்கே அணுகுண்டுகள் தயாரிக்கப்படுவதாக நாங்கள் சந்தேகப்படுகிறோம். ஒரு விஷயத்தை நீங்கள் புரிந்து கொள்ள மறுக்கிறீர்கள். அணு உலைகள் வெடித்தால் நாங்கள் உடனே சாவோம்; நீங்கள் கொஞ்சம் கொஞ்சமாக சாவீர்கள். உங்களுக்கும் சேர்த்துதான் நாங்கள் போராடுகிறோம்"" என்றனர்.

விபத்து நடக்குமெனத் தெரிந்தே அணுமின் நிலையத்திற்குள் விஞ்ஞானிகள் எப்படி வேலை செய்வார்கள் என்ற கேள்விக்கு, சற்றும் யோசிக்காமல், ""அய்யா போபாலில் விஷவாயு கசிந்த போது, டவ் கம்பெனி நிர்வாகி ஆண்டர்சன் அங்கிருந்துதான் தப்பித்துச் சென்றார். அவரை இன்று வரையிலும் பிடிக்க முடியவில்லை. நிலம், நீர், காற்று எல்லாம் நஞ்சாகி, உடல் ஊனமுற்று தலைமுறைகள் தாண்டி அவதிப்படுவது மக்கள்தான். கூடங்குளம் அணுமின் நிலையத்திற்குள்ளே ஹெலிபேட் இருக்கிறது. ஒன்றரை கிலோ மீட்டரிலிருந்து 30 கி.மீ வரை குடியிருக்கும் லட்சக்கணக்கான மக்கள் எங்கே போவார்கள்?"" என்று விளக்கமளித்தனர். உடலரசியலே சமூக விடுதலையைப் பெற்றுத் தரும் என்ற பெண்ணிய முழக்கத்தை மாற்றி, சமூக விடுதலையே உடல் ரீதியாகவும் பெண்களை விடுவிக்க முடியும் என்பதை கூடங்குளம் போராட்டம் நிரூபித்திருக்கிறது.

பெண்கள் மட்டுமல்லர், குழந்தைகளும் வியப்புறும் அளவிற்கான விழிப்புணர்வை அடைந்துள்ளனர். ஜனநாயக முறையிலான மென்முறைப் போராட்டங்கள் என்பதால் குழந்தைகள் மிக வசதியாக தங்களின் தார்மீக பங்களிப்பை இங்கே செலுத்துகின்றனர். இக்கட்டுரையின் தொடக்கத்தில் உள்ள சிறுமியின் அறிவையும் பொறுப்புணர்வையும் கூடங்குளம் பகுதியை எல்லா சிறுவர் சிறுமியிடமும் பார்க்க முடிகிறது. "யு ட்யூப்" காட்சியில், அந்த சிறுமி மேலும், ""அணு உலை வேணும்னு சொல்ற எல்லோரும் இங்க வந்து இருங்க. அப்துல் கலாமுக்கு நாங்க வீடு எடுத்து தர்றோம். மாணவர்கள் பாதுகாப்பு கொடுக்குறோம். மன்மோகன் சிங், அவரோட குடும்பம், நாராயணசாமி எல்லோரையும் இங்க வந்து இருக்கச் சொல்லுங்க. அணு உலைல தான் கரெண்ட் எடுக்கணும்னு இல்ல. காற்றாலைல இருந்து எடுக்கலாம். முன்னெல்லாம் நாங்க கரெண்ட்லயா இருந்தோம். லாம்ப் வச்சுதான் இருந்தோம். அணு உலை எங்களுக்கு வேணாம். அதை மூடும் மட்டும் நாங்கள் போராடுவோம்"" என்கிறார்.

கூடங்குளம் அணுமின் நிலைய போராட்டம் தீவிரமடைந்த இந்த ஆறு மாதங்களில் அப்பகுதியில் நிகழ்ந்திருக்கும் சமூக மாற்றங்கள், வெறும் உணர்ச்சிப் பீறிடல் அல்ல என்பதை உணர்த்துகின்றன. கூடங்குளமும் இடிந்தகரையும் சாதி ரீதியாக பிளவுபட்டுக் கிடந்த கிராமங்கள். கூடங்குளத்தின் நாடார்கள் இடிந்தகரையின் மீனவ மக்களான பறவர்களோடு கொண்டிருந்த பகையில் கொலைகள் கூட நடந்திருக்கின்றன. இழிவாகப் பேசுவதும் சண்டைக்கு நிற்பதும் அன்றாட நிகழ்வுகளாக இருந்தன. கூடங்குளம் அணுமின் நிலைய எதிர்ப்புப் போராட்டங்கள் 1988 ஆம் ஆண்டே தொடங்கிவிட்டன என்றாலும் மக்கள் மனதில் வேரூன்றியிருந்த சாதிய வெறுப்புணர்வு அவர்களை ஒன்றிணைய விடாமல் தடுத்தது.

கடலில் கலக்கப்படும் அணுக் கழிவுகளால் மீன்கள் விஷமாகி செத்தால் மீனவர்கள்தானே பாதிக்கப்படுவார்கள் என கூடங்குளம் நாடார்கள் அதை ஒரு பொருட்டாகவே மதியாமல் இருந்தனர். வேற்று சாதியைச் சேர்ந்தவர்கள் கொத்துக் கொத்தாக செத்து விழுந்தாலும் சாதி வெறிக்கு அது தீனிதானேயொழிய துயரமல்ல. வேலைவாய்ப்புத் தொழில் வளம், கையகப்படுத்தப்பட்ட நிலங்களுக்கு இழப்பீடாக பெருந்தொகை போன்ற மயக்கும் வாக்குறுதிகளை நம்பி கூடங்குளம் மக்கள் ஆபத்தை புறந்தள்ளினார்கள். இடிந்தகரை மீனவர்கள் எதிர்க்கிறார்கள் என்பதாலேயே கூடங்குளம்

நாடார்கள் தங்களின் ஆதரவை இருமடங்காக்கினர். அணுமின் எதிர்ப்பாளர்கள் ஊருக்குள் நுழைந்தால் விரட்டியடிக்கப்பட்டனர்.

1997 ஆம் ஆண்டு அணுமின் நிலைய கட்டுமானப் பணிகள் தொடங்கிய போது, கூடங்குளம் மக்களுக்கு வேலைவாய்ப்பு வழங்கப்பட்டது. கட்டுமானத்திற்கு கடல்மணலும் தரமற்ற பொருட்களும் பயன்படுத்தப்பட்டதை கண்கூடாகப் பார்த்தனர். 2005 ஆம் ஆண்டு மின் தயாரிப்பைத் தொடங்கும் திட்டத்தோடு முழு வீச்சோடு இயங்கி 75 சதவிகித பணிகள் நிறைவடைந்த நிலையில்தான் 2004 இல் சுனாமி தாக்கியது. அதன் பின்னர் கட்டுமானப் பணிகளின் வேகம் குறைந்துவிட்டது. 2007 வரையிலும் கூட அணுமின் நிலையம் மீனவர்களின் பிரச்சனை மட்டுமே; அதனால் தங்களுக்கு எந்த பாதிப்புமில்லை என்றுதான் 80 சதவிகித மக்கள் நம்பிக் கொண்டிருந்தனர். ஏக்கருக்கு ரூ. 300 முதல் 600 வரை கொடுத்துவிட்டு அமைதியானது நிர்வாகம். 4000 ஏக்கர் நிலங்களை அற்பக் காசுக்கு விட்டுக் கொடுத்துவிட்டு மாய நல்வாழ்வுக்கு காத்திருந்தனர்.

அடுத்தடுத்த ஆண்டுகளில் அவர்களின் எண்ணமும் நம்பிக்கையும் சிதைந்தது. அணுமின் நிலையத்தின் சார்பில் கொடுக்கப்பட்ட வாக்குறுதிகள் அனைத்தும் காற்றில் பறந்தன.

ஜெயராணி

புகுஷிமா விபத்தைத் தொடர்ந்து ஆகஸ்ட் மாதத்தில் அணுமின் நிலையம் சார்பில் "தினகரன்" நாளிதழின் கன்னியாகுமரி பதிப்பில் ஒரு விளம்பரம் வெளியானது. அணு உலையில் விபத்து உண்டானால் என்ன செய்ய வேண்டுமென விளக்கிய அந்த விளம்பரம் - திருநெல்வேலி பதிப்பில் வெளியாகாமல் கன்னியாகுமரி பதிப்பில் வெளியிடப்பட்டது - மக்களுக்கு பெருத்த சந்தேகத்தை உண்டாக்கியது. இந்த விளம்பரம் கூடங்குளம் மக்கள் மத்தியில் அச்சத்தைப் பரவச் செய்ய, ஆகஸ்ட் 11 ஆம் தேதி மக்கள் ஒன்று கூடத் தொடங்கினர். அதே நேரத்தில் இடிந்தகரையிலும் மக்கள் திரளத் தொடங்கினர். ஏற்கனவே களப்பணியாற்றிக் கொண்டிருந்த உதயகுமாருக்கு மக்களின் இந்த தன்னெழுச்சி புதிய வேகத்தை கொடுக்க, ஆகஸ்ட் 16 ஆம் தேதி எட்டு கிராமங்களைச் சேர்ந்த ஆயிரக்கணக்கான மக்கள் திரண்டு வர பட்டினிப் போராட்டத்தை இடிந்தகரையில் நடத்தினர்.

கதிர்வீச்சுக்கும் இயற்கைச் சீற்றங்களுக்கும் மனிதர்களில் வேறுபாடில்லை. உடல் உருக்குலைந்து தலைமுறைகள் சிதைவதையும் வாழும் இடத்தையும் வாழ்வாதாரங்களையும் விட்டு எங்கோ அகதிகளாகத் திரிய நேரும் துயரையும் உணர்ந்த வேளை அங்கே பாகுபாடுகள் ஆட்டங்கண்டுவிட்டன. பெரும்பான்மை நாடார் மற்றும் பறவர்களும் சிறுபான்மை தலித்களும் முஸ்லிம்களும் ஒரே வீரியத்தோடு களத்தில் நிற்பதால் கூடங்குளம் போராட்டம் உலகளவிலான கவனத்தைப் பெற்றிருக்கிறது.

ஈழத் தமிழர் படுகொலை, தமிழக மீனவர்கள் மீதான தாக்குதல், முல்லைப் பெரியாறு போராட்டம், மூவர் மரண தண்டனை, "தானே" புயல் தாக்குதல் என எந்தப் பிரச்சனையாக இருந்தாலும் தமிழர்களுக்கு எதிரான நிலைப்பாட்டையே காங்கிரஸ் எடுத்து வருகிறது. மேற்குறிப்பிட்ட எந்தப் பிரச்சனைக்கும் சாதி, மத, பாலினப் பாகுபாடுகளைக் கடந்து மக்கள் ஒன்றிணைந்து நிற்கவில்லை. "அந்தப் பிளவைத் தான் கூடங்குளத்திலும் மத்திய அரசு எதிர்பார்த்தது. பட்டினிப் போராட்டமாகட்டும் பேரணியாகட்டும் அறத்தோடும் நெறியோடும் திரண்டு நிற்கும் மக்களாலும் அறிவாற்றலும் துணிவும் கொண்ட தலைமையாலும் அணுசக்தி எதிர்ப்புப் போராட்டத்திற்கு பின்னடைவை உண்டாக்க எடுக்கப்பட்ட முயற்சிகள் தோல்வியடைகின்றன.

"தினமலர்" போன்ற கைக்கூலிகளை வைத்து மத்திய அரசும், அணுசக்தித் துறையும் அவதூறுகளை கட்டவிழ்த்தாலும் கூடங்குளம் மக்கள் அவற்றை இடக்கையால் புறந்தள்ளி தங்களின் போராட்டப் பாதையில் முன் நடக்கின்றனர். ஆறு மாதங்களுக்கு முன்பு வரையிலும் அணுக் கொள்கை குறித்தும் அணுமின் நிலையங்களின் செயல்பாடுகள் குறித்தும் கேள்வி எழுப்புவது பெருங்குற்றமாகவே இருந்து வந்தது. கல்பாக்கம் அணுமின் நிலையத்துக்கு அருகே வசிக்கும் மக்கள் உடல் மற்றும் மன ஊனங்களோடு பிறப்பதாக பல ஆண்டுகளாக மருத்துவர் புகழேந்தி ஆதாரங்களோடு கூறி வந்தார் என்ற போதும் தார்மீக அடிப்படையில் கூட எந்த பதிலையும் அளித்ததில்லை கல்பாக்கம் அணுமின் நிலையம்.

அக்குற்றச்சாட்டு குறித்து செய்தியாளர்கள் கருத்துக் கேட்கவோ பேட்டி காணவோ முற்பட்டாலும் நிர்வாகத்தை தொடர்பு கொள்ள முடியாது. அணுமின் நிலைய அதிகாரிகள் பொது மக்களின் அய்யங்களுக்கோ ஊடகவியலாளர்களின் கேள்விகளுக்கோ பதில் அளிக்க வேண்டிய அவசியமற்ற, இன்னும் குறிப்பிட்டு சொல்ல வேண்டுமானால் இந்திய ராணுவத்திற்கு இணையான அதிகாரங்களைக் கொண்டவர்களாகவே நடந்து கொண்டனர். அந்த சர்வாதிகாரத்தைத் தகர்த்து அணுசக்தித் துறையின் குடுமியைப் பிடித்து வீதிக்கு இழுத்து வந்திருக்கிறது கூடங்குளம் போராட்டம்.

அறிவியல் தொழில்நுட்ப விஷயங்கள் மக்களின் அறிவுக்கு எட்டாதவை என அணு விஞ்ஞானிகள் ஆடி வந்த நாடகத்தை சுப. உதயகுமார் முடிவுக்குக் கொண்டு வந்திருக்கிறார். விஞ்ஞானிகளுக்கு இணையான அல்லது அதற்கும் மேலான அறிவோடும் தரவுகளோடும் அவர் விஞ்ஞானிகளோடு நேரடி விவாதங்களில் அணு எதிர்ப்பு வாதங்களை முன் வைக்கிறார். அணுமின் நிலையங்கள் விஷயத்தில் இந்திய அணு விஞ்ஞானிகளை அணுசக்தி குறித்த உண்மைகளால் துளைத்தெடுக்கும் உதயகுமார், கல்வி ரீதியாக மட்டுமின்றி இயக்க ரீதியாகவும் தன் அறிவை வளர்த்துக் கொண்டவர். அதனாலேயே படித்தவர்கள் கூட புரிந்து கொள்ளத் திணறும் அணுமின்சாரம் பற்றி பாமர மக்களுக்கு எளிமையாகப் புரிய வைக்க அவரால் முடிந்திருக்கிறது.

கூடங்குளம் மக்கள் உறுதி குலையாமல் களத்தில் நின்றதால் அணுமின் நிலைய தரப்பிலிருந்து பல உண்மைகள் அவர்களது வாயாலே வெளிவரத் தொடங்கின. கூடங்குளம் அணுமின்

நிலையத்திற்கு 14 ஆயிரம் கோடி ரூபாய் செலவு செய்யப்பட்டிருப்பதாகவும் பராமரிப்பிற்காக மட்டும் மாதம் எட்டு கோடி ரூபாய் செலவு செய்யப்படுவதாகவும் சொன்னார்கள்.

அணுமின் நிலைய நிர்வாகம் 14 ஆயிரம் கோடி கூடங்குளத்தில் முதலீடு செய்யப்பட்டிருப்பதாகக் குறிப்பிட்டதும், தமிழக பத்திரிகையாளர்களின் மிக முக்கியமான அக்கறையாக அது மாறியது. இந்த அறிவிப்பு வந்த பிறகு நடந்த பத்திரிகையாளர் சந்திப்புகளில், 14 ஆயிரம் கோடி வீணாகிறதே என்ற கேள்வி முக்கியமானதாக மாறியது. பொது மக்களுக்கும் இதே கேள்வி இருக்கக் கூடும். ""2ஜி அலைக்கற்றை ஊழல், காமன்வெல்த் ஊழல், ஆதர்ஷ் அடுக்குமாடி ஊழல், சுரங்க ஊழல்... என அரசியல்வாதிகள் கொள்ளையடித்திருக்கும் லட்சக்கணக்கான கோடிகளை ஒப்பிடும் போது, இந்த 14 ஆயிரம் கோடி ஒன்றுமே இல்லையே?"" என்கிறார் சுப. உதயகுமார்.

தனிப்பட்ட முறையில், பத்திரிகையாளர் ஒருவர், "பெரிய வளர்ச்சித் திட்டங்கள் வரும்போது உண்டாகும் பாதிப்புகளை மக்கள் தாங்கித்தான் ஆக வேண்டும். தமிழக மின் தட்டுப்பாட்டை அணுமின்சாரம்தான் போக்க முடியும் என்ற நிலையில், கூடங்குளம் மக்கள் இழப்புகளை ஏற்கத்தான் வேண்டும்"" எனக் குறிப்பிட்டார்.

பொதுப் புத்தி எத்தனை சுயநலமிக்கதாகவும் சுரணையற்றதாகவும் இருக்கிறது பாருங்கள். ஒவ்வொரு மனிதனுக்கும் உரிமைகளோடு வாழ்வதற்கான உரிமையை உறுதி செய்திருக்கும் ஒரு ஜனநாயக நாட்டில், யாருக்கோ பலனளிக்கப் போகும் வளர்ச்சித் திட்டங்களுக்காக ஒடுக்கப்பட்ட, அடித்தட்டு மக்கள் செத்து மடியலாம் என்ற மனப்போக்கு ஒவ்வொருவரையும் ஆட்டுவிக்கிறது.

உண்மையில், அந்நியர்களின் தொழில்நுட்பத்தை விலைக்கு வாங்கி அணுமின் நிலையங்களை இந்தியாவில் அமைக்கும் அரசும் அரசியல்வாதிகளும் ஆதிக்க வர்க்கத்தினருமே பயங்கரவாதிகள். அணுக்கொள்கை என்ற பெயரில் பல நாடுகளோடு இந்தியா ஒப்பந்தம் போடுகையில், அணுவிற்கு எதிரான முழக்கங்களும் இயக்கங்களும் உலகளாவியதாக இருப்பதே இயல்பு. கூடங்குளம் அணு உலைகள் பாதுகாப்பானது என ரஷ்ய நிறுவனம் இங்கு வந்து உத்திரவாதம் அளிக்கும்போது, அது பாதுகாப்பற்றது என அணு எதிர்ப்பாளர்கள் அதே நாட்டிலிருந்து வந்து கூடங்குளம் போராட்டத்திற்கு ஆதரவு அளிப்பதோ, அதற்கு நிதியளிப்பதோ எப்படி குற்றமாகும்?

சாதியோ மதமோ அரசியலோ தமிழக மக்களை பிளவுபடுத்தி நிற்கும் எதுவுமே கூடங்குளத்தின் ஒற்றுமையையும் ஓர்மையையும் அசைத்துப் பார்க்க முடியவில்லை என்பது பெருமிதம் கொள்ள வேண்டிய விஷயம். எவ்விதத் திட்டமிடல்களுமின்றி தன்னெழுச்சியாகவே கூடங்குளம் போராட்டம் தொடங்கியது என்ற போதும் ஆகச் சிறந்த பக்குவத்தோடும் திட்டமிடல்களோடும் அப்போராட்டம் நடந்து கொண்டிருக்கிறது என்பதே உண்மை. எவ்வித தன்னலங்களுக்காகவுமின்றி தங்களின் தலைமுறைகளுக்காக வாழ்வாதாரங்களைப் பாழ்படாமல் விட்டுச் செல்ல நினைக்கும் எளிய விருப்பமே கூடங்குளம் போராட்டத்தின் ஆணிவேர். தன்னலமற்ற அந்த எளிய விருப்பமே அம்மக்களை ஓரணியில் நிறுத்தியிருக்கிறது.

அணு எதிர்ப்பு என்ற ஒரு குறிப்பிட்ட பிரச்சனைக்காகவே அம்மக்கள் போராடுகின்றனர். அணுமின் நிலையத்தை மூடிவிட்டால் தங்களது பழைய வாழ்விற்கு மிக மகிழ்ச்சியோடு அவர்கள் திரும்பிவிடுவார்கள். ஆனால் போராட்ட காலத்தில் அவர்கள் கடைப்பிடித்த நெறிகளை முன் வைத்து, நம்மிடையே இயங்கும் சமூக இயக்கங்களை மீளாய்வு செய்ய வேண்டிய காலகட்டத்தில்

நாம் இருக்கிறோம். இங்கே அறுத்தெறிய முடியாத ஆணிவேராக கெட்டிபட்டு நிற்கும் சாதி மத பாலினப் பாகுபாடுகளை எதிர்த்துப் போராடிக் கொண்டிருக்கும் இயக்கங்கள் மக்களை ஒன்றிணைக்கும், கற்பிக்கும், களத்தில் உறுதிபட நிறுத்தி வைக்கும் சூத்திரத்தையும் தன்னலத்திற்கோ நெகிழ்வுகளுக்கோ இடமளிக்காத தலைமைப் பண்பின் அவசியத்தையும் கூடங்குளத்திலிருந்து கற்க வேண்டும்.

குறிப்பாக, தலித் மக்களின் அணையா வேட்கையான சமூக விடுதலையை இலக்காகக் கொண்டு களத்திற்கு வரும் தலித் இயக்கங்கள் பின்னாளில் சமரசங்களையே கொள்கையாக்கி அரசியலில் சுயநலமிக்க மற்றுமொரு கட்சியாக மாறிவிடுகின்றன. குறைந்தபட்சம் இவை உட்சாதி மக்களைக் கூட ஒன்றிணைக்க முயல்வதில்லை. பட்டியல் சாதியினரும் தனித்தனி அடையாளங்களைத் தேடி வேறுபட்டு நிற்பது மட்டுமல்லாமல், டாக்டர் அம்பேத்கர் தனியொருவராக இழுத்து வந்த சாதியொழிப்பு இயக்கத்தைப் பின்னகர்த்தும் பெருங்குற்றத்தையும் இழைக்கிறார்கள்.

ஒரு பத்தாண்டுக்கு முன்னர் களத்தில் எழுச்சியோடு நின்ற தலித் இயக்கங்களை நம்பி அணி திரண்ட மக்களுக்கு சாதியொழிப்பு பாடத்தைக் கற்பிக்காமல் தங்கள் அரசியல் வாழ்வுக்கு வெறும் தொண்டர்களாக்கி கைவிட்டுவிட்டன. அடிமைச் சிறையிலிருந்து தம்மை மீட்டெடுக்கும் இயக்கமொன்று இனி தோன்றுமென்ற

நம்பிக்கையை ஒடுக்கப்பட்ட மக்கள் தொலைத்து வெகுகாலமாகிவிட்டது. டாக்டர் அம்பேத்கர் வழியிலான சமூக இயக்கங்களை உருவாக்க உழைக்கும் பெருங்கடமையை புரிந்து கொள்ளாமல் அறியாமையில் திளைத்திருப்பதும் அநீதியே! சாதியை ஒழிக்கும் சமூகக் கடமையைப் புறந்தள்ளும் ஒவ்வொருவரும் அந்த அநீதியை தங்களின் சுரணையின்மையால் நிகழ்த்துகின்றனர்.

யாருக்கு எது வந்தால் எனக்கென்ன என்ற சமூகச் சூழல் வேரூன்றியிருந்த நிலையில்தான் கூடங்குளம் போராட்டம் புதிய நம்பிக்கையை விதைத்திருக்கிறது. கூடங்குளம் மக்கள் சாதியையும் மதத்தையும் துறந்துவிடவில்லை. அவர்களுக்குள் உண்டாகியிருப்பது நல்லிணக்கம் மட்டுமே. அணு எதிர்ப்பு எனும் பொது பிரச்சனையை முன்னிட்டு உருவான இந்த நல்லிணக்கத்தையே மூலதனமாக வைத்து சாதியையும் மதத்தையும் நிர்மூலமாக்க வேண்டும். ஒவ்வொரு மனிதரும் தம்மை மனிதர்களாக மட்டுமே அடையாளப்படுத்திக் கொள்ளும் பகுத்தறிவை எட்ட வைப்பதும், இந்த மக்கள் திரட்சியை வீணடித்துவிடாமல் அநீதிகளுக்கு எதிரான நிரந்தரப் போராளிகளாக ஆக்க வேண்டியதும் அணுசக்திக்கு எதிரான மக்கள் இயக்கத்தின் எதிர்காலக் கடமையாகும்.

(தலித் முரசு - டிசம்பர் 2011)

"ஜாதி இல்லாத ஒரு சமூகம் உருவாக வேண்டும் என நான் நினைக்கிறேன்"
– திவ்யா

14

தருமபுரி சாதி வெறியாட்டத்திற்கு திவ்யா இளவரசன் இணையரின் சாதி மறுப்பு காதல் திருமணம் ஒரு முக்கியக் காரணம். எல்லாம் முடிந்து ஓராண்டாகும் நிலையில் இவ்விருவரையும் பிரித்துவிடத் துடிக்கிறார்கள், தருமபுரியில் வெறியாட்டம் போட்ட அதே ஜாதி இந்துக்கள். அதற்கு நீதிமன்றத்தின் துணையையும் நாடி, தற்பொழுது இவ்விணையரை தற்காலிகமாகப் பிரித்தும் விட்டனர். சென்னை உயர் நீதிமன்றத்திற்கு ஏப்ரல் 5, 2013 அன்று இளவரசனுடன் வந்திருந்த திவ்யா, வழக்குரைஞர் ரஜினிகாந்த் முன்னிலையில் "தலித் முரசு"க்கு அளித்த வாக்குமூலத்தில் இருந்து சில முக்கியப் பகுதிகளை மட்டும் இங்கு வெளியிடுகிறோம். "காதல் நாடகம்" என்று பழி சுமத்தி, ஜாதி அரசியல் நாடகம் நடத்துபவர்கள் யார் என்ற கேள்விக்கு இந்த வாக்குமூலமே பதிலடியாக அமைந்திருக்கிறது.

தருமபுரி மாவட்டம் மாரவாடி அஞ்சலுக்குட்பட்ட செல்லங்கொட்டாய் என் சொந்த ஊர். அப்பா நாகராஜ், நாயக்கன் கொட்டாயில் உள்ள கூட்டுறவு வங்கியில் பணிபுரிந்தார். அம்மா தேன்மொழி; தம்பி மணிசேகர். செம்மாந்தங்குப்பத்தில் உள்ள கார்மல் மெட்ரிகுலேஷன் பள்ளியில் எட்டாம் வகுப்பு வரை படித்து, கோனாயக்கனள்ளியில் உள்ள அரசு பெண்கள் மேல்நிலைப்பள்ளியில் பனிரெண்டாம் வகுப்பை முடித்தேன். சோகத்தூர் ஓம்சக்தி நர்சிங் கல்லூரியில் பி.எஸ்.சி. நர்சிங் மூன்றாமாண்டு படித்துக் கொண்டிருந்த போதுதான் என் காதல் திருமணம் ஊரை சூறையாடக் காரணமாக அமைந்தது.

கல்லூரிக்கு பேருந்தில் செல்லும் போது இளவரசனோடு பேசத் தொடங்கினேன். அவர் என்னை விரும்புவதாகச் சொன்ன போது, "நீங்களும் நானும் வேறு வேறு சாதி; நான் சம்மதித்தாலும் என்

வீட்டில் சம்மதிக்க மாட்டார்கள்" என்று கூறித் தயங்கினேன். ஆனால் அவரை எனக்கு பிடித்திருந்தது. என் வீட்டிற்காகத்தான் அவரது காதலை நான் ஏற்கவில்லை என அவருக்கு தெரிந்தது. நான்கு மாதங்கள் கழித்து அவரை விரும்புவதாக நானும் கூறினேன். பேருந்திலும் பேருந்து நிறுத்தத்திலும் நாங்கள் சந்தித்து பேசும் தகவல் பரவி, அது என் அப்பாவின் காதிற்கும் வந்து சேர்ந்தது. "குட்டி" என்ற வார்த்தையைத் தவிர வேறெதுவும் சொல்லாத என் அப்பா என்னை மிரட்டவில்லை, அடிக்கவில்லை, கண்டிக்கவில்லை; அறிவுரை கூறினார். இளவரசனையும் அழைத்து அறிவுரை கூறினார். அப்பாவை கஷ்டப்படுத்த வேண்டாமென நானும் உடனே விடுதியில் சேர்ந்துவிட்டேன். இரண்டு வாரத்திற்கு ஒருமுறை வீட்டிற்கு வரும்போது மட்டும் இளவரசனை பார்த்துப் பேசுவது என எங்கள் சந்திப்பை குறைத்துக் கொண்டேன்.

ஆனாலும் அவசர அவசரமாக எனக்கு திருமண ஏற்பாடு நடந்தது. சென்னை கல்லூரியில் பேராசிரியராகப் பணிபுரியும் ராஜகோபால் என்ற உறவுக்காரர் ஒரு வார இறுதி நாளில் என்னைப் பெண் பார்க்க வந்தார். இப்போதைக்கு திருமணம் வேண்டாமென நான் எவ்வளவோ மறுத்தும் அம்மா அதை காதில் போட்டுக் கொள்ளவில்லை. எனவே, இந்த வரனை அழைத்து வந்திருந்த என் பெரியம்மாள் மகளை தொலைபேசியில் அழைத்து எனக்கு இந்த திருமணத்தில் விருப்பமில்லை என்று கூறினேன். ஆனால், அவள் என் அப்பாவிடம் இது குறித்து புகார் கூறிவிட்டாள். இவரை திருமணம் செய்ய முடியாது என்றால் நீ இளவரசனையும் திருமணம் செய்யக்கூடாது என்று என் அப்பா என்னிடம் சத்தியம் வாங்கினார். ஆனாலும் எனக்கு தெரியாமலேயே எனது திருமணம் நிச்சயிக்கப்பட்டது. திரைமறைவில் நடந்த விஷயங்கள் என்னை அதிர்ச்சிக்குள்ளாக்கின.

8.10.2012 அன்று இளவரசனை தொலைபேசியில் அழைத்து அழுதேன். நான் கல்லூரி செல்லும் வழியிலிருந்து என்னை அழைத்துக் கொண்டு திருப்பதிக்குச் சென்றார். எங்கள் திருமணம் எந்த திட்டமிடலும் இல்லாமல் நெருக்கடியில்தான் நடந்தது. அப்போதும் கூட இந்த பிரச்சனை ஒரு பத்து நாளில் சரியாகிவிடும்; கல்லூரிப் படிப்பை இருவருமே தொடரலாம் என்றுதான் நினைத்திருந்தோம். ஆனால், இப்படியொரு சமூகப் பிரச்சனையாக இது மாறும் என நாங்கள் நினைத்துப் பார்க்கவில்லை. என் அப்பா காதலுக்கு எதிரானவர் இல்லை. என் அம்மாவை அவர் காதலித்துதான் மணம் முடித்தார். என் உறவுமுறையில் நடந்த பல

காதல்களை அவர் அங்கீகரித்திருக்கிறார். என் காதலிலும் அதுவே நடக்கும் என நான் நினைத்தேன். எனக்கு அறிவுரை கூறும் போதெல்லாம் என் அப்பா திரும்பத் திரும்பச் சொன்ன ஒரே விஷயம், நான் ஏற்றுக் கொண்டாலும் உன் காதலை இந்த சமுதாயம் ஏற்றுக் கொள்ளாது. என் அண்ணன் தம்பிகள் ஏற்றுக் கொள்ள மாட்டார்கள். இளவரசன் பக்கத்து ஊர் என்பதுதான் என் பிரச்சனை. இதே சாதி பையன் தூரத்தில் ஏதாவது ஊரைச் சேர்ந்தவன் என்றால் எப்படியாவது சமாளித்துவிடுவேன் என்பதுதான்.

என் திருமணம் அப்பாவின் குடிப்பழக்கத்தை அதிகப்படுத்தியதை அம்மா எனக்கு தொலைபேசியில் கூறினார். தினமும் ஏதோ ஒரு கும்பல் வீட்டு முன் வந்து நின்று அப்பாவை மிரட்டுவதாகவும், உன் மகளை நீதான் அனுப்பி வச்சியா? உன் மகளை அனுப்பி வச்சுட்டு இன்னும் ஏன் சாகாம இருக்க? என்று திட்டியதாகவும் சொன்னார். என் மேல் அப்பாவுக்கு கோபம் இருந்தது உண்மைதான் என்றாலும் அம்மாவையும் தம்பியையும் கை விட்டு தற்கொலை செய்யும் எண்ணம் அவருக்கு இல்லை. என் அப்பா எந்த சாதி சங்கத்திலும் இல்லை. தற்கொலை செய்து கொள்ளும் அளவுக்கு அவர் கோழை இல்லை. மூன்று காலனிகளுக்கு நடுவில்தான் என் அப்பாவின் அலுவலகம் இருந்தது. என் அப்பாவின் சாவை தற்கொலை என நான் ஏற்றுக்கொள்ள மாட்டேன்.

திருமணம் முடிந்து ஒரு மாதம் கழிந்திருந்த நிலையில், கடந்த நவம்பர் 5 ஆம் தேதி என் குடும்பத்தினர் சமரசம் பேசி என்னை அழைத்துச் செல்ல தொப்பூர் என்ற இடத்திற்கு வந்தனர். இவர்கள் எல்லோரையும் அனுப்பி வைத்துவிட்டு அப்பா பைக்கில் வருவதாகக் கூறியிருந்தார். ஆனால் அவர் வரவில்லை. என் குடும்பத்தினர் வீடு போய் சேர்வதற்குள் அப்பா இறந்துவிட்ட செய்தி இளவரசனுக்கு வந்துவிட்டது. வீட்டிற்குச் சென்று அம்மா பார்த்தபோது, தூக்குப் போட சாத்தியமில்லாத அறையில் அப்பா நின்ற நிலையில் தூக்கில் தொங்கிக் கொண்டிருந்தார். கதறி அழுத அம்மாவை பொருட்படுத்தாமல் அப்பாவின் பிணத்தை கயிற்றுக் கட்டிலில் போட்டு தூக்கிக் கொண்டு போனது ஒரு கும்பல். என் பெரியப்பா முறையில் வரும் முருகன் என்பவர், அம்மாவை அப்பாவின் சடலத்துக்கு அருகே நெருங்கவிடவில்லை. என் அப்பாவின் மரணம் திடீரென நடந்த தற்கொலை என்றால், வெறும் 50 குடும்பங்களே உள்ள எனது ஊரிலும், வெறும் 20, 30 குடும்பங்களே உள்ள பக்கத்து

ஊரிலும் இருந்து எப்படி ஆயிரக்கணக்கானவர்கள் கூடி, எஸ்.சி. மக்கள் வசிக்கும் நாயக்கன் கொட்டாயை சூறையாடினார்கள் என்பது இன்னும் எனக்கு புரியவில்லை.

தங்களால் தான் இவ்வளவு பெரிய கலவரம் நடந்தது என்ற வருத்தத்தில் இளவரசன் குடும்பத்தினர் தற்கொலை செய்து கொள்ள முடிவு செய்தனர். ஆனால், எனக்கு தற்கொலையில் விருப்பமில்லை. நடந்த சம்பவங்களுக்கு நான் பொறுப்பில்லை. என் அப்பா என்மீது வைத்த அன்பு உண்மையென்றால் அவர் என்னை ஏற்றுக் கொண்டிருக்க வேண்டும். இல்லையென்றால் என்மீது கோபமாகவே இருந்திருக்க வேண்டும். மாறாக, அவர் செத்து அந்த பழியை என் மேல் சுமத்தினால் எப்படி? தற்கொலை செய்ய விருப்பமில்லாமல் காவல் நிலையத்திற்கு சென்றேன். எஸ்.பி. சார் என்னையும் இளவரசனையும் பாதுகாப்பு கருதி சென்னை அனுப்பி வைத்தார்.

இதற்கிடையே அம்மா என்னிடம் தொலைபேசியில் பேசிக் கொண்டிருந்தார். "இதுக்கு மேல உன்னை அங்க இருந்து பிரிச்சுக் கொண்டு வந்து வாழ வைக்க முடியாது. தனியாகவும் உன்னை விட முடியாது. அதனால் என்னால முடிஞ்ச உதவியை செய்றேன். வாய்ப்பு கிடைக்குறப்போ வந்து பாக்குறேன். மத்தவங்க உன் மேல கோபமா இருக்காங்க. நான் அப்படி உன்னை விட்டுட முடியாது" என அக்கறையாகப் பேசுவார். சென்னையில் இருக்கும் போது,

"இப்போதைக்கு நான் உன்னை பார்க்க வர முடியாது. நான் உன்கூட பேசுறது தெரிஞ்சாலே பிரச்சனை ஆகும். அங்க ஏதாவது பிரச்சனையா?" என கேட்டார்கள். "வீட்டுக்குள்ளேயே அடைஞ்சுகிடக்குறேன்" என பேச்சுவாக்கில் சொல்ல, என் மகளை அடைத்து வைத்து கொடுமைப்படுத்துவதாக அம்மா கேஸ் போட்டுவிட்டார்.

ஒருநாள் எஸ்.பி. அலுவலகத்தில் இருந்து இளவரசனுக்கு தொலைபேசியில் பேசி மகளை பார்க்க வேண்டுமெனக் கேட்டார். இளவரசனும் போய் பார்த்துவிட்டு வா என்றார். ஆனால், என் அம்மா பா.ம.க. வை சேர்ந்த டாக்டர் செந்தில் வீட்டிற்கு என்னை வரச் சொன்னதும் நாங்கள் போக வேண்டாம் என முடிவெடுத்துவிட்டோம். என் அம்மா தனியாக இல்லை. என் அப்பாவை போலவே என் அம்மாவும் யாருக்கோ பயப்படுகிறார். யாரோ அவரை இப்படி செய் அப்படி செய் என மிரட்டுகின்றனர். அம்மாவிடம் கேட்டால் சொல்ல மறுக்கிறார்.

எனக்கு என் அம்மாவும் வேண்டும். இளவரசனும் வேண்டும். அது எப்படி சாத்தியம் என எனக்குத் தெரியவில்லை. சாதி இல்லாத ஒரு சமூகம் உருவாக வேண்டும் என நான் நினைக்கிறேன். ஆனால், அது உருவாகும் என்ற நம்பிக்கை எனக்கு இல்லை. வீட்டுக்கு தெரியாமல் காதல் திருமணம் பண்ணியதை நான் என் தனிப்பட்ட வாழ்க்கையாகத்தான் பார்க்கிறேன். அதை ஏன் இவர்கள் சமூகப் பிரச்சனையாக்குகின்றனர்? அரசியல்வாதிகள் மட்டுமல்ல, யார் ஜாதிவெறி பிடித்து அலைந்தாலும் அவர்களுக்கு நான் சொல்வது ஒன்றே ஒன்றுதான். அவரவரின் வாழ்க்கையை மட்டும் வாழுங்கள்; அடுத்தவரின் தனிப்பட்ட வாழ்க்கைக்குள் நுழையாதீர்கள்.

இப்போதைக்கு என்னுடைய பயம் ஒன்றே ஒன்றுதான். என்னைச் சுற்றி இருக்கும் சாதியால் நானும் சாதியை நம்பிவிடுவேனோ என பயப்படுகிறேன். நான் இளவரசனை வேறு ஆளாக எப்போதும் நினைக்கவில்லை. ஆனால் பயமாக இருக்கிறது. எல்லோரும் இதை ஒரு சமூகப் பிரச்சனையாகப் பார்க்கும்போது, அந்த சமூகமே தேவையில்லை என்று தோன்றுகிறது. தினமும் இரவு உறங்கப் போவதற்கு முன் எத்தருணத்திலும் இளவரசனிடம் வித்தியாசம் பார்த்துவிடக் கூடாது என எனக்கு நானே சொல்லிக் கொள்கிறேன்.

(தலித் முரசு - ஜூன் 2012)

ஜெயராணி

சாதியை நிலைநிறுத்தும்
கட்டற்ற சுதந்திரம்

15

தான் நினைக்கும் கருத்துகளை எவ்வித இடையூறும் இல்லாமல் சுதந்திரமாக சொல்ல முடிவதுதான் மனித உரிமைகளில் மேன்மையானது. அந்த கருத்துகளை தடைகளின்றி எவ்வித அச்சுறுத்தலுக்கும் ஆட்படாமல் வெளிப்படுத்த முடிவதென்பது உயர்வான உரிமையும் சுதந்திரமும் ஆகிறது. இல்லையென்றாலும் ""... அதைச் சொல்லும் உனது உரிமையை என் இன்னுயிரை ஈந்தேனும் காப்பேன்"" என்ற அறிஞர் வால்டேரின் முழக்கம்தான் கருத்துச் சுதந்திரத்திற்கான விளக்கமாக முன் வைக்கப்படுகிறது.

ஆம். கருத்துச் சுதந்திரம் இல்லாதவர்களுக்கு எச்சுதந்திரமும் அர்த்தமற்றதே. தன் கருத்தை துணிவுடன் உரக்கச் சொல்லும் உரிமையிலிருந்தே இங்கே கலைகள் உயிர் பெற்று எழுகின்றன. படைப்புகள் பிறக்கின்றன. மனிதர்கள் தம் ஆளுமையின் எல்லையை அடையும் மேன்மைகள் நடந்தேறுகின்றன. எனில், கருத்துச் சுதந்திரமே மனித இயக்கத்தின் உயிர்நாடி. ஆனால் விஷயம் இதோடு முடியவில்லை. மாறாக இங்கிருந்துதான் தொடங்குகிறது.

இவ்வளவு உயர்வான உரிமையான கருத்துச் சுதந்திரத்தை வரம்பற்ற, எல்லையற்ற ஒன்றாகக் கருத முடியுமா? அண்மைக் காலமாக தமிழகத்தில் சில எழுத்தாளர்கள் பெரும் நெருக்கடியை சந்தித்து வருகின்றனர். பெருமாள் முருகனின் "மாதொருபாகன்" கொங்கு சமூகப் பெண்களை இழிவுபடுத்துவதாகவும் துரை. குணாவின் "ஊரார் வரைந்த ஓவியம்" ஊரின் ஒற்றுமையை சிதைப்பதாகவும் புலியூர் முருகேசனின் "நான் ஏன் மிகை அலங்காரம் செய்து கொள்கிறேன்" என்ற சிறுகதையில் கொங்கு வேளாளர்

ஜெயராணி

குறித்த எதிர்மறைக் குறிப்புகள் இடம் பெற்றிருப் பதாகவும் அவர்கள் மீது தாக்குதல்கள் நடத்தப்பட்டுள்ளன. சாதி, மத ஆதிக்கவாதிகளின் இந்த அத்துமீறல்களை கருத்துச் சுதந்திரத்திற்கு எதிரான நடவடிக்கையென கண்டித்து பல்வேறு சமூக அமைப்புகள், தனிநபர்கள், ஊடகவியலாளர்கள், எழுத்தாளர்கள், பெண்ணுரிமைப் போராளிகள் என எல்லோரும் இணைந்து போராட்டங்களை நடத்தினர்.

நினைக்கிற, விரும்புகிற, தோன்றுகிற கருத்தைச் சொல்வதற்கு அனைவருக்கும் முழு சுதந்திரம் இருக்க வேண்டுமென்பதில் மாற்றுக் கருத்தில்லை. ஆனால் நினைக்கிற, விரும்புகிற, தோன்றுகிற எல்லாவற்றையும் சொல்லிவிடலாமா? சக மனிதர் மீது வெறுப்புணர்வையும் காழ்ப்புணர்வையும் இழிவையும் உமிழும் எழுத்துகளை எவ்வித எதிர்ப்புமின்றி அங்கீகரிக்கலாமா? அப்படியான வரம்பற்ற ஒரு கருத்துச் சுதந்திரத்தையா நமது அரசமைப்புச் சட்டமும் சர்வதேசச் சட்டமும் அடிப்படை உரிமையாக அங்கீகரித்திருக்கிறது? ஒரு படைப்புக்கு எதிர்ப்பு வந்தாலே கருத்துச் சுதந்திரம் என்ற ஆயுதத்தைத் தூக்கிவிடுவது சரியாகுமா? இந்த கேள்விகளுக்கெல்லாம் விடை காண வேண்டியது காலத்தின் தேவையாக இன்று உருவெடுத்திருக்கிறது.

அரசமைப்புச் சட்டம் ஒவ்வொரு மனிதருக்கும் அடிப்படை உரிமைகளை உறுதிப்படுத்தியுள்ளது. ஒரு மனிதர் - ஒரு மதிப்பு - ஒரு வாக்கு என்பதே அதன் தாரக முழக்கம். அதன்படி உரிமைகளும் சுதந்திரமும் எல்லா மனிதர்களுக்கும் பகிர்ந்தளிக்கப்பட்டுள்ளது. மொழி, இனம், பண்பாடு, சாதி, மதம் மற்றும் புவியியல் அமைப்பு ரீதியாக வீரியமிக்க பல்வேறு வேற்றுமைகளையும் ஏற்றத் தாழ்வுகளையும் கொண்டுள்ள இந்நாட்டை ஜனநாயகப்படுத்துவதென்பது அத்தனை சாதாரணமானதல்ல. குறிப்பாக சுமார் மூவாயிரம் ஆண்டுகளாக வேரூன்றியிருக்கும் மூவாயிரம் சாதிகளால் ஊரும் சேரியுமாகப் பிளவுண்டு கிடக்கும் ஆறு லட்சம் கிராமங்கள் ஆதிக்கத்தையும் அடிமைத்தனத்தையும் மூர்க்கமாகக் கடைப்பிடிக்கும் இந்நாட்டில் - சட்டத்தாள்களில் உறுதிசெய்யப்பட்ட ஜனநாயகத்தை மூளைகளுக்குக் கடத்துவதென்பது - அத்தனை எளிய விஷயமாக இருக்கவில்லை.

“அரசியலில் ஒரு மனிதர் - ஒரு வாக்கு - ஒரு மதிப்பு என்ற கொள்கையை பின்பற்றும் நாம் சமூக, பொருளாதார வாழ்வில் நமது

சமூகப் பொருளாதார கட்டமைப்பு காரணமாக ஒரு நபர் ஒரு மதிப்பு என்ற கொள்கையை புறந்தள்ளுகிறோம். எவ்வளவு காலத்திற்கு முரண்பாடான இந்த வாழ்க்கையை நாம் தொடரப் போகிறோம்?" "என அம்பேத்கர் கேட்டு 65 ஆண்டுகள் கடந்துவிட்டன. ஒரு நபருக்கு ஒரு மதிப்பை அளிக்கவிடாமல் மதவெறி ஏறிய சாதியக் கட்டமைப்பு இறுகிக் கிடப்பதால் அரசியல் அளவில் உயிர்ப்போடு இருக்கும் ஜனநாயகம், ஆயிரம் ஆண்டு கால உண்மையாக சமூக அளவில் செத்தது செத்தபடியே கிடக்கிறது. அதற்கு உயிரூட்டும் முயற்சிகள் நடந்து கொண்டே இருக்கின்றன என்றாலும் அதன் உடலில் பரவிய ஜாதியெனும் நஞ்சை நீக்க முடியவில்லை.

தீண்டத்தகாதவர்களாக, சமூகக் கலப்புக்கு தகுதியற்றவர்களாக, சமத்துவத்தை கோரக் கூடாதவர்களாக, மதிப்பைகோர முடியாதவர்களாக, நல்வாழ்வு மறுக்கப்பட்டவர்களாக, மிக முக்கியமாக தம் தரப்பு நியாயங்களை, மறுக்கப்படும் நீதிகளை, இழைக்கப்படும் கொடுமைகளை, தம் உள்ளக்கிடக்கைகளை, வலிகளை, மகிழ்வுகளை - எதையுமே சொல்ல முடியாதவர்களாக - கோடிக்கணக்கான மக்கள் இங்கே ஒடுக்கி வைக்கப்பட்டிருக்கும் போது - சமூக அளவில் ஜனநாயகம் மரித்து கிடக்கும் மண்ணில் - கருத்துச் சுதந்திரமும் உரிமையும் வரம்பற்றதாக, கட்டற்றதாக இருக்க முடியுமா என்பதுதான் நம்மை நாமே கேட்டுக் கொள்ள வேண்டிய முதல் கேள்வி.

நவீன காலத்தில் சுதந்திரம் என்பது மிகவும் தட்டையான ஒன்றாக, ஒற்றைப் பரிமாணத்தன்மை கொண்டதாகப் புரிந்து கொள்ளப்படுகிறது. ஆனால், எந்த சமூகம் சுதந்திரத்திற்கு இணையாக அல்லது அதைவிடவும் முக்கியமான ஒன்றாக சமத்துவத்தையும் சகோதரத்துவத்தையும் போற்றுகிறதோ அதுவே ஜனநாயக மதிப்பை பெறுகிறது. ஆனால் இந்நாடு அப்படிப்பட்டதாக இல்லை. சமத்துவமும் சகோதரத்துவமும் மறுதலிக்கப்படும் ஒரு தேசத்தின் அங்கமாக நின்று கொண்டு நாம் கட்டுப்பாடில்லாத சுதந்திரத்தை அடிப்படை உரிமை என கோர முடியாது.

அது மட்டுமல்ல, தனிமனித உரிமைகளையும் சுதந்திரத்தையும் அடிப்படை வாழ்வியல் உரிமையாக மக்களுக்கு வழங்கியிருக்கும் இந்திய அரசமைப்புச் சட்டமும் அவ்வுரிமைகளும் சுதந்திரமும் வரம்பற்றதல்ல என்றே குறிப்பிடுகிறது. இந்தியாவைப் போன்ற கூரிய பாகுபாடுகள் போற்றிப் பாதுகாக்கப்படும் சமூகத்தில்

கட்டுப்பாடில்லாத சுதந்திரமென்பது, வெறுப்புணர்வின் மீதும் சக மனிதரின் இழிவின் மீதும் ஒடுக்குமுறைகளின் மீதுமே கட்டமைக்கப்படும் ஆபத்து இருப்பதாலேயே அதற்கு வரம்பு தேவைப்படுகிறது.

இயற்கை உரமிடப்பட்ட வளமான மண்ணிலிருந்தே நல்ல பயிர்கள் உருவாக முடியுமென்பதைப் போல, சமத்துவம் போற்றப்படும் சமூகத்திலேயே கருத்துச் சுதந்திரம் அதன் உண்மையான பயனை எட்ட முடியும். ஓரினமாக எல்லோருக்கும் சமூகப் பொருளாதார ரீதியான பாதுகாப்புமிக்க வாழ்க்கை உறுதி செய்யப்பட்டிருக்கிற நாட்டிலேயே கூட - கட்டற்ற கருத்துச் சுதந்திரமானது - தனிமனிதரின் மாண்பை சிதைக்கும் பாதிப்புகளை உண்டாக்கிவிடக் கூடும். இந்நிலையில் பல்வேறு மொழிகள், பண்பாடு, இன, மதம் மற்றும் சாதி ரீதியான வேற்றுமைகள் நிறைந்த இந்திய நாட்டில் யார் வேண்டுமானாலும் வரம்பில்லாமல் எதை வேண்டுமானாலும் பேசலாம், எழுதலாம் என்று வாதிடுவோமானால், அது நிச்சயம் ஒரு தரப்பினரை மற்றொரு தரப்பினர் சுதந்திரமாக தாக்குவதற்கும் தாழ்த்துவதற்குமே வழி வகுத்துவிடும்.

அதுமட்டுமல்ல, இங்கே விதைக்கப்பட்டிருக்கும் அரசியல் மாயையைப் போல, இந்தியாவின் வேற்றுமைகளென்பவை ஒற்றுமையால் கட்டப்படவில்லை. அவை மிக மூர்க்கமாக பாகுபாடுகளாலும் ஏற்றத் தாழ்வுகளாலும் ஆதிக்க / அடிமை சித்தாந்தங்களாலும் கடவுளின் பெயராலும் மூட நம்பிக்கைகளாலும் மக்களை கூறுகளாக்கி வைத்துள்ளன. இங்கே எந்த மதங்களும் சமமில்லை, எந்த சாதிகளும் சமமில்லை, எந்த பாலினமும் சமமில்லை, எந்த மொழியும் சமமானதில்லை.

தான் எல்லோரையும் போன்றவர் என கருதும் மனநிலையை 99.9 சதவிகித இந்தியர்கள் கொண்டிருக்கவில்லை. இந்தப் பாகுபாட்டு உணர்வென்பது சமூக, பண்பாட்டு ரீதியாகவும் சமூக, அரசியல் ரீதியாகவும் வீரியமிக்கதாக வேரூன்றியிருக்கும் போது பேச்சுரிமை, எழுத்துரிமை, கருத்துரிமை, படைப்புரிமை, கலை செய்யும் உரிமை எல்லாம் யார் உயர்த்தப்பட்டவர்களோ யார் ஆதிக்கவாதிகளோ அவர்களுக்குரியதாகிறது. உலக வரலாறுகள் அனைத்தும் சொல்வது ஒன்றைத்தான். யாரிடம் அதிகாரம் இருக்கிறதோ கருத்துச் சுதந்திரம் அவர்களுடையதாக மட்டுமாகிறது. யாரிடம் அது இல்லையோ அவர்கள் குரலற்றவர்களாக ஒடுக்கப்படுகின்றனர்.

ஒடுக்கப்பட்ட தலித், பழங்குடியின, சிறுபான்மையினர் மற்றும் பெண்களின் குரல்வளைகளில் பூட்டுகள் பூட்டப்பட்டிருந்த காலம் இந்திய வரலாற்றில் வெகு பின்னோக்கிய ஒன்றில்லை. இங்கே சாதி மத பாலியல் ரீதியாக ஒடுக்கப்பட்டவர்களில் பெரும்பான்மையினரைப் பேச விடாமல் தடுத்துக் கொண்டிருந்தவர்கள் யார்? கலை இலக்கியப் படைப்புகளே கருத்துப் பரவலுக்கான ஊடகமாக இருந்த நிலையில் இந்தியாவில் கலை இலக்கியப் படைப்புகளும் ஆக்கங்களும் யார் வசம் இருந்தன? யாருடைய வாழ்வை அவை பதிவு செய்தன? நவீன காலத்திய இலக்கியங்கள், இசை மற்றும் 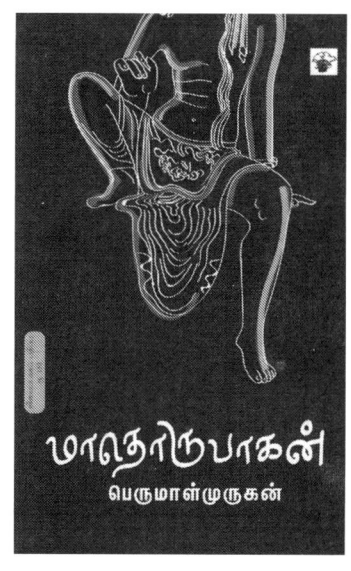 திரைப்படங்களை ஆக்கிரமித்திருப்பவர்கள் யார்? இங்கே யாருக்கு கருத்து சொல்லும் அதிகாரம் (உரிமையல்ல) இருந்ததோ அவர்களே அத்தனை ஆக்கங்களையும் உருவாக்கும் வாய்ப்பையும் பெற்றிருந்தனர்.

"க்ளாசிக்"குகளாக முத்திரை குத்தப்பட்டு தலைமுறைகளுக்கு பரிந்துரைக்கப்படும் நவீன தமிழ் இலக்கிய ஆக்கங்கள் யாரால் எதை மய்யக் கருவாகக் கொண்டு எழுதப்பட்டன? இந்த கேள்விகளுக்கான விடை மிக வெளிப்படையானது. கல்வி கற்கும் உரிமையை பிறவி உரிமையாகக் கொண்ட பார்ப்பனர்கள் மற்றும் பிற முன்னேறிய சாதிகளின் ஆக்கிரமிப்பில்தான் இலக்கியம், கலை, திரைப்படம், அரசியல் என எல்லாமே சிக்குண்டு கிடந்தன என சொல்லித் தெரிய வேண்டியதில்லை. அந்த இறுக்கம் இன்றளவிலும் அவ்வாறே நீடிக்கிறது.

நவீன இலக்கிய "க்ளாசிக்"குகளாக தமிழ் இலக்கிய உலகம் சிலாகிக்கக் கூடிய படைப்புகள் பெரும்பாலும் பார்ப்பன/ஆதிக்க சாதி மொழியில், பார்ப்பன/ஆதிக்க சாதி வாழ்வியலைப் பதிவு செய்தவையே. பெரும்பாலானவை சாதியக் கட்டமைப்பை கேள்விக்குட்படுத்தாமல் சமூகப் பிரதிபலிப்பு என்ற பெயரில் பிற சாதியினரை குறிப்பாக தலித் மக்களை இழிவு செய்தே எழுதப்பட்டன. தலித் மக்கள் என்றேனும் அவற்றை வாசிக்கக் கூடும்; சாதிய படிநிலைகள் என்றுமே நெருக்கடியை சந்திக்காமல் போய்விடாது;

ஜெயராணி

பெண்கள் எப்போதேனும் எழுத வந்துவிடுவார்கள் என்ற அவதானிப்பு சிறிதளவேனும் இருந்திருந்தால் இந்த இலக்கியப் பிதாமகன்களெல்லாம் தம் கருத்துச் சுதந்திரத்திற்கு சில கட்டுப்பாடுகளை விதித்திருக்கக் கூடும்.

இன்றைய தகவல் தொழில்நுட்ப காலத்தை கடந்த கால இலக்கியச் சூழலோடு ஒப்பிட்டு இந்த பாகுபாட்டை நாம் புரிந்து கொள்ளலாம். ஊடகங்களின் ஆதிக்கம் கேள்வியின்றி ஓங்கியிருக்கும் காலமிது. பொது மக்களின் கருத்துகளையும் சிந்தனை ஓட்டங்களையும் தீர்வுகளையும் ஊடகங்களே இன்று கட்டமைக்கின்றன. செய்தித் தாள்கள், வார, மாத, வாரமிருமுறை பத்திரிகைகள், தொலைக்காட்சி சேனல்கள் என இந்தியாவில் ஆயிரக்கணக்கான ஊடகங்கள் இயங்குகின்றன. தேசிய அளவிலும் மாநில அளவிலும் முன்னணி வகிக்கும் முக்கிய ஊடகங்களில் இந்தியாவின் ஒடுக்கப்பட்டவர்கள், சிறுபான்மையினர் மற்றும் பெண்களுக்கு ஒதுக்கப்பட்டிருக்கும் இடம் மிகக் குறைவு.

கடைநிலை, இடைநிலை ஊழியர்களாக இப்பிரிவினர் இருந்தாலும் முடிவெடுக்கும் அதிகாரமிக்கப் பொறுப்புகளில் ஒரு சதவீதம் கூட இவர்களில் யாருமில்லை. அதனால்தான் இவர்களைப் பற்றின செய்திகள் மறைக்கவும் திரிக்கவும் படுகின்றன. அதுமட்டுமின்றி, ஆயிரமாண்டுகால வன்மத்தின் நீட்சியாக இவை தொடர்ச்சியாக ஒடுக்கப்பட்டோர் குறித்த எதிர்மறை பிம்பத்தை கட்டிக் காக்கும் செயலையும் நுணுக்கமாகவும் வெளிப்படையாகவும் செய்து வருகின்றன.

டெல்லி நிர்பயா பாலியல் வல்லுறவு நிகழ்வை பரபரப்பான விற்பனைப் பண்டமாக மாற்ற முடிகிற அவற்றால் கயர்லாஞ்சியின் தலித்துகளான போட்மாங்கே குடும்பத்துப் பெண்கள் ஊரின் பல ஆண்களால் பாலியல் வதை செய்யப்பட்டு பிறப்புறுப்பில் கழியடித்து கொலை செய்யப்பட்ட சமகால கொடூரத்தை மூடி மறைத்துவிட முடிகிறது. நாள்தோறும் நடந்தேறுகின்றன என்றாலும் எந்த சாதிய வன்கொடுமையும் ஊடகங்களில் தலைப்புச் செய்தியாவதில்லை. தீண்டாமைக் குற்றங்கள் தேசிய ஊடகங்களில் தலைப்புச் செய்தியாகும் தகுதியை என்றென்றைக்குமாக இழந்து நிற்கின்றன. எந்த முஸ்லிமும் அவற்றுக்கு தீவிரவாதிதான்.

இந்தியாவின் ஆதிக்க சமூகத்தின் கைகளிலும் கட்டுப்பாட்டிற்குள்ளும் இயங்கும் ஊடகங்கள் எதை செய்தியாக்க

வேண்டும் என்பதில் பாகுபாட்டை கடைப்பிடிக்கும் போது, இன்றும் சாதிவெறி அதன் வீரியம் குறையாமல் இருக்கும் போது, இந்து மத ஆதிக்கச் செயல்பாடுகள் முகமூடி அணியாமல் திரைக்கு முன்னால் நிகழ்த்தப்படும் காலகட்டத்தில் கருத்துச் சுதந்திரத்தை கட்டற்றது என நாம் பேசுவது தகுமா?

உலகெங்கிலுமே வெறுப்புணர்வற்ற, பாகுபாடுகளில்லாத, சக மனிதரை இழிவுபடுத்தாத, மனித உரிமைகளையும் அறங்களையும் போற்றுகிற எழுத்துகளும் படைப்புகளுமே பேரிலக்கியமாக, பெருங்கலைப் பதிவாகக் கொண்டாடப் படுகின்றன. அவைதான் காலங்களை கடந்து எல்லைகளை உடைத்து உலகப் பரப்பில் நிலைத்து நிற்கின்றன. வெவ்வேறு மொழிகளில் இருந்து தமிழுக்கு பெயர்க்கப்படும் படைப்புகளை ஆராய்ந்தாலே அவற்றின் சிறப்பும் தனித்துவமும் நற்பண்புகளும் தெரிந்துவிடும். கறுப்பர்களை இழிவுபடுத்தும் படைப்புகளை நாம் மொழிபெயர்ப்பதோ அங்கீகரிப்பதோ இல்லை.

முஸ்லிம்களை சிறுமைப்படுத்தும் அல்லது உலக அரங்கில் எவ்வகையான ஆதிக்கத்தையும் துதிக்கும் படைப்புகளை நாம் நம் மொழிக்குள் கொண்டு வர ஆவல் கொள்வதில்லை. மொழி, பண்பாடு, இனம், நிறம் எல்லாம் மாறினாலும் மனிதர்களின் அற வாழ்வியலுக்குகந்த வாழ்வியல் விதிமுறைகளெனப்படுபவை உலகம் முழுக்க ஒன்றுதான். எத்தகைய வாழ்வியல் முறையில், எந்தப் பின்னணியிலான கதாபாத்திரத்தைக் கொண்டு என்ன கதை சொல்லப்பட்டிருந்தாலும் ஒரு படைப்பின், ஆக்கத்தின் உள்ளார்ந்த நோக்கமானது மனித அறங்களுக்கு வலுவூட்டுவதாகவும் அனைத்து வகையான ஆதிக்கங்களையும் கேள்விக்குட்படுத்துவதாகவுமே இருக்க வேண்டும்.

ஒருவர் சமத்துவத்தின் மீது தீராத நம்பிக்கையும் நீதியின் மீது பேரவாவும் கொண்டிருக்கும் போது அவரது படைப்பு பொறுப்புணர்வை அடித்தளமாகக் கட்டமைத்துக் கொள்கிறது. அது எதிர்காலம் குறித்த அக்கறையுடன் எல்லா மனிதர்களுக்குமான அன்பை உள்ளடக்கியதாக எழுந்து வருகிறது. தாம் வாழ்கின்ற காலத்து அநீதிகளை கேள்விகளில்லாமல் வெறும் நிகழ்வாகப் பதிவு செய்யும் அல்லது ஆதரிக்கும் தொனியிலான அணுகுமுறையை கொண்டிருக்கும் எப்படைப்பும் காலத்தால் அழிக்கப்படும். சமகாலத்தில் அது எத்தகைய வரவேற்பைப் பெற்றிருந்தாலும் ஒரு

தேசமே சேர்ந்து அதைப் போற்றிப் பாதுகாத்து வைத்தாலும், நீதியின் மேல் நம்பிக்கை கொண்டவர்களால் எதிர்காலத்தில் அவை பெரும் நெருக்கடிக்கு ஆளாக்கப்படும்.

இந்தியாவின் பண்பாட்டு நூல்களாகவும் ஈடில்லா இதிகாசங்களாகவும் போற்றப்பட்ட ராமாயணமும் மகாபாரதமும் தலித்துகள், பழங்குடியினர், சூத்திரர்கள் மற்றும் பெண்களை மிக இழிவாக சித்தரித்த காரணத்திற்காக புலே முதல் அம்பேத்கர், பெரியார் வரை பல பகுத்தறிவாளர்களால் கடுமையாக எதிர்க்கப்பட்டன. இந்நாட்டின் சமத்துவத்திற்கும் ஒற்றுமைக்கும் பாதிப்பை உண்டாக்கும் வகையில் கற்பனை கதாபாத்திரங்களையும் நிகழ்வுகளையும் உருவாக்கி சகமனிதர் மீதான இழிவை கடவுள் செயலாக்கிய குற்றத்திற்காக அவை எரிக்கப்பட்டன. தொலைக்காட்சி தொடர்களாகவும், சிறுவர் இலக்கியமாகவும் அவை பரிணாமம் பெற்று தலைமுறைகளுக்கு கடத்தப்பட்டாலும் அவற்றின் அழிவையும் சிதைவையும் யாராலும் தடுக்க முடியாது.

தமிழ் இலக்கியத்தின் பிதாமகன்களில் பலரும் அத்தகைய நெருக்கடியின் நெருப்பில் அனல் தகிக்க நின்று கொண்டிருப்பதில் வியப்பில்லை. தலித் மக்கள் கல்வி மறுக்கப்பட்டவர்களாக இருந்த காலகட்டங்களில் எழுதப்பட்ட புனைவுகள் பலவற்றில் போகிற போக்கில் அவர்களின் மாண்பை இவ்விலக்கியங்கள் சிதைக்கின்றன. இட ஒதுக்கீட்டின் பயனாக கல்வி கிடைக்கப் பெற்று இலக்கியப் படைப்புகளை வாசிக்க நேர்ந்து அவற்றில் தாம் என்னவாக சித்தரிக்கப்பட்டிருக்கிறோம் என்பதை அறிய வரும் போது தங்கள் எதிர்ப்பை பதிவு செய்ய வேண்டிய நிலை தலித் மக்களுக்கு உருவாகிறது.

ஒவ்வொரு படைப்பும் காலகட்டத்தின் பிரதிபலிப்பு, சமூக உண்மையின் பதிவு என்று நாம் வாதிடலாம். ஆனால் ஓர் எழுத்தாளர் தன் காலத்து அநீதிகளை கேள்விக்குட்படுத்தாமல் கடனே என்று பதிவு செய்து வைப்பதென்பது அந்த அநீதிக்கு துணை போவதாகவே பொருள்படும். தலித் மக்களை இழிவுபடுத்தும் அல்லது ஆதிக்கம் நிறைந்த வாழ்வியலை உயர்வாக சித்தரிக்கும் அல்லது பெண்களை இழிவுபடுத்தும் படைப்புகளை உருவாக்குகிறவர்கள் சராசரிகளை விடவும் எவ்வகையில் மேலானவர்கள்? அவர்களை எப்படி நாம் இலக்கியப் பிதாமக்களாகக் கொண்டாடுவது?

ஒரு படைப்பு தான் கையாளும் கதைக் களத்தில் வரிக்கு வரி

அநீதிக்கு எதிராகப் பிரச்சாரம் செய்ய வேண்டுமென்பதில்லை. ஒரு சமூகத்தின் பல பிரிவினரின் வாழ்க்கைக்குள்ளும் அது புகுந்து வெளியே வரலாம். யாரையும் கதாநாயகராக்கலாம். யாரையும் வில்லனாக்கலாம். ஆனால் அதை எழுதும் எழுத்தாளர் யார் பக்கம் நின்று தனது நிலைப்பாட்டிற்கு உயிர் கொடுக்கிறார் என்பதிலேயே படைப்பின் தரம் நிர்ணயிக்கப்படுகிறது. எழுத்தாளரின் இந்த நிலைப்பாடு வார்த்தைகளால் கட்டமைக்கப்படுவதில்லை. மாறாக, மவுனத்தால் நிலைநிறுத்தப்படுகிறது. காலம் கடந்தும் உரக்க பேசப் போவது அந்த மவுனம் மட்டுமே. அவ்வகையில் பார்த்தோமானால் நவீன தமிழ் படைப்புகளில் பரவிக் கிடக்கும் சாதியக் கூறுகளால் அதை எழுதிய எழுத்தாளர்கள் தன் காலத்து அநீதிகளுக்கு மவுனமாக இயைந்து போனவர்கள் என்றே கொள்ள வேண்டும்.

சாதியாதிக்கக் கூறுகள் நிறைந்த படைப்புகளை அவை வெளி வந்த காலத்தில் ஒடுக்கப்பட்ட மக்களால் எதிர்க்க முடியாமல் போயிருக்கலாம். ஆனால் எக்காலத்திற்குமே அந்நிலையே நீடிக்க வேண்டுமென யாரும் எதிர்பார்க்கக் கூடாது. அடுத்தடுத்த தலைமுறைகள் பலதரப்பட்ட பிரிவிலிருந்து எழுதவும் படைக்கவும் வாசிக்கவும் வரும் போது இப்படைப்புகள் ஆய்வுகளுக்கும் பெரும் புடம் போடுதலுக்கும் உட்படுத்தப்படும். இந்த செயல்முறையில் அவை தாக்குப் பிடித்தும் நிற்கலாம், காணாமலும் போகலாம். சமத்துவமற்ற நாட்டில் பின் தங்கியவர்களுக்கு எப்போது வாய்ப்பு உருவாகிறதோ அப்போதுதான் அவர்கள் எதிர்வினையாற்றுவார்கள். கருத்துச் சுதந்திர அரண் கொண்டு அப்படைப்புகளை காப்பாற்ற முயல்வதில் எப்பயனும் இல்லை. படைப்புச் சுதந்திரமா சமூக நீதியா என்ற கேள்வி வரும் போது ஒரு நல்ல படைப்பாளி சமூக நீதியின் பக்கமே நிற்க வேண்டும். ஆனால் இங்கு நடப்பவை தலைகீழானவை!

இரண்டு ஆண்டுகள், 11 மாதங்கள், 18 நாட்கள் பாடுபட்டு இரவு பகல் பாராமல் உழைத்து தான் எழுதிய 12 ஆயிரத்து 265 பக்கங்கள் கொண்ட அரசமைப்புச் சட்டம் தவறாகப் பயன்படுத்தப்படுமானால் அதை எரிக்கும் முதல் நபர் நானாகவே இருப்பேன் என்று முழங்கினார் அம்பேத்கர். தலைசிறந்தது என இன்று உலகமே கொண்டாடும் இந்திய அரசமைப்புச் சட்டத்தை, அதன் நோக்கம் சிதைவுற்றால் எரிப்பேன் என்று சொல்வதற்கு எத்தகைய துணிவு வேண்டும்? இதுதான் ஒரு படைப்பாளிக்குரிய அறம், நேர்மை. ஆனால் கருத்துச் சுதந்திரம் என்ற பெயரில் நாம் எதை கட்டிக் காத்து எதிர்காலத் தலைமுறைக்கு கொடுக்கவிருக்கிறோம்?

விதைகளை யார் வேண்டுமானாலும் ஊன்றலாம். அவை விஷச் செடிகளாக வளர்ந்து நிற்கிறதெனில் களையெடுத்தலில் இருந்து தப்பிக்க முடியாது.

அவ்வகையிலேயே சக மனிதர்களை இழிவுபடுத்தும், ஏற்றத் தாழ்வுகளை நேரடியாகவோ மறைமுகமாகவோ கொண்டாடும் ஆக்கங்கள் நிச்சயமாக சோதனைக்குட்படுத்தப்படும். அற உணர்வு கொண்டவர்கள் ஒடுக்கப்பட்ட சமூகத்தினரின் எதிர்வினைகளை அவர்களது விடுதலைப் போராட்டத்தின் அங்கமாகப் பார்க்கும் பக்குவத்தை வளர்த்துக் கொள்ள வேண்டுமே தவிர, சாதி இழிவு படைப்புகளை எல்லாம் கருத்துச் சுதந்திரச் சட்டத்திற்குள் வைத்து அவற்றைப் பாதுகாக்க முனையக் கூடாது.

சுதந்திரத்தின் பரந்த வெளியில் மனம் லயித்திருக்கும் போதே படைப்புகள் உயிர்த்தெழுகின்றன. மாற்றுக் கருத்தில்லை. ஆனால் அதற்கு எல்லைகள் உண்டு என்பதே நாம் கற்க வேண்டியது. புதுமைப்பித்தனும் வண்ணநிலவனும் தலித் அமைப்புகளாலும் பெருமாள் முருகன், புலியூர் முருகேசன் போன்றவர்கள் இந்துத்துவ மற்றும் சாதி இந்து அமைப்புகளாலும் எதிர்க்கப்பட்டனர். புதுமைப்பித்தனின் "துன்பக்கேணி" இலங்கையில் தேயிலைத் தோட்ட வேலைக்கு இங்கிருந்து அழைத்துச் செல்லப்பட்ட தலித் பெண்களை பாலியல் ஒழுக்கங்கெட்டவர்களாக சித்தரிக்கிறது.

தலித் மக்கள் தேயிலைத் தோட்டங்களுக்கு கொண்டு செல்லப்பட்ட வரலாறு, அங்கு அவர்கள் எதிர்கொண்ட உழைப்புச் சுரண்டல், வன்கொடுமை, பாலியல் வதை, வறுமை போன்ற வரலாற்று உண்மைகளை மூடி மறைத்துவிட்டு - வெறுமனே தலித் பெண்களை பாலியல் ரீதியாக இழிவாக சித்தரிப்பதை - அக்கால சமூக உண்மை என்றோ, பிரதிபலிப்பு என்றோ எப்படி ஏற்க முடியும்? மேலோங்கிய சாதிய வக்கிரமில்லாமல் இத்தகைய கதையை புதுமைப்பித்தன் எழுதியிருக்கவே முடியாது. இலக்கிய "க்ளாசிக்"குகள் அத்தனையையும் தலித் மக்கள் படித்துவிட முடிவது சாத்தியமில்லாதது. அப்படி வாசித்துவிடும் அனைவருக்கும் இந்த இழிவுபடுத்தலை இனங்காணும் அல்லது எதிர்க்கும் துணிவு உண்டாவதில்லை. இக்கதை தன்னை, தன் மக்களை இழிவுபடுத்துவதாக ஒரேயொருவர் உணர்ந்தாலும் அதற்கு எதிர்ப்பு தெரிவிக்கும் உரிமை அவருக்கு இருக்கிறது.

"மாதொருபாகனி"ல் உண்மையான ஊரின் பெயரிட்டு, அங்கு வாழும் குறிப்பிட்ட சமூக மக்கள் குறித்து இழிவான எதிர்மறையான

குறிப்புகளை அதிலும் பாலியல் ரீதியான சித்தரிப்புகளை பெருமாள் முருகன் எழுதியது தவறான செயலே. அதுவொரு உள்நோக்கம் மிகுந்த செயல் இல்லாமல் போனாலும் அறிவற்ற, பக்குவமற்ற செயல் ஆகாதா? ஓர் ஊரில் வசிக்கும் பெண்களில் சிலர் இப்படித்தான் தவறான முறையில் பிள்ளை பெற்றார்கள் என்று எழுதினால் அது அந்த ஊர்களில் வாழ்ந்த பெண்களின் அந்தரங்க உரிமையை நிச்சயம் பாதிப்பதாகிறது. கருத்துரிமை பிற உரிமைகளை பாதித்தல் ஆகாது என்ற வகையில், பெருமாள் முருகனின் சர்ச்சைக்குரிய பகுதிகள் எதிர்ப்புக்கு உள்ளானது நியாயமானதே என்றோ, நடந்ததைத் தானே எழுதினார், அதுவும் நடைமுறையில் இருந்த ஒரு விஷயத்தைத் தானே எழுதினார் என்றோ இதைப் புறக்கணித்துவிட முடியாது. ஏனென்றால் அவர் தான் வாழ்கிற பகுதியில் இன்றும் இருக்கும் ஊர்களின் பெயரை குறிப்பிட்டு எழுதியுள்ளார்.

ஆக, அவை நேரடியாக அவ்வூரை சேர்ந்தவர்களைத்தான் குறிக்கிறது எனும் போது அப்பகுதியினர் தம் எதிர்ப்பை பதிவு செய்வதும் நியாயமானதே. ஆனால், பெருமாள் முருகனை

எதிர்த்தவர்கள் ஆதிக்க சாதியினர் என்பதால் அவர்கள் தலித் அமைப்பினரைப் போல நீதியை நீதிமன்றத்தில் கோரவில்லை. தங்களுக்கு பழக்கப்பட்ட வழியில் சட்டத்திற்குப் புறம்பான முறையில் பெருமாள் முருகனை அவர்கள் பணிய வைத்தனர். அதை மட்டுமே நாம் கண்டிக்கலாம்.

கருத்துச் சுதந்திரத்தை விடவும் அந்தரங்க உரிமை முதன்மையானது. "துன்பக்கேணி"யும் "மாதொருபாகனு"ம் சாதியின் இருண்ட பக்கங்களை அம்பலப்படுத்துவதாக சிலர் வாதிடுகின்றனர். அதில் உண்மையில்லை. மாறாக இவ்விரண்டு படைப்புகளுமே தலித் மக்களை, பெண்களை மோசமாக இழிவுபடுத்துகின்றன. மாதொருபாகனை ஆதரித்து போராட்டம் செய்த பெண்களில் சிலர் பெண்களாகிய எங்களுக்கே அது பாதிப்பை உண்டாக்கவில்லை என்ற ரீதியில் வாதிட்டனர். உண்மையில் "மாதொருபாகன்" நாவலில் இடம் பெறும் ஊரில் உள்ள பெண்களே இதற்கு பதில் சொல்ல வேண்டியவர்கள். அவர்கள் இதை எதிர்ப்பார்களெனில் வேறு யாருடைய ஆதரவும் நிற்காது. சில ஆண்டுகளுக்கு முன்பு ஒரு பெண் கவிஞரின் பெயரை குறிப்பிட்டு ஒரு மோசமான வசனம் ஒரு திரைப்படத்தில் இடம் பெற்றபோது, "மாதொருபாகனை" ஆதரித்தவர்களில் பலரும் அதை எதிர்த்து திரைக்கதை எழுத்தாளரை துரத்தி அடிக்கப் பாய்ந்தனர். அந்த எதிர்ப்புணர்வு எந்த அளவிற்கு நியாயமானதோ அதே நியாயத்தை இந்தப் பிரச்சனையிலும் நாம் காண முடியும்.

புதுமைப்பித்தன், பெருமாள் முருகன் போன்றவர்களின் படைப்புகளுக்கு கிடைத்த எதிர்ப்புகளில் இருந்து நாம் கற்க வேண்டிய பாடம், எத்தரப்பு மக்களையும் இழிவுபடுத்தத் துணியக் கூடாது என்பதே. புனைவில் எதிர்மறையான விஷயங்களை எழுதும் போது அவை சமூக உண்மையாகவோ, நடந்த கதையாகவோ இருந்தாலும் உண்மையான அடையாளங்களை மறைப்பதே அற விதி. கதைக்களம், கதாபாத்திரங்கள் எல்லாவற்றையும் 100 சதவிகித புனைவாக மாற்றிவிடுவதே சரியானது. வரலாற்று ரீதியான நிகழ்வை புனைவாக மாற்றும் போது அதில் ஆய்வு உண்மைகளே மேலோங்கி இருக்க வேண்டும். திரிபுகளும், சார்பு நிலைகளும் கூடாது. அதோடு எழுத்தாளரின் நிலைப்பாடு எதிர்மறையான விஷயத்திற்கு துணை போகாமல் அதை கேள்விக்குட் படுத்துவதாகவும் இருக்க வேண்டும். அத்தகைய எழுத்தாளரும் அவரது படைப்புகளுமே சமூகத்தில் உயர் இடத்தைப் பெற தகுதியுடையனவாகின்றன.

இது எழுத்தாளர்களுக்கு தெரியாதா என்றால் இந்திய சாதிய உளவியலை இதற்கு காரணமாக்குவதைத் தவிர வேறு வழியில்லை. இங்கு எழுத்தாளர்களும் தீவிர சாதிய நோயால் பீடிக்கப்பட்டவர்களாகவே இருந்து வருகின்றனர். எல்லோரையும் சமமாகக் கருத வேண்டும், எவருடைய அந்தரங்க உரிமையிலும் தலையிடக் கூடாது, பெண்கள் வெறும் பாலியல் பண்டமல்ல, எந்த தொழில் செய்பவருக்கும்/சாதிய பொருளாதார அடுக்கில் எவ்விடத்தில் இருப்பவருக்கும் மாண்புரிமை உண்டு என்பது போன்ற வாழ்வியல் அறங்கள் குறித்த அறிவு அவர்களுக்கும் இருப்பதில்லை.

பாகுபாடுகளையும் சகமனிதரை தாழ்த்துவதையும் பாலின பாகுபாடுகளையும் சாதிய வாழ்க்கை முறை இங்கு ஒவ்வொருவருக்கும் போதிக்கிறது என்பதால் இங்கு படைப்புகளுமே அதை அடிப்படையாகக் கொண்டே உருவாகின்றன. புதுமைப்பித்தனும் பெருமாள் முருகனும் மட்டுமல்ல... எல்லா எழுத்தாளர்களையுமே காலம் இந்தப் புள்ளியில் நிறுத்தவே செய்யும். மனித அறவுணர்விற்கு நேர்மையாக நின்று தம் கருத்துச் சுதந்திரத்திற்கு சுயக் கட்டுப்பாடு விதித்துக் கொள்ளாதவர்களை அது தண்டிக்கவும் செய்யும்.

ஒருவர் எழுதக் கூடாது என்று சொல்வது எவ்வளவு முட்டாள்தனமோ அதற்கு இணையானதே எதிர்க்கக் கூடாது என்று சொல்வதும். ஒரு படைப்போ கருத்தோ தன் மாண்புரிமையை பாதிப்பதாக ஒருவர் கருதும் போது அவர் அந்த படைப்பின் மீதான தன் எதிர்ப்பை பதிவே செய்யக் கூடாது என கருத்துச் சுதந்திரவாதிகள் சொல்வார்களென்றால் அது சர்வாதிகார சிந்தனையன்றி வேறில்லை. இந்த எதிர்ப்பு ஒரு படைப்பு வெளியாகி எத்தனை ஆண்டுகள் கழித்தும் தெரிவிக்கப்படலாம். எழுத்தாளர் மரித்துப் போயிருந்தாலும் படைப்பும் அதில் உள்ள கருத்தும் எக்காலத்திற்கும் உயிரோடு இருக்கப் போகிறது. எதிர்கால தலைமுறை ஒரு படைப்புக்கு கொடுக்கப்பட்ட ஆதரவுகளோடு அது எதிர்கொண்ட எதிர்ப்புகளையும் சேர்த்தே தெரிந்து கொள்ள வேண்டும். அப்போதுதான் விஷயங்களை சீர்தூக்கி அவற்றால் நியாயங்களை அடைய முடியும்.

ஆனால் எதிர்ப்பை வெளிப்படுத்துவதற்கும் முறைகள் உள்ளன. சட்டப்பூர்வமான நடவடிக்கையும் ஜனநாயக வழியிலான போராட்டங்களுமே அதற்கு தீர்வாக முடியும். புதுமைப்பித்தனின் "துன்பக்கேணி"யை பாடப்புத்தகத்திலிருந்து நீக்க வேண்டுமென்றுதான்

நீதிமன்றத்தில் வழக்குத் தொடுக்கப்பட்டது. அதை எதிர்த்தவர்கள் ஒட்டுமொத்தமான தடையைக் கோரவில்லை. ஆனால், பெருமாள் முருகனை எதிர்த்தவர்கள் பல வகையான அத்துமீறல்களிலும் வன்முறைகளிலும் ஈடுபட்டனர். ஓர் எழுத்தாளர் தன் எழுத்தையே துறக்கும் அளவிற்கு அச்சுறுத்துதல் அவரது அடிப்படை உரிமையைப் பறிக்கும் செயலன்றி வேறில்லை. இப்படியொரு அத்துமீறல் எழுத்தாளர் மீது நிகழ்த்தப்படும்போது அரசு தலையிட்டு வன்முறையாளர்கள் மீது நடவடிக்கை எடுத்திருக்க வேண்டும்.

பெருமாள் முருகனை ஆதரித்தோரும் அவரை பாதுகாக்காமல் அவரது படைப்பை பாதுகாக்கும் முயற்சியிலேயே கவனம் செலுத்தினர். "மாதொருபாகனை" வாசிக்கும் போராட்ட மெல்லாம் நடத்தினார்கள். தலித் மக்களையும் பெண்களையும் இழிவுபடுத்தும் "மாதொருபாகனை" கருத்துச் சுதந்திரத்தை காக்கும் அவசரத்தில் தலித் ஆர்வலர்களும் பெண்ணுரிமைப் போராளிகளுமே ஆதரிக்க நேர்ந்தது மிகக் கொடுமையானது. தகுதியற்ற ஒரு படைப்பை எல்லா தரப்பிற்கும் கொண்டு சேர்க்க இவர்கள் பாடுபட்டது வேடிக்கையின் உச்சம்.

சமூகத்தின் ஒவ்வொரு அங்கமும் ஓர்மையுடன் செயல்பட்டாலொழிய கருத்துச் சுதந்திரத்தையும் பிற உரிமைகளையும் நாம் நிலைநிறுத்த முடியாது. ஒரு படைப்பால் தன் மாண்புரிமை பாதிக்கப்பட்டதாகக் கருதும் ஒரு தனிநபர் அல்லது குழு, எதிர்ப்பாளர்களால் தன் எழுதும் உரிமை பறிக்கப்பட்டதாகக் கருதும் ஓர் எழுத்தாளர், இருவருமே சட்டப்பூர்வமான தீர்வுகளுக்காக நீதிமன்றத்தை அணுகும்போது - நீதிமன்றம் ஊழலுக்கோ மிரட்டலுக்கோ சாதி, மத, சுயநலன்களுக்கோ பணிந்துவிடாமல் - இருக்கும் அரசமைப்புச் சட்டத்தின் வரையறைகளின்படி நீதியை வழங்கினால் மட்டுமே இது போன்ற பிரச்சனைகளுக்கு நியாயமான தீர்வுகளை நம்மால் எட்டமுடியும். காவல் துறை, நீதிமன்றம், அரசு நிர்வாகம் மற்றும் ஊடகங்கள் என அனைத்து நிறுவனங்களுமே ஒருமித்த பொறுப்புணர்வுடன் செயல்படும் போதே கருத்துச் சுதந்திரமும் அதன் மீதான எதிர்ப்பும் அர்த்தம் பெறும்.

சமத்துவம் மலர்ந்து சிரிக்கும் சமூகத்தில்தான் எல்லா சுதந்திரங்களும் உயிர் பெறுகின்றன. ஆக, இங்கு சமத்துவத்தை மலரச் செய்வதற்குதான் அடிப்படையில் நாம் அனைவரும் போராட வேண்டும். மத ஆதிக்கத்தையும் சாதியத்தையும் வேரறுக்கும்

போதுதான் சமத்துவம் பிறக்கும் என்ற பழைய பாடத்தை புதிதாக கற்க வேண்டிய கால நெருக்கடிக்கு நாம் ஆட்பட்டு நிற்கிறோம்.

இந்துத்துவவாதிகளிடமும் சாதியவாதிகளிடமும் ஆட்சி அதிகாரத்தைக் கொடுத்துவிட்டு சுதந்திரமாக இயங்க வேண்டுமென எதிர்பார்ப்பது அறியாமையன்றி வேறில்லை. சாதி ஒழிப்புக்கும் மத ஆதிக்கத்திற்கும் எதிரான காத்திரமான, கருத்தியல் ரீதியான போராட்டங்களை முன்னெடுக்காமல், மக்களை சமத்துவப்படுத்தாமல், அவர்களுக்கு பகுத்தறிவை ஊட்டாமல் வெறுமனே சுதந்திரத்திற்கு மட்டும் குரல் கொடுப்பது காற்றில் கட்டடம் கட்டுவதற்கு ஒப்பானது. நமது போராட்டம் முதலில் சமத்துவத்திற்கானதாக இருக்கட்டும். கருத்துச் சுதந்திரம் மட்டுமல்ல, எச்சுதந்திரமும் அதன்மீது அழகாக எழுந்து வரும்.

(தலித் முரசு – நவம்பர் 2012)

ஜெயராணி

துப்புரவு பணியாளர்களை பரிகசிக்கும் தூய்மை இந்தியா திட்டம்
- பாஷா சிங் [1]

16

ஊடகங்களின் காலம் இது. மக்களின் சிந்தனையை அவைதான் கட்டுப்படுத்துகின்றன. ஊடகங்களே "மாபியா" வாக மாறிவிட்ட சூழலில் அதற்குள் இயங்கிக் கொண்டு ஒருவர் சமூக மாற்றங்களுக்காக சிந்திப்பது என்பது சாத்தியங்களை தொலைத்ததாக இருக்கிறது. அதிலும் குறிப்பாக, இந்திய நாட்டின் பேரிழிவான சாதியக் கட்டமைப்பு கூர்மையடைந்து வருகிற நிலையில் கீழே இருக்கும் ஒடுக்கப்பட்ட சமூக மக்களுக்காக ஊடகங்களில் சில பத்திகளுக்கான இடத்தைப் பிடிப்பது மலைச்சிகரத்தை ஏறிக் கடப்பதற்கு ஒப்பான சவாலைக் கொண்டுள்ளது.

பெரும்பாலான ஊடகவியலாளர்கள் கணினியின் விசைப்பலகை வழியாக கோர்க்கும் எழுத்துகளை மக்களின் அற்ப சுவாரசிய வேட்கைக்கு தீனி போடும் வகையில் இருக்குமாறு பார்த்துக் கொள்கிறார்கள். இவற்றிலிருந்து விலகி சமூக மேம்பாட்டிற்கும் சக மனிதரின் வாழ்வுரிமைக்குமாக தனது ஊடகப்பணியை வரித்துக் கொள்வது என்பது ஒரு சிலரால்தான் முடிகிறது.

அப்படியாக தன் ஊடக வாழ்வை அறநிலை வழுவாத எல்லைக்குள் நிறுத்திக் கொண்ட நூற்றில், ஆயிரத்தில் ஒருவர்தான் பாஷா சிங். டெல்லியில் வசிக்கும் இவர் "அவுட்லுக்" இதழின் இந்திப் பதிப்பில் பணிபுரிகிறார். பத்தாண்டு காலமாக மனிதக் கழிவகற்றும் கொடிய வழக்கத்திற்குத் தள்ளப்பட்ட மனிதர்களோடு நீண்ட பயணத்தை மேற்கொண்டு - அவர்களின் வாழ்வியலையையும் போராட்டங்களையும் - மிக ஆழமாக எழுதி வருகிறார்.

இந்தியா முழுவதிலும் பல மாநிலங்களுக்கு பயணம் செய்து மனிதக் கழிவகற்றும் மனிதர்களின் புலப்படாத வாழ்க்கையை கள ஆய்வு மற்றும் உண்மைத் தரவுகளின் அடிப்படையில் விரிவாக இவர் எழுதிய நூல் (Unseen: The truth about India''s manual scavengers) ஆங்கில வழியாக தமிழிலும் (''தவிர்க்கப்பட்டவர்கள் : இந்தியாவின் மலமள்ளும் மனிதர்கள்'') மொழிபெயர்க்கப்பட்டுள்ளது.

அண்மையில் சென்னை பல்கலைக் கழகத்தில் நடைபெற்ற மனிதக்கழிவகற்றும் தொழிலாளர்கள் குறித்த கருத்தரங்கில் இந்நூலை வெளியிட, மலமள்ளும் பெண் தொழிலாளர்களுடன் வந்திருந்தார் பாஷாசிங். இத்தொழிலாளர்கள் குறித்து இவ்வளவு பரந்து பட்ட ஆய்வைச் செய்த ஒரே பத்திரிகையாளர் பாஷாசிங் மட்டுமே. அவரது நூலைப் போலவே அவருடனான உரையாடலும் விளிம்பிலும் கடைசி மனிதர்களாக ஒடுக்கப்பட்டு வாழும் கையால் மலமள்ளும் தொழிலாளர்களைப் பற்றி ஆழமானதாகவும் அக்கறை கொண்டதாகவும் இருந்தது.

ஊடகங்களும் பத்திரிகையாளர்களும் சமூகத்திற்கு தேவையற்ற, முக்கியத்துவம் இல்லாத செய்திகளை மட்டுமே பதிவு செய்ய ஆர்வம் கொண்டிருக்கும் காலகட்டத்தில் நீங்கள் எவ்வாறு கையால் மலமள்ளும் தொழிலாளர்கள் குறித்து இவ்வளவு ஆழமாகப் பணிபுரிய முன்வந்தீர்கள்?

முதன்முதலாக, மலமள்ளும் தொழிலாளர்கள் பற்றி ஒரு செய்திக்கட்டுரையை எழுத முற்பட்டபோது, ஒரு பத்திரிகையாளராக (2003) எனக்கு அதுவொரு செய்தியாக மட்டுமே இருந்தது. ராஜஸ்தானில் ஜுஞ்ஜுனு மாவட்டத்தில் பெண் கருக்கொலை குறித்த செய்திக்காக சென்றிருந்தேன். அனைத்திந்திய முற்போக்குப் பெண்கள் சங்கத்தின் தேசியத் தலைவரான ஸ்ரீலதா சுவாமிநாதன், கைகளால் மனிதக் கழிவகற்றும் முறை அங்கே நடைமுறையில் இருப்பதாகத் தெரிவித்தார்.

கைகளால் மலத்தை அள்ளி கூடைகளில் நிரப்பி அதை தலையில் சுமந்து செல்லும் பெண்களைப் பற்றியும் அதற்கு கூலியாக மண்டியிட்டு நிற்கும் அவர்கள் மீது ரொட்டித்துண்டுகள் வீசப்படுவது குறித்த அவரது விவரணை என்னை மிகவும் பாதித்தது. மிகக் கொடுமையானதான அந்த வாழ்க்கையைப் பற்றி மேலும் தெரிந்து கொள்ள ஒரு பத்திரிகையாளராக நான் ஆர்வம் கொண்டேன்.

முதலில் நான் சந்தித்த பெண்மணி என்னிடம் பேச மிகவும் தயங்கினார். ஆனால் மலமள்ளும் தொழிலாளர்களின் வாழ்நிலை எவ்வளவு மோசமாக இருக்கிறது என்பதை என்னால் எடுத்த எடுப்பிலேயே புரிந்துகொள்ள முடிந்தது. இந்த மக்களைப் பற்றி உண்மையாகவே தெரிந்து கொள்ள விழையும் யாருக்கும் இந்த அனுபவமே ஏற்படும். ஆனால் கெடுவாய்ப்பாக, இந்த சமூகம் அவர்களைப் பற்றித் தெரிந்து கொள்ள வேண்டிய சுரணையே இல்லாமல் இருக்கிறது.

அந்த செய்திக்கட்டுரையை எழுதிவிட்டு அது வெளிவர ஆறுமாத காலம் காத்திருந்தேன். ஏனென்றால் அதை வெளியிட நிர்வாகம் விரும்பவில்லை. அந்தப் படங்கள் அசிங்கமாக இருப்பதாக அவர்கள் நினைத்தனர். ஆனால் அந்த ஆறு மாத காலத்தில் மலமள்ளும் தொழிலாளர்களுக்காகப் பணிபுரியும் சிலரோடு எனக்கு அறிமுகம் ஏற்பட்டது.

மக்கள் சிவில் உரிமைக் கழகத்தைச் சேர்ந்த சங்கரன் போன்றவர்கள் மூலம் டெல்லியிலும் இத்தொழிலாளர்கள் இருப்பதை அறிந்தேன். மலமள்ளும் பெண் தொழிலாளியுடனான எனது முதல் சந்திப்பு - என்னுடைய நடுத்தர வர்க்க உளவியலை - தொந்தரவு செய்துகொண்டே இருந்தது. ஏன் அவர் இதைச் செய்ய நிர்பந்திக்கப்பட்டார்? ஏன் இம்மாதிரியான வழக்கங்கள் இன்றும் இருக்கின்றன? அவருக்கு கிடைக்கும் வருமானம் என எல்லாத்

ஜெயராணி

தகவல்களும் அந்தப் பெண்ணைப் பற்றிய எண்ணங்களும் என்னைத் தொந்தரவு செய்து கொண்டே இருந்தன.

அதன் பின்னர்தான் பெஜவாடா வில்சனைப் (இருபது ஆண்டுகளாக கையால் மலமள்ளும் வழக்கத்தை ஒழிப்பதற்காக சட்டரீதியாகவும் அம்மக்களை முன்னிறுத்தியும் போராட்டங்களை நடத்தி வருகிறார். இவர் "சபாய் கரம்சாரி அந்தோலன்" என்ற இயக்கத்தின் அமைப்பாளர்) பற்றி அறிந்தேன். ஐதராபாத்தில் இருந்த அவரிடம் தொலைபேசியில் பேசினேன். கடைசியாக அந்த செய்திக்கட்டுரை காந்தியின் நினைவு நாளான சனவரி 30 அன்று வெளியானது. மலமள்ளும் தொழிலாளர்களுக்கான இயக்கங்கள் மத்தியில் அந்த செய்திப் பதிவுக்கு பெரும் வரவேற்பு கிடைத்தது.

அது முகப்புக் கட்டுரையாக வெளிவந்ததா?

இல்லை. இந்த செய்தி எப்போதுமே முகப்புக் கட்டுரையாக முடியாது! தொடர்ந்து இங்கே இந்தப் பிரச்சினை இருக்கிறது, அங்கே இப்படி நடக்கிறது என எனக்கு நிறைய கடிதங்கள் வரத் தொடங்கின. அதன் பின்னர்தான் இந்தப் பிரச்சினையை நான் சற்று கவனிக்கத் தொடங்கினேன். வில்சன் டெல்லிக்கு வந்தபோது அவரை நான் சந்தித்தேன். எனது பார்வை இந்த கட்டத்தில்தான் விரிவடையத் தொடங்கியது. கையால் மலமள்ளும் தொழிலை ஒழிக்க ஒவ்வொரு ஆண்டும் பல கோடி ரூபாய் ஒதுக்கப்படுகிறது.

ஒவ்வொரு ஆண்டும் இத்தொழிலாளர்களின் நல்வாழ்விற்காகவும் உலர் கழிப்பிடங்களை ஒழிப்பதற்காகவும் ஒதுக்கப்படும் நிதி என்னை பெரும் வியப்பில் ஆழ்த்தியது. இத்தொழிலைப் பற்றியும் இந்த மனிதர்களைப் பற்றியும் கவலையே படாத இச்சமூகம், சட்டங்களின் நோக்கம், நமது கொள்கை வகுப்பாளர்கள், அரசியல்வாதிகளின் மனநிலை - நான் நினைக்கிறேன் - இவையெல்லாம்தான் மலமள்ளும் தொழிலாளர்களை நோக்கி எனது பாதங்களை அழுந்தப் பதிய வைத்தன.

எனக்கு ஏதோ திடீரென அறிவொளி கிடைத்துவிட்டதாக அர்த்தமில்லை. முதல் கட்டுரை வெளிவந்த பிறகு எல்லாமே மிகக் கடினமாக இருந்தது. நிறைய பயணிக்க வேண்டியிருந்தது. சில அமைப்புகள் எனக்கு உதவின. இது போன்ற கட்டுரைகளுக்கு வாசகர்களிடமிருந்து நல்ல வரவேற்பு இருக்க வேண்டும். அப்போதுதான் அவை தொடர்ந்து வெளிவரும்.

எனது முதல் கட்டுரை வெளிவந்த போது சோனியா காந்தி அது குறித்து ஒரு கடிதம் எழுதினார்.நிறைய பேர் பாராட்டினார்கள். கையால் மலமள்ளும் தொழிலாளர்கள் பற்றிய ஆய்வுக்காக எனக்கு சமஸ்கிருத பவுண்டேஷனின் "பிரபா தா பெல்லோஷிப்" கிடைத்தது. அதெல்லாம் சரிதான்.ஆனால் அதற்குப் பிறகுதான் எனக்கு சவால்கள் காத்திருந்தன.

உங்கள் குடும்பம் இதை எப்படி எடுத்துக் கொண்டது?

கையால் மலமள்ளும் தொழிலாளர்களை நோக்கிய எனது பயணங்கள் என்னை கடும் மன உளைச்சலுக்கு ஆளாக்கின. கான்பூர், பாட்னா, கொல்கத்தா என நான் போய்க்கொண்டே இருந்தேன். அதுவொரு புதைமணலைப் போல இன்னும் ஆழமாக என்னை இழுத்துச் சென்றது. என் குடும்பத்தில் "என்ன இவள் எப்போதும் இதையே பேசிக்கொண்டிருக்கிறாள்" என நினைக்கத் தொடங்கிவிட்டனர். நான் எனது சொந்தப் பணத்தை செலவு செய்து கொண்டிருந்தேன். சிறிது காலம் கழித்து என் குடும்பத்தினர் உதவி செய்தனர். ஆம், சிறிது காலத்திற்குப் பிறகு அவர்கள் முழுமையாக எனது பணியை அங்கீகரிக்கத் தொடங்கிவிட்டனர்.

இந்தியா முழுக்க பல மாநிலங்களில் வாழும் மலமள்ளும் தொழிலாளர்களைச் சந்தித்துள்ளீர்கள். எந்த மாநிலத்திலாவது நிலைமை ஓரளவுக்கேனும் மாறியிருக்கிறதா? பத்தாண்டுகளுக்கு முன்னரே குஜராத்தில் இத்தொழில் ஒழிக்கப்பட்டதாகச் சொன்னார்களே?

நான் சுமார் 21 மாநிலங்களில் உள்ள மலமள்ளும் தொழிலாளர்களை சந்தித்துள்ளேன். என்னை மிகவும் வியப்பில் ஆழ்த்தியது டெல்லிதான். நாம் வெகு காலமாக வசிக்கும் நகரம், நாட்டின் தலைநகர் என்றாலும் நகரத்தின் பகட்டில் மறைக்கப்பட்டு வெளிச்சத்திலிருந்து விலகி நாற்றமடிக்கும் ஓர் உலகில் மலமள்ளும் குடும்பங்கள் வாழ்ந்து கொண்டிருப்பதை அறிந்த போது முதலில் நான் உடைந்து போனேன்.யாருடைய மனசாட்சியையும் சுண்டாமல் இரு வேறு உலகங்களாக நகர வாழ்வும் நரகல் வாழ்வும் பிரிந்திருக்கின்றன.

என்னை நானே பலமுறை கேட்டுக்கொண்ட கேள்வி - இது டெல்லியில் இருக்கிறது; இது எப்படி டெல்லியாக இருக்க முடியும்? மனித மாண்பை சிதைக்கும் இத்தொழில் நாட்டின் தலைநகரில்

ஜெயராணி

எப்படி இருக்க முடியும்?

உத்திரப் பிரதேசத்தை உலர் கழிப்பிடங்களின் மாநிலம் எனலாம். ஆனால் அதைப் பற்றி நமக்கு சிறிதளவே தெரியும். மலமள்ளும் தொழில் சாதியத் தொழில் என்பதால் ஆதிக்க சாதியினரைத் தாண்டி அதைப் பற்றிப் பேச அந்த மக்கள் அஞ்சுகின்றனர். குஜராத் - பத்திரிகையாளர்களுக்கே சவாலான மாநிலம். நீங்கள் அங்கு போன உடனே அங்கிருந்து போய்விடுமாறு வற்புறுத்துவார்கள். மோடி அப்போது முதலமைச்சர். துடிப்பான குஜராத்துக்கான முழக்கம் அப்போது ஓங்கி ஒலித்தது.

அங்கு கையால் மலமள்ளும் வழக்கம் இருப்பதை நிரூபிக்கும் சில ஆவணங்கள் என்னிடம் இருந்தன. அவற்றை வைத்துக் கொண்டு நான் மோடியிடம் கேட்டேன்: " உங்கள் அரசு இந்தப் பிரச்சினையை எப்படி பார்க்கிறது?" அவர் அமைதியாக இருந்தார். பின்னர் "நீங்கள் எங்கிருந்து வருகிறீர்கள்?" என்றார். என்னால் இந்தக் கேள்வியை புரிந்து கொள்ள முடியவில்லை. அவர் கேட்டார், ""நீங்கள் "இந்து"வா? ("தி இந்து" நாளிதழ்) "அவுட்லுக்கா?"(ஆங்கில வார இதழ்) இந்த இரண்டு (பத்திரிகைகள்) மட்டுமே குஜராத்தில் இந்தக் கேள்வியைக் கேட்க முடியும்"" என்றார். என் கேள்விக்கு அவருடைய பதில் இது மட்டுமே.

குஜராத்தில் மட்டுமல்ல, இந்தியாவில் எங்குமே மலமள்ளும் தொழில்ஒழிக்கப்படவில்லை.நாம் 2015இல் பேசிக்கொண்டிருக்கிறோம். மலமள்ளும் தொழில் பற்றி புதிய விளக்கம் நம்மிடம் இருக்கிறது. 2013 இலிருந்து நமக்கு புதிய சட்டம் இருக்கிறது. அச்சட்டத்தின் படி மலத்தை கைகளால் அள்ளுகிறவர்கள் மட்டுமல்ல; சாக்கடை வழி மற்றும் பாதாளச் சாக்கடையை சுத்தம் செய்பவர்களும் மலமள்ளும் தொழிலாளர்கள்தான்.

ஆனால் அப்போதும் குஜராத்தில் அத்தொழில் ஒழிக்கப்பட்டுவிட்டதாகவே அவர்கள் சொன்னார்கள். இப்போதும் அதையேதான் சொல்கிறார்கள். எல்லா மாநில அரசுகளுமே உச்ச நீதிமன்றத்தில் மனிதர்களே மனிதர்களின் கழிவை அகற்றும் தொழில் ஒழிக்கப்பட்டுவிட்டதாக சொல்கின்றன. "சபாய் கரம்சாரி அந்தோலன்" மைப்பிற்கு மலமள்ளும் தொழில் நடைமுறையில் இருப்பதற்கான ஆதாரங்களைத் திரட்டுவதும் நீதிமன்றத்தில் சமர்ப்பிப்பதுமே பெரும் வேலையாக இருக்கிறது.

நீதிமன்றமும் மாநில அரசுகளும் தலித் மக்களுக்கு என்ன எதிர்வினையாற்றுகின்றன என்பது பத்திரிகையாளர்களுக்கு சுவாரசியமான செய்தி என்றே நான் நினைக்கிறேன். அதாவது, நாள்தோறும் கண்முன்னே நடக்கிற ஒரு விஷயத்தை இல்லை என்று மறுப்பது. ஒவ்வொரு அரசும் தம் மாநிலத்தில் அப்படியொரு வழக்கம் இல்லவே இல்லை என்றுதான் மறுக்கின்றன.

கடந்த 13 ஆண்டுகளாக உச்ச நீதிமன்றம் மலமள்ளும் தொழிலாளர்களை நீதிமன்றத்தில் நிறுத்தி ""என் பெயர் நாராயணம்மா. நான் இந்தத் தொழிலைச் செய்கிறேன். இதுதான் எனது மனு, இதுதான் மனித மலத்தை அகற்றும் எனது தற்போதைய புகைப்படம்"" என சொல்ல வைத்துக் கொண்டிருக்கிறது. இந்த மக்கள் உண்மையிலேயே மலமள்ளும் தொழிலாளர்கள்தான் என்று நிரூபிக்கச் சொல்லி அந்தோலன் அமைப்பை நீதிமன்றம் கேட்பது ஒரு தொடர்கதையாக நீடிக்கிறது. மலமள்ளும் தொழிலாளி உலர் கழிப்பிடத்தை கைகளால் சுத்தம் செய்வதைப் போன்ற படத்தை எடுத்து - அன்றைய நாளுக்கான செய்தித்தாளில் வெளிவரும்படி செய்து - அந்த ஆதாரத்தை நீதிமன்றத்தில் சமர்ப்பிக்க வேண்டும்.

நீங்களே யோசித்துப் பாருங்கள், இது எப்படி சாத்தியமென்று! ஏற்கனவே வெளிவந்த செய்திகளைக் காண்பித்தால், அது பழைய

நிலை; இப்போது அது ஒழிக்கப்பட்டுவிட்டது என அரசு மறுத்துவிடுகிறது. அரசுகளும் நீதிமன்றமும் இந்த உத்தியைத்தான் பயன்படுத்தி வந்தன. அமைப்புகளும் பின்னர் இந்த உத்தியைக் கையிலெடுத்தன. வழக்கு விசாரணைக்கு வரும் நாளன்று செய்தித்தாளில் மலமள்ளும் தொழிலாளியின் புகைப்படம் வருமாறு அவை செய்தன.

என்னுடைய வருத்தம் என்னவென்றால் 2015 ஆம் ஆண்டிலும் உச்ச நீதிமன்றம் மலமள்ளும் தொழில் இருக்கிறதா என்று கேட்கிறது. இருப்பதாக ஏற்றுக் கொண்டால்தானே அதை ஒழிக்க ஏதாவது செய்ய முடியும்? 2014 உச்ச நீதிமன்றத் தீர்ப்பு மலமள்ளும் தொழிலுக்கான விளக்கத்தை விரிவுபடுத்திக் கூறியது. அதாவது, மனித மலத்தை சுத்தம் செய்யும் அனைவருமே மலமள்ளும் தொழிலாளர்களே என்கிறது அது. ரயில் தண்டவாளங்களைச் சுத்தப்படுத்தும் பெண்கள், ரயில் நிலைய சாக்கடைகளில் இறங்கி வேலை செய்பவர்கள், திறந்தவெளி கழிவறைகளை, கழிவு நீர் கால்வாயை சுத்தம் செய்வோர் என இவர்கள் அனைவருமே மனிதக் கழிவகற்றும் தொழிலாளர்களே.

மனிதக் கழிவகற்றும் தொழில் மட்டும்தான் மலமள்ளும் தொழிலாகிறதா? எந்த எல்லையில் தொடங்கி எந்த எல்லையில் அது முடிகிறது? துப்புரவுப் பணியை வரையறை செய்யுங்கள்.

இந்தியாவில் துப்புரவுப்பணி மற்றும் மலமள்ளும் தொழில் இரண்டுமே அசிங்கமானதுதான். இதை நாம் புரிந்து கொள்ளவேண்டும். சுத்தப்படுத்துதல் மற்றும் குப்பைகளை அகற்றுதல் இதெல்லாம் துப்புரவுப்பணி. இந்தியாவில் துப்புரவுப் பணி பெருமளவில் தலித் மக்களாலேயே செய்யப்படுகிறது.

மலமள்ளும் தொழில் என்பது மனிதக் கழிவுடன் தொடர்புடையது. அதை கைகளால் அள்ளி தலையில் தூக்கிச் சென்றாலோ, உபகரணங்களைப் பயன்படுத்தி அப்புறப்படுத்தினாலோ, சாலையில் கிடக்கும் மனித மலத்தை சுத்தம் செய்தாலோ, மலம் சேரும் திறந்தவெளி கால்வாய்களில் இறங்கினாலோ, ரயில் தண்டவாளங்களில் மலக்குழிக்குள் இறங்கி அடைப்பை நீக்கினாலோ - அதாவது மனிதக் கழிவுடன் தொடர்பிருந்தாலே - அது மலமள்ளும் தொழிலாகிறது. இவையெல்லாம் தடை செய்யப்பட்டவை.

ஆனால் அரசின் மிகப்பெரிய பொதுப்பணித்துறை நிறுவனமான ரயில்வேயில் தொடங்கி பல்வேறு இடங்களில் இவ்வேலை

செய்பவர்களை நாம் பார்க்க முடியும். சாக்கடை வேலை மட்டும் தடை செய்யப்படவில்லை. ஆனால் அதில் இறங்குவதற்கு முன் சட்டப்படி பாதுகாப்பு உபகரணங்களை அணிந்து கொள்ள வேண்டும். ஆனால் அப்படியான ஒன்றை அரசு இத்தொழிலாளர்களுக்கு அளிப்பதில்லை. சென்னையில் நிறைய மலக்குழிகள் இருக்கின்றன.

நிறையப்பேர் மலக்குழியின் நச்சுவாயு தாக்கி இறந்து போகிறார்கள். சண்டிகர் மற்றும் இன்னும் சில மாநிலங்களைத் தவிர்த்து இந்தியாவில் எங்குமே 100 சதவிகித பாதாள சாக்கடை கட்டமைப்பு இல்லை. நாம் புரிந்து கொள்ள வேண்டியது இதுதான்: திறந்தவெளி கழிப்பிடம் மட்டுமல்ல, உலர் கழிப்பிடங்கள் மட்டுமல்ல, மனித மலத்துடன் பணி செய்யும் கட்டாயத்திலுள்ள அனைவருமே மலமள்ளும் தொழிலாளர்களே. ஆனால் கடந்த ஆண்டு மக்கள் தொகை கணக்கெடுப்பு உலர் கழிப்பிடங்களில் வேலை செய்வோரை மட்டுமே மலமள்ளும் தொழிலாளர்களாக வகைப்படுத்துகிறது. அது தவறு.

உலர் கழிப்பிடங்கள் இன்றும் இருக்கின்றனவா?

நாம் இப்படித்தான் நினைத்துக் கொண்டிருக்கிறோம். இவ்வளவு வளர்ச்சியை கண்டுவிட்ட இந்தக் காலத்தில் யாராவது கைகளால் மலத்தை வாரியெடுத்து கூடையில் கொட்டி தலையில் சுமந்து செல்வார்களா என்று. நாம் காண மறுக்கும் - ஆனால் நம் கண் முன்னே இருக்கும் - உலகங்கள் பல உள்ளன. அவற்றில் ஒன்றுதான் இந்த மலமள்ளும் வாழ்க்கை. உலர்கழிப்பிடங்கள் நகரங்களில் பெருமளவில் உள்ளன. நீர் பாய்ச்சி சுத்தம் செய்ய வகையற்ற எல்லாமே உலர்கழிப்பிடங்களே. இவற்றில் நிறைய வகையுண்டு. நமது பொதுக் கழிவறைகளின் நிலையை நினைத்துப் பாருங்கள்.

ஒரு சில நிமிடங்கள் கூட நம்மால் நிற்க முடியாத இடத்தை யார் சுத்தம் செய்வதாக நாம் நினைத்துக் கொண்டிருக்கிறோம்? அமர்நாத் யாத்திரையைப் போன்ற பெரும் திருவிழாக்களில் உலர்கழிப்பிடங்களே பயன்படுத்தப்படுகின்றன. அவற்றை சுத்தம் செய்ய நாடு முழுவதிலிருந்தும் மலமள்ளும் தொழிலாளர்களை அழைத்து வருகின்றனர்.

சாக்கடை வசதியற்ற எல்லா இடங்களிலும் இந்தப் பிரச்சினை இருக்கிறது. எந்திரங்கள் இருந்தாலும் கூட சென்னை போன்ற இடங்களில் பாதாள சாக்கடையையும் மலக்குழியையும் சுத்தம்

ஜெயராணி

செய்ய நாம் மனிதர்களையே நாடுகிறோம். அப்படியான மனிதர்களில் நிறையபேர் இறந்து போவது குறித்து நாம் எந்தக் கவலையும் படுவதில்லை.

மலமள்ளும் தொழிலை ஒழிப்பதற்கும் உலர்கழிப்பிடங்களை மாற்றுவதற்கும் இவர்கள் எவ்வளவு பணத்தை செலவு செய்கிறார்கள் என்று அரசு ஆவணங்களை எடுத்துப் பாருங்கள். ஆனால் நாடு முழுவதும் 7 லட்சம் உலர் கழிப்பிடங்கள் இருப்பதாக அரசின் புள்ளிவிவரம்தான் கூறுகிறது. அப்படியென்றால் அந்தப்பணத்தை எல்லாம் யார் விழுங்குகிறார்கள்? இதற்காக ஒதுக்கப்பட்ட நிதி சுமார் 7 ஆயிரம் கோடி ரூபாய்.

இந்த 7 ஆயிரம் கோடியை வைத்துக் கொண்டு இவர்களால் ஒன்றுமே செய்ய முடியவில்லை என்பது எத்தனை வேடிக்கையானது! இந்தப் பணமெல்லாம் எங்கே போனது? நிறைய மனிதர்கள் இத்தொழிலை செய்து கொண்டிருக்கிறார்கள்; செய்யச் சொல்லி நிர்பந்தப்படுத்தப்படுகிறார்கள். உலர்கழிப்பிடங்களை ஒழிக்க மூன்றாண்டுகளுக்கு 500 கோடி ரூபாய்களை இந்திய அரசு செலவு செய்திருக்கிறது.

ஆனால் உலர்கழிப்பிடங்கள் அப்படியே இருக்கின்றன எனில் அது எப்படி? இந்த மக்களின் பெயரால் ஒதுக்கப்படும் நிதியை அவர்களுக்கு செலவிட மறுப்பதன் மூலம் அரசு மிகப்பெரிய துரோகத்தை அவர்களுக்கு இழைத்து வருகிறது.

மனித மாண்புக்கு எதிரான இத்தொழிலுக்கு பொதுச்சமூகம் ஆதரவாக இருப்பதன் காரணம் என்ன?

நாள்தோறும் இத்தொழிலைச் செய்வோரை நாம் கடந்து செல்கிறோம். ஆனால் குமட்டலெடுக்கும் இழிவான இவ்வேலையை இவர்கள் ஏன் செய்கிறார்கள் என்ற கேள்வி நமக்குள் வருவதேயில்லை. ஏனென்றால் அவ்வேலையைச் செய்யவே அவர்கள் பிறந்திருப்பதாக நமது மூளை நம்புகிறது. இங்கு நிலவும் சாதியக் கட்டமைப்பைப் புரிந்து கொள்ள மலமள்ளும் தொழிலை உற்று நோக்கினாலே போதுமானது. பரவலாக துப்புரவுப் பணியையும் முற்றிலுமாக மலமள்ளும் தொழிலையும் தலித் மக்களே செய்கின்றனர். இதை அவர்கள் விரும்பிச் செய்யவில்லை. ஆனால் உளவியல் ரீதியாக குறிப்பிட்ட சமூகத்தில் பிறக்கும் குழந்தைகள் இவ்வேலையை ஏற்று செய்யத் தயாராவதற்கான சூழல் இங்கு காலங்காலமாக பாதுகாக்கப்பட்டு வருகிறது.

மலமள்ளும் சமூகத்தில் பிறந்தவர்கள் (ஒருவேளை வேறு எந்த வேலைக்குப் போனாலும்) அவர்களை மலமள்ளுபவர்களாகவே ஒதுக்கி வைக்கிறது இச்சமூகம். வேறு எந்த வேலையும் மறுக்கப்படுவதாலேயே மீண்டும் மீண்டும் அவர்கள் நாற்றமடிக்கும் இக்கொடுமையான அடிமைத்தனத்திலிருந்து விடுபட முடிவதில்லை.

அரசும் நீதிமன்றமும் இவ்விஷயத்தை ஒழிக்க முன் வராததன் மூலம் சாதியக் கட்டமைப்பையும் சாதி இழிவுத் தொழில்களையும் பாதுகாத்து வருகின்றன. இந்துத்துவம் கட்டிக் காக்கும் சாதி அமைப்பின் பேரிழிவாகவே இத்தொழில் இருக்கிறது. இதை ஒழிக்க முற்படாமல் வெறும் பொய்களால் அரசு இதைப் புறக்கணித்துச் செல்வதென்பது அநீதியின் உச்சகட்ட செயல்நிலை என்றே நான் கருதுகிறேன்.

செவ்வாய் கிரகத்தை ஆராய செயற்கைக் கோள்களை அனுப்ப முடிகிற ஒரு நாட்டில் இத்தொழிலுக்கு மட்டும் ஏன் மனிதர்களே பயன்படுத்தப்படுகிறார்கள்?

சாதிய மனப்போக்கு என்பதைக் கடந்து இதற்கு வேறு காரணங்களே இல்லை. இதற்கு வேறு விளக்கங்களும் தேவைப்படாது. ஏனெனில் நமது கொள்கை வகுப்பாளர்கள், அரசியல்வாதிகள்,

ஜெயராணி

நீதிமன்றம் என எல்லோருமே என்ன நினைக்கிறார்கள் என்றால் இந்த வேலையைச் செய்வதற்கு குறிப்பிட்ட சாதியைச் சேர்ந்தவர்கள் இருக்கிறார்கள் என்பதுதான். அதனால்தான் மலமள்ளும் தொழிலை ஒழிப்பதற்கான முன்னுரிமையை அரசு வழங்கவில்லை. இத்தொழில் செய்யும் சாதியைச் சேர்ந்த மக்களை இக்கொடுமையிலிருந்து விடுவிக்க அதற்கு மனமில்லை.

அதனால்தான் எந்திரங்கள் பயன்படுத்தும் எண்ணம் நமக்கு வரவில்லை; நம்மிடம் கழிவகற்றும் கொள்கைத் திட்டங்கள் இல்லை; சரியான சுகாதாரத்திட்டங்கள் இல்லை; ஒட்டுமொத்தமாக கழிவு நீரைக் கையாள்வதற்கான திட்டங்கள் இல்லை; கழிவு நீர் அடைத்துக் கொண்டால் அதை அகற்ற எந்திரங்கள் இல்லை; சுகாதாரத்துறையை நவீனப்படுத்துவதற்கு நாம் முதலீடு செய்யவில்லை; நவீனக் கட்டமைப்பிற்குத் தேவைப்படும் எந்திரங்களோ, முன்னேறிய தொழில்நுட்பமோ இல்லவே இல்லை.

ஆனால் உண்மையில் இத்துறை பல தொழில்நுட்ப முன்னேற்றங்களை கண்டுள்ளது. அவற்றைப் பெற நம்மிடம் பணமும் இருக்கிறது; ஆனால் நாம் ஏன் அதைப் பயன்படுத்த மறுதலிக்கிறோம்? ஒரேயொரு காரணம்தான். அது சாதிய மனப்பான்மை. மலக்குழிக்குள் இறங்கி சுத்தம் செய்ய குறிப்பிட்ட மனிதர்கள் இருக்கிறார்கள் என்று

ஒட்டுமொத்த சமூகமும் நினைப்பதே இதற்குக் காரணம். ஒரு மனிதரை உடைகளைக் களைந்துவிட்டு அப்படியே சாக்கடைக்குள் இறங்கச் சொல்வதென்பது அவரை தற்கொலை செய்து கொள் என்று சொல்வதற்கு இணையானது. நமக்குத் தெரியும் அவர் உயிர் பணயம் வைக்கப்படுகிறது என்று. வேறென்ன?

இந்த ஒட்டுமொத்த கட்டமைப்பும் சமூக அமைப்பு முறையும் இந்த வேலையைச் செய்ய இந்த மக்களைப் பிடித்து தள்ளுகிறது. அவர்கள் இதிலிருந்து வெளியேறிவிடாதவாறு தடுத்து நிற்கிறது. இந்திய ரயில்வேக்கு எதிராக பெஜவாடா வில்சன் ஒரு வழக்கு தொடுத்தார். தன் துறையில் மனிதக் கழிவகற்றும் முறையை ஒழிக்க இந்திய ரயில்வே இன்றளவிலும் காலக்கெடுவை விதித்துக் கொள்ளவில்லை. புதிய சட்டம் இருக்கிறது, புதிய வரையறைகள் வழங்கப்பட்டுவிட்டன. தீர்ப்புகள் எல்லாம் உள்ளன.

ஆனால் அதை ஒழிப்பதற்கான காலக்கெடு மட்டும் நம்மிடம் இல்லை. மனித மாண்பு தொடர்பான ஒரு விஷயத்தில் இப்படியான விளையாட்டுகளை இந்திய ரயில்வே எப்படி அரங்கேற்ற முடிகிறது என்று எனக்குத் தெரியவில்லை.

உண்மை இப்படியிருக்க, "தூய்மை இந்தியா" பிரச்சாரத்தை எப்படி பார்க்கிறீர்கள்? சுகாதாரம் குறித்து இத்தகைய பிற்போக்கான கருத்துகள் நிலவும் சமூகத்தில் தூய்மை என்பது தன் வேலை அல்ல; அது யாராலோ செய்யப்பட வேண்டியது என நம்பும் மக்களிடையே இப்பிரச்சாரம் எப்படி செல்லுபடியாகும்?

"தூய்மை இந்தியா" பிரச்சாரத்தைத் தொடங்கியவர்களிடமும் அதன் ஆதரவாளர்களிடமும் நாம் கேட்கவேண்டிய கேள்வி: "நீங்கள் எதை சுத்தப்படுத்த விரும்புகிறீர்கள்?" தூய்மைப்படுத்துவதில் நமக்கு எந்தப் பிரச்சினையும் இல்லை. ஆனால் யார் அதை செய்யப் போகிறார்கள்? இந்த பிரச்சார நாடக நடிகர்கள் துடைப்பத்தோடு இருக்கும் சில படங்களை நாம் தொடக்கத்தில் பார்த்தோம். இதுதான் அவர்களின் செயல்திட்டம். அது ஒன்றே இந்த பிரச்சாரத்தின் தன்மையை விளக்கப் போதுமான ஆதாரம்.

எல்லோருமே இது குறித்துப் பேசுகிறார்கள். "லார்சன் அண்ட் டூப்ரோ" வருகிறது; அதானி வருகிறார்; அனைத்து கார்ப்பரேட்டுகளும் கழிவறைகளைக் கட்ட முன்வருகிறார்கள்.

ஜெயராணி

ராஜஸ்தானில் அதானி 10 ஆயிரம் கழிவறைகளைக் கட்டிக் கொடுத்திருக்கிறார். என் கேள்வி என்னவென்றால் யார் இந்த கழிவறைகளைச் சுத்தம் செய்யப் போகிறார்கள்? நாம் ஏன் இத்தனை காலமும் இந்நாட்டைத் தூய்மைப்படுத்தும் மக்களைப் பற்றி பேச மறுக்கிறோம்? இந்த மக்களைப் பற்றி சிந்திக்காமல், அவர்களுக்கு மறுவாழ்வு அளிக்காமல், அவர்களுக்கான மாண்புரிமையை வழங்காமல், கழிவுநீர் கட்டமைப்பை நவீனப்படுத்தாமல் நீங்கள் "தூய்மை இந்தியா" வை எப்படி நடைமுறைப்படுத்துவீர்கள்?

இந்தப் பிரச்சாரத்திற்கு ஒதுக்கப்பட்ட நிதியில் பாதி பணத்தை சுகாதாரத் துறையை நவீனப்படுத்தவும் கழிவுநீர் கட்டமைப்பை நவீனப்படுத்தவும் மோடி செலவழித்தால் இந்நாடு வாழ்வதற்கு தகுதியானதாக ஓரளவுக்கேனும் மாறும். கார்ப்பரேட்டுகளை நாம் வரவேற்க வேண்டும் என்கிறார்கள்; ஆனால் அதனை துப்புரவுத் தொழிலாளர்களின் பெயரில் செய்யாதீர்கள். இந்நாட்டின் முதன்மையான தேவை நவீனப்படுத்தப்பட்ட சுகாதாரக் கட்டமைப்பு. நமக்கு நிறைய கழிவு நீர் அடைப்பு நீக்கும் எந்திரங்கள் வேண்டும்.

ஒரு மனிதர் கூட கழிவுநீர் கால்வாயில் - மலக்குழியில் இறங்க நிர்பந்திக்கப்படவில்லை என்ற நிலை இங்கு உருவாக்கப்பட வேண்டும். இதை எல்லாம் முடிவுக்கு கொண்டு வர ஒரு காலக்கெடுவை நிர்ணயிப்பதற்கு பதிலாக நாம் எத்தகைய திசை திருப்பும் வேலைகளைச் செய்து கொண்டிருக்கிறோம்? இந்தியாவைத் தூய்மைப்படுத்த உண்மையில் நாம் எதுவுமே செய்துவிடவில்லை. சில அடிப்படையான கேள்விகளுக்கு விடை கண்டறியாமல் எதையும் செய்துவிட முடியாது.

"தூய்மை இந்தியா"வை ஆதரிக்கும் தலைவர்களே! இந்நாட்டிற்கு ஒரு சத்தியத்தைச் செய்யுங்கள். எந்த மனிதரும் சாக்கடைக்குள் இறங்க, எந்தப் பெண்ணும் ரயில் தண்டவாள அசுத்தத்தை சுத்தம் செய்ய அல்லது உலர் கழிப்பிடங்களை, திறந்தவெளி கழிப்பிடங்களை சுத்தம் செய்ய கட்டாயப்படுத்தப்பட மாட்டார்கள் என உறுதி கொடுங்கள். இந்திய சுகாதாரம் எதிர்கொள்ளும் மிக முக்கியமான பிரச்சினை இதுதான்.

துப்புரவு செய்யும் மக்களின் அடிமைத்தளைகளை அறுத்தெறிவது மட்டுமே உண்மையான "தூய்மை இந்தியா"வாக இருக்க முடியும். அதைவிடுத்து ஒட்டுமொத்த நிதியையும் நீங்கள் வேறெதற்கோ

செலவழிக்கிறீர்கள். "தூய்மை இந்தியா" என்ற மேம்போக்கான வணிகத்தனமான திட்டங்களால் மலமள்ளும் / துப்புரவுத் தொழில் செய்யும் சமூகத்தினருக்கு எந்தப் பயனும் உண்டாகப் போவதில்லை.

நீங்கள் 10 ஆயிரம் கழிவறைகளைக் கட்டுவீர்கள். யார் அந்த 10 ஆயிரம் கழிவறைகளை சுத்தம் செய்கிறார்கள்? அவர்களுக்கு கவுரவமான சம்பளத்தை நீங்கள் வழங்குவீர்களா? நிச்சயம் இல்லை. எல்லோரும் ஒப்பந்த அடிப்படையிலேயே நியமிக்கப்படுவார்கள். எனது கேள்வி இதுதான்: நமது கழிவை நாம் எப்படி அகற்றப் போகிறோம்? அக்கொடூரத்தை சற்றேனும் நாம் குறைக்கப் போகிறோமா? துடைப்பத்தைக் கொண்டு மோடியும் அவரது அமைச்சர்களும் நாடகமாடுவது இந்த மக்களை கேலி செய்வதாக இருக்கிறது.

துப்புரவுத் தொழில் என்பது 100 சதவிகிதம் சாதி அடிப்படையிலான தொழில். இதை நாம் ஏற்றுக் கொள்ளவில்லை எனில் நம்மால் எதையும் மாற்ற முடியாது. என்னைப் பொருத்தவரை தாங்க இயலாததாக இருக்கும் உண்மை குறித்த பரிகாசமே "தூய்மை இந்தியா" திட்டம். அது துப்புரவு சமூகத்தினரையும் தலித்துகளையும் மிக மோசமாக பரிகாசம் செய்கிறது.

(தலித் முரசு - ஆகஸ்ட் 2015)

மலமள்ளும் இழிவை ஒழிக்கும் போராட்டத்தில்
நாம் வென்றே ஆக வேண்டும்
- பாஷா சிங் (2)

17

இந்தியா தவிர வேறெந்த சார்க் நாடுகளிலாவது இந்த வழக்கம் இருக்கிறதா?

ஆம். நேபாளம், வங்கதேசம் மற்றும் பாகிஸ்தானில் இவ்வழக்கம் இருக்கிறது. அடிப்படையில் நாம் சாதியை எங்கெல்லாம் இறக்குமதி செய்தோமோ, எங்கெல்லாம் சாதி இருக்கிறதோ அங்கு நிச்சயம் மனித மாண்புக்கு எதிரான இவ்வழக்கம் இருக்கிறது. தொடக்கத்தில் கறுப்பர்கள் இதற்கு நிர்பந்திக்கப்பட்டனர். ஆனால் சாதி என்பது நிறவெறியிலிருந்து வித்தியாசமானது. எப்படி என்றால் இங்கு சாதிவெறியும் இனவெறியும் இரண்டென கலந்துள்ளது. ஆசிய நாடுகளை கடந்தும் இத்தொழில் இருக்கிறது. அதற்கு வழங்கப்படும் ஊதியம், நவீனமயம் எல்லாமே வேறு அளவில் இருக்கின்றன. நீங்கள் சுகாதாரத்தை நவீனப்படுத்தும் அந்த நொடி எல்லாமே மாறிவிடுகிறது. மனிதக் கழிவுடன் எந்த மனிதருக்கு நேரடி தொடர்பு இருக்கப் போவதில்லை. கழிவறையை சுத்தம் செய்யும் மனிதருக்கு எல்லோரையும் போன்ற மரியாதை கிடைக்கிறது. அங்கெல்லாம் கழிவறையை சுத்தம் செய்பவர்களுக்கு கொடுக்கப்படும் ஊதியத்தை கேட்டால் அசந்து போவோம். நமது சுகாதார அமைப்பு சாதித்துறப்பு செய்ய வைக்காமல் அந்நிலைமை இங்கே வசப்படாது.

ஆனால் 2015 ஆம் ஆண்டிலும் நாம் அதற்கு தயாராக இல்லை. நம்மிடம் நவீன கணினிகள், செல்போன்கள் என அனைத்தும் உள்ளன. ஆனால் மனித மலத்தை அகற்ற மட்டும் கையால் தொடும் பேரவலம் இன்றும் இருக்கிறது. சுகாதாரத்தை நவீனப்படுத்தாமல் எந்த நாகரிகமும் தழைத்தெழ முடியாது, ஆனால் இன்றும் நாம்

அதை குறிப்பிட்ட சமூகத்தினர்தான் செய்ய வேண்டும் என நம்புகிறோம். அந்த சமூகத்தினரும் அத்தொழிலுக்கு தங்களுக்கே 100% இட ஒதுக்கீடு அளிக்கப்பட்டிருப்பதாக நம்புகின்றன. அவர்களுக்கு பிற வேலைகள் மறுக்கப்படுவதால், இது எங்கள் வேலை என்று அவர்கள் உரிமை கொண்டாடுகின்றனர். அந்த மக்களுக்கு வேறு வேலையே தெரியாது, வேறு வேலையே கிடைக்காது என்பதாகத் தான் ஒட்டுமொத்த அமைப்புமே இயங்குகிறது. நிறைய பேர் வேலைவாய்ப்பு அலுவலகத்திற்கு செல்கின்றனர். ஆனால், எங்கு சென்றாலும் வாளி எங்கே இருக்கிறது என்றுதான் அவர்கள் கேட்க வைக்கப்படுகிறார்கள். இது ஏன்? இந்த சாதியிலிருந்து வந்தார்கள் என்பதை தவிர இதற்கு வேறு காரணம் இல்லை. ராணுவத்தில் கூட உலர்கழிப்பிடங்கள் உள்ளன. அவர்கள் புள்ளிவிபரங்களை காண்பிக்காமல் மறுத்துவிடுவார்கள். மனித கழிவகற்றும் தொழில் குறித்த சட்டங்கள், விதிமுறைகள் மற்றும் உச்சநீதிமன்ற தீர்ப்புகள் என அனைத்தையும் மீறும் மிகப் பெரிய குற்றவாளிகளாக ரயில்வேயும் ராணுவமும் உள்ளன. ஆனால் யார் அவர்களை தண்டிப்பது?

கல்வித் தகுதி இருந்தாலும் அருந்ததியர், சக்கிலியர் போன்ற சமூகத்தினர் துப்புரவு, மலமள்ளும் அல்லது அதை போன்ற கீழானத் தொழில்களை செய்யவே நிர்பந்திக்கப்படுகிறார்களே...

நான் ஏற்கனவே சொன்னது மாதிரி ஒட்டுமொத்த அரசியலமைப்புச் சட்டம் வழங்கும் சமத்துவத்திற்கான உரிமை, சட்டப்பிரிவு 19 என பல விஷயங்கள் நமக்கு ஆதரவாக உள்ளன. 19c சமத்துவத்திற்கான உரிமையையும் தீண்டாமை ஒழிப்பையும் வலியுறுத்துகிறது. ஆனால் அது நடைமுறைப்படுத்தப்படவில்லை. நம்மால் இப்போதும் மலமள்ளும் தொழில் இருப்பதை நிரூபிக்க முடியவில்லை. நாடு முழுவதிலும் உள்ள மலமள்ளும் தொழிலாளர்களின் குழந்தைகள் தம் பெற்றோரின் அதே வேலையை தொடர்ந்து செய்ய நிர்பந்திக்கப்படுகின்றனர். நான் கோயம்புத்தூரில் சந்தித்த மணி, பெருமாள் போன்றோர் அசுத்தத்தை அகற்றும் வேலையை விட்டு வேறு வேலை தேடினாலும் அவர்களுக்கு மீண்டும் இழிவான அதே வேலைதான் கொடுக்கப்படுகிறது. இதுவொரு சாதிய வட்டம். சாதியும் வர்க்க வேறுபாடுகளும் இங்கு மாறுவதாக இல்லை.

இந்த தலைமுறை குழந்தைகள் மலமள்ளும் வேலையை எப்படி பார்க்கிறார்கள்? அவர்களின் பெற்றோரிடம் இருந்து அவர்கள் எவ்வாறு மாற்று சிந்தனை கொண்டிருக்கிறார்கள்?

நிச்சயமாக அவர்கள் மாற்றத்தை விரும்புகிறார்கள். தன்னுடைய மாண்புரிமைக்காக போராடும் ஒரு பெண் துப்புரவுத் தொழிலாளி நிச்சயமான தன் குழந்தைகளை அத்தொழிலில் தொடர்ந்துவர அனுமதிக்க மாட்டார். ஒவ்வொரு துப்புரவுத் தொழிலாளியுமே இந்த அநீதியிலிருந்து, இழிவிலிருந்து வெளியேறிவிடவே விரும்புகின்றனர். ஆனால் இந்த சமூகம் அவர்களுக்கு வேறெந்த வேலையும் வழங்க மறுக்கிறது. தம் குழந்தைகளுக்கு நல்ல கல்வியை வழங்கவும், தம் வாரிசுகள் இந்த நரகத்திற்குள் நுழைந்துவிடாமல் தடுக்கவும் அவர்கள் துடித்திருக்கிறார்கள். இன்றைய குழந்தைகளிடம் பெரும் துடிப்பை நான் காண்கிறேன். கல்வி எனும் ஆயுதத்தால் அவர்கள் மோசமான இச்சூழலை மாற்றிவிட முனைப்பு கொண்டுள்ளனர்.

பிரச்னை என்னவென்றால் அரசு வேலைகள் இல்லை. தனியார் துறையில் உள்ள வேலை வாய்ப்புகள் உத்தரவாதமில்லாததாகவும் பிறவி இழிவை தொடரச் செய்வதாகவுமே இருக்கிறது. பாட்னாவில் ஒரு பெண் தேநீர் கடையைத் தொடங்கினார். அவரது சாதி எல்லோருக்கும் தெரியும் என்பதால் அவர் கடையில் யாரும் தேநீர்

அருந்த வரவில்லை. இதுதான் நிலைமை. சாதி தெரியாத வரை பிரச்னை இல்லை. தெரிந்துவிட்டால் பிழைப்பதற்கான வழி முற்றிலுமாக அடைக்கப்பட்டுவிடும். பொதுவாக இச்சமூகத்தினரின் மனநிலையில் பெரும் மாற்றம் உருவாகியிருக்கிறது. அவர்கள் தம் மீது திணிக்கப்பட்டுள்ள அநீதியை இனம் கண்டுவிட்டார்கள். ஆனால் அவர்களுக்கு சரியான அரசியல் அல்லது சமூக ஒருங்கிணைவு இல்லை. ஓர் இயக்கம் பின்னணியில் இருந்த இந்த இளைஞர்கள் சிறியளவில் உந்தித் தள்ளினாலும் பெரும் போராட்டமாக உருவெடுக்க வாய்ப்பிருக்கிறது.

நாடு முழுவதும் மறுவாழ்வு பணிகளை செய்ய முனைகிறார்கள், வாகன ஓட்டிகளாக, மெக்கானிக்குகளாக, செல்போன் சர்வீஸ் செய்கிறவர்களாக...ஏன் நிறைய பேருக்கு டாக்டராக வேண்டும் என்ற விருப்பம் கூட இருக்கிறது. இவையெல்லாம் வருமானத்திற்கான வழிகள். சரி. ஆனால் மாண்புரிமை குறித்த விழிப்புணர்வை கட்டமைக்க ஒரு சக்தி தேவைப்படுகிறது. அந்த சக்தி அரசாக மட்டுமே இருக்க முடியும். அரசு எவ்வகையிலேனும் ஒரு வழியை வடிவமைத்து இந்த இளைஞர்களை குழந்தைகளை மீட்டெடுக்க வேண்டும். அரசு மனம் வைக்கவில்லை என்றால் மாற்றத்தை கொண்டு வருவது எளிதாக நடக்காது. ஐந்தாறு ஆண்டுகளுக்கு முன்னர் ஆந்திர பிரதேசத்தில் உலர் கழிப்பிடங்கள் ஒழிக்கப்பட்டன. இயக்கரீதியாக தென்னிந்தியாவில்தான் இத்தகைய போராட்டங்கள் தொடங்கின. இப்போதுதான் அது வட இந்தியாவுக்கு பரவுகிறது. மாற்றம் என்பது சமூக அளவில் நிகழ வேண்டும். இயக்கங்கள் ஒரு பக்கம் இருந்து தள்ள அரசும் அதற்கு ஒத்துழைக்க...அப்போதுதான் சமூக அளவிலான மாற்றங்கள் சாத்தியப்படும்.

எல்லா துப்புரவுத் தொழிலாளர்களையும் மனித கழிவகற்றும் தொழிலாளர்களாக அறிவிக்க வேண்டும் என்ற கோரிக்கையை எப்படி பார்க்கிறீர்கள்.

சட்டப்பூர்வமாக நாம் அப்படி சொல்ல முடியாது. யார் மனித மலத்துடன் தொடர்பு கொள்ள நிர்பந்திக்கப்பட்டிருக் கிறார்களோ அவர்களே கையால் மனிதக் கழிவகற்றும் தொழிலாளர்களாகின்றனர். பெருக்குகிறவர்கள் இந்த வரையறைக்குள் வரமாட்டார்கள். கையால் மலமள்ளும் தொழில் ஒழிக்கப்பட்டுவிட்டதாகவும் தடை செய்யப்பட்டுவிட்டதாகவும் சட்டம் சொல்கிறது. பெருக்கும் வேலை, துடைக்கும் வேலையெல்லாம் இதற்குள் கொண்டு வந்தால் கையால்

மலமள்ளும் தொழிலை ஒருபோதும் ஒழிக்க முடியாது. ஏனென்றால் துப்புரவு வேலைகளுக்கான மனிதத் தேவை இருக்கவே செய்கிறது. ஆனால் அப்பணியை மரியாதைக்குரிய வேலையாக நாம் மாற்ற வேண்டும். அவ்வாறு மாற்ற வேண்டுமெனில் அத்தொழிலை சாதியிலிருந்து பிரித்தெடுக்க வேண்டும். துப்புரவுத் தொழில் செய்யும் சாதியினரின் கல்வி மற்றும் சமூக பொருளாதார நிலையை உயர்த்தும் அதே வேளையில் துப்புரவு பணியை பிற சாதியினருக்கும் பகிர்ந்து கொடுக்கலாம்.

ஆனால் கையால் மலமள்ளும் தொழிலை யாரும் செய்யக் கூடாது என்பதால் அதை ஒழிப்பதை தவிர வேறு வழியில்லை. வளர்ந்த நாடுகளில் உள்ளதை போல துப்புரவு பணியாளர்களுக்கு நல்ல ஊதியமும் பணி உத்திரவாதமும் பாதுகாப்பு உபகரணங்களும் எல்லாவற்றிற்கும் மேல் மாவட்ட ஆட்சியரைப் போல அல்லது வேறெந்த வேலை/ தொழில் செய்பவரையும் போல சமூகத்திற்கான தம் பங்களிப்பை செலுத்துகின்றனர் என்ற மரியாதையையும் அவர்கள் பெற வேண்டும். மரியாதைக்குரிய துப்புரவுப் பணி, சாதியற்ற துப்புரவுப் பணி, எல்லோரும் பங்கெடுக்கக் கூடிய துப்புரவுப் பணி என இவற்றை நாம் வலியுறுத்த வேண்டுமே தவிர துப்புரவு பணியே வேண்டாம் என்று சொல்ல முடியாது. அதே நேரத்தில் கோடி ரூபாய் கொடுத்தாலும் எல்லோருக்குமானதாக ஆக்கப்பட்டாலும் கையால் மலமள்ளும் தொழிலை நாம் அங்கீகரிக்கக் கூடாது. ஏனென்றால் அது மனித வாழ்வுக்கு முற்றிலும் எதிரானது.

தவிர்க்கப்பட்டவர்கள் நூலில்...மனித கழிவகற்றும் இவர்களது துயர வாழ்வியலையும் போராட்டங்களையும் விவரிக்கும் அதே வேளையில் இவர்களது உணவையும் உணவு முறையையும் சமமாக விவரிக்கிறீர்கள். இதன் மூலம் நீங்கள் எதை உணர்த்த விரும்புகிறீர்கள்?

கையால் மலமள்ளும் தொழிலாளர்கள் இச்சமூகத்தின் எந்த நிகழ்வுகளிலும் பங்கேற்காமல் கண்ணுக்கு புலப்படாமல் வாழ்ந்து வருகிறார்கள். இவர்களை மனிதர்களாகவே பொதுச் சமூகம் கருதுவதில்லை. தாம் முற்றிலுமாக புறக்கணிக்கப்படும் கசப்புணர்வுடனேயே அவர்கள் வாழ்ந்து முடிக்கிறார்கள். இந்தியா முழுவதிலும் உள்ள மனிதக் கழிவகற்றும் தொழிலாளர்களின் வாழ்க்கை ஒரே மாதிரியானதாகவே இருக்கிறது. அவர்களின்

பொழுதுகள் மலம் அள்ளுவதில் தொடங்கி மலம் அள்ளுவதிலேயே முடிந்துவிடுகின்றன. இதற்கிடையில் அவர்கள் வாழ்க்கை எவ்வாறானதாக இருக்குமென பொதுச் சமூகம் கவலைப்படுவதில்லை. எந்நேரமும் மனிதக் கழிவோடு உறவாடும் துயரத்தைக் கொண்டவர்களின் உணவு குறித்து அது துளியளவும் யோசித்திருக்காது. எப்படியாயினும் பழைய ரொட்டித் துண்டுகளையோ பழைய சோற்றையோ மண்டியிட்டு வாங்கிச் செல்லும் மனிதர்களின் வீட்டு அடுப்பங்கரையில் பெரிதாக என்ன இருந்துவிட போகிறது என அது நினைத்திருக்கலாம்.

அன்றாட வாழ்க்கை அத்தனை அசுத்தங்கள் நிறைந்ததாக இருந்தாலும் அவர்களின் உணவு நாவில் நீர் ஊற செய்யும் சுவை மிகுதிகளை உள்ளடக்கியிருப்பது அதற்கு தெரியாது. ஒவ்வொரு முறை அவர்கள் சமைக்கும் உணவின் சுகந்த மணம் என் நாசியை தழுவும் போதும், அதை சுவைத்துப் பார்க்கும் அற்புத வாய்ப்பை அனுபவிக்கும் போதும், வாழ்வின் சுகங்கள், நலங்கள் எதுவும் கிடைத்துவிடாமல் தடுக்கப்பட்ட நிலையில் உழன்றாலும் அதனைத்தையும் ருசிகரமான உணவினால் கழுவித் துடைத்துவிட அவர்கள் முற்படுவதாகவே எனக்குத் தோன்றும். மீன் குழம்பு, மட்டன் பிரியாணி, முட்டை பகோரா, பெசன் சப்ஜி என பல்வேறு மாநிலங்களில் இம்மக்கள் கைகளால் சமைத்து தந்த உணவுகளின் சுவையை என் வாழ்நாளில் மறக்க முடியாது.

எவ்வாறாயினும் உணவுதானே கழிவாகிறது. முழுநேரமும் மலத்தை கைகளால் வாரி தலையில் சுமந்து செல்லும் வேலையைச் செய்தாலும் உடலை கழுவித் துடைத்துவிட்டு இவர்களால் உணவருந்திவிட முடியும். வேறு வழியேயில்லை. இத்தொழிலுக்கு புதிதாக வருகிறவர்கள் தொடக்கத்தில் உணவை பார்க்கும் போதெல்லாம் தாம் அள்ளிச் சென்ற கழிவு நினைவுக்கு வர உணவு நேரமும் பசியும் பெரும் வதையாக மாறுகின்றன. ஆனால் காலம் அவர்களை அதற்கு பழக்காமல் விடாது. நான் என் நூலில் பதிவு செய்துள்ளதை போலவே சமையலறைக்குள் சில விஷயங்களை அவர்கள் கவனமாக தவிர்க்கிறார்கள். அதாவது மனிதக் கழிவை நினைவூட்டும் வகையிலான நிறமோ வடிவமோ கொண்ட எதையுமே தம் அடுப்பங்கரைக்குள் அவர்கள் அனுமதிப்பதில்லை. என் நூலில் குறிப்பிட்டிருப்பதை போல இந்த மக்கள் தம் உணவில் மஞ்சள் தூளையும் மஞ்சள் பருப்பையும் பயன்படுத்துவதே இல்லை. அது ஏன் என்பதற்கு விளக்கம் தேவையில்லை. அவமானமும்

அசிங்கங்களும் நிறைந்த இத்தொழிலை செய்வதே பசியாறத் தான். ஆனால் பல நேரங்களில் அவர்களால் நிம்மதியாக உண்ணவும் முடியாமல் போகிறது.

இன்னொரு விஷயம் நான் பொதுச் சமூகத்தின் பார்வைக்கு புலப்படாத இந்த மக்களின் வாழுலகத்தை தேடிப் போன போது, என்னை நம்புவதற்கு அவர்களுக்கு பல விஷயங்கள் தடையாக இருந்தன. நான் அவர்கள் சாதியை சேர்ந்தவளில்லை என்பதால் என்னை சேர்த்துக் கொள்ள அவர்கள் தயங்கினார்கள். என்னுடைய அக்கறை உண்மையானதா, அவர்கள் குறித்து நான் கொண்டிருக்கும் எண்ணங்கள் நேர்மையானதா என்பதை அறிந்து கொள்ள உணவையே சோதனைப் பண்டமாக அவர்கள் பயன்படுத்தினர். தண்ணீர், தேநீர் தருவதை கடந்து அவர்கள் என்னை தன் வீட்டில் உணவருந்த சொல்லி அழைப்பு விடுக்கும் போது நான் என்ன சொல்கிறேன் என அவர்கள் கவனித்தனர்.

சாதியின் பெயரால் சமூகப் புழக்கம் தடை செய்யப்பட்ட இவர்கள் பிற மனிதர்களை தம் தெருவுக்குள், வீட்டிற்குள் அனுமதிக்கும் நுழைவாயிலாக உணவையே கையாள்கின்றனர். உங்களின் நல்லெண்ணங்களும் சாதிய துறப்பும் எத்தனை உண்மையானது என்பதை ஒரு கோப்பை தேநீரை, ஒரு கவளம்

உணவை உங்களிடம் உண்ணச் சொல்லி கொடுப்பதன் மூலம் அவர்கள் கண்டறிந்துவிடுவார்கள். கழிவுகளுக்குள் உழலும் மனிதர்களின் வாழ்வில் உணவிற்கு என்ன இடம் இருந்துவிடப் போகிறது என்ற பொது மனப்பான்மைக்கு எதிராகவே நான் உணவு குறித்து நிறைய எழுதினேன். நம்மை போன்ற வயிறும் நாவும் கொண்டு நம்மை போலவே உணவை ரசித்து ருசித்து சமைக்கத் தெரிந்து நம்மை போலவே உணவை பெரும் இன்பமாக கருதும் மனிதர்களே கழிவுகளுக்குள் தள்ளப்பட்டுள்ளனர். நாற்றமடிக்கும் கழிவுகளின் நடுவிலும் அவர்களால் நாவின் சுவை மொட்டுக்களை தூண்டுமளவுக்கு சமைக்கவும் உண்ணவும் முடிகிறதெனில் அந்த மனதிடத்தின் முன் இச்சமூகம் மண்டியிட வேண்டுமில்லையா?

உங்கள் நூல் பெருமளவில் மலமள்ளும் பெண் தொழிலாளர்களை மையப்படுத்தி இருக்கிறது. இத்தொழிலில் பெண்கள் எதிர்கொள்ளும் தனிப்பட்ட சிரமங்களை விவரியுங்கள்.

அடிப்படையில், நான் என் நூலில் குறிப்பிட்டுள்ளதை போல கையால் மனிதக் கழிவகற்றும் தொழில் செய்வோரில் குறிப்பாக உலர்க்கழிப்பிடங்களை சுத்தம் செய்வோரில் 95-96% பேர் பெண்களே. பாதாள சாக்கடை, கழிவு நீர் கால்வாய்களை சுத்தம் செய்வதில் அவர்கள் ஈடுபடுத்தப்படுவதில்லை. ஆனால் இவை தவிர்த்த மற்ற எல்லா இடங்களிலும் அதாவது ரயில்வே தண்டவாளங்கள், திறந்தவெளி கழிப்பிடங்கள் போன்றவற்றில் பணி செய்ய பெண்களே உள்ளனர். இருபாலரும் ஈடுபடுத்தப்படும் அசாம் மற்றும் காஷ்மீர் தவிர மற்ற எல்லா இடங்களிலும் மலத்தை கைகளால் அள்ளும் கொடுமைக்கு இவர்களே ஆளாகின்றனர். உயிரை பிடுங்கி வெளியே எறிந்துவிடும் நாற்றத்தை சகித்துக் கொண்டு யாரோ கழிந்துவிட்டு போவதை தினம் தினம் பலமுறை அள்ள வேண்டியிருப்பதை விட பெரிய அநீதியும் வதையும் இப்பெண்களுக்கு இருந்துவிட முடியாது. அதுவே அவர்களுக்கு பல உடல்நலம் சார்ந்த பிரச்னைகளை உருவாக்குகிறது. நான் எனது நூலில் டெல்லியைச் சேர்ந்த மீனாவை பற்றி குறிப்பிட்டுள்ளேன். துப்புரவு பணியாளர் சமூகத்தில் நிறைய பெண்களுக்கு மீனாவைப் போல குறைப் பிரசவத்தில் குழந்தைகள் பிறக்கின்றன. கிருமித் தொற்று அதிகமாக இருக்கிறது. நுரையீரல் பிரச்னை, தோல் நோய்கள் என தீவிரமான உடல்நலக் கோளாறுகளால் அவதியுறுகின்றனர். என்னை பொறுத்தவரை இந்த பணியே பெண்களுக்கு பெருங்கொடுமையாக இருக்கும் போது பாலியல் பிரச்னைகளெல்லாம் இதன் பின்னால் எங்கோதான் வருகின்றன.

ஆண் தொழிலாளர்களுக்கும் இதே பிரச்னைகள் இருக்குமில்லையா? ஒட்டுமொத்தமாக இச்சமூகத்தினரின் ஆயுட்காலத்தை இத்தொழில் பாதிக்கிறதா? முக்கியமாக, இவையெல்லாம் பதிவு செய்யப்படுகிறதா?

நான் உத்தரகண்ட்டில் இச்சமூக மக்களை சந்தித்த போது, அங்கே யாரும் 60 வயதிற்கு மேல் வாழ்வதில்லை என்ற உண்மையை கண்டறிந்தேன். அவர்களது அதிகபட்ச ஆயுட்காலம் 60க்கும் கீழ்தான். பாதாள சாக்கடைக்குள் இறங்கும் போது என்ன மாதிரியான பிரச்னைகள் எல்லாம் ஒருவரை தாக்கும் என நாம் ஊகிக்க முடியாது. பலருக்கு கண் பார்வை பாதிக்கப்பட்டிருக்கிறது, கிருமிகள், ஒட்டுண்ணிகள் போன்றவை காது மூக்குகளுக்குள் செல்வதால் பலவகையான நோய்கள் இவர்களை தாக்குகின்றன. விஷவாயு தாக்கி மலக்குழிக்குள்ளேயே மடிந்து போவோர் எண்ணிக்கை சென்னை போன்ற மாநகரங்களில் அதிகம் நடக்கிறது. ஆனால் இது போன்ற உயிரிழப்புகள் தேசிய குற்றப்பதிவு ஆணையத்தில் பதிவு செய்யப்படுவதில்லை. பாதாள சாக்கடை, கழிவு நீர் கால்வாய் மரணங்கள் அப்படியே மறைக்கப்படுகின்றன.

விவசாயிகள் தற்கொலை குறித்து நமக்கு புள்ளிவிபரங்கள் இருக்கின்றன; ஆனால், மலமள்ளும் தொழிலாளர்களின் மரணம்

குறித்த பதிவுகள் எங்குமில்லை. பாதாள சாக்கடை மரணங்களுக்கு முதல் தகவல் அறிக்கை பதிவு செய்யப்படுவதில்லை என்பதாலேயே தேசிய குற்றப்பிரிவு ஆவணத்தின் தரவு தளத்திற்குள் வருவதில்லை. பிணக்கூராய்வு அறிக்கையிலும் என்ன எழுதுகிறார்கள்...மாரடைப்பு என்று சொல்லும் போது அவர்கள் கழிவுநீர் கால்வாயில் விழுந்ததாக எப்படி நிரூபிக்க முடியும். இப்போது இயக்கங்கள் இருக்கின்றன... மலமள்ளும் தொழிலாளி ஒருவர் இறக்க நேர்ந்தால் அம்மரணம் எவ்வாறு நிகழ்ந்தது என்பது முழு தகவல்களையும் அவை திரட்டுகின்றன. 1993 இல் இருந்து அவ்வாறு இறக்கும் தொழிலாளிகளுக்கு இழப்பீடாக பத்து லட்சம் ரூபாய் வழங்க வேண்டுமென சட்டம் சொல்கிறது.

ஆனால் சரியான ஆவணங்கள் இல்லாமல் அந்த இழப்பீட்டு தொகையையும் வாங்க முடிவதில்லை. மலமள்ளும் தொழிலே இல்லை என்று சொல்லும் அரசுகள்...மலக்குழிக்குள் விழுந்து மரிப்பவர்கள் குறித்து சரியான தகவல்களை பதிவு செய்து வைக்கும் என்றோ அவர்களுக்கு நேர்மையாக இழப்பீட்டை வழங்கும் என்றோ எதிர்பார்ப்பதே அறியாமைதான். அரசும் சமூகம் என்ன கருதுகிறதென்றால் இம்மனிதர்கள் கழிவுத் தொட்டிகளுக்குள் மரிக்கவே பிறக்கிறார்கள் என்று; அவர்கள் இச்சமூகத்தின் ஒட்டுமொத்த மலத்தையும் அள்ளவே பிறக்கிறார்கள் என்று.

கையால் மலமள்ளும் தொழிலை தடை செய்வதற்கு முன் அது குறித்து விசாரிக்க அமைக்கப்பட்ட நாடாளுமன்ற ""செயற்குழுவின் முன் நான் என் கருத்துகளை கூறும் வாய்ப்புக் கிடைத்தபோது, இத்தொழில் முற்றிலுமாக தடை செய்யப்பட வேண்டும் என்று நான் சொன்னேன். அப்போது ஒரு செயற்குழுவில் உறுப்பினராக இருந்த ஒரு அமைச்சர் சரி நாம் இதை தடை செய்துவிட்டால், எல்லாவற்றையும் யார் சுத்தம் செய்வது என்றார். நன்றாக தெளிவுபடுத்திக் கொள்ளுங்கள், இந்த கேள்வியை கேட்டது ஒரு அமைச்சர். மலம் அங்கே இருக்கிறது, அதை அவரால் சகித்துக் கொள்ள முடியாது, அதனால் யார் அதை சுத்தம் செய்வது என்று அவர் கவலைப்படுகிறார். இந்திய ரயில்வேயில் இது தடை செய்யப்பட்டால் மக்கள் எப்படி நிம்மதியாக பயணிக்க முடியும்? இப்படிதான் ஒவ்வொருவரும் நினைக்கிறார்கள். அதனால்தான் தடை செய்வதற்கும் அதை அமல்படுத்துவதற்கும் நாம் இவ்வளவு போராட வேண்டியிருக்கிறது. நமது போராட்டம் முதன்மையாக மக்களின் இந்த மனநிலைக்கு எதிரானதே!

துப்புரவு பணியை நவீனப்படுத்துவது, தூய்மை இந்தியா போன்ற நாடகங்கள், சுகாதாரத்திற்கு கோடிக்கணக்கான ரூபாய் ஒதுக்கீடு என எதுவுமே தேவையில்லை, மக்களின் மனநிலை மாறினாலே போதுமானது. மேலே சொன்ன எதுவும் மக்களின் மனமாற்றத்துக்கு ஈடாகாது. ஆனால் இந்த மாபெரும் ஜனநாயக நாட்டினால், அதன் அரசாங்கத்தால், இத்தனை கோடி மக்களால் தன்னை போன்ற சக மனிதர்கள் கையால் மலமள்ளுவதை எதிர்க்கவோ தடுக்கவோ முடியவில்லை. ஏனென்றால் கையால் மலமள்ளுவதை தடை செய்வதென்பது சாதிக்கெதிரான செயல்பாடும் சாதி அமைப்பிற்கு எதிரான நிலைப்பாடும் ஆகிறது. அரசு இதை ஒழிக்க முன் வராததன் காரணமும் இதுவே. இத்தொழிலை தடை செய்வது சாதிக்கெதிராக சண்டை போடுவது, தலித்கள் அவர்களிலும் விளிம்பு நிலையில் இருக்கும் மக்களுக்கு சாதகமாக நடப்பது போன்றதாகிறது. அதற்கு நமது நீதி அமைப்பு, அரசமைப்பு, ஒட்டுமொத்த கொள்கை வகுப்பாளர்கள் யாருமே தயாராக இல்லை. அவர்கள் தான் துணிந்து இதில் முடிவெடுக்க வேண்டும்.

ஆனால், இதுவரை இத்தொழில் குறித்து ஏதேனும் மாற்றங்கள் நிகழ்ந்திருக்குமானால் அது அச்சமூகத்தின் இடைவிடாத போராட்டங்களாலேயே சாத்தியப்பட்டது, நாடாளுமன்றம் ஒரு சட்டத்தை கொண்டு வர நிர்பந்திக்கப்பட்டது உட்பட. சட்டப்பூர்வமான போராட்டங்களை அந்த மக்கள் அச்சமின்றி நடத்திக் கொண்டிருக்கின்றனர். இதுவரை மலமள்ளும் தொழிலில் ஈடுபடுத்தியதற்காக ஒருவர் கூட உச்சநீதிமன்றத்தில் தண்டிக்கப்படவில்லை என்றாலும் உச்சநீதிமன்றம் மலமள்ளும் தொழிலுக்கு தடை விதிக்கும் தீர்ப்பை வழங்கும் நிலைக்குத் தள்ளப்பட்டது. இது நீதிமன்றம் தானாகவே எடுத்துக் கொண்ட வழக்கில்லை. ஒட்டுமொத்த துப்புரவுச் சமூகமும் அவர்களது சொந்தப் பணத்தில், அவர்களுக்கு இருக்கும்(!) குறைவான ஆதாரங்களைக் கொண்டு உச்சநீதிமன்றத்தில் அயராத போராட்டத்தை நடத்தின. இந்நாட்டின் நான்கைந்து தலைமை நீதிபதியர் அதை விசாரணை செய்தனர். நீங்கள் தவறிழைத்தீர்கள் என யாரை பார்த்தும் கேள்வி எழுப்பவில்லை. எந்த மாநிலத்தையும் அதாவது குஜராத், உத்திரப்பிரதேசம் போல தவறான மனுக்களை தாக்கல் செய்த மாநிலங்களை பார்த்து கேள்வி எழுப்பவில்லை. இவ்வாறாக தவறான தகவல்களுடன் மனுத்தாக்கல் செய்தால் தண்டிக்கப்படுவீர்கள் என எச்சரிக்கவில்லை. இதுவரை ஒரு மாநிலம்

ஜெயராணி

283

கூட அல்லது ஒரு தலைமை செயலர் கூட தண்டிக்கப்படவில்லை. ஏன்?

ஹரித்வாரின் மாவட்ட ஆட்சியர்/மாவட்ட நீதிபதி மீது உச்சநீதிமன்றத்தில் ஒரு நீதிமன்ற அவமதிப்பு வழக்கு இருக்கிறது. எல்லாம் நிரூபிக்கப்பட்டும் யாரும் தண்டிக்கப்படவில்லை. இதே இது மலமள்ளும் பெண் செய்திருந்தால் விட்டுவிடுவார்களா? அந்த வழக்கு விசாரணையின் போது நான் இருந்தேன். அப்போது நீதிபதிகள், "யாராவது பொய் சொன்னால் சிறைக்கு அனுப்பப்படுவீர்கள்" என இப்பெண்களை பார்த்து எச்சரித்தனர். 103 டிகிரி காய்ச்சலில் அவதிப்படும் பெண்கள் உட்பட எல்லோரும் நீதிமன்ற வளாகத்தில் நின்று கொண்டிருந்தனர். அவர்கள் தம்மை மலமள்ளும் தொழிலாளி என்று சரியாக நிரூபித்தனர். ஆனால் இவர்கள் யாரும் மலமள்ளும் தொழிலாளர்களே இல்லை என்று மறுத்த மாவட்ட ஆட்சியர் சிறைக்கு அனுப்பப்படவில்லை. அவர் இவ்வாறாக நடந்து கொள்ளக்கூடாது என தன்மையாக எச்சரிக்கப்பட்டார். அதற்கு நீதிபதிகள் சொன்னக் காரணம் அந்த மாவட்ட ஆட்சியர் ஓர் இளைஞர், அவரது எதிர்காலம் இதனால் பாதிக்கப்படக் கூடாது என்பதாகும். மாவட்ட ஆட்சியர்களுக்கு அது போன்ற கருணைகள் எப்போதும் காத்திருக்கின்றன. ஆனால் இம்மனிதர்களுக்கு இல்லை.

சாதி அமைப்புதான் மலமள்ளும் தொழில் நீடித்திருப்பதற்கு ஒரே காரணம் எனும் போது அதை ஒழிக்க நாம் சாதி அமைப்பைதானே ஒழித்தாக வேண்டும்.

ஆம் சாதி அமைப்புதான் இந்த அநீதியின் வேர். சாதி அமைப்பை தகர்ப்பதுதான் நமது இலக்கு என்றாலும் அதை அவ்வளவு எளிதாக நாம் சாத்தியப்படுத்திவிட முடியாது. கையால் மலமள்ளும் தொழிலை பொறுத்தவரை நமது ஒரே நம்பிக்கை என்னவென்றால் பாரம்பரியமாக செய்யப்பட்டு வந்த மலமள்ளும் தொழிலை அதாவது உலர்கழிப்பிடங்களை எப்படி ஒழித்தோமோ அப்படித்தான் இதை சாத்தியப்படுத்த முடியும். அதாவது உலர்க்கழிப்பிடங்களை சுத்தம் செய்யும் வேலையை நாங்கள் செய்ய மாட்டோம், அது எங்களது கண்ணியத்தையும் சுயமரியாதையையும் பாதிக்கிறது என பெண்கள் முடிவு செய்தார்கள் அல்லவா? அதுதான். நீ எனக்கு மறுவாழ்வு அளித்தாலும் சரி விட்டாலும் சரி, நான் உனது கழிவை சுத்தம் செய்யப் போவதில்லை என்ற அந்த முடிவை மலமள்ளும்

தொழிலாளர்கள், அச்சமூகம் முழுமையும் எடுக்க வேண்டும். அது மிக கடினமான முடிவாகவே இருக்கும். அதை நடைமுறைப்படுத்துவது சவாலானதுதான். தம் புலன்களை இறுக மூடி வைத்திருக்கும் அரசு மற்றும் பொது சமூகத்தின் தலையில் அதுவொரு பெரிய இடியாக இறங்கும். பாதாள சாக்கடையை கழிவுநீர் கால்வாயை அரசு மூட வேண்டும். இல்லையென்றால் இது மிகப் பெரிய சவால்தான்.

ஒட்டுமொத்த சமூகமும் அரசும் மலமள்ளும் தொழில் ஒழிப்புக்கு எதிராக இருக்கிறது. ஏன் விளிம்பு நிலை மனிதர்களான தலித்களும் அதற்கு எதிராக இருக்கிறார்கள். நாம் எப்படித்தான் இதை சாத்தியப்படுத்த முடியும்?

ஆமாம் இதுவொரு மிகக் கடினமான லட்சியம்தான். ஆனால் அத்தொழிலாளர்களால் தமது செயல் திட்டத்தை உந்தித் தள்ளி செயலாக்க முடிகிறது. ஒரே நம்பிக்கை அதுதான். அவர்கள் நீதி கேட்டு போன இடங்களில் கதவுகள் இறுக மூடியிருந்தன. ஆனால் அவற்றைத் திறந்து தம் கால்களை உள்ளே வைத்துவிட்டனர். இப்போது அரசாங்கத்தால் கதவுகளை மூட முடியவில்லை. அதனால் மலமள்ளும் தொழிலாளர்களை உதாசீனப்படுத்த முடியவில்லை. இதுவொரு வெற்றி. இந்த வெற்றி நாடெங்கும் பறைசாற்றப்பட வேண்டும். எந்த ஆதரவும் இல்லாமல், எல்லாமே எதிராக உள்ள சூழலிலும் நாம் இதுபோல நாம் வென்று கொண்டே இருக்கிறோம் என்பது உரக்க சொல்லப்பட வேண்டும். அது ஒடுங்கிக் கிடக்கும் மக்களுக்கு பெரிய ஊக்கத்தை, துணிவை அளிக்கும். ஆனால்

அதுவொரு கடினமான பணி என்பதை நாம் மறந்துவிடக்கூடாது.

மலமள்ளும் தொழிலாளர்களுக்கான இயக்கச் செயல்பாடுகளில் பெண்களின் ஈடுபாடும் பங்களிப்பும் எத்தகையது?

மலமள்ளும் ஆண் தொழிலாளர்கள், நாடு முழுவதும் நீங்கள் எந்த மாநிலத்திற்கு சென்றாலும் மது பழக்கத்திற்கு அடிமையானவர்களாக இருக்கின்றனர். காரணம், கழிவுநீர் கால்வாயில் இறங்குவதற்கும், பாதாள சாக்கடைக்குள் மூழ்குவதற்கும் அவர்கள் தம் சுயநினைவை இழக்க வேண்டியிருக்கிறது. இதனால் உண்டாகும் இழப்புகளில் பெண்களே பாதிக்கப்படுகின்றனர். காரணம் அவர்களே குடும்பத்தை தாங்கி செல்ல வேண்டியிருக்கிறது. தலித் பெண் தலைமையின் தேவை இச்சூழலில்தான் அதிகரிக்கிறது. சபாய் கரம்சாரி அந்தோலன் மாதிரியான அமைப்புகளில் மாநில தலைமை பொறுப்புகளை வகிப்போர் பெண்களே. தலித் பெண்களை தலைமை பொறுப்பில் வைப்பதால் இரண்டு விஷயங்கள் சாத்தியப்படுகிறது. ஒன்று அவர்கள் சமூக ரீதியான ஒடுக்குமுறைக்கு எதிராக எழுந்து நிற்கிறார்கள். இரண்டாவது பாலின ரீதியான அத்துமீறல்களையும் எதிர்க்கத் தொடங்குகிறார்கள். ஆந்திர பிரதேசத்தில் சரஸ்வதி இருக்கிறார். அவர்கள் ஒரு தலித், அவர் ஒரு பெண் இவ்விரண்டு காரணங்களால் ஒட்டுமொத்த சூழலுமே அங்கு மாறியிருக்கிறது. குடும்ப வன்முறை, பாலின விழிப்புணர்வு குறித்தெல்லாம் கூட்டங்களில் விவாதிக்கப்படுகிறது. தலித் பெண் தலைமையை முழுமையான மாற்றத்திற்கான வித்திடல் எனலாம். நான் எனது அனுபவத்தில் கண்டது, காலம் காலமாக ஒடுக்கப்பட்டு வந்தாலும் இப்பெண்கள் ஒப்பற்ற ஆளுமைத் திறனும் செயலாற்றலும் கொண்டிருக்கின்றனர். தலித் இயக்கங்கள் பெருமளவில் தம் சமூகப் பெண்களை தம் சமூக நீதிப் போராட்டங்களில் இணைத்துக் கொள்வதன் மூலம் வெற்றியை விரைவுபடுத்த முடியுமென்று நான் நம்புகிறேன்.

கடந்த பத்தாண்டுகளுக்கும் மேலாக மலமள்ளும் பெண் தொழிலாளர்களோடு உங்கள் பொழுதுகளை கழித்துள்ளீர்கள். மக்கள் சாதியாக பிரிந்து கிடக்கும் இந்தியச் சூழலில் வளர்ந்து வரும் பெண்ணியக் கருத்தியலை தலித் பெண்களின் வாழ்நிலையில் இருந்து இருந்து எவ்வாறு அணுகுகிறீர்கள்.

தலித்தாக இருப்பது பெண்ணாக இருப்பது என இருவகையான பாகுபாட்டை தலித் பெண்கள் எதிர்கொள்கிறார்கள். அதனால்

தலித் பெண்களின் பிரச்னைக்கு சிறப்பு கவனம் தரப்பட வேண்டும். பெரும்பான்மையான பிற சமூகப் பெண்கள் தலித் பெண்களோடு அவர்களது போராட்டங்களில் நிற்க வேண்டும். ஆனால் அவர்கள் இதுவரை அவ்வாறாக செய்யவில்லை. தலித் பெண்கள் எதிர்கொள்ளும் பாலியல் தாக்குதலும், சாதியத் தாக்குதல்களும் பிற இயக்கங்களின் கற்பனைக்கு அப்பாற்பட்டது. தலித் அல்லாத பெண்கள் கூட்டு வல்லுறவுக்கு ஆளாக்கப்படும் போது கொந்தளிக்கும் பொதுச் சமூகம் அரியானா போன்ற மாநிலங்களில் தலித் பெண்கள் கூட்டு வல்லுறவுக்கு ஆளாக்கப்படும் போது காக்கும் அமைதி மிகக் கொடூரமானது. பரந்துபட்ட பெண்ணிய இயக்கங்களின் ஓர் அங்கமாக தலித் பெண்களின் சமூகப் பிரச்னைகள் கையிலெடுக்கப்பட வேண்டும். பாலியல் பிரச்னையை ஒற்றைத் தன்மையோடு அணுகாமல் பெண்ணிய இயக்கங்கள் தமது அறிவை விரிப்படுத்தி அதன் சாதியப் பின்னணிகளை கேள்விக்குட்படுத்த வேண்டும். சாதியெதிர்ப்பு மற்றும் பாலின மேம்பாடு என்ற இரு விஷயங்களையும் சம தளத்தில் அணுக அவர்கள் பழக வேண்டும். ஆனால் இதுவரை அவர்கள் துடிப்பாக இப்பிரச்னைகளை அணுகவில்லை. இடதுசாரி இயக்கங்கள் ஓரளவுக்கு அந்த புரிதலோடு இயங்குகின்றன. அவை குறிப்பாக தென்னிந்தியாவில் தலித் பெண்களின் பிரச்னைகள் மீது கவனம் செலுத்துகின்றன. நிறைய தலித் பெண் தலைவர்கள் இடதுசாரி பின்னணியைக் கொண்டவர்கள் என்பது குறிப்பிடத்தக்கது.

ஆனால் இடதுசாரி இயக்கங்கள் பெண்களுக்கான 33 சதவீத இட ஒதுக்கீட்டில் தலித் மற்றும் பிற்படுத்தப்பட்ட பெண்களுக்கு உள் ஒதுக்கீட்டு கோரிக்கையை ஆதரிக்கவில்லையே....

இவ்விஷயத்தில் கருத்து சொல்ல நான் தகுதியான ஆள் இல்லை என்று நினைக்கிறேன். ஆனால் என்னை பொறுத்தவரை முதன்மையாக 33% இட ஒதுக்கீட்டை அமல்படுத்திவிடுவது சிறந்தது என்றே கருதுகிறேன். காலத்தின் தேவையும் அதுதான். உள் ஒதுக்கீடு பற்றி பேசத் தொடங்கினால் மீண்டும் விவாதம் கிளம்பி இட ஒதுக்கீடு தாமதிக்கப்படும். உள் ஒதுக்கீடு தேவையானதுதான் அது குறித்த விவாதங்களை நான் மறுக்கவில்லை. ஆனால் கையால் மலமள்ளும் தொழிலாளர்களை ஓர் ஒப்பீடாக நினைத்துப் பாருங்கள். அவர்கள் முதலில் எப்படி தொடங்கினார்கள்? உலர்க்கழிப்பிடங்களில் கையால் மலமள்ளுவதை ஒழித்தனர். 2013 இல் அவர்கள் இந்த இடத்தை அடைந்துள்ளனர். காலம் செல்ல செல்ல ஒவ்வொன்றாக அவர்கள் நடத்திக் காட்டுகின்றனர். 33 சதவீதத்தில் ஒடுக்கப்பட்ட

சமூகப் பெண்களுக்கு உள் ஒதுக்கீடு வேண்டுமென்பதில் எனக்கு மாற்றுக் கருத்தில்லை. நமக்குத் தெரியும் உண்மையிலேயே பிரதிநிதித்துவம் யாருக்கு கிடைக்கிறதென. இடதுசாரிகளும் இதை அறிந்தே இருக்கிறார்கள் என்று நினைக்கிறேன். ஆனால் முதல் அடியாக இட ஒதுக்கீட்டை சாத்தியப்படுத்த வேண்டும். ஏனென்றால் பெண்களுக்கு இட ஒதுக்கீடே தேவையில்லை என்று கருதுகிறவர்கள்தான் உள் ஒதுக்கீடு கோரிக்கையின் மூலம் அதை முடக்கப் பார்க்கிறார்கள். சமாஜ்வாடி கட்சியோ அல்லது லாலுபிரசாத்தோ, பா.ஜ.கவோ அவர்கள் பெண்களுக்கான இட ஒதுக்கீட்டை வெறுக்கின்றனர். பெண்களுக்கான எவ்வகையிலான பிரதிநிதித்துவத்தையும் அவர்கள் நாசம் செய்யவே விரும்புகின்றனர். அதனால்தான் சொல்கிறேன் முதலில் இட ஒதுக்கீடு சட்டம் நிறைவேற்றப்படட்டும். பிறகு நமது இரண்டாவது சட்டப் போராட்டம் உள் ஒதுக்கீட்டுக்கானதாக இருக்கட்டும். ஆணாதிக்க அரசியல் சூழலில் இதை ஒரு தந்திரமாக, அரசியல் தந்திரமாக பெண்கள் நிகழ்த்திக் காட்ட வேண்டும்.

விளிம்பிலிருந்தும் தள்ளி வைக்கப்பட்ட மக்கள் குறித்து பத்தாண்டுகளுக்கும் மேலாக களப்பணி செய்து எழுதி வரும் பத்திரிகையாளர் நீங்கள். சமூக-அரசியல் செய்திகளுக்கு முன்னுரிமை அளிக்காமல் எதெதையோ பரபரப்பாக்கும் இன்றைய ஊடகங்களில் ஒடுக்கப்பட்ட மக்கள் குறித்த செய்திகள் இடம் பெறுவதே இல்லை அல்லது திரித்தே எழுதப்படுகின்றன. அதே போல, ஊடகங்களில் முக்கியப் பொறுப்புகளில் தலித்கள் இல்லவே இல்லை என்கின்றன புள்ளிவிபரங்கள். இவ்விரண்டு விஷயங்களை எப்படி பார்க்கிறீர்கள்?

தலித்களையாவது ஒரு சிலரை கைகாட்டிவிட முடியும். ஆனால் பழங்குடியினர் இல்லவே இல்லை. அடிப்படையில் ஊடகங்களின் கட்டமைப்பு சமூகத்தின் சாதிய அமைப்பை பிரதிபலிப்பதாகவே இருக்கிறது. நான் டெல்லியில் வசிக்கிறேன். எந்த ஊடகத்திலும் பெண் எடிட்டர்களே இல்லை அல்லது ஒரு சிலர் இருக்கிறார்கள். அவர்களும் முன்னேறிய சாதியை சேர்ந்தவர்களாகவே இருக்கின்றனர். நீங்கள் தகுதியானவராக இருந்தாலும் உங்களை பணிக்கு அமர்த்தப் போகிறவர் யார்? அவர் எந்த சாதிய பின்னணியைக் கொண்டவராக இருப்பார்? ஆங்கில ஊடகங்களிலாவது பரவாயில்லை. பிற மொழி ஊடகங்களில் சாதி ஆதிக்கம் மேலோங்கி இருக்கிறது. ஆனால் இந்த கட்டமைப்பும் விதிமுறைகளும் மாறி வருவதை நாம் கவனிக்க வேண்டும். தலித்கள்/பழங்குடியினருக்கு எதிராக 100 விழுக்காடு

பாகுபாடு இருந்தாலும் கல்வியும் தன்னம்பிக்கையும் இறுக்கங்களை தளர்த்தி வருகின்றன.

நிறைய தலித் எழுத்தாளர்களும் பத்திரிகைகளும் இருந்தாலும் மய்ய நீரோட்டத்தில் இல்லை. இதுதான் செய்தித் தேர்விலும் பிரதிபலிக்கிறது. தலித்கள், பழங்குடியினர் மற்றும் சிறுபான்மையினர் குறித்து பாரபட்சமாக எழுதப்படுவதற்கு காரணமும் இதுவே. நான் படித்த வரையில் இவர்களுக்கு எதிராக ஏதேனும் வன்கொடுமை நடந்தால் மட்டுமே அது செய்தியாகிறது. பொது சமூகத்தின் பார்வைக்கு வரவிடாமல் சத்தமில்லாமல் நடந்து முடியும் அன்றாட வாழ்வியல் கொடுமைகள் பற்றி பதிவு செய்ய ஊடகங்கள் முன் வருவதில்லை. கையால் மலமள்ளும் தொழிலாளர்கள் பற்றிய செய்திக் கட்டுரைகளுக்கெல்லாம் இந்த ஊடகங்களில் இடமே இல்லை. ஆனாலும் மாற்றத்தை விரும்புகிறவர்கள் எல்லா தளங்களிலும் விடாமல் தம் போராட்டத்தை தொடர்வதன் மூலமும் தலைமுறைகளுக்கு அதை கைமாற்றிக் கொடுப்பதன் மூலமும் படிப்படியான முன்னேற்றத்தை காண முடியும். பத்தாண்டுகளாக தொடர்ந்து கையால் மலமள்ளும் தொழிலாளர்களோடு பயணிக்கும் எனது அனுபவம் அதையே உணர்த்துகிறது.

ஊழலை அம்பலப்படுத்திய பத்திரிகையாளர், போர் முனைக்குச்

சென்று நேரடி ரிப்போர்ட் செய்த பத்திரிகையாளர், அரசியல்வாதிகளின் சட்டையை பிடித்துலுக்கி கேள்வி கேட்கும் பத்திரிகையாளர் என்றெல்லாம் இன்றைய ஊடகவியலாளர் தம் அடையாளங்களை நிறுவிக் கொள்ளும் நிலையில் நீங்கள் ஒரு தோட்டி பத்திரிகையாளர் உங்களை அறிவித்துக் கொண்டிருக்கிறீர்களே, ஏன்?

நான் வாழ்கின்ற இந்த சமூகத்தில் எல்லோராலும் புறக்கணிக்கப்பட்டு, கேள்வியே இல்லாமல் தொடரும் இந்த பிரச்னையை எழுதவில்லையென்றால் வேறு எதை எழுதுவதற்கு நான் பத்திரிகையாளராக இருக்க வேண்டும்? சக மனிதரின் மாண்புரிமையும் கண்ணியத்தோடு வாழும் உரிமையும் சிறு நெருடலுமின்றி சிதைக்கப்பட்டுக் கொண்டிருக்கிற அவலத்தை எழுதாமல் வேறு எதை எழுத நான் பத்திரிகையாளராக இருக்க வேண்டும்? இந்த மக்கள் இவர்களது போராட்டத்தில் வென்றே ஆக வேண்டுமென்று நான் விரும்புகிறேன். முதன் முதலில் இதை ஒரு

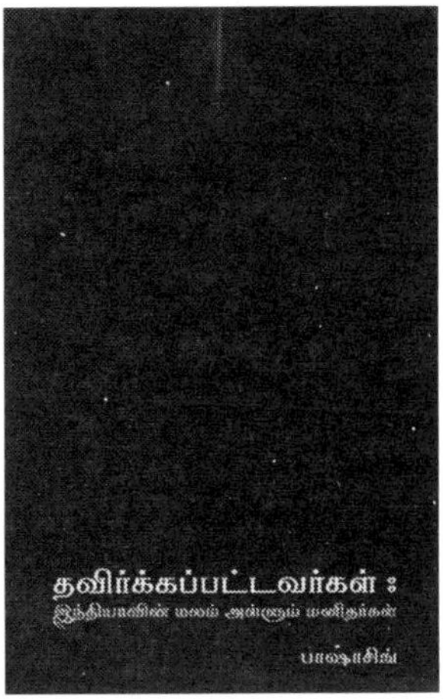

தகவலாக கேள்விபட்ட போது இந்த நூற்றாண்டிலும் இப்படி நடக்குமா என்ற சிறு பதைபதைப்பில்தான் தோட்டிகளின் உலகத்திற்குள் காலடி எடுத்து வைத்தேன். அதன் பின் நான் திரும்பி வரவே இல்லை. இரண்டு விஷயங்கள் என்னை அப்படியே உள்ளிழுத்துச் சென்றன. ஒன்று, "நீ இதை செய்தே ஆக வேண்டும்" என்ற சாதிய சமூகத்தின் மவுனக் கட்டளை. இரண்டாவது, இவ்வளவு கொடிய வாழ்வு போர்த்திய இருளினூடே வாழ்ந்து பார்த்துவிடும் துடிப்பு கொண்ட இம்மக்களின், குறிப்பாக பெண்களின் ஊக்கம். நான் இவர்களுடன் இணைந்தே

பயணிக்கிறேன். அவர்களில் ஒருத்தியாக என்னை ஏற்றுக் கொள்வதில் தொடக்கத்தில் அவர்கள் தயங்கினாலும் இப்போது நான் அவர்களில் ஒருத்தி. இந்த மக்கள் இவர்களது போராட்டத்தில் வென்றே ஆக வேண்டுமென்று நான் விரும்புகிறேன். ஆம், சாதி அதிகாரத்திற்கும் அமைப்பிற்கு எதிரான, சக மனிதரின் மாண்புரிமையை மீட்டெடுக்கும் இப்போராட்டத்தில் நாம் வென்றே ஆக வேண்டும். வெல்லும் வரை நமக்கு வேறு வேலை இல்லை.

குறிப்பு: பாஷா சிங் பேட்டியின் இந்த இரண்டாம் பாகம் தலித் முரசு இதழ் நிதிச் சிக்கல் காரணமாக நின்று விட்ட காரணத்தினால் வெளிவரவில்லை.

ஜெயராணி

சமத்துவ நகரங்களால்
சாதி ஒழியும்!

18

உலகின் எந்த நாடுகளை விடவும் நகரமயமாக்கல் இந்தியாவிற்கே தேவைப்படுகிறது. சாதிப் பிரிவினைவாதம் புரையோடிப் போன கிராமங்களுக்கு எதிராக அனைவரையும் உள்ளடக்கிய நகரங்களை இந்தியா வளர்த்தெடுக்கும் போது அது சாதி ஒழிப்பிற்கு வழிவகுக்கும்!

கிராமங்கள் மேல் இந்தியர்களுக்கு அப்படியொரு தீராத மயக்கம். இந்நாட்டின் எல்லா மாநிலத்தவரும் தமது பண்பாட்டின் ஆணிவேராக கிராமங்களையே கருதுகின்றனர். அங்கே வயல்களும் தோப்புகளும் இருக்கின்றன, இயற்கையான சுகந்த காற்று தழுவிச் செல்கிறது, ஆறுகள் ஓடுகின்றன, நாட்டிற்கே உணவளிக்கும் விவசாயம் அங்கே தான் நடக்கிறது, அங்கே தான் சொந்த பந்தங்கள் கூடி வாழ்கின்றன, கிராமத்து உணவு, கிராமத்து உறவு, கிராமத்து உடை, கிராமத்து எளிமை, கிராமத்து அமைதி, கிராமத்து அன்பு, கிராமத்து சாமி, கிராமத்து விவசாயம், கிராமத்து ஆடு, மாடுகள், கிராமத்து திருவிழாக்கள்... என கிராம வாழ்க்கையை சிலாகிக்கத் தொடங்கிவிடுவார்கள். அது மட்டுமல்ல, கிராமங்களில் தான் தூய்மை நிலவுகிறது, எளிமை உலவுகிறது, கிராமத்து மக்கள் எல்லோரும் வெகுளிகள், வெள்ளந்திகள், நல்லவர்கள், உணர்வுகளையும் உறவுகளையும் முன்னிலைப்படுத்துகிறவர்கள் என கிராம வாழ்க்கையை புனிதப்படுத்தும் போக்கு காலங்காலமாக கடைபிடிக்கப்படுகிறது.

ஜெயராணி

கிராமங்களின் உண்மை முகம்

இந்தியாவில் கிராமங்களின் உண்மை முகம் என்ன என்பதை விளக்கும் தகுதி தலித் மக்களுக்கு மட்டுமே இருக்கிறது. கிராம வாழ்க்கை முறையின் பல நூற்றாண்டு கால பலிகடாக்கள் அவர்களே! கிராம வாழ்க்கை குறித்து மேலே குறிப்பிட்ட எந்த வசந்தமும் அவர்களைத் தீண்டியும் பார்ப்பதில்லை. ஒடுக்கப்பட்டு, நசுக்கப்பட்டு, இழிவுகளையும் அவமானங்களையும் தாங்கி, வெட்டுக்குப் போகும் அடிமாடுகளை விடவும் கொடுமையான வாழ்க்கையை அவர்கள் அங்கே அனுபவித்து வருகின்றனர். வன்கொடுமைகள், தீண்டாமை, வன்முறைகள், அறியாமை, மூட நம்பிக்கைகள், மனித உரிமை மீறல்கள், சுரண்டல், ஆதிக்க-அடிமை கருத்தாக்கம் என மனித மாண்புக்கு எதிரானக் கொடுமைகளை பண்பாடு என்ற பெயரில் பாதுகாக்கும் வதை முகாம்களாகவே இந்திய கிராமங்கள் எக்காலத்திலும் இருக்கின்றன. மனிதர்கள் வதைபடும் இடத்தில் இயற்கை இருக்குமானால் நாம் வதைபாட்டை பேச வேண்டுமா? இயற்கையை பாட வேண்டுமா? மனிதர்கள் அல்லலுறும் இடத்தில் தென்றல் காற்று வீசுமானால் நாம் அந்த அல்லலறுதலை தடுக்க வேண்டுமா? தென்றலை சிலாகிக்க வேண்டுமா? மனிதர்கள் அடிமைப்படுத்தப்படும் இடத்தில் கலைகள் தழைத்தோங்கியிருக்கிறது, உணவு உற்பத்தி நடக்கிறதெனில் நாம் சக மனிதர்களின் அடிமைத்தனத்தை வேரறுக்க வேண்டுமா... இல்லை கலைகளிலும் உணவு உற்பத்தியிலும் லயித்துக் கிடக்க வேண்டுமா?

ஒவ்வொரு கிராமமும் சாதி இந்துக்கள் வாழும் ஊர் பகுதியாகவும் அவர்களுக்கு அடிமை வேலைகள் செய்யும் தலித்துகள் வசிக்கும் சேரிப் பகுதியாகவும் பிரிக்கப்பட்டது 2000 ஆண்டுகளுக்கு முன்னர்! அதாவது கி.மு. 185 சுங்கர்களின் ஆட்சி காலத்தில் சாதி அடிப்படையிலான கிராமக் கட்டமைப்பு உருவாக்கப்பட்டது. ஆனால் சுதந்திர இந்தியாவில் ஜனநாயகம் விதைக்கப்பட்டு 70 ஆண்டுகள் கடந்துவிட்ட நிலையிலும் இங்குள்ள ஆறு லட்சம் கிராமங்களும் ஊராகவும் சேரியாகவும் பிளவுண்டு கிடப்பதை நம்மால் மாற்ற முடியவில்லை.

இந்திய கிராமங்களை ஏன் எதிர்க்க வேண்டுமெனில், முதன்மையாக, அவை மனிதர்கள் ஒற்றுமையாக கூடி வாழும் வாழ்க்கை முறையை எதிர்க்கின்றன. பொது என்ற தத்துவம் அங்கே தடை செய்யப்பட்டிருக்கிறது. நிலங்கள், நீர் நிலையங்கள்,

கோயில்கள், வளங்கள், கொண்டாட்டங்கள், கலைகள் என எதுவும் கிராமங்களில் பொதுவில்லை. ஊர் வழக்கம் என பேசும் எதுவும் சாதி வழக்கமே, ஊர் பஞ்சாயத்துகள் சாதி பஞ்சாயத்துகளே! கோயில்களில் வழிபாட்டு முறை, முதல் மரியாதைகளில் சாதியே ஆதிக்கம் செலுத்துகிறது. திருமணம் முதல் திருவிழா வரை எல்லாவற்றையுமே சாதியே நிர்ணயிக்கிறது. தாழ்த்தப்பட்டவர்களிடம் எவ்வளவு பணமிருந்தாலும் சாதி இந்துக்கள் வசிக்கும் ஊர் பகுதியில் துண்டு நிலத்தை கூட வாங்க முடியாது. இந்தியாவை பொறுத்தவரை கிராமங்களானவை சாதி இந்துக்களுக்கான சர்வாதிகாரக் கோட்டை. சாதி இந்துக்கள் பேரரசனைப் போல தம்மை நிலைநாட்டிக் கொண்டு தலித் மக்களை பலி கொள்ளும் கொலைக் களம் அது. செருப்பணியக் கூடாது என்பதில் தொடங்கி படிக்கக் கூடாது என்பது வரை பல வகையான தீண்டாமை முறைகள் இன்றளவில் கிராமங்களில் உயிர்ப்போடு இருக்கின்றன.

சாதிய விதிமுறைகளை மீறினால் சாணிப்பால் ஊற்றுவது, மலத்தை வாயில் துணிப்பது, முகத்தில் சிறுநீர் கழிப்பது, தாக்குவது, வெட்டுவது, வன்புணர்வது போன்ற வக்கிரங்களும் குற்றங்களும் கிராமங்களின் பண்பாட்டுப் பழக்கவழக்கங்களாக இன்றளவிலும் நீடிக்கின்றன. குலத் தொழில் முறை இன்றும் தீவிரமாக

கடைபிடிக்கப்படுவதும் அங்கே தான். உழைப்புக்கு கூலி என்ற நியாய உணர்வே இல்லாத பண்ணையார் சமூகமே இன்றும் கிராமங்களை ஆட்சி செய்கின்றன. நிலம் தான் பொருளாதாரம், நிலம் தான் அதிகாரம் என்றிருப்பதால், நிலமற்ற தலித் மக்கள் வறுமையிலும், அடிமைத்தனத்திலும் உழல்கின்றனர். துப்புரவு வேலை, சலவைத் தொழில், சவரத் தொழில் என தலித் மக்களுக்கு ஒதுக்கப்பட்ட வேலைகள் இன்றளவிலும் நொதித்துப் போன பழைய உணவிற்கு கையேந்திச் செய்ய வேண்டிய அடிமை வேலையாகவே கிராமப்புறங்களில் கருதப்படுகின்றன.

நகரங்கள் மீது தொடரும் பழி!

ஆனால், நகரங்கள் குறித்தும் நகரவாசிகள் குறித்தும் மிக மோசமான சித்திரம் திரைப்படங்கள், பத்திரிகைகள், இலக்கியங்கள் என பல வகைகளிலும் உருவாக்கப்பட்டன. உண்மையில் சாதி உணர்வால் கிராமத்து மனிதர்கள் தான் பிறப்பிலிருந்தே மிகக் கொடூரமானவர்களாக வளர்த்தெடுக்கப்படுகின்றனர். சாதிக்காக கொலை செய்வது, தாக்குவதில் தொடங்கி மனித மலத்தை வாயில் திணிப்பது, செருப்பை தலையில் வைத்துக் கொண்டு நடக்க வைப்பது, வன்புணர்ச்சிக்கு ஆளாக்குவது போன்ற உலகில் எந்த நாகரிக மனிதச் சமூகம் கற்பனையும் செய்ய முடியாத கொடூரங்களை இந்திய கிராமத்து மக்கள் மிக சாதாரணமாக நிகழ்த்துகின்றனர். ஆனால் வன்மமும் வெறுப்புணர்வும் பழி வாங்கும் உணர்ச்சியும் மேலோங்கிய அத்தகைய மனிதர்களை வெகுளிகள், நல்லவர்கள், பண்பாடு தெரிந்தவர்கள் என தொடர்ந்து பரப்புரை செய்யப்பட்டது. அது இன்றளவிலும் மாறவில்லை. சாதி உயிர்ப்போடு இருக்க வேண்டுமெனில் கிராமங்கள் நிலைத்திருக்க வேண்டும், அதற்கு பிற்படுத்தப்பட்ட மற்றும் பட்டியல் சாதிகளை கிராமங்களிலேயே தக்கவைத்துக் கொள்ள வேண்டும். தலித் மக்களை நேரிடையாக ஒடுக்கும் வாய்ப்பைப் பெற்ற பிற்படுத்தப்பட்டவர்கள் கிராம வாழ்க்கையை புனிதத்துவம் வாய்ந்ததாக நம்புவதோடு அந்த கட்டமைப்பு துளியளவும் மாறக் கூடாது என்பதில் உறுதியாக இருக்கின்றனர்.

அதனால்தான் கிராமங்களுக்கு நேரெதிராக நகரங்கள் வெறுக்கப்படுகின்றன. கட்டட காட்டிற்குள் மூச்சு முட்டுவதாக அலுத்துக் கொள்கின்றனர். செயற்கைத்தனம் மாசு, வேலை வாய்ப்பின்மை, வறுமை, குற்றங்கள், போக்குவரத்து நெரிசல், நுகர்வுக்

கலாச்சாரம், வன்முறை, பாலியல் துன்புறுத்தல்கள், மன அழுத்தம், தனிமை, பரபரப்பு, ஓய்வின்மை, செலவினம், ஏமாற்றுதல் என நகர வாழ்க்கை நரகத்திற்கு (!) இணையானதாக சித்தரிக்கப்படுகிறது. நகரவாசிகள் கொள்ளைக்காரர்களாக, ஏமாற்றுக்காரர்களாக, சுயநலவாதிகளாக, உணர்வற்றவர்களாக, எந்திரத்தனமானவர்களாக முன்னிறுத்தப்படுகின்றனர். நகரத்தில் வாழ்வோர் பண்பாட்டை சிதைப்பவர்களாக, ஒழுக்கம் கெட்டவர்களாக சித்தரிக்கப்படுகின்றனர். மூன்று நாட்களுக்கு சேர்ந்தாற் போல் விடுமுறை வந்தால் இடைச் சாதி சமூகம் கிராமத்தை நோக்கி ஓடுவதை பார்க்கிறோம். நகரத்தின் அத்தனை சாதகங்களையும் பயன்படுத்தி பெரும் பொருள் ஈட்டும் அவர்களுக்கு நகரங்களிடம் நன்றியே இருப்பதில்லை. இந்நாட்டின் பண்பாடு, பொருளாதாரம், நல்வாழ்க்கை எல்லாவற்றுக்கும் முதுகெலும்பாக கிராமங்களே இருப்பதாக கண்மூடித்தனமான புனிதப்படுத்துதல் தொடர்ந்து நடக்கிறது. அதற்கு பின்னால் ஒளிந்துள்ள மிகப் பெரிய சதியை யாரும் புரிந்து கொள்வதில்லை.

தலித்துகளும் இடப் பெயர்வும்

கிராமங்கள் கொடூரமான வதை முகாம்களாக இருப்பதால் வாய்ப்புக் கிடைக்கும் போதெல்லாம் அல்லது வாய்ப்பை உருவாக்கிக் கொண்டு தலித்துகள் கடந்த ஒரு நூற்றாண்டு காலமாக கிராமங்களை விட்டு அதிகளவில் வெளியேறிக் கொண்டே இருக்கின்றனர். அவர்களுக்கு கிடைத்தவை எல்லாம் அடிமை வேலைகளே! ஆங்கிலேயர் காலத்தில் மலைகளை சீர்படுத்தி தேயிலை/காபி பயிரிடுதல், ரயில் பாதைகள் அமைத்தல், மிகப் பெரிய கட்டடங்களை கட்டுதல் சுரங்கப் பணி போன்ற மிகக் கடுமையான வேலைகளுக்கு கொத்தடிமைகளாக இடம் பெயர்ந்தனர். கிராமப்புறங்களின் தீண்டாமைகளையும் வன்கொடுமைகளையும் ஒப்பிடும் போது உழைப்புச் சுரண்டலை (கொடூரமானதாக இருந்தாலும்) வன்மம் குறைந்ததாக அவர்கள் கருதினர். அவ்வகையிலேயே நகரங்கள் உருவாகத் தொடங்கிய போது அடிப்படை கட்டமைப்பு வேலைகளைச் செய்ய கிராமங்களை விட்டு ஓடி வந்தனர். வறுமை மற்றும் வாய்ப்புகள் மறுப்பு ஆகிய நிரந்தரமானக் காரணங்கள் சுமார் 93 மில்லியன் (9 கோடி) தலித் மற்றும் பழங்குடியினரை தமது சொந்த ஊர்களில் இருந்து இடப்பெயர்வுக்கு ஆளாக்கியிருப்பதாக இந்தியா இடப்பெயர்வு இன்று (India Migration Now) என்ற மும்பையைச் சார்ந்த தன்னார்வ நிறுவனத்தின் ஆய்வு குறிப்பிடுகிறது.

ஜெயராணி

ஆனாலும் சமூகப் பிரிவினை, தொழிலாளர் சந்தைப் பாகுபாடுகள் மற்றும் அடிப்படை வசதிகளைப் பெறுவதில் தடைகள் போன்ற துயரங்களை நகர்ப்புறங்களில் அவர்கள் அனுபவிக்கின்றனர். ஒடுக்கப்பட்டவர்களை விலக்கிய அரசுத் திட்டங்கள் புலம் பெயர் தொழிலாளர்களான தலித்துகள் நகர்ப்புறங்களை விட்டு வெளியே தள்ளுகின்றன. அவர்களுக்கான உள்கட்டமைப்பு மற்றும் நகராட்சி வசதிகள் புறக்கணிக்கப்படுகின்றன. புலம் பெயர் தொழிலாளர்களுக்கு பொது விநியோகத் திட்டத்தின் அடிப்படையிலான பயன்கள் கூட கிடைக்காத அளவிற்கே நகரங்களின் நிலை தற்போது உள்ளது. நகர்ப்புற வளர்ச்சி என்ற பெயரில் குடிசைப் பகுதிகள் அப்புறப்படுத்தப்பட்டு தலித்துகள் நகரங்களுக்கு வெளியே தூக்கியெறியப்படுகின்றனர். ஆனாலும், கிராமப்புறங்களை விட்டு தலித்துகள் வெளியேறுவது ஒவ்வொரு பத்தாண்டிலும் அதிகரிக்கவே செய்கிறது. கடந்த பத்தாண்டுகளில் மட்டும் 40% தலித் மக்கள் நகர்ப்புறங்களுக்கு இடம் பெயர்ந்ததாக மற்றொரு ஆய்வு குறிப்பிடுகிறது.

பார்ப்பனர்களும் இடப் பெயர்வும்!

பிழைப்பிற்காகவும் ஒடுக்குமுறைகளிலிருந்து தப்பித்தும் தலித் மக்கள் நகரங்களுக்கு புலம் பெயர் தொழிலாளர்களாக வரத் தொடங்கியதற்கு வெகு முன்னரே கிராமங்களில் மிராசுதாரர்களாக இருந்த பார்ப்பனர்கள் தொழில்வாய்ப்புகள், அரசதிகாரம் மற்றும் உயர் பதவிகளை குறி வைத்து நகரங்களுக்கு இடம் பெயர்ந்தனர். தமது குலத் தொழில்களான விவசாயம், பூசாரி வேலைகளை விட்டு

19 ஆம் நூற்றாண்டின் தொடக்கத்திலிருந்தே பார்ப்பனர்கள் நவீன தொழில்களான நிர்வாகம், சட்டம், வங்கிப் பணி, ஆசிரியர் பணி, பொறியியல் போன்ற பணிகளில் அமர்ந்தனர். இருபதாம் நூற்றாண்டின் தொடக்கத்தில் தமிழக நகரங்களுக்கும் மத்திய காலக்கட்டத்தில் இந்தியாவின் பிற நகரங்களுக்கும் பிற்பகுதியில் வெளி நாடுகளுக்கும் பார்ப்பனர்கள் இடம் பெயர்ந்தனர். 1960 களில் டெல்லியில் வாழ்ந்த 40,000 தென்னிந்தியர்களில் 75% பேர் பார்ப்பனர்கள் என லண்டன் ஸ்கூல் ஆஃப் எகனாமிக்ஸ் மற்றும் அரசியல் அறிவியல் கழகத்தின் "நிலச்சுவான்தாரிலிருந்து மென்பொருள் பொறியியலாளராக: தமிழ் பிராமணர்களிடையே இடப் பெயர்வு மற்றும் நகரமயமாக்கல்" என்ற 2007 ஆம் ஆண்டு வெளிவந்த ஆய்வுக் கட்டுரை குறிப்பிடுகிறது

இந்த ஆய்வுக் கட்டுரையை எழுதிய சி.ஜெ. ஃபுல்லர் மற்றும் ஹரிப்ரியா நரசிம்மன் ஆகியோர் பார்ப்பனர்கள் எப்போதுமே ஒரு நகர்ப்புற சாதியாக இருந்ததாகவும் தென்னிந்தியாவின் பழைய சிறு மற்றும் பெரு நகரங்களில் அவர்கள் வாழ்ந்ததாகவும் குறிப்பிடுகின்றனர். "தமிழக நிலங்கள் புவியியல் ரீதியாக ஈர மற்றும் வறண்டப் பகுதிகளாக பிரிக்கப்பட பிராமணர்கள் பாலாறு, காவிரி, தாமிரபரணி என ஆறுகள் ஓடிய நஞ்செய் நிலப்பகுதிகளில் குறிப்பாக தஞ்சையில் பெருமளவு விவசாய நிலங்களை கொண்டிருந்தனர். இடைச் சாதிகளுக்கு நிலத்தை குத்தகைக்கு விட்டும் தாழ்த்தப்பட்டவர்களை கூலிகளாக கொண்டுமே விவசாயம் செய்தனர். அவர்கள் நிலத்தில் ஒருபோதும் வேலை செய்யவில்லை. விவசாய நிலங்களோடு எந்த இயற்கையானத் தொடர்பும் இல்லாமலேயே பார்ப்பன மிராசுதாரர்கள் நிலச்சுவாந்தாரர்கள் என்ற அடையாளத்தைப் பெற்றனர்...

"இவர்கள் இருபதாம் நூற்றாண்டின் மையப் பகுதியில் நிலங்களை பார்ப்பனர் அல்லாதவர்களிடம் இழந்து வேலை வாய்ப்புகளைத் தேடி நகரங்களுக்கு இடம் பெயர்ந்தனர். தாழ்த்தப்பட்டவர்கள் மற்றும் பிற்படுத்தப்பட்டவர்களுக்கு பானளித்த தமிழகத்தின் இட ஒதுக்கீட்டுக் கொள்கையால் பாதிக்கப்பட்டு வேலை வாய்ப்பைத தேடி இந்தியா முழுவதும் நகர்ந்தனர். வங்கிகள் தேசியமயமாக்கப்பட்ட 1969 ஆம் ஆண்டுக்கு பிறகு நாடு முழுவதும் அதிகளவு வங்கிப் பணிகளில் அவர்கள் இடம் பிடித்தனர். நகரங்களுக்கு இடம் பெயர்ந்த பார்ப்பனர்கள் வெகு விரைவாக சட்டம் மற்றும் நிர்வாகத்தில் கோலோச்சத் தொடங்கினர். பார்ப்பனர்

அல்லாதவர்களை போலன்றி கிராமப்புற அக்ரஹாரத்திலிருந்து அவர்கள் இடப்பெயர்வுக்கு எப்போதுமே தயாராக இருந்தனர். ஆயிரமாண்டு காலம் நில உரிமை மற்றும் அதிகாரத்தை கை கொண்டிருந்த பார்ப்பன மிராசுதாரர்கள் சமூகப் பொருளாதார மற்றும் அரசியல் காரணங்களுக்காகவே விவசாயத்தை பிடித்துக் கொண்டிருந்தனரே தவிர ஒரு விவசாயியைப் போல விவசாயத்தை ஒரு வாழ்வாதாரமாக அவர்கள் கருதவில்லை" என இக்கட்டுரை விளக்குகிறது.

இடைநிலைச் சாதிகளும் இடப்பெயர்வும்

பல்லவ மன்னர்களின் ஆட்சி காலத்தில் கிராமப்புற விவசாய நிலங்களை தானமாகப் பெற்று பல நூற்றாண்டுகளாக விளை நிலங்களை ஏகபோகமாக அனுபவித்து வந்த பார்ப்பனர்களைப் போலவே ஜமீன் தார் ஒழிப்புச் சட்டம் (1952) மற்றும் நில உச்சவரம்பு சட்டம் (1961) போன்ற சட்டங்களின் உதவியோடு, "உழுபவர்க்கே நிலம் சொந்தம்" என முழங்கி நிலங்களை பெற்ற குத்தகைதாரர்களான இடைச் சாதியினர், தாழ்த்தப்பட்டவர்களுக்கு நில உரிமை கிடைத்துவிடாதவாறு தடுத்து நிறுத்தி "புனிதமான" விவசாயிகளாயினர். நிலத்தின் மீது பண்பாட்டு ரீதியான அதிகாரத்தை பார்ப்பனர்களைப் போலவே இவர்களும் கட்டமைத்துக் கொண்டனர். எண்ணிக்கையில் குறைவாக இருந்ததாலும் வெள்ளையர்கள் ஆட்சி காலத்தில் தொடங்கி அதிகாரமிக்க பல துறைகளில் வேலை வாய்ப்புகள் கொட்டிக் கிடந்ததாலும் பார்ப்பனர்கள் இடப் பெயர்வுக்கு அஞ்சவில்லை. அவர்கள் கிராமப்புற நாட்டாமை அதிகாரத்தை நம்பியிருக்கவில்லை. வெள்ளையர்கள் வெளியேறிய கையோடு அரசியல் அதிகாரத்தை கைப்பற்ற அவர்கள் நகர்ப்புற வாழ்வியலுக்கு நகர்ந்துவிட்டனர். ஆனால், இடைச் சாதியினர் அதாவது பிற்படுத்தப்பட்டவர்கள் தமது சாதி அதிகாரத்தை இன்றளவிலும் நிலம் சார்ந்ததாகவே வைத்துள்ளனர்.

கல்வி மற்றும் பொருளாதாரத்திற்காக நகரங்களுக்கு இடம் பெயர்ந்தாலும் தமது விவசாய நிலங்களையும் கிராமங்களையும் விட்டுவிட அவர்களுக்கு மனமில்லை. சொத்துரிமை சட்டம் உருவானப் பிறகு பெண்களுக்கும் நிலத்தின் மீது உரிமை உண்டானது. ஆனாலும் சாதி இந்துக் குடும்பங்கள் நிலப் பகிர்மானத்தை விரும்புவதில்லை. நிலம் உடைந்தால் சாதி அதிகாரம் உடையும் என்ற அச்சத்தால் ஒன்று பல சண்டை சச்சரவுகளுக்கு நடுவே

நிலத்தைப் பிரிக்காமல் அப்படியே வைத்திருப்பார்கள். இல்லையெனில் பிற வாரிசுகளுக்கு வேறு ஈடுகளைக் கொடுத்து சமாதானம் செய்து குடும்பத்தின் மூத்த வாரிசின் பொறுப்பில் மொத்த நிலங்களை ஒப்படைப்பார்கள். என்னவானாலும் நிலம் மற்றவர் கைக்குப் போய்விடக் கூடாது!

கிராம வாழ்வையும் விவசாயத்தையும் மீண்டும் மீண்டும் துதிபாடி நகரங்களுக்கு எதிரான ஒரு மாயையை இடை சாதியினர் கட்டமைக்கின்றனர். "ஒடுக்கப்பட்டவர்களோடு ஒப்பிடும் போது பொதுப் பிரிவினர் மற்றும் இதர பிற்படுத்தப்பட்டவர்களுக்கும் இடம் பெயர்வதற்கான வாய்ப்பும் அதற்கான செலவுகளை தாங்கும் திறனும் அதிகமுள்ளது. இடப் பெயர்வினால் ஒடுக்கப்பட்டவர்கள் (பொருளாதார ரீதியாக) எந்த பலன்களையும் பெறுவதில்லை. ஆனால், உயர் சாதியினருக்கு இடப்பெயர்வு பெரும் பலனை அளிக்கிறது" என்று 2018 இல் நிகழ்த்தப்பட்ட ஓர் ஆய்வு குறிப்பிடுகிறது. ஆனாலும், இடைச் சாதியினர் நகர இடப்பெயர்வுக்கு தயங்குகின்றனர். எத்தனை ஆண்டுகள் விளைச்சலின்றி கிடந்தாலும் விவசாய நிலங்களையும் விவசாயத்தையும் அவர்கள் விற்பதில்லை. சொந்த கிராமங்களிலோ அருகே உள்ள சிறு நகரங்களிலோ வேளாண் சாராத தொழில்களை செய்வது அல்லது பெரு நகரங்களுக்கு இடம் பெயர்ந்தாலும் விவசாய நிலங்களைப் பராமரிப்பது என தமது நிலப்

பிடிமானத்தை விட்டுக் கொடுப்பதில்லை. வேளாண் மீதிருக்கும் பற்று என்பதாகவே பொது புத்தி இதை புரிந்து கொள்கிறது அல்லது அவ்வாறே பரப்புரை செய்யப்படுகிறது. ஆனால் அது உண்மையல்ல!

நகர வாழ்வியலுக்கு முழுமையாக மாறிவிடவும் நகரங்களை வளர்த்தெடுக்கவும் மறுத்து ஒரு விருந்தினர் மனநிலையிலேயே இடைச் சாதியினர் நகரங்களில் வாழ்கின்றனர். எல்லோரும் வாழ்வதற்கும் வளர்வதற்கும் சமமான வாய்ப்பை அளிக்கும் நகரங்களை தமது சொந்த இடமாக அவர்கள் கருதுவதில்லை. அதனால்தான் இந்தியாவில், நகரமயமாக்கல் ஓர் ஆமையை விடவும் மெதுவாக நடக்கிறது. 21 ஆம் நூற்றாண்டிலும் 65% இந்தியர்கள் கிராமப்புறங்களில் தான் வாழ்கின்றனர். மக்கள் தொகையின்படி இதில் பிற்படுத்தப்பட்டோரே அதிகம். இவர்கள் ஆதிக்கம் செலுத்தி உயர்வான இடத்தில் நிலைத்திருக்க வேண்டுமானால் இவர்களுக்கு அடிமைகள் வேண்டும். அது நகர்ப்புறங்களில் சாத்தியமில்லை என்பதால் நகரங்களை இவர்கள் விரும்புவதில்லை.

இந்தியாவில் நகரமயமாக்கல்

இருபதாம் நூற்றாண்டின் தொடக்கத்தை ஒப்பிடும் போது நகரமயமாக்கலில் (11%) இந்தியா முன்னேறி வந்திருந்தாலும் (34%) உலக ஒப்பீட்டளவில் பின் தங்கிய நாடுகளோடுதான் அது போட்டி போடுகிறது. ஐ.நா சபையின் கணக்குப்படி உலக மக்கள் தொகையில் 55% சதவீதம் பேர் நகர்ப்புறங்களில் வாழ்கின்றனர். வளர்ந்த நாடுகளான பிரான்ஸ், அமெரிக்கா மற்றும் இங்கிலாந்தில் நகரமயமாக்கலின் அளவு 80%. அது மட்டுமல்ல, வளரும் நாடுகளான சீனா (55%) தென்னாப்பிரிக்கா (65%) ரஷ்யா (74%) போன்றவற்றோடு ஒப்பிடும் போதும் இந்தியா நகரமயமாக்கலில் மிகவும் பின் தங்கி இருக்கிறது. அவ்வளவு ஏன், இந்தியாவிலிருந்து பிரிக்கப்பட்ட பாகிஸ்தான் (38%) மற்றும் பங்களாதேஷ் (34%) ஆகிய சிறிய நாடுகள் கூட நகரமயமாக்கலில் முன்னேறுகின்றன. நகர்ப்புற மக்கள் தொகை கணக்கில் உலக நாடுகளின் பட்டியலில் இந்தியாவின் இடம் 187. அதாவது கடைக்கோடிக்கு சற்று மேலே. வல்லரசு கனவோடு அணுகுண்டு தயாரிப்பதிலும் போர் செய்வதிலும் ஆர்வம் காட்டும் இந்தியாவின் நகர்ப்புற நிலப்பரப்பு எவ்வளவு தெரியுமா? வெறும் 6% தான். ஏற்கனவே இருந்த நிலையை ஒப்பிடும் போது இதையே முன்னேற்றம் என்றுதான் கணிக்கின்றனர் நிபுணர்கள். 2015 இல் வெளிவந்த தனது "த மேக்கிங் ஆப் இந்தியா" நூலில் அதன் ஆசிரியர்

அகிலேஷ் டிலோதியா, "இந்தியாவின் நகரமயமாக்கலில் மிகவும் நம்பிக்கையான காட்சிகள் அடுத்த பத்தாண்டுகளில் வெளிவந்தாலும் கூட, நாட்டின் ஒட்டுமொத்த நிலப்பரப்பில் மொத்த நகர்ப்புற நிலப்பரப்பு 6 சதவீதத்திற்கும் குறைவாகவே இருக்கும், இது தற்போது விவசாயத்திற்கான 48 சதவீதத்துடன் ஒப்பிடும்போது ஒன்றுமே இல்லை" என்கிறார். இவ்வளவு அதிகமான மக்கள் தொகையும் பொருளாதார பலமும் கொண்ட இந்தியா நகர்ப்புற வளர்ச்சியில் வளர்ந்த நாடுகளுடன் போட்டி போடாததற்கான காரணம் அதன் பிற்போக்கு, அடிப்படைவாத சமூகக் கருத்தியல் மற்றும் ஆதிக்க-அடிமை உளவியல் என்பதில் எந்த அய்யமும் கொள்ளத் தேவையில்லை.

தொழில் வளர்ச்சியா, விவசாயமா?!

நகரமயமாக்கலுக்காகவும் தொழில் வளர்ச்சிக்காகவும் உலக நாடுகள் விவசாய நிலங்களை கடந்த காலங்களில் கையகப்படுத்தியுள்ளன. நோபல் பரிசு பெற்ற பொருளாதார மேதை அமர்த்தியா சென் (அம்பேத்கர் மற்றும் புத்தரின் சமூக, அரசியல் பொருளாதாரக் கொள்கைகளை ஆதரிக்கும்), ""தொழில்களுக்காக விவசாய நிலங்களை கையகப்படுத்துவதற்கு தடை விதிப்பது தற்கொலைக்கு இணையானது" என்கிறார். பிரிட்டனின் மான்செஸ்டர், லங்காஷைர் போன்ற தொழில் நகரங்கள் வளமான விவசாய நிலத்தில் தான் எழுப்பப்பட்டன என்பதை அவர் சுட்டிக் காட்டுகிறார். இந்தியர்கள் பன்னெடுங்காலமாக இவ்விஷயத்தில் தமது அறியாமையைப் போக்கிக் கொள்ளவில்லை. ஒரு நாடு தொழில்வயப்படும் போதும் நவீனமடையும் போதும் தொழில்களுக்காகவும் குடியிருப்புகளுக்காகவும் விவசாய நிலங்கள் பகிர்ந்தளிக்கப்படுவது இயல்பானதே. அதுதான் முன்னேற்றம் மற்றும் வளர்ச்சியின் அறிகுறி. இதனால் விவசாய உற்பத்திக் குறையுமா எனில் அவ்வாறு குறைந்த நாடுகளும் உள்ளன, குறையாத நாடுகளும் உள்ளன. மொத்த விவசாய நிலப்பரப்பில் விகிதாச்சார அடிப்படையில் எவ்வளவு நிலங்களை பகிர்ந்தளிக்கின்றன என்பதுவும் நவீன தொழில்நுட்பங்களை பயன்படுத்தி எந்தளவிற்கு விவசாய உற்பத்தியை பெருக்குகின்றன என்பதுவுமே முக்கியமானது. ஜப்பான், தென்கொரியா போன்ற நாடுகளில் தொழில் வளர்ச்சி காரணமாக விவசாய நிலங்கள் குறைந்து உணவு உற்பத்தி பாதிக்கப்பட்டு அந்நாடுகள் உணவுப் பொருட்களை இறக்குமதி செய்யும் நிலை உருவானது. அதற்கு காரணம், அவை விகிதாச்சாரத்தை

மீறி பெருவாரியான நிலங்களை தொழில்வளர்ச்சிக்கு கொடுத்ததுதான். ஆனால், இந்தியாவிற்கு அப்படியொரு நிலை நேராது என்கின்றனர் நிபுணர்கள்.

ஏனென்றால், உலகிலேயே அதிகளவு விவசாய நிலங்களை கொண்ட நாடு இந்தியா. அதாவது நாட்டின் மொத்த நில அளவான 3.29 மில்லியன் சதுர கிலோ மீட்டரில் 48% விவசாய நிலம். அதாவது, 1.59 மில்லியன் சதுர கிலோ மீட்டர். இவ்வளவு அதிகமான நிலத்திலிருந்து சரியான மற்றும் பொறுப்புமிக்க வகையில் நகரமயமாக்கல் மற்றும் தொழில்மயமாக்கலுக்கு நிலங்களை கையகப்படுத்துவதால் குறைவான விவசாய நிலங்களை கொண்ட ஜப்பான் மற்றும் தென்கொரியாவைப் போல பாதிப்புகள் வராது என நிபுணர்கள் கூறுகின்றனர். விவசாயத்தை தேசியத் தொழிலாக வைத்திருக்கும், அதை ஒரு பண்பாட்டு கவுரமாகக் கருதும் இந்தியா அதை காப்பதற்காக எடுத்த முயற்சிகள் மிகக் குறைவு அல்லது ஒன்றுமில்லை எனலாம். அதிகளவு தொழிலாளர்களை வைத்துக் கொண்டு மிகக் குறைவான உற்பத்தியோடு அது போராடுகிறது. இந்திய பொருளாதாரத்தில் விவசாயத்தின் பங்கு 18% மட்டுமே! ஆனால், நாட்டின் ஒட்டுமொத்த தொழிலாளர்களில் 54.6% பேர் விவசாயத் துறையை சார்ந்துள்ளனர். பெரும் மனித வளத்தை தொழில்கள் பக்கம் மடை திருப்பாமல் நாம் வீணடித்துக் கொண்டிருக்கிறோம்.

உலக நாடுகளும் விவசாயமும்!

இந்திய விவசாய நில அளவில் மூன்றில் ஒரு பங்கு அளவே சீனாவிடம் இருக்கிறது. ஆனால் அரிசி மற்றும் பழங்கள் உற்பத்தியில் சீனாவே முதலிடம் வகிக்கிறது. இது போல இந்தியாவோடு ஒப்பிடும் போது மிக குறைவான விவசாய நிலம் வைத்திருக்கும் நாடுகள் உணவு உற்பத்தியில் இந்தியாவை விட உற்பத்தியில் சிறந்து விளங்குகின்றன. காரணம், அங்கெல்லாம் விவசாயம் என்பது சாதித் தொழிலாக இல்லை. எந்த தொழிலை செய்வதற்கும் தனிப்பட்ட விருப்பமும் ஆர்வமுமே முக்கியமானது. ஆனால், விவசாயம் இங்கே பரம்பரைத் தொழிலாக இருப்பதால் கவுரவத்திற்காகவும் அதிகாரத்திற்காகவும் வீம்புக்கு விவசாயம் செய்கிறவர்களே அதிகம். அதனால் தான் விளைநிலங்கள் மிக மோசமாக பாழ்படுத்தப்பட்டன. அங்கெல்லாம் ஆராய்ச்சிகள் செய்கின்றனர், புதிய தொழில்நுட்பங்களை புகுத்துகின்றனர் உற்பத்தியை பெருக்குகின்றனர்.

மிக முக்கியமாக நிலங்களின் உயிர்த்தன்மையை பாதுகாக்கின்றனர். உணவுப் பொருட்கள் உற்பத்தியில் சிறந்து விளங்கும் அதே நேரத்தில், தொழில்வளர்ச்சி மற்றும் நகரமயமாக்கலிலும் அவை வேகமாக முன்னேறுகின்றன.

ஆனால், இந்தியர்கள் வளர்ச்சி மற்றும் நவீனத்தைக் கண்டு பேரச்சம் கொள்கிறார்கள். அறிவியல் ரீதியான காரணங்களை எல்லாம் புறக்கணித்து வெறுமனே பண்பாடு என்று பிதற்றி கண்மூடித்தனமாக நகரமயமாக்கல், தொழில் வளர்ச்சி மற்றும் நவீனமயமாக்கலை எதிர்க்கின்றனர். அதற்கான ஒரே பின்னணி சாதி மட்டுமே.

விவசாயத்தை சார்ந்து மட்டுமே உள்ளபடி கிராமப்புற மக்களின் வாழ்க்கை கட்டமைக்கப்பட்டிருக்கிறது. நிலமற்ற தலித் மக்களை ஒடுக்கும் அடிமைகளாக வைத்திருந்து சாதிப் பண்பாட்டைக் காப்பாற்றும் சனாதனக் கடமை இடைச் சாதியினருக்கு விதிக்கப்பட்டுள்ளது. அதனால்தான் கிராமங்களையும் விவசாயத்தையும் அவர்கள் எதற்காகவும் விட்டுக் கொடுப்பதில்லை. தொழில் வளர்ச்சிக்கு கிராமப்புற நிலங்களை கையகப்படுத்த முயன்றால் சாதி இந்துக்கள் அதை கடுமையாக எதிர்க்கின்றனர். நிலத்தின் மேல் பற்று என்பதை விட அந்த நிலத்தினால் கிடைக்கும் அதிகாரத்தின் மேலான பற்று என்றுதான் புரிந்து கொள்ள வேண்டும். சம காலத்தில் இதற்கு பல உதாரணங்களை சுட்டிக் காட்ட முடியும்.

எட்டுவழிச் சாலைத் திட்டத்தை தமிழக அரசு கொண்டு வந்த போது ஒட்டுமொத்த தமிழகமும் அதற்கெதிராக போராடியது. நிலத்திற்கான மதிப்பை விட இருமடங்கு தொகையை அளிக்க தமிழக அரசு முன் வந்த போதும் மக்கள் (சாதி இந்துக்கள்) ஒப்புக் கொள்ளவில்லை. அத்திட்டம் தேவையா இல்லையா என்ற வாதத்திற்குள் செல்லாமல், தேவை என்றே கருதி சாதி இந்துக்களின் மனநிலையை மட்டும் ஆராய வேண்டும். அரசு அதிகாரிகளை தாக்கப் பாய்தல், தற்கொலை மிரட்டல், மரங்களைக் கட்டிப் பிடித்துக் கொண்டு அழுதல் இவையெல்லாம் பொது புத்தியின் உணர்ச்சிகளை கிளறவே செய்யும். அந்த நிலமில்லை என்றால் தமது இருத்தலே இல்லையென்றே அவர்கள் கருதுகின்றனர். இவ்விடத்தில் இன்னொரு ஒப்பீட்டையும் நாம் செய்யலாம்.

விவசாயத்தின் மீதும் நிலத்தின் மீதும் அவர்களுக்கிருப்பது உண்மையானப் பற்றுதான் எனில் ஏன் அவர்கள் நிலம் வைத்திருக்கும் தலித்துகளை தொடர்ந்து நெருக்கடிக்கு ஆளாக்குகின்றனர்?! விவசாயம் செய்ய விடாமல் தடுப்பது, பாசனத்திற்கு ஆற்று நீர் கிடைத்துவிடாமல் தடுப்பது, அவர்களது கிணறுகளை மாசுபடுத்துவது என விவசாயம் சார்ந்து எத்தனை விதமான வன்கொடுமைகளில் அவர்கள் ஈடுபடுகின்றனர்! இவர்கள் உரிமை கோருவதை போல விவசாயத்தை காப்பதற்காக மட்டுமே "பிறவி" எடுத்துள்ளனர் என்றால் ஒடுக்கப்பட்ட சமூக விவசாயிகளை ஏன் வதைக்க வேண்டும்? காலம் முழுக்க தலித் மக்கள் தமது நிலங்களை இழந்து கொண்டே இருக்கின்றனர். ஆனால் பொதுச் சமூகம் அதைவொரு பிரச்னையாகவே கருதுவதில்லை. சேரிகளுக்குள் கூட சாதி இந்துக்கள் அவர்களை நிம்மதியாக வாழவிடுவதில்லை. இறந்தவர்களை புதைக்க பொது சுடுகாட்டில் இடம் கொடுப்பதில்லை, பொது கிணற்றில், ஆற்றில், ஏரியில் நீரெடுக்க அனுமதிப்பதில்லை, சொந்த இடத்தில் வீடு கட்டக் கூட விடுவதில்லை. அவ்வளவு ஏன் சென்னையில் குடிசை பகுதிகளை அப்புறப்படுத்தி நியாயமான இழப்பீடோ மறுவாழ்வுக்கான வழிகளோ செய்து தரப்படாமல் நகருக்கு பல கிலோ மீட்டர்கள் வெளியே வாழத் தகுதியற்ற இடங்களில் வீசியெறியப்படுகின்றனர். ஆனால், இந்த நில இழப்பு குறித்து பொது சமூகம் எப்போதுமே கவலைப்பட்டதில்லை.

நாட்டின் சொத்துக்கள் யாரிடம் உள்ளன?

உலக நாடுகளோடு ஒருங்கிணைந்து முன்னேறாமல் இந்தியா பின் தங்குவதன் ஒரே நோக்கம் சாதியைக் காப்பாற்றுவது மட்டுமே!

நகரமயமாக்கல் மற்றும் தொழில்மயத்தால் உருவாகக் கூடிய சொத்துப் பகிர்வு, அதிகாரப் பகிர்வு மற்றும் சமூகக் கலப்பை அது விரும்பவில்லை. தொழில்வளர்ச்சி உலக நாடுகளுடனான பண்பாட்டு கலப்பை ஊக்குவிக்கும், உலக அற விழுமியங்களுக்கு கட்டுப்பட வைக்கும். இதனால் உலகில் எஞ்சியிருக்கும் ஆதிகால அடிமை முறையான சாதி அமைப்பு சிதைவிற்குள்ளாகும். அதனால் உருவாகும் சமத்துவம் இந்தியாவின் தலையெழுத்தையே மாற்றி எழுதும். இந்திய ஆதிக்க சாதி இந்துக்கள் அந்த பண்பாட்டு மாற்றத்தை விரும்பவில்லை. நாட்டின் பெருவாரி மக்களை கிராமப்புறங்களில் கூலிக்கு மாரடிக்கும் உழைக்கும் வர்க்கமாக, மூட நம்பிக்கைகளும் பிற்போக்குத்தனங்களும் நிறைந்த அடிமைகளாக வைத்துக் கொண்டு தான் மட்டும் இந்நாட்டின் வளங்களை அனுபவிக்கும் ஆளும் வர்க்கமாக இருந்தால் போதுமானது என நினைக்கின்றனர் ஆதிக்க சாதி இந்துக்கள் குறிப்பாக பார்ப்பனர்கள். இந்நாட்டில் நடந்தேறி இருக்கும் நகரமயமாக்கலும் தொழில்மயமாக்கலும் அவர்கள் உண்டு கொழுக்கும் அளவிற்கானதுதான். இந்நாட்டின் பூர்வகுடிகளான சுமார் 80% மக்கள் வளர்ச்சியின் வாடையே தென்படாமல் கிராமங்களில் வதைபட வேண்டுமென்பதுதான் அவர்களது சூழ்ச்சி.

சாவித்ரிபாய் புலே புனே பல்கலைக்கழகம், ஜவஹர்லால் நேரு பல்கலைக்கழகம் மற்றும் டெல்லி இந்திய தலித் ஆய்வுகள் நிறுவனம் ஆகியவை இணைந்து கடந்த 2018 ஆம் ஆண்டு வெளியிட்ட "இந்தியாவில் சொத்துரிமையும் சமத்துவமின்மையும்: ஒரு சாதி-மத பகுப்பாய்வு" என்ற தலைப்பிலான ஆய்வறிக்கையில் இந்தியாவின் 41% சொத்துக்கள் (நிலம் மற்றும் கட்டடங்கள்) நாட்டின் மக்கள் தொகையில் 22% இருக்கும் ஆதிக்க சாதி இந்துக்களிடம் இருப்பது தெரிய வந்தது. அதாவது அவர்களது மக்கள் தொகையை விட சொத்துப் பகிர்வு இருமடங்கு அதிகம். ஆதிக்க சாதி இந்துக்களான 5% பார்ப்பனர்கள், 8% ராஜபுத்திரர்கள் (சத்திரியர்கள்) 2% பனியா மற்றும் 6% கயஸ்தா ஆகியோரில் ஏழைகளின் எண்ணிக்கை மிக மிகக் குறைவு என்பதோடு 50% பார்ப்பனர்கள், 31% ராஜபுத்திரர்கள், 44% பனியாக்கள் மற்றும் 57% கயஸ்தர்கள் பெரும் பெரும் பணக்காரர்களாக உள்ளனர்.

இந்தியாவின் 25% சொத்துக்கள் அதன் முதல் 1% பணக்காரர்களிடம் (ஆதிக்க சாதி இந்துக்கள்) முடங்கிக் கிடக்கிறது. 46% சொத்துக்கள் 5% பணக்காரர்களால் (ஆதிக்க சாதி இந்துக்கள்)

ஆக்கிரமிக்கப்பட்டுள்ளது. இந்திய நகர்ப்புற சொத்துக்களில் 34.9% சொத்துக்கள் ஆதிக்க சாதி இந்துக்களிடம் உள்ளன. இந்த சொத்துக்கள் பெருந்தொழில்கள் மற்றும் பதவிகளால் சேர்க்கப்பட்டவை. ஒரு காலத்தில் கிராமப்புறங்களில் பல நூறு ஏக்கர்களுக்கு சொந்தக்காரர்களான மிராசுதாரர்களாக இருந்த இவர்களின் தற்போதைய கிராமப்புற சொத்துப் பகிர்வு வெறும் 16.7% மட்டுமே! வளர்ச்சி மற்றும் முன்னேற்றத்திற்காக ஆதிக்க சாதி இந்துக்கள் நகரங்களுக்கு வெகு முன்னரே வந்துவிட்டது மற்றும் தேசிய/சர்வதேச அளவில் வர்த்தகத்தை பெருக்கிவிட்டதற்கான சான்று இது. நவீனத் துறைகள் பலவும் குறிப்பாக மென்பொருள் பொறியியல் முழுக்க முழுக்க ஆதிக்க சாதி இந்துக்கள் வசம் உள்ளது.

ஆனால், படித்த, முன்னேறிய, பணக்காரர்களான அவர்களின் கிராமப் பண்பாட்டு போதனை என்பது உழைக்கும் வர்க்கமான பிற்படுத்தப்பட்ட, பழங்குடி மற்றும் தலித் மக்களுக்குதான்! சாதி அமைப்பு உயர்ந்தது என சொல்லி எப்படி அதன் கீழ் நிலையில் பெருவாரி மக்களை அவர்கள் ஒடுக்குகின்றனரோ அதே போலத்தான் கிராமங்கள் புனிதமானவை என்று பரப்புரை செய்து ஒடுக்கப்பட்டோரை அதில் உழலச் செய்கின்றனர்.

22% தலித் மக்களிடம் இருக்கும் ஒட்டுமொத்த சொத்துப் பகிர்வு வெறும் 7.8% மட்டுமே! அதுவும் கிராமப்புறங்களில். நகர்ப்புறங்களில் அவர்களது சொத்துப்பகிர்வு மிகக் குறைவு. மக்கள் தொகையில் 9% இருக்கும் பழங்குடியினரின் நகர்ப்புற சொத்துகள் 3.4% மட்டுமே. 42.8% இருக்கும் இதர பிற்படுத்தப்பட்ட வர்களிடம் 32% சொத்துகள் உள்ளன. ஆனால் இதுவும் பெருவாரியாக கிராமப்புறங்களை மையப்படுத்தியதுதான். முன்னேறிய சாதிகள் அவர்களின் மக்கள் தொகையை விடவும் பன்மடங்கு சொத்துக்களைக் கொண்டிருக்கும் போது பின் தங்கிய சமூகங்களின் நிலை அப்படியே தலைகீழ்.

நகரங்கள் என்பன யாவை?

ஒரு பகுதி நகரம் என கருதப்படுவதற்கு மூன்று முக்கியமான விதிமுறைகள் உள்ளன. இந்த விதிமுறைகள் 1961 ஆம் ஆண்டு அப்போதைய சென்சஸ் ஆணையராக இருந்த அசோக் மித்ராவால் உருவாக்கப்பட்டது. அதாவது, ஒரு பகுதி குறைந்தபட்சம் 5000 பேர் வசிக்கக்கூடியதாக, ஒரு சதுர கிலோ மீட்டர் 400 பேருக்கும் மேல் வசிக்கும் அடர்த்தியுடையதாக, குறைந்தபட்சம் 75% உழைக்கும் ஆண்கள் விவசாயம் அல்லாத வேலைகளை செய்பவர்களாக

இருந்தால் அதை மூன்றடுக்கு நகரம் என கொள்ளலாம். அப்படி பார்த்தால் சுமார் 12000 ஊர்கள் இந்த அளவீடுக்குள் வருவதாக ஆய்வுகள் தெரிவிக்கின்றன. ஆனால் சென்சஸ் கணக்கு வெறும் 3,245 ஊர்களைத் தான் இந்த வரையறைக்குள் கொண்டு வருகிறது. நகர அங்கீகரத்தைப் பெற்ற மூன்றடுக்கு நகரங்கள் பல சற்றே பெரிய கிராமம் என்று மட்டுமே கூற முடிகிற அளவிலேயே பரிதாபகரமாக உள்ளன. ஒரு நகரத்திற்கான எந்த உள் கட்டமைப்பும் இவற்றில் வளர்த்தெடுக்கப்படவில்லை. சாதி இந்துக்களிடம் மட்டுமல்லாது பொதுவாக முற்போக்கு அமைப்புகள் மற்றும் அறிவுஜீவிகளிடம் நிலவும் நகர எதிர்ப்பு மனநிலையே இதற்கான காரணம். கடந்த எழுபது ஆண்டுகளில் 8 பெரு நகரங்கள், 26 இரண்டடுக்கு, 33 மூன்றடுக்கு நகரங்கள் தான் உருவாக்கப்பட்டுள்ளன. இது இந்தியாவின் பின்னடைவை உலக அரங்கில் அம்பலப்படுத்துகிறது.

காந்தியின் கிராமம்

பொதுவாக கிராமங்களை வியந்தோதுபவர்கள் யாரென பார்த்தால், யாருக்கு கிராமங்கள் செல்வத்தையும் செல்வாக்கையும் அளித்திருக்கிறதோ அவர்களே! காந்தி கிராமங்களை மிகவும் நேசித்தார். அவரது உடை தொடங்கி கொள்கை வரை எல்லாவற்றிலுமே கிராமத்தின் குறியீடுகள் நிறைந்திருக்கும். நகரமயமாக்கல், தொழில்மயமாக்கல் மற்றும் எந்திரமயமாக்கலை

அவர் அடியோடு வெறுத்தார். அவரது கனவான இந்து சுயராஜ்யத்திற்கு அடிப்படையாக அவர் கிராம தன்னதிகாரம் வழங்க வேண்டுமென கோரினார். இந்திய சுதந்திரம் கைகூடி வந்து கொண்டிருந்த நிலையில், ஒரு நவீன சமூகத்தை உருவாக்க நேரு, அம்பேத்கர் போன்றவர்கள் முனைப்பு கொண்டிருந்த நிலையில், அப்படியான சுதந்திரம் ஆங்கிலேயர் இல்லாத ஆங்கில ஆட்சியாகவே இருக்கும் என்று அவர் சாடினார். நகரங்கள் வேண்டாம், எந்திரங்கள் வேண்டாம், தொழிற்சாலைகள் வேண்டாம்....எல்லோரும் கிராம வாழ்க்கைக்கு திரும்பி குடிசைகளில் வாழுங்கள் என்றார். ""ஒரு கிராமவாசியின் தீவிர வறுமையையும் கல்வியறிவின்மையையும் அகற்றிவிட்டால் கலாச்சார ரீதியாக பண்பட்ட ஒரு சுதந்திர குடிமகனின் சிறந்த மாதிரி உங்களுக்கு கிடைக்கும்" என்று கிராம மக்கள் குறித்து உயரிய கருத்தை அவர் கொண்டிருந்தார்.

1931 இல் ஆற்றிய ஓர் உரையில் அவர், "இளவரசிகள் வருவார்கள், இளவரசிகள் போவார்கள், பேரரசுகள் வரும், பேரரசுகள் போய்விடும், ஆனால் கிராமங்களின் வாழும் இந்த இந்தியா அப்படியே உயிர்த்திருக்கும்....அவர்களுக்கென தனியானக் கலாச்சாரம் இருக்கிறது, வாழ்க்கை முறை இருக்கிறது, தம்மை காத்துக் கொள்ளும் வழிமுறைகள் உள்ளன, சொந்த கிராம தலைமை ஆசிரியர் இருக்கிறார், பூசாரி இருக்கிறார், தச்சர், சவரத் தொழிலாளி, உண்மையில் ஒரு கிராமத்துக்கு தேவையான எல்லாமும் இருக்கிறது. இந்த கிராமங்கள் தன்னிறைவு கொண்டவை, அவை கட்டமைக்கப்பட்ட விதத்தில் ஒரு வகையான ஒப்பந்தம் இருப்பதை நீங்கள் கண்டறிய முடியும். சாதியின் இரும்பு ஆட்சி கிராமங்களில் இருந்துதான் எழுச்சி பெற்றது. சாதி இந்தியாவின் நோயாக இருக்கலாம் ஆனால் கிராமங்களில் வாழும் இந்த பெருந்திரள் கூட்டத்திற்கு ஒரு கேடயமாகவே சாதி இயங்குகிறது", என்றார்.

இந்தியாவின் சுயராஜ்யம் என்பது கிராமக் குடியரசுகளின் தொகுப்பாக இருக்க வேண்டுமென்பதே காந்தி கண்ட கனவு. மத்திய, மாநில அரசுகளை விடவும் நாட்டின் அதிகாரம் கிராமங்களிடமே இருக்க வேண்டும் என்ற காந்திய கோட்பாடு சாதி இந்துக்களாலும் கிராம மக்கள் மேம்பாட்டில் அக்கறை கொண்ட அறிவுஜீவிகளாலும் இன்று வரையிலும் வரவேற்கப்படுகிறது. மார்க்சிஸ்ட்டுகள் உட்பட பல முற்போக்காளர்கள் கிராமங்கள், விவசாயம், பண்பாட்டை ஆதரிக்கிறோம் என்ற பெயரில் நகரமயமாக்கலுக்கு எதிராகவும் நவீனமடைதலுக்கு எதிராகவுமே இயங்கி வருகின்றனர்.

அம்பேத்கரும் நகரமும்

ஆனால் அம்பேத்கர் காந்தியின் கிராமப் பற்றுக்கு நேரதிரானக் கருத்தியலையும் வாழ்வனுபவங்களையும் நிலைப்பாட்டையும் கொண்டிருந்தார். தாழ்த்தப்பட்ட மக்களை அடிமைகளாக வைத்திருக்கவும் அவர்களின் அடிமை விலங்குகள் உடைந்துவிடாமல் கண்காணிக்கவுமான ஒரு வரலாற்று ஏற்பாடே கிராமக் கட்டமைப்பு என்ற உண்மையை அவர் உரக்கக் கூறினார். தாழ்த்தப்பட்ட மக்கள் தமது சுயமரியாதையை மீட்டெடுக்க அவர்கள் கிராமங்களை விட்டு நகரங்களில் வந்து குடியேற வேண்டுமென அறைகூவல் விடுத்தார். கிராமங்களை அம்பேத்கர் இப்படித்தான் விவரித்தார்: "கிராமம் என்றால் உள்ளூர்மயமாக்கலின் உறைவிடம், அறியாமையின் குகை, குறுகிய மனப்பான்மை மற்றும் வகுப்புவாதம்". காந்தியின் கிராமவாசித் தோற்றம் அவரது பழமைவாத ஆதரவிலிருந்து வந்ததெனில் அம்பேத்கரின் மேற்கத்திய தோற்றம் அவரது நவீனக் கருத்தியலில் இருந்தும் பிறப்பெடுத்தது. கிராமக் குடியரசை அவர் ஜனநாயக விரோதக் கொள்கையாகவே கருதினார்.

பம்பாய் சட்டமன்றத்தில் கிராமப் பஞ்சாயத்துகளுக்கு கூடுதல் அதிகாரம் அளிக்கும் சட்டம் மீதான விவாதத்தில் பதிலளித்த அம்பேத்கர், அதற்கு கடுமையான எதிர்ப்பு தெரிவித்தார். "சாதியால் பீடிக்கப்பட்ட ஒரு மக்கள் கூட்டம், பழங்கால பாகுபாடுகளால் நோய்வாய்ப்பட்ட ஒரு மக்கள் கூட்டம், சமத்துவத்தை ஒரு தகுதியாக ஏற்க மறுத்து, படிநிலைக் கருத்தியலால் ஆதிக்கம் செலுத்தும் ஒரு மக்கள் கூட்டம்; சிலர் உயர்ந்தவர் சிலர் தாழ்ந்தவர் என நம்பும் ஒரு மக்கள் கூட்டம் - நீதியை வழங்குவதில் சரியாக நடந்து கொள்ளும் என நாம் எதிர்பார்க்க முடியுமா? எங்களுடைய வாழ்க்கையை, சுதந்திரத்தை, சொத்துக்களை சாதிப் பஞ்சாயத்துகளிடம் நாங்கள் ஒப்புக் கொடுக்க வேண்டும் என்று எதிர்பார்ப்பது சரியல்ல. அதனால் இந்த முன்மொழிவை நான் ஏற்க மறுக்கிறேன்" என்றார்.

ஓர் அரசியல் அறிஞராக, பொருளாதார நிபுணத்துவம் பெற்றவராக, சமூகவியல் மேதையாக அம்பேத்கர், ஒடுக்கப்பட்ட மக்களை உள்ளடக்கிய தேச வளர்ச்சிக்கானத் திட்டங்களையே முன் மொழிந்தார். அதில் கண்மூடித்தனமான நம்பிக்கைகளுக்கு இடமிருக்கவில்லை. அவர் சாதியை விடவும் பண்பாட்டை விடவும் மக்களின் கண்ணியமும் பசியும் முக்கியமானது என்று கருதினார். பரந்துபட்ட அவரது அறிவு நகரமயமாக்கல் மற்றும்

தொழில்மயமாக்கலை பாகுபாடு மற்றும் வறுமைக்கு எதிரான தீர்வாகக் கண்டது. சமூக அக்கறை கொண்ட இன்றைய நிபுணர்கள் அம்பேத்கரின் கருத்துக்கள் இன்றும் பொருத்தப்பாடு கொண்டிருப்பதை சுட்டிக் காட்டுகின்றனர். "பொருளாதாரத்தில் அம்பேத்கர் தான் எனது தந்தை" என்ற அமர்த்தியா சென் குறிப்பிடுகிறார். ஆனால், அம்பேத்கர் ஜெயந்தி அன்று அண்ணலின் பரந்துபட்ட அறிவை புகழ்ந்து நான்கைந்து கட்டுரைகள் வெளி வருவதோடு சரி. இச்சமூகம் அவரது சமூகவியல், பொருளாதார, அரசியல் மேதமையை துளியளவு கூட நடைமுறைப்படுத்த முயல்வதில்லை.

விவசாய அடிமைகளாகவும் கூலிகளாகவும் இருந்து தலித் மக்கள் வதைபடும் நிலைக்கு முற்றுப்புள்ளி வைக்க அம்பேத்கர் நகர்ப்புற தொழில்மயமாக்கலை ஊக்கப்படுத்தினார். 1952 ஆம் ஆண்டு பொதுத் தேர்தலை முன்னிட்டு பட்டியல் சாதிகள் கூட்டமைப்பின் சார்பாக வெளியிடப்பட்ட அறிக்கையில் அவர், "தொழில்மயமாக்கலும் தொழில் உற்பத்தி அதிகரிப்புமே வளமான இந்தியாவிற்கான அச்சாரமாக இருக்க முடியும்" என்றார்.

திறன் வளர்ப்பு மற்றும் தொழில்நுட்பப் பயிற்சிகள் தலித் மக்களுக்கு வழங்கப்படும் போது அவர்கள் பொருளாதாரத்தில் முன்னேறுவதோடு தமது அடிமைக் குலத் தொழில்களிலிருந்தும் வெளியேறுவார்கள். குறைவான உற்பத்தி மற்றும் அபரிதமான தொழிலாளர்கள், அதிகளவு உழைப்பு என்றியங்கும் விவசாயத்திற்கான நீண்ட கால தீர்வாகவும் இந்நாட்டின் பெரும்பான்மை மக்களான ஒடுக்கப்பட்ட மற்றும் பிற்படுத்தப்பட்டோரை சமூகப் பொருளாதார ரீதியாக மேம்படுத்த அவர் தொழில்மயமாக்கலால் மட்டுமே முடியும் என்பதே அம்பேத்கரின் வாதம். அதோடு, நவீன தொழில் நிறுவனங்களால் உண்டாகும் தொழில் சார்ந்த இடப்பெயர்ச்சி மற்றும் பொருளாதார சுதந்திரம் சாதி அமைப்பை தகர்க்கும் என்றும் அவர் நம்பினார்.

"ஒரு நாட்டின் எதிர்கால வளர்ச்சிக்கானத் திட்டமானது தொழில்நுட்பம் மற்றும் அறிவியல் பயிற்சியில்லாமல் முழுமை பெறுவதில்லை. இது இயந்திரங்களின் காலம். தங்கள் மக்களுக்கான கண்ணியமான வாழ்க்கைத் தரத்தை பராமரிப்பதற்காக தொழில்நுட்ப மற்றும் விஞ்ஞானப் பயிற்சியில் உச்சம் தொட்டு நிற்கும் நாடுகள் தான் போர் முடிந்ததும் தொடங்கும் போராட்டத்தில் தப்பிப்பிழைக்கும்" என்று 1944 ஆம் ஆண்டு இந்திய அரசின்

வைஸ்ராய் நிர்வாகக் குழுவின் தொழிலாளர் உறுப்பினராக இருந்த போது கல்கத்தா தொழில்நுட்ப பயிற்சி திட்ட ஆலோசனைக் குழு கூட்டத்தில் பேசினார், அம்பேத்கர்.

பெரியாரின் நிலைப்பாடு

கிராமங்களுக்கு எதிரான நகர நிலைப்பாட்டை எடுத்த மற்றொரு புரட்சியாளர், பெரியார். "எனது கிராமச் சீர்திருத்தத் திட்டம் என்பது என்னவென்றால் நாட்டில் கிராமங்களே எங்கும் இல்லாமல் அவற்றை ஒழித்துவிடுவதே ஆகும். அது மாத்திரமில்லாமல் கிராமங்கள் என்கிற வார்த்தை அகராதியில் கூட இல்லாதபடி செய்துவிட வேண்டும். அரசியலிலும் கூடக் கிராமம் என்ற வார்த்தை இருக்கக் கூடாது என்றே சொல்லுவேன். கிராமம் என்கிற எண்ணத்தையும் பெயரையும் அதற்கு ஏற்ற பாகுபாட்டையும் வைத்துக் கொண்டு என்ன தான் நீங்கள் கிராமச் சீர்திருத்தம் செய்தாலும், பறையன் சக்கிலியன் என்பவன் எப்படி அரிசனன் ஆனானோ அது போலவும் ஆதி திராவிடனானானோ அதுபோலவுந்தான் மாற்றம் ஏற்படுமே ஒழிய பறையன் மற்ற மனிதர்களைப் போல மனிதனானான் என்கிற மாற்றம் எப்படி ஏற்படாதோ அதுபோல கிராம சீர்திருத்தம் செய்யப்படுவதால், நல்ல கிராமம் ஆயிற்று என்றுதான் ஏற்படுமே ஒழிய மற்றபடியான நகரத் தன்மையும், நகர மக்கள் அனுபவிக்கும் உரிமையும் அனுபவிக்க முடியவே முடியாது" என்று 11.11.1944 தேதியிட்ட குடியரசு இதழில், ஜாதி ஒழிய கிராமங்கள் ஒழிய வேண்டும் என்று எழுதினார் பெரியார்.

நாம் என்ன செய்ய வேண்டும்?

கிராமங்கள் முதன்மையாக மனிதர்கள் ஒற்றுமையாக கூடி வாழும் வாழ்க்கை முறையை எதிர்க்கின்றன. பொது என்ற தத்துவத்தை அவை தடை செய்திருக்கின்றன என்பதை சிந்திக்கக் கூடிய யாராலும் புரிந்துகொள்ள முடியும். ஆனாலும் இச்சமூகத்தின் முற்போக்காளர்கள், அறிவுஜீவிகள், சமூகப் போராளிகள் போன்றோர் நிபந்தனையற்ற கிராம ஆதரவு நிலைப்பாட்டையே கொண்டிருக்கின்றனர். "சாதியை எதிர்க்கிறோம் ஆனால் அதை கட்டிக் காக்கிற சமூக அமைப்பை கலாச்சாரமென காக்கப் போராடுவோம்" என்ற முரண்பாடானக் கொள்கை இவர்களுடையது. கிராமக் கட்டமைப்புக்கு பாதிப்பு வருகிற எந்த வளர்ச்சித்திட்டங்களையும் இவர்கள் அனுமதிப்பதில்லை. சமூக ஆய்வறிவே இல்லாமல் நகரமயமாக்கலை கண்மூடித்தனமாக

பலரும் பல்வேறு அமைப்புகளும் எதிர்த்து வருகின்றனர். தொலைநோக்குப் பார்வையோ திட்டமிடலோ, ஆய்வுகளோ இல்லாமல் வெறுமனே நிலத்தை காக்கிறோம், விவசாயத்தைக் காக்கிறோம், கிராமங்களை காக்கிறோம், பண்பாட்டை காக்கிறோம் என அறியாமை மண்டியப் போராட்டங்களை முன்னெடுக்கின்றனர். சாதியை ஒழிக்க எந்த செயல்திட்டத்தையும் முன்னெடுக்காத இவர்கள் பண்பாட்டைக் காக்கிறோம் பேர்வழி என்று காலங்காலமாக சாதியைக் காப்பாற்றி வருகின்றனர்.

நகர எதிர்ப்பானது ஒரு பொது புத்தி கருத்தியலாக இங்கே வளர்த்தெடுக்கப்பட்டிருக்கிறது. ஆனால், இந்திய சமூகத்தில் நகரமயமாக்கல் உண்டாக்கக் கூடிய நவீன சமூக மாற்றங்கள் குறித்து ஆய்வு செய்யும் சமகால நிபுணர்கள் சாதி ஒழிப்புக்கு நகரங்கள் ஒரு முக்கிய கருவியாக இருக்க முடியும் என்று வாதிடுகின்றனர். கிராமப்புறங்களிலிருந்து மக்கள் இடம் பெயரும் செயல் மட்டுமே நகரமயமாக்கல் ஆகிவிடுவதில்லை. மக்களின் நம்பிக்கைகள், விழுமியங்கள், நடத்தை முறைகள், அணுகுமுறைகள் எல்லாமே மாற்றத்திற்கு உள்ளாக்கும் ஒரு பண்பாட்டு மாற்றம் அது. எப்படியென்றால், நகரங்களில் ஒருவரின் பிறப்படையாளம் குறித்து யாரும் கவலைப்படுவதில்லை. அதனால் தூய்மை மற்றும் தீட்டு வாதங்களை முன்னெடுக்க முடிவதில்லை. நகரத்தின் எந்த பகுதியிலும் பணமிருந்தால் எவரொருவரால் நிலம் வாங்கவும் குடியிருக்கவும் முடியும். நீர், நிலம், கோயில் என எல்லாமே இங்கே பொதுவாகிறது. எந்த உடையும் உடுத்தலாம், எந்த உணவும் உண்ணலாம், படிக்கலாம், முன்னேறலாம். யாரும் இங்கே யாரையும் கண்காணிக்கவோ கட்டுப்படுத்தவோ மாட்டார்கள்.

பல சாதியினரும் சாதி அடையாளத்தை வெளிப்படுத்தாமல் கலந்து வாழும் வாய்ப்பை நகரங்கள் உருவாக்குகின்றன. யாரும் எந்த வேலையும் செய்ய முடியும். ஆனால் கிராமத்தில் தலித்துகள் வேறெந்த தொழிலும் செய்ய முடியாது. செய்ய முயன்றால் அது வன்கொடுமையில் முடியும். மின் ஊழியர், தச்சு வேலை செய்பவர், உணவகம் வைத்திருப்பவர், வீட்டு வேலை செய்பவர்களெல்லாம் யார் என்ன சாதி என்பது பற்றி யாரும் கவலைப்படுவதில்லை. தொழில் நிமித்தமாக யாரும் யார் வீடுகளுக்குள்ளும் நுழையும் வாய்ப்பை நகரங்கள் கொண்டிருக்கின்றன. கிராமப்புறங்களில் தலித்துகள் இன்றளவில் ஆதிக்க சாதியினர் வீடுகளுக்குள் அனுமதிக்கப்படுவதில்லை. ஒரே பள்ளியில் படிக்கலாம், ஒரே

அலுவலகத்தில் பணி செய்யலாம், ஒரே உணவகத்தில் உண்ணலாம், ஒரே திரையரங்கில் படம் பார்க்கலாம், ஒரே நீச்சல் குளத்தில் குளிக்கலாம். இன்னொரு முக்கியமான மாற்றம், குடும்பம் மற்றும் சாதி வலைபின்னலுக்குள் மட்டுமே நிகழ்ந்து வந்த திருமணங்கள் நண்பர்கள் மற்றும் வேலை செய்யும் இடங்களென விரிவடைகிறது. சாதி மறுப்புத் திருமணங்கள் இதனால் பெருகும். நகரங்களால் ஏற்றத்தாழ்வாக இந்த இரண்டாயிரமாண்டு சமூக அமைப்பை எளிதாக மாற்றி அமைத்துவிட முடியும்.

நாகரிக வளர்ச்சியின் குறியீடு நகரங்களே! கி.மு. ஆறாம் நூற்றாண்டில் தோன்றிய இரண்டாம் நகர நாகரிகமான கங்கைச் சமவெளிக்கு இணையாக தமிழகத்தில் எந்த நகர நாகரிகமும் இருந்ததற்கான ஆதாரங்கள் கண்டறியப்படாமல் இருந்த நிலையில் கீழடியில் அதே காலகட்டத்தில் நகர நாகரிகத்திற்கான செழித்தோங்கி இருந்ததற்கான ஆதாரங்கள் கிடைத்த போது தமிழக முற்போக்குச் சமூகம் அதை கொண்டாடித் தீர்த்தது. கீழடியில் கண்டெடுக்கப்பட்ட 14 ஆயிரத்திற்கும் அதிகமான பொருட்களில் மதக் குறியீடுகளே கிடைக்கவில்லை என்று பெருமிதம் கொண்டது. 2500 ஆண்டுகளுக்கு முன்பு வாழ்ந்த தமிழர்கள் சாதியில்லாமல், மதமற்றவர்களாக இருந்தனர் என கீழடி காட்டுகிறது. ஏனெனில் கீழடியில் புதைந்து கிடப்பது ஒரு நகரம்.

பழந்தமிழரின் நகரக் கட்டமைப்பும் வர்த்தகப் பரிவர்த்தனையும் நமக்கு வியப்பையும் பெருமையையும் அளிக்கிறது. பொதுவாக ஆறு மற்றும் கடல்பகுதிகளை ஒட்டியே நாகரிகம் தழைத்தோங்கின. காரணம் போக்குவரத்தால் சாத்தியப்படுகிற வர்த்தகப் பரிவர்த்தனை! வர்த்தகத்தால் பெருகும் உற்பத்திச் சூழலும் உற்பத்தியால் வளர்கிற வேலை வாய்ப்புகளும் வேலை வாய்ப்புகளால் மேம்படுகிற நவீன வாழ்க்கை முறையும் அதனால் உண்டாகிற பண்படுதலும் என நகரங்கள் நாகரிகப் பாய்ச்சலுக்கான தொடக்கப்புள்ளியாக அமைகின்றன. ஆனால், அத்தகைய நகரங்களை கண்மூடித்தனமாக எதிர்த்து நாகரிக வளர்ச்சியையே தடுத்து நிறுத்துகின்றனர் எல்லோரும்.

நாம் கொண்டிருக்கும் கொள்கைகளிலேயே பல்வேறு முரண்பாடுகளை அனுமதித்திருக்கிறோம் என்பதற்கான உதாரணம் தான் பண்டைய கால நகர வாழ்க்கைக்கான நமது ஆதரவும் இன்றைய நகர வாழ்க்கை மீதான நமது வெறுப்பும். இன்னும் ஆயிரமாண்டு கழித்து இந்நாட்டில் வாழும் மனிதர்கள் நமது தொல்லியல் எச்சங்கள் வழியாக நகரக் கருத்தாக்கத்திற்கும் நாகரிக வளர்ச்சிக்கும் நவீன வாழ்வியலுக்கும் எதிரான நமது செயல்பாடுகளை கண்டறியும் போது என்ன நினைப்பார்கள்?! ஒருவேளை கீழடியில் கண்டறியப்பட்டது ஒரு பிற்போக்குத்தனமான, சாதி/மத அடையாளங்களைக் கொண்ட பின் தங்கிய சமூகத்தின் குறியீடுகளெனில் அதை நாம் உரிமை கொண்டாடியிருப்போமா? ஏன் அந்த ஒப்பீட்டை இப்போது நமக்கு நாமே செய்து கொள்ள மறுக்கிறோம்?!

இந்தியாவை நகரம், கிராமம் என இரண்டாக பிரித்து கிராமங்கள் பின் தங்கி இருக்கின்றன என நாம் அதை ஆதரிக்கிறோம். ஆனால் உண்மையாக இந்தியா ஊராகவும் சேரியாகவுமே பிரிந்திருக்கிறது. நாம் மேம்படுத்த வேண்டியது "சேரி" இந்தியாவை. அது பொறுப்புமிக்க நகரமயமாக்கலால் சாத்தியப்படும். சாதி இந்துக்களுக்கு கிராமங்கள் வளங்கள், பொருளாதாரம், அதிகாரங்களை வாரி வழங்குகின்றன. அதனால் அவர்கள் அங்கேயே இருக்கலாம். ஆனால் வன்கொடுமைகள், தீண்டாமை, வன்முறைகள், அறியாமை, மனித உரிமை மீறல்கள், சுரண்டல் என ஆதிக்க-அடிமை கருத்தாக்கத்தின் பலிகடாக்களாக இருக்கும் ஒடுக்கப்பட்ட மக்கள் கட்டாயம் நகரங்களுக்கு இடம் பெயர வேண்டும். அது அவர்களின் புதிய வாழ்வின் தொடக்கமாக இருக்கும்.

ஆனால் சமூக அக்கறையோ பொறுப்புணர்வோ இல்லாத நகர மேம்பாட்டுத் திட்டங்களால் சென்னை மாநகரில் செம்மஞ்சேரி, கண்ணகி நகர் போன்ற நவீனச் சேரிகள் உருவாகத் தொடங்கிவிட்டன. சென்னையின் மையப்பகுதிகளில் வாழ்ந்த பூர்வகுடி தலித் மக்கள் நகர மேம்பாடு என்ற பெயரில் வெளியே தூக்கி வீசப்படுகின்றனர். தி.மு.க அரசு 1962 இல் உருவாக்கிய குடிசை மாற்று வாரியத்தின் "வாழும் இடத்திலேயே குடியிருப்புத் திட்டம்" "உள்ளடக்கிய நகர்ப்புற வளர்ச்சி"யை (*inclusive urbanisation*) இலக்காகக் கொண்டிருந்தது. ஆனால் 1990களில் இருந்து தொடங்கிய - தொழில் நிறுவனங்கள், குடியிருப்புகள் மற்றும் போக்குவரத்து வசதிகளுக்காக - குடிசைகளை அப்புறப்படுத்தி நகருக்கு வெளியே வீசியெறியும் போக்கு விடுபட்ட நகர்ப்புறமயமாக்கலை (*Exclusionary Urbanisation*) வளர்த்தெடுத்துக் கொண்டிருக்கிறது.

நகரங்களின் பின் தங்கிய குடியிருப்புப் பகுதிகள் அல்லது சேரிகள் தலித்கள், பழங்குடியினர், இஸ்லாமியர்கள் மற்றும் அண்மையில் இடம் பெயர்ந்தவர்களால் நிரம்பி வழிகின்றன. சேரிகள் மற்றும முறைசாரா குடியேற்றங்களுக்கு அரசு எந்த அடிப்படை வசதியும் செய்து தருவதில்லை. குடிநீர், சுகாதாரம், மருத்துவ வசதிகள் குடிசைவாசிகளான நகர்ப்புற ஒடுக்கப்பட்ட சமூகங்களுக்கு கிடைப்பதில்லை. சேரிகளின் சாதி மதப் பின்னணியே நகராட்சி சேவைகளை தீர்மானிப்பதை புரிந்து கொள்ள தனி ஆய்வுகள்

தேவைப்படுவதில்லை என்றாலும் பல்வேறு ஆய்வுகளும் அதை நிரூபித்திருக்கின்றன. சமத்துவ நகரங்களை காப்பாற்றும் அக்கறையோ அதற்கான செயல்திட்டங்களோ யாரிடமும் இல்லை. கிராமங்களுக்கோ விவசாய நிலங்களுக்கோ ஆபத்தென்றால் ஒட்டுமொத்த சமூகமும் போராடக் களமிறங்கும். ஆனால் நகர்ப்புற தலித்துகள் தமது வாழ்விடங்களை இழப்பது ஒரு பொதுப் பிரச்னையாகக் கருதப்படுவதில்லை.

1901 சென்சஸ் படி 11.5% இந்தியர்கள் நகர்ப்புறங்களில் வாழ்ந்தனர். 2011 இல் அது 31.16 ஆக உயர்ந்தது. ஐ.நா சபையின் கணக்கீட்டின்படி 2030 இல் 40 சதவீதம் இந்தியர்கள் நகர்ப்புறங்களில் வாழ்வார்கள். ஆக, பொருளாதாரப் பரவலாக்கம், தொழில்நுட்ப வளர்ச்சி, நுகர்வு மயம் மற்றும் தொழில்மய காலகட்டத்தில் நகரமயமாக்கலை இனியும் பழித்துக் கொண்டிருக்க முடியாது. நகரங்கள் தான் எதிர்காலம். அவை, எப்படியும் உருவாகியே தீரும். நம்முடைய கடமை என்னவென்றால், நகரங்களை உருவாக்குவதும் அவை இயல்பாகக் கொண்டிருக்கும் ஜனநாயகக் கட்டமைப்பை பாதுகாக்க வேண்டியதும் தான். நகரமயமாக்கலை போல சாதிய கட்டமைப்பின் மீது அசைவை உண்டாக்குகிற வாய்ப்புகளை எல்லாம் எதிர்த்தும் புறந்தள்ளியும் விட்டு சாதியை ஒருபோதும் ஒழிக்க முடியாது என முனகிக் கொண்டிருக்கும் முற்போக்கு, சமூக அமைப்புகள் தங்கள் கருத்தை மாற்றிக் கொண்டு புதிய நிலைப்பாட்டை முன்னெடுக்க வேண்டும்.

(2018 - எதிலும் பிரசுரமாகவில்லை)

குறிப்புகள்

குறிப்புகள்